മണ്ണിനുവേണ്ടി

manninuvendi

•

akg

•

first edition
february 1975

•

sixth edition
september 2008

•

seventh edition
january 2017

•

second impression
january 2021

•

typesetting & published
chintha publishers, thiruvananthapuram

•

printed
repro india ltd, mumbai

•

cover
shahul aliyar

•

price
rupees two hundred and ten only

വിതരണം

ദേശാഭിമാനി ബുക്ക് ഹൗസ്

H O തിരുവനന്തപുരം-695 035
www.chinthapublishers.com
chinthapublishers@gmail.com

ബ്രാഞ്ചുകൾ

ഹെഡ്ഡാഫീസ് ബ്രാഞ്ച് കുന്നുകുഴി • ഓവർബ്രിഡ്ജ് തിരുവനന്തപുരം • കെ എസ് ആർ ടി സി ബസ് സ്റ്റേഷൻ ആലപ്പുഴ • കെ എസ് ആർ ടി സി ബസ് സ്റ്റേഷൻ എറണാകുളം • ഐ ജി റോഡ് കോഴിക്കോട് • കെ എസ് ആർ ടി സി ബസ് സ്റ്റേഷൻ കോഴിക്കോട് • എൻ ജി ഒ യൂണിയൻ ബിൽഡിങ് കണ്ണൂർ • സെൻട്രൽ ബസ് ടെർമിനൽ കോംപ്ലക്സ് താവക്കര കണ്ണൂർ

CR - 1545 / 4018
ISBN - 978-81-26201-02-0

മണ്ണിനുവേണ്ടി

എ കെ ജി

ചിന്ത പബ്ലിഷേഴ്സ്
തിരുവനന്തപുരം-695 035
വില : ₹ 210

ഉള്ളടക്കം

1

സമരത്തിന്റെ ആരംഭം

ഇന്ത്യയ്ക്ക് സ്വാതന്ത്ര്യം കിട്ടിയിട്ട് 27 വർഷമായി. 43 കൊല്ലം മുമ്പ് കറാച്ചിയിലും പിന്നീട് ഫേസ്പൂരിലും മറ്റും കൃഷിഭൂമിയിൽ പണിയെടുക്കുന്ന കൃഷിക്കാരന് അതിന്റെ അവകാശം നൽകണമെന്ന പ്രമേയം പാസാക്കിയ കോൺഗ്രസാണ്, അന്നുമുതൽ ഇന്നുവരെ അതേപ്പറ്റി വാതോരാതെ പ്രസംഗിക്കുന്ന കോൺഗ്രസ് നേതൃത്വമാണ്, തങ്ങളുടെ കാർഷികപരിഷ്കാരങ്ങളെക്കുറിച്ച് പെരുമ്പറയടിക്കുന്ന കോൺഗ്രസ് നേതാക്കളാണ്, കേന്ദ്രത്തിലും സംസ്ഥാനങ്ങളിലും ഭരിക്കുന്നത്. എന്നാൽ ഈ രാജ്യത്തെ സ്ഥിതി എന്താണ്? കോൺഗ്രസ് സർക്കാർ ജന്മിത്തം അവസാനിപ്പിച്ചിട്ടില്ല. അധ്വാനിക്കുന്ന കൃഷിക്കാരന് കൃഷിഭൂമിയുടെ അവകാശം പകർന്നുകൊടുത്തിട്ടില്ല. കൃഷിക്കാരനെ വരിഞ്ഞുമുറുക്കുന്ന ചങ്ങലക്കെട്ടുകളിൽനിന്ന് മോചിപ്പിച്ചിട്ടില്ല. എന്നുമാത്രമല്ല ഓരോദിവസവും പാട്ടക്കാരനും വാരക്കാരനും കുടികിടപ്പുകാരനും അവർ അധ്വാനിച്ചിരുന്ന ഭൂമിയിൽനിന്ന് ആട്ടിയകറ്റപ്പെടുകയാണ്. ഒരുപിടി മണ്ണിനുവേണ്ടി സ്വന്തം നാടുവിട്ട് മലയിൽ കയറി മണ്ണിനോടും മലയോടും കാട്ടുമൃഗങ്ങളോടും മല്ലടിച്ച് കാട് തെളിച്ച് സ്വർണം വിളയിക്കുന്ന കൃഷിക്കാരൻ മണ്ണിൽനിന്ന് ഇന്നും അടിച്ചിറക്കപ്പെടുന്നു.

അവന്റെ പ്രശ്നങ്ങളെപ്പറ്റി പഠിക്കാനോ അവയ്ക്ക് പരിഹാരമുണ്ടാക്കാനോ കോൺഗ്രസ് ഭരണാധികാരികൾ ശ്രമിക്കുന്നില്ലെന്ന് മാത്രമല്ല മറ്റേതെങ്കിലും ഗവൺമെന്റ് അതിന് ശ്രമിച്ചാൽ അതിനെ തകർക്കുകയെന്നുള്ളതാണ് കോൺഗ്രസിന്റെ നയം. 1954-ൽ കോൺഗ്രസിന്റെ സഹായത്തോടെ തിരു-കൊച്ചിയിൽ അധികാരത്തിൽ വന്ന പട്ടം മന്ത്രിസഭ തകർക്കപ്പെട്ടത് കാർഷികപരിഷ്കാരത്തിനുവേണ്ടിയുള്ള നേരിയ ചലനങ്ങൾ ആരംഭിച്ചപ്പോഴാണ്. ഏതാണ്ട് ഇതേ കാലത്ത് പെപ്സുവിൽ ഉടലെടുത്ത കോൺഗ്രസിതര മന്ത്രിസഭ കാർഷികപരിഷ്കാരത്തിനുവേണ്ട നിയമനിർമാണ നടപടി ആരംഭിച്ചപ്പോഴാണ് തകർക്കപ്പെട്ടത്. 1957-ൽ കേരളത്തിൽ രൂപംകൊണ്ട കമ്യൂണിസ്റ്റ് മന്ത്രി

സഭ അന്നത്തെ ഭരണഘടനയുടെ നാലുവേലിക്കകത്തുനിന്നുകൊണ്ട് സമഗ്രമായൊരു കാർഷിക പരിഷ്കരണനിയമം കൊണ്ടുവന്ന മഹാപരാധത്തിനാണ് വ്യക്തമായ ഭൂരിപക്ഷമുണ്ടായിട്ടും ജനാധിപത്യവിരുദ്ധമായി അധികാരത്തിൽനിന്ന് നിഷ്കാസിതമായത്. ലോകത്തിലെ ഏറ്റവും വലിയ ജനാധിപത്യ രാഷ്ട്രമെന്ന് ബൂർഷ്വാസി ഉദ്ഘോഷിക്കുന്ന ഇന്ത്യയിൽ, മഹാനായ ജവാഹർലാൽ നെഹ്റു ഭരണാധികാരത്തിലിരിക്കെ അദ്ദേഹത്തിന്റെ ഓമനമകൾ ഇന്ദിരാപ്രിയദർശിനി പ്രസിഡന്റായിരുന്ന ഭരണകക്ഷിയാണ് എല്ലാ നിയമങ്ങളെയും കീഴ്‌വഴക്കങ്ങളെയും കാറ്റിൽ പറത്തിക്കൊണ്ട് കേരളമന്ത്രിസഭയെ പിരിച്ചുവിട്ടത്. അന്ന് പാസ്സാക്കപ്പെട്ട കാർഷികബന്ധനിയമത്തിൽ ഭൂപ്രഭുക്കൾക്ക് അനുകൂലമായ വെട്ടിത്തിരുത്തലുകൾ വരുത്തുകയാണ് പിന്നീട് കോൺഗ്രസ് ചെയ്തത്.

ഭൂപ്രഭുക്കൾക്ക് കൃഷിഭൂമിയിലുള്ള അവകാശത്തിന് ഊനം തട്ടുന്നതോ കൃഷിക്കാർക്ക് പണ്ടുള്ളതിലും കൂടുതൽ പരിരക്ഷ നൽകുന്നതോ ആയ കാർഷികനിയമങ്ങൾ കൊണ്ടുവരാൻ ശ്രമിച്ച കേരളത്തിലെയും പശ്ചിമബംഗാളിലെയും ഐക്യമുന്നണി ഗവൺമെന്റുകളെ മറിച്ചിടാനായി കോൺഗ്രസ് പാർട്ടി എല്ലാ അടവുകളും പ്രയോഗിച്ചു. നെഹ്റുവിന്റെ നേതൃത്വത്തിൽ ആവഡിയിൽ നിന്ന് ആരംഭിച്ച കോൺഗ്രസിന്റെ സോഷ്യലിസം ഇന്ദിരാഗാന്ധിയുടെ കീഴിൽ കൊടികയറിയിട്ടും ഇന്ത്യയിലെ അധ്വാനിക്കുന്ന കൃഷിക്കാരന്റെ സ്ഥിതിയിൽ മൗലികമായ യാതൊരു മാറ്റവുമുണ്ടായില്ല.

എന്തു നീതിയാണ് ഈ നാട്ടിൽ നടക്കുന്നത്? എന്നെപ്പോലെയുള്ള എത്രയോ ആളുകൾ കൃഷിക്കാരന്റെ മോചനം സ്വപ്നം കണ്ടുകൊണ്ടാണ് ദേശീയസ്വാതന്ത്ര്യസമരത്തിൽ പങ്കെടുത്തത്. കാർഷികപ്രധാനമായ നമ്മുടെ രാജ്യത്തിലെ ബഹുഭൂരിപക്ഷം ജനങ്ങളുടെ നീറുന്ന പ്രശ്നങ്ങൾ പരിഹരിക്കാൻ കൃഷിക്കാരന്റെ മോചനത്തോടുകൂടി മാത്രമേ കഴിയൂ എന്ന് കോൺഗ്രസുകാരായ ഞങ്ങൾക്ക് ബോധ്യമായിരുന്നു. 1931-ൽ കറാച്ചിയിൽവച്ച് കോൺഗ്രസ് "കൃഷിഭൂമി കൃഷിക്കാരന്" എന്ന മുദ്രാവാക്യം ഉയർത്തിയതും ഫേസ്പൂരിൽ ആ പ്രഖ്യാപനം ആവർത്തിച്ചതും കൃഷിക്കാരന്റെ ആവശ്യങ്ങൾക്ക് പ്രാമുഖ്യം കൊടുത്തുകൊണ്ടല്ലാതെ ദേശീയപ്രസ്ഥാനത്തെ ഒരു ബഹുജനപ്രസ്ഥാനമാക്കി വളർത്താൻ കഴിയില്ല എന്ന ബോധം കൊണ്ടുതന്നെയാണ്.

കറാച്ചികോൺഗ്രസിന് എത്രയോ മുമ്പുതന്നെ കൃഷിക്കാർക്കിടയിൽ വമ്പിച്ച അസ്വസ്ഥത ഉടലെടുക്കാൻ തുടങ്ങിയിരുന്നു. ഏതാണ്ട് 19-ാം നൂറ്റാണ്ടിന്റെ ആരംഭത്തോടുകൂടിയാണ് കേരളം ബ്രിട്ടീഷ് അധീനത്തിൽ ആയത്. മലബാറിലെ പല രാജാക്കന്മാരും മാലിഖാൻ വാങ്ങി ഭരണത്തിൽനിന്ന് ഒഴിഞ്ഞു. പഴശ്ശിരാജ എന്നറിയപ്പെടുന്ന കേരളവർമ രാജാവ് ആദിവാസികളുടെ സഹായത്തോടെ വീരോചിതമായ ഒരു ചെറുത്തുനിൽപ്പ് സംഘടിപ്പിച്ചുവെങ്കിലും ആധുനികയുദ്ധസന്നാഹങ്ങളുടെ മുമ്പിൽ പരാജയപ്പെടുകയും നേരിട്ടുള്ള പോരാട്ടത്തിൽ 1805 നവംബറിൽ മൃതിയടയുകയും ചെയ്തു. അതേ കാലഘട്ടത്തിൽ തന്നെയാണ് (1805-1809) തിരുവിതാംകൂർരാജാവ് തന്നെ കൈവിട്ട് ബ്രിട്ടീഷുകാർക്ക് കീഴടങ്ങിയിട്ടും വേലുത്തമ്പിദളവ ബ്രിട്ടീഷുകാർക്ക് എതിരായി ജനങ്ങളെ സംഘടിപ്പിച്ചുകൊണ്ട് ഐതിഹാസികമായ സമരം നടത്തിയത്. ഒടുവിൽ അദ്ദേഹം

ശത്രുഭടന്മാരാൽ വളയപ്പെടുകയും ശത്രുവിന്റെ കൈയിൽ അകപ്പെടാതിരിക്കാൻ ആത്മഹത്യ ചെയ്യുകയും ചെയ്തു. കൊച്ചിയിലെ മന്ത്രിയായിരുന്ന പാലിയത്തച്ചനും ഇതുപോലൊരു ലഹള നയിച്ചു.

ഇവയെല്ലാം അടിച്ചമർത്തപ്പെട്ടശേഷം ഭൂപ്രഭുക്കളും ബ്രിട്ടീഷുകാരും പരസ്പരധാരണയോടെയാണ് കഴിഞ്ഞുവന്നത്. തങ്ങളെ താങ്ങിനിർത്താൻ മറ്റേതൊരു വിഭാഗത്തേക്കാളും ബ്രിട്ടീഷുകാർക്ക് നമ്പാവുന്നത് കീഴടക്കപ്പെട്ട ജന്മിവർഗത്തെയാണെന്ന് അവർ ധരിച്ചതുകൊണ്ട് തന്നെ ആ വർഗത്തെ രക്ഷിക്കാനുള്ള നടപടിയാണ് ബ്രിട്ടീഷുകാർ കൈക്കൊണ്ടത്. ഇതിനുവേണ്ടി ബ്രിട്ടീഷുകാർ കൈക്കൊണ്ട നടപടിയുടെ ഫലമായാണ് ഭൂവുടമബന്ധത്തിൽ പല മാറ്റങ്ങളും വന്നത്. ബ്രിട്ടീഷുകാരുടെ നേരിട്ടുള്ള ഭരണത്തിലായിരുന്ന മലബാറിലും നാട്ടുരാജാക്കന്മാരുടെ കീഴിലായിരുന്ന തിരുവിതാംകൂറിലും കൊച്ചിയിലും ഭൂവുടമാബന്ധങ്ങളിൽ അടിസ്ഥാനപരമായ ചില വ്യത്യാസങ്ങൾ ഉണ്ടായിരുന്നു. 1793-ൽ ബ്രിട്ടീഷുകാർ നടപ്പാക്കിയ സ്ഥിരം സെറ്റിൽമെന്റ് സമ്പ്രദായം ഭൂവുടമാബന്ധത്തിൽ അടിസ്ഥാനപരമായ മാറ്റം വരുത്തി. ഈ നിയമപ്രകാരം സ്വന്തം ഭൂമിയിൽ അധ്വാനിച്ചുകഴിയുന്ന കൃഷിക്കാരൻ ഭൂമിയിൽ ആരുമല്ലാതാവുകയും ഭൂമിയുമായി ദൂരബന്ധം മാത്രമുള്ള ജന്മി ഭൂമിയുടെ യഥാർഥ അവകാശിയാവുകയും ചെയ്തു.

ഇതിനെപ്പറ്റി *മലബാർ മാനുവലിൽ* വില്യം ലോഗൻ ഇപ്രകാരമാണ് പറയുന്നത്:

> ജന്മി, നിശ്ചിതാതിർത്തിക്കുള്ളിൽ അധികാരം പ്രയോഗിക്കുന്ന ഒരാൾ മാത്രമായിരുന്നു. ആ അധികാരത്തിന്റെ പേരിൽ, ആ അതിർത്തിക്കുള്ളിലെ ഭൂമിയിലുണ്ടാവുന്ന വിളവിന്റെ ഒരു നിശ്ചിതഭാഗത്തിന് - പാട്ടം അല്ലെങ്കിൽ പ്രാചീന നിലനികുതി - അയാൾക്ക് അവകാശമുണ്ടായിരുന്നു. എന്നാൽ കമ്മീഷണർമാർ ജന്മിയെ ഭൂവുടമയുടെ പ്രഭുവാക്കി മാറ്റി. ക്രമത്തിൽ, ജന്മികൾ നീതിന്യായകോടതിയുടെ സഹായത്തോടെ യഥാർഥകൃഷിക്കാരായ കുടിയാന്മാരുടെ അവകാശങ്ങളെ അവഗണിക്കാൻ തുടങ്ങി. ഇതിൽ അദ്ഭുതപ്പെടാൻ ഒന്നുമില്ലല്ലോ.

ഈ മാറ്റങ്ങളുടെ ഫലമായി കൃഷിക്കാരാകെ അസ്വസ്ഥരായി. വിവിധ തരത്തിലുള്ള ജന്മിമർദനങ്ങളും ഒഴിപ്പിക്കലും അന്നുതൊട്ട് തുടങ്ങിയതാണ്. ഈ അസംതൃപ്തിക്ക് രൂപംകൊടുത്തത് മലബാറിലെ മാപ്പിളമാരായ കൃഷിക്കാരാണ്. 1836-1921 വരെയുള്ള കാലഘട്ടത്തിൽ പൊട്ടിപ്പുറപ്പെട്ട കൃഷിക്കാരുടെ ലഹളകൾ, മാപ്പിള ലഹളകൾ എന്നാണ് അറിയപ്പെട്ടതെങ്കിലും, കൃഷിക്കാരുടെ നീറുന്ന പ്രശ്നങ്ങളിലേക്ക് വിരൽചൂണ്ടുന്നവയായിരുന്നു. 1940-ലെ മലബാർ കുടിയാൻ കമ്മിറ്റി പറയുന്നത് ഇപ്രകാരമാണ്:

> 1836-ൽ ആരംഭിച്ച് അടുത്തകാലം വരെ മലബാറിന്റെ സമാധാനത്തെ കെടുത്തിപ്പോന്ന മാപ്പിളലഹളയാണ് കുടിയാൻ കാര്യത്തിൽ ഗവൺമെന്റിന്റെ ശ്രദ്ധപതിയാൻ കാരണമാക്കിയത്. മലബാറിൽ ജന്മിയും കുടിയാനും തമ്മിൽ വളർന്ന അസുഖകരമായ

ബന്ധംമൂലം വലിയൊരു ലഹള പൊട്ടിപ്പുറപ്പെടുമെന്ന് 1880-ൽ ഗവൺമെന്റിന് ഒരു വാറോല ലഭിച്ചു. (*മലബാർ കുടിയാൻ റിപ്പോർട്ട്*, പേജ് 4)

ആത്മാഹുതിക്ക് തയ്യാറായിക്കൊണ്ടാണ് മാപ്പിളമാർ അന്ന് സംഘട്ടനങ്ങൾക്ക് തയ്യാറായത്. ഈ ലഹളയിൽ പങ്കെടുത്തവരിൽ ഭൂരിപക്ഷവും സാധാരണ കൂലിവേലക്കാരും പാവപ്പെട്ട കൃഷിക്കാരും നിത്യവൃത്തിക്ക് മാർഗമില്ലാത്തവരും ആണെന്ന് വിവിധ ഗവൺമെന്റ് റിപ്പോർട്ടുകളിൽനിന്ന് കാണാൻ കഴിയും. കൊല്ലപ്പെട്ടവരിൽ മഹാഭൂരിപക്ഷം ജന്മിമാരും അവരുടെ ഏജന്റുമാരും അവരുമായി ബന്ധപ്പെട്ടവരും കൃഷിക്കാരെ ദ്രോഹിക്കുന്നവരാണെന്ന് കാണാൻ കഴിയും.

ജന്മികളിൽ മഹാഭൂരിപക്ഷവും ഹിന്ദുക്കളായിരുന്നുവെന്നുള്ളതാണ് ഹിന്ദു-മുസ്ലിം ലഹള എന്ന പേരിൽ ഇതറിയപ്പെടുന്നതിന് ഇടയാക്കിയത്. ഗവൺമെന്റ് പാസ്സാക്കിയ 1854-ലെ മാപ്പിള ആക്ടിനുപോലും കൃഷിക്കാരെ അടക്കിനിർത്താൻ കഴിഞ്ഞില്ല. 1880-ൽ മലബാറിലെ ജന്മിമാർ തുടർന്നുവരുന്ന മർദ്ദനനടപടികൾ വമ്പിച്ച പ്രത്യാഘാതമുണ്ടാക്കുമെന്നും അത് നൂറുകണക്കിനാളുകളുടെ ജീവൻ നഷ്ടപ്പെടുത്തുന്നതിനും രക്തപ്പുഴയൊഴുക്കുന്നതിനും സഹായകമായേക്കുമെന്നുള്ള പേര് വയ്ക്കാത്ത ഒരു കത്ത് ഗവൺമെന്റിന് കിട്ടിയതിനെത്തുടർന്നാണ് മലബാറിലെ ഭൂവ്യവസ്ഥയെ സംബന്ധിച്ച അന്വേഷണം നടത്തുന്നതിനുവേണ്ടി ലോഗനെ സ്പെഷ്യൽ കമ്മീഷനായി നിയമിച്ചത്.

ലോഗന്റെ റിപ്പോർട്ട് മലബാറിൽ നിലവിലിരുന്ന ഭൂവുടമബന്ധത്തിലേക്ക് വെളിച്ചം വീശുന്ന ഒന്നായിരുന്നു. ബ്രിട്ടനിലെ കാർഷികബന്ധങ്ങളിൽനിന്ന് തികച്ചും വ്യത്യസ്തമായ കാർഷികബന്ധങ്ങളോടു കൂടിയ മലബാറിൽ കോടതികളിലൂടെ ബ്രിട്ടീഷ് ഭരണാധികാരികൾ തങ്ങൾക്ക് പരിചിതമായ സ്വന്തം നാട്ടിലെ ഭൂവുടമാബന്ധം അടിച്ചേൽപ്പിക്കാൻ ശ്രമിച്ചതാണ് മാപ്പിളലഹളകൾക്ക് കാരണമെന്ന് ലോഗൻ വാദിച്ചു. മലബാറിൽ പതിവില്ലാത്ത തരത്തിലുള്ള അധികാരങ്ങളാണ് ബ്രിട്ടീഷുകാർ ജന്മിക്ക് നൽകിയതെന്നതായിരുന്നു ലോഗന്റെ നിരീക്ഷണം. ജന്മിയുടെ അധികാരത്തിന് കടിഞ്ഞാണിടാനായി ചിലതരം പാട്ടക്കാർക്ക് കൈവശാവകാശം നൽകണമെന്ന് ലോഗൻ വാദിച്ചെങ്കിലും ഫലമുണ്ടായില്ല. ഗവൺമെന്റാകെ ചെയ്തത് 1887-ൽ കുഴിക്കൂർചമയങ്ങൾക്ക് കുടിയാന് പ്രതിഫലം നൽകുന്നതിനുള്ള നിയമം പാസ്സാക്കുക മാത്രമാണ്. കുടിയാന്മാർ ഭൂമിയിൽ ഉണ്ടാക്കിയിട്ടുള്ള കുഴിക്കൂർ ചമയങ്ങൾക്ക് അവർ ഒഴിപ്പിക്കപ്പെടുന്ന സമയത്ത്, കോടതി നിയോഗിക്കുന്ന സമയത്ത് കമ്മീഷണർമാർ നിശ്ചയിക്കുന്ന തോതനുസരിച്ച് ജന്മിമാർ 'മാർക്കറ്റ് വില' നൽകണമെന്നാണ് ഈ നിയമം അനുശാസിക്കുന്നത്. തോന്നിയപോലെയുള്ള ഒഴിപ്പിക്കലുകളെ ഇത് കുറെയൊക്കെ നിരുൽസാഹപ്പെടുത്തും എന്നായിരുന്നു പ്രതീക്ഷിക്കപ്പെട്ടത്. എന്നാൽ കൃഷിക്കാർക്ക് നാമമാത്രമായ എന്തെങ്കിലും പ്രതിഫലം കൊടുത്തു അവരെ ഒഴിപ്പിക്കുന്നതിൽനിന്ന് ജന്മിമാരെ ഈ നിയമം തടഞ്ഞില്ല. 1900-ത്തിൽ ഈ നിയമം ഭേദഗതി ചെയ്യപ്പെട്ടു. കുടിയാന് ഇതുകൊണ്ടും പൂർണമായ പരിരക്ഷ കിട്ടിയില്ലെങ്കിലും 1930-ലെ മലബാർ കുടിയായ്മ നിയമം പാസ്സാകുന്നതുവരെ ഇഷ്ടംപോലെ ജന്മി ഒഴിപ്പിക്കുന്നതിൽനിന്ന് കുടിയാനുള്ള ഏക

രക്ഷാവ്യവസ്ഥ ഇതായിരുന്നു. എന്നാൽ ഇതുകൊണ്ട് അന്നത്തെ കാർഷികപ്രശ്നത്തിന് കാര്യമായ പരിഹാരമുണ്ടായില്ല. കാർഷികലഹളകൾ പിന്നീടും പൊട്ടിപ്പുറപ്പെട്ടു.

19-ാം നൂറ്റാണ്ടിലെ ഈ ലഹളകൾക്ക് ചില പ്രത്യേകതകൾ ഉണ്ടായിരുന്നു. ലഹളകൾ നടത്തിയത് മുഖ്യമായി മാപ്പിളമാരായ കുടിയാന്മാരാണ്. ലഹളയിൽ പങ്കെടുക്കുംമുമ്പ് അവർ ഭാര്യമാരെ മൊഴിചൊല്ലുകയും അവർ തെറ്റു ചെയ്തവരോട് മാപ്പു ചോദിക്കുകയും 'തങ്ങളു'ടെ അനുഗ്രഹം വാങ്ങിക്കുകയും രക്തസാക്ഷിക്ക് ചേർന്ന ശുഭ്രവസ്ത്രങ്ങൾ ധരിക്കുകയും പതിവായിരുന്നു. തങ്ങളോട് കൊടുംപാതകം ചെയ്ത ഹിന്ദുജന്മിയെ വധിച്ചുകൊണ്ടാണവർ ലഹള തുടങ്ങുന്നത്. തങ്ങളോട് അന്യായം പ്രവർത്തിച്ചവരോടെല്ലാം പകവീട്ടുകയാണവർ പിന്നീട് ചെയ്തത്. ഇതിനിടയ്ക്ക് ശത്രുക്കളുടെ വീട് കൊള്ളചെയ്യുക, കിട്ടുന്ന ഭക്ഷണവും ആയുധവും ശേഖരിക്കുക എന്നിവയിലും അവർ ഏർപ്പെട്ടു. അവസാനം ഗവൺമെന്റ് സേന തങ്ങളെ വളയുമ്പോൾ അവർ ഉറപ്പുള്ള ഒരു കെട്ടിടത്തിനുള്ളിൽ (അത് ജന്മിയുടെ വീടോ അമ്പലമോ പള്ളിയോ മറ്റോ ആയിരിക്കും) കടന്നുപറ്റും. ജീവനോടെ പിടികൊടുക്കാതിരിക്കുന്നതിനുവേണ്ടിയാണിങ്ങനെ ചെയ്യുന്നതത്രെ. ഗവൺമെന്റ് സേനയുമായി പടവെട്ടി അവർ ആത്മാഹുതി ചെയ്യുന്നതോടെ ആ ലഹള അവസാനിക്കും.

എന്നാൽ, 1898-ൽ പായനാട്ട് നടന്ന ലഹള അവസാനിച്ചത് വ്യത്യസ്തമായ രീതിയിലാണ്. ഒരു നമ്പൂതിരി ജന്മിയുടെ തടി കടത്തുന്ന വണ്ടിക്കാർ കൂലിക്കൂടുതൽ വേണമെന്ന് ആവശ്യപ്പെട്ടതിന് അവർക്ക് പൊതിരെ തല്ല് കിട്ടി. അതിൽ ക്രുദ്ധരായ അവർ ജന്മിയെ കൊന്നു. അതോടെ ആ സംഘം പതിവുപോലെ ആത്മാഹുതി നടത്താൻ തീരുമാനിച്ചു. ഗവൺമെന്റുസേന വന്നപ്പോൾ കണ്ട കാഴ്ച വ്യത്യസ്തമായിരുന്നു. പ്രതികൾ ഒരു അമ്പലത്തിൽ താവളമടിച്ചിരിക്കുകയായിരുന്നു. അവരെ ഒരു 'തങ്ങളു'ടെ നേതൃത്വത്തിൽ 300-400 മാപ്പിളമാർ വളഞ്ഞ് അവരോട് ഗവൺമെന്റുസേനയ്ക്ക് കീഴടങ്ങാൻ ആവശ്യപ്പെടുന്നതാണ് കണ്ടത്. അവസാനം അവർ കീഴടങ്ങുകയും ചെയ്തു. അന്നത്തെ മലബാർ കളക്ടറായിരുന്ന ജി ഡബ്ലിയു ഡാൻസ് നൽകിയ റിപ്പോർട്ടിൽ പറഞ്ഞത്, മാപ്പിളലഹളകളുടെ ചരിത്രത്തിൽ അതും പായനാട് പോലൊരു അംശത്തിൽ, ഇത് ആദ്യത്തേതായിരുന്നു എന്നാണ്.

ഒരുതരത്തിലും ജന്മിത്തത്തിന്റെ ശത്രുവല്ലാതിരുന്ന സർ ടി മാധവറാവു പറഞ്ഞത്, ഈ ജന്മിസമ്പ്രദായം വളരെ അസാധാരണവും കർക്കശവും ചിട്ടയോടുകൂടിയതുമായ കുത്തകയാണ് എന്നും അതിന് നിയമപരമായ എല്ലാ പരിരക്ഷയും നൽകപ്പെട്ടിട്ടുണ്ട് എന്നുമാണ്.

തങ്ങൾക്ക് ഒരു പള്ളി നിർമിക്കാൻ പോലും ജന്മിമാർ ഒരു തുണ്ട് ഭൂമി നൽകാത്തത് മാപ്പിളമാർക്ക് മനഃപ്രയാസം ഉണ്ടാക്കിയിരുന്നു. 1851-ലെ ലഹളയ്ക്ക് ആധാരമായ പ്രശ്നങ്ങളിലൊന്നായിട്ടാണ് ഇതിനെക്കുറിച്ച് പറയുന്നത്. 1851-ലെ ലഹളയെപ്പറ്റി ടി എൽ സ്ട്രേഞ്ച് സമർപ്പിച്ച ഒരു റിപ്പോർട്ടിൽ ഇങ്ങനെ പറയുന്നു: "1851-ലെ ലഹളയിൽ പങ്കെടുത്ത ലഹളക്കാരെ വിസ്തരിച്ചപ്പോൾ അവർ പറഞ്ഞത്, പാവപ്പെട്ടവനെ ഒഴിപ്പിക്കുന്ന ജന്മിയെ കൊല്ലുന്നത് മതപരമായ ഒരു സൽക്കർമ്മമായിട്ടാണ് അവരെ പഠിപ്പിച്ചിരിക്കുന്നതെന്നാണ്." അതിലും ശ്രദ്ധേയമായ വിവരം

നൽകുന്നത് വെസ്റ്റ് റോബിൻസന്റെ റിപ്പോർട്ടാണ്. ഒരു ലഹളയിൽ വലിയൊരു ജന്മിയുടെ രേഖകൾ പൂർണമായി നശിപ്പിക്കപ്പെട്ടതിനെപ്പറ്റി (ഇത് ലഹളകളിൽ സാധാരണമാണ്) ഒരു പ്രതി പറഞ്ഞത്: "ഈ രേഖകളെ ഞങ്ങളുടെ സമുദായത്തെ നശിപ്പിക്കുന്നതിന് നായർ ജന്മിമാരും മറ്റ് ഉയർന്ന ജാതികളിൽപ്പെട്ട ജന്മിമാരും ആയുധമാക്കുന്നു എന്നാണ് കുട്ടിക്കാലം മുതൽക്കേ ഞങ്ങളെ പഠിപ്പിച്ചിട്ടുള്ളത്; അതുകൊണ്ട് അവയെ കേടുവരാതെ രക്ഷിക്കുന്നത് എനിക്ക് ആലോചിക്കാൻപോലും കഴിയില്ല" എന്നാണ്.

ഒരേ കുടിയാനുമായിത്തന്നെ, കുടിയായ്മ വ്യവസ്ഥകൾ അടിക്കടി മാറ്റുക എന്നത്, പാട്ടം അയാളോട് പറയാതെ രേഖയിൽ കൂട്ടുക എന്നത്, ജന്മിമാർ പരക്കെ നടത്തിവന്ന ഒരു ഏർപ്പാടായിരുന്നു. കൃഷിക്കാരിൽനിന്ന് പരമാവധി ചോർത്തിയെടുക്കുന്നതിന് ജന്മിമാർക്ക് അനിയന്ത്രിതാധികാരങ്ങൾ അനുവദിച്ചതുവഴി മലബാറിലെ കുടിയാന്മാർ ന്യായമാണെന്ന് തലമുറകളായി കരുതിപ്പോന്ന സമ്പ്രദായത്തെ അട്ടിമറിക്കുകയാണ് ബ്രിട്ടീഷുകാർ ചെയ്തതെന്ന് ലോഗൻ തന്റെ റിപ്പോർട്ടിൽ ചൂണ്ടിക്കാട്ടിയിട്ടുണ്ട്. എന്തായാലും കൃഷിക്കാർക്കുവേണ്ടി അങ്ങേയറ്റം വാദിച്ച ലോഗന്റെ അഭിപ്രായഗതി ഗവൺമെന്റ് കൈക്കൊള്ളാൻ തയ്യാറാകാത്തതിന്റെ ഫലമായി അവർക്കിടയിൽ കൂടുതൽ അസംതൃപ്തി രൂപംകൊള്ളുകയാണ് ചെയ്തത്.

ഏറനാട്ടിലെ കൃഷിക്കാർ ജന്മിമാരുടെ ചൂഷണം സഹിക്കാഞ്ഞ് പാട്ടം കൊടുക്കാതിരുന്ന സംഭവങ്ങൾ ഉണ്ടായിട്ടുണ്ട്. സാമൂതിരിയുടെ കീഴിലുള്ള ഗുരുവായൂർ ദേവസ്വത്തിന്റെ വക ഭൂമിയിൽനിന്ന് പാട്ടം പിരിക്കാൻ പോകുന്ന ഉദ്യോഗസ്ഥന്മാർ ഏറനാട്ടിലെ പല അംശങ്ങളിലെയും മാപ്പിളകൃഷിക്കാർ പാട്ടക്കുടിശ്ശിക വരുത്തുക പതിവാണെന്ന് പരാതിപ്പെട്ടിട്ടുള്ളത് ദേവസ്വം രേഖകളിൽനിന്ന് കാണാം. പാട്ടം കൊടുക്കാതിരിക്കുക എന്ന ഒരു പ്രസ്ഥാനം ഒരിക്കൽ തുടങ്ങിക്കഴിഞ്ഞാൽ മാപ്പിളമാരായ കൃഷിക്കാർ അത് വേഗം ഏറ്റെടുക്കുകയും അത് പകർച്ചവ്യാധി പോലെ പടർന്നുപിടിക്കുകയും ചെയ്യും എന്നതിന്റെ ലക്ഷണങ്ങൾ ഉണ്ടായിരുന്നുവെന്നും ലോഗൻ തന്റെ റിപ്പോർട്ടിൽ പറഞ്ഞിട്ടുണ്ട്. 1915-16 കാലത്തെ ഗുരുവായൂർ ദേവസ്വം കൊടുത്ത കുറെ ഒഴിപ്പിക്കൽ കേസുകൾ തുടർന്ന് നടത്തിയാൽ ഏറനാട്ടിലെ മാപ്പിളമാരെയാകെ ഒഴിപ്പിക്കുന്നതിലേക്ക് നയിക്കും. അതിന് വഴിവച്ചുകൂടാ എന്ന കാരണത്താൽ പിൻവലിക്കുകയുണ്ടായി എന്ന് അക്കാലത്തെ ഒരു ഭരണറിപ്പോർട്ടിൽ ചൂണ്ടിക്കാണിക്കപ്പെട്ടിട്ടുണ്ട്. ജന്മിമാരുടെ അവകാശങ്ങൾ ചെറിയ രീതിയിലെങ്കിലും നിയന്ത്രിക്കുന്ന നിയമങ്ങൾ ഉണ്ടായ എല്ലാ കാലഘട്ടത്തിലും ലഹളകൾക്ക് ചെറിയ തോതിലെങ്കിലും ശമനമുണ്ടായിട്ടുണ്ട്. 1887 മുതൽ 90 വരെയുള്ള കാലഘട്ടത്തിനിടയിൽ ഈ രീതിയിലുള്ള മാറ്റം കാണാൻ കഴിയുമായിരുന്നു. 1837 മുതൽ 1915 വരെയുള്ള കാലഘട്ടത്തിൽ നിയമത്തിന്റെ നാലതിരുകൾക്കകത്ത് നിന്ന് പ്രവർത്തിക്കാനുള്ള മനോഭാവം കൃഷിക്കാർ പ്രകടിപ്പിച്ചിട്ടുണ്ട്. ജന്മിക്കും വെറുംപാട്ടക്കാർക്കുമിടയിലുള്ള കാണക്കാർ ഇതിന് സഹായിച്ചു. 1902-ൽ ഗവർണർ മലബാർ സന്ദർശിച്ചപ്പോൾ പള്ളി പണിയുന്നതിന് സ്ഥലം കിട്ടുന്നതിൽ ജന്മിമാരിൽനിന്ന് തങ്ങൾ അനുഭവിക്കുന്ന പ്രയാസങ്ങൾ വിവരിച്ചുകൊണ്ടുള്ള ഒരു ഹർജി

ഹിദായത്ത് ഉൽ മുസ്ലിം സഭ അദ്ദേഹത്തിന് കൊടുക്കുകയുണ്ടായി. ഇതു പോലുള്ള നിവേദനം പൊന്നാനിയിലെ ഇസ്ലാംസഭ വഴി കൽപ്പകഞ്ചേരി യിൽനിന്ന് ഗവൺമെന്റിന് ലഭിച്ചതായി ഔദ്യോഗികരേഖകളിൽ കാണുന്നു.

ഗവൺമെന്റ് കൊണ്ടുവരുന്ന നിയമനിർമാണങ്ങളെയെല്ലാം പരാജ യപ്പെടുത്തുന്നതിന് ജന്മിമാർ നിരന്തരമായി പ്രവർത്തിച്ചതിന്റെ ഫലമായി 1915-19 കാലത്ത് ലഹളകൾ വീണ്ടും പൊട്ടിപ്പുറപ്പെട്ടു. ഇനി ചെയ്യാൻ പോകുന്ന ദേഹണ്ഡങ്ങൾക്കുകൂടി പ്രതിഫലം പറ്റിയിരിക്കുന്നു എന്നും മറ്റു മുള്ള പ്രസ്താവങ്ങളടങ്ങുന്ന കള്ളരേഖകൾ ചമച്ച് കുടിയാന്മാരെക്കൊണ്ട് ഒപ്പിടുവിച്ചുവാങ്ങിയും മറ്റും നിയമത്തെ മറികടക്കുകയായിരുന്നു ജന്മിമാർ. നിലവിലുള്ള പാട്ടശീട്ട് മാറ്റിയെഴുതുമ്പോഴൊക്കെ ഇത്തരത്തിലുള്ള ദ്രോഹം ജന്മിമാർ ചെയ്തിരുന്നതുകൊണ്ട് 1900-ൽ ഭേദഗതി ചെയ്ത നിയമമനുസ രിച്ചുള്ള പാട്ടശീട്ടിന്റെ കാലാവധി തീരുന്ന 1915 ആയപ്പോഴേക്ക് വീണ്ടും ലഹളകൾ പൊട്ടിപ്പുറപ്പെട്ടു.

ബ്രിട്ടീഷുകാരോട് പൊരുതി മരിക്കാമെന്നല്ലാതെ അവരിൽനിന്ന് അധികാരം പിടിച്ചെടുക്കാം എന്ന ബോധം 19-ാം നൂറ്റാണ്ടിലൊരിക്കലും മാപ്പിളലഹളക്കാർക്കുണ്ടായിരുന്നില്ല. തങ്ങളെ അമർത്താൻ അയച്ച പട്ടാ ളക്കാരെ അമ്പേ പരാജയപ്പെടുത്തിയ അത്തൻ ഗുരുക്കളും സംഘവും തങ്ങൾക്ക് കീഴടങ്ങിയ പ്രദേശത്തെ അധികാരം പിടിച്ചടക്കാനല്ല, കൂടു തൽ പട്ടാളം വരുമ്പോൾ അവരുമായി 'മാന്യമായി പോരാടി മരിക്കാ' നാണ് തയ്യാറായത്. ഇതിനൊരു വ്യത്യാസമുണ്ടായത് 1921-ലാണ്. അന്നവരെ ബ്രിട്ടീഷുകാർക്കെതിരായി നയിക്കാൻ പോന്ന നേതാക്കളു ണ്ടായിരുന്നു; അവർക്ക് മികച്ച സംഘടനാശക്തിയുണ്ടായിരുന്നു; ഇന്ത്യയിലെമ്പാടും ബ്രിട്ടീഷ് വാഴ്ചയ്ക്കെതിരായ വികാരം ആളിക്കത്തി യിരുന്നു. ഇത്തരത്തിലാണ് സ്ഥിതി എന്ന ബോധം അവരിൽ പരക്കെ ഉണ്ടായിരുന്നു. ബ്രിട്ടീഷ് ആധിപത്യം നിലനിൽക്കുന്നിടത്തോളം കാലം തങ്ങളുടെ അവകാശങ്ങൾ വകവച്ചുകിട്ടാൻ പോകുന്നില്ലെന്നും ജന്മിമാർ അവരുടെ ഭരണത്തിൽ തികച്ചും സുരക്ഷിതരാണെന്നും മാപ്പിളകൃഷി ക്കാർക്ക് ഇതിനകം തന്നെ ബോധ്യപ്പെട്ടിരുന്നു.

ഈ പശ്ചാത്തലത്തിലാണ് മാപ്പിളലഹളകളിൽവച്ച് ഏറ്റവും വിപു ലമായ 1921-ലെ ലഹള പൊട്ടിപ്പുറപ്പെട്ടത്. ഒന്നാം ലോകമഹായുദ്ധ ത്തിന്റെ ഫലമായുണ്ടായ സാമ്പത്തികക്കുഴപ്പം കൃഷിക്കാരെയാകെ ബാധിച്ചു. പാട്ടഭാരവും ജന്മിമർദനവും വർധിക്കാൻ തുടങ്ങി. സാമ്രാജ്യ വിരോധ പ്രസ്ഥാനവും ഇതേ കാലത്തുതന്നെ ഇന്ത്യയിൽ ശക്തിപ്പെട്ടു. 1920-ൽ ഗാന്ധിജി ദേശീയ സ്വാതന്ത്ര്യപ്രസ്ഥാനത്തിന്റെ നേതൃത്വം ഏറ്റെ ടുത്തു. അതേവർഷം നാഗപ്പൂരിൽ ചേർന്ന സമ്മേളനത്തിൽ സ്വരാജ് ആണ് ലക്ഷ്യമെന്നും അക്രമരഹിതമായ നിസ്സഹകരണമാണ് അതിനുള്ള മാർഗ മെന്നും ഇന്ത്യൻ നാഷണൽകോൺഗ്രസ് പ്രഖ്യാപിച്ചു.

ഈ പ്രസ്ഥാനത്തിലേക്ക് ഇന്ത്യയിലെങ്ങുമുള്ള കൃഷിക്കാർ ആകർഷിക്കപ്പെട്ടു. കാർഷികപരിഷ്കരണത്തിനുള്ള സമരവും സ്വാത ന്ത്ര്യപ്രസ്ഥാനത്തോടൊപ്പം ശക്തിപ്പെട്ടുപോന്നു.

1920-22-ലെ നിസ്സഹകരണ പ്രസ്ഥാനകാലത്ത് ഉത്തർപ്രദേശിലെ ചൗരിചൗര എന്ന സ്ഥലത്തെ കൃഷിക്കാർ പാട്ടനിഷേധസമരം നടത്തി. 1930-ൽ മഞ്ചേരിയിൽ ചേർന്ന അഖിലകേരള കോൺഗ്രസ് സമ്മേളന

ത്തിൽ ഈ പ്രശ്നത്തെക്കുറിച്ച് ആശയസംഘട്ടനം നടന്നു. കുടിയാന്മാരുടെ താൽപ്പര്യങ്ങളെയും ന്യായമായ അവകാശങ്ങളെയും സംരക്ഷിക്കാനുതകുന്ന ഒരു നിയമനിർമാണം ആവശ്യമാണെന്ന പ്രമേയത്തെ മണ്ണാർക്കാട്ടു മൂപ്പിൽനായരും ഉദയവർമരാജാവും മറ്റും എതിർത്തു. ജന്മിമാരുടെ അവകാശങ്ങളെ നിയന്ത്രിക്കുന്ന നടപടി ന്യായമല്ലെന്ന് അവർ വാദിച്ചു. പക്ഷേ, വോട്ടിനിട്ടപ്പോൾ ഈ പ്രമേയം വമ്പിച്ച ഭൂരിപക്ഷത്തോടെ പാസ്സായി. മഞ്ചേരി സമ്മേളനത്തോടുകൂടി കേരളത്തിലെ രാഷ്ട്രീയാന്തരീക്ഷത്തിൽ ആകെ ഒരു മാറ്റം സംഭവിച്ചു.

1921-ഓടുകൂടി നിസ്സഹകരണപ്രസ്ഥാനവും ഖിലാഫത് പ്രസ്ഥാനവും കേരളത്തിൽ ശക്തിപ്രാപിച്ചു. 1921 ആഗസ്റ്റായപ്പോഴേക്കും മാപ്പിള ലഹളയെന്നറിയപ്പെടുന്ന ഏറ്റവും വമ്പിച്ച കാർഷികകലാപം പൊട്ടിപ്പുറപ്പെട്ടു. ഈ കലാപത്തിന്റെ നേതാവ് വാരിയാങ്കുന്നത്ത് കുഞ്ഞഹമ്മദ് ഹാജി ആയിരുന്നു. കലാപകാരികൾ പല സ്ഥലത്തും ഭരണംതന്നെ പിടിച്ചെടുത്തു. ജന്മി-കുടിയാൻ ബന്ധം സംബന്ധിച്ച രേഖകൾ ലഹളക്കാർ പല സ്ഥലത്തുവച്ച് നശിപ്പിച്ചു. രേഖകൾ നശിപ്പിക്കുക എന്നുള്ളത് എക്കാലത്തും നടന്നിട്ടുള്ള മാപ്പിളലഹളകളുടെ ഒരു പ്രത്യേക സ്വഭാവമായിരുന്നു. ആറുമാസത്തോളം നീണ്ടുനിന്ന ഈ കലാപം നിസ്സാരമായി അടിച്ചമർത്താൻ കഴിയുമായിരുന്നില്ല. സ്ഥിതി നിയന്ത്രണാധീനമാക്കാൻ വെള്ളപ്പട്ടാളത്തെയും ഗൂർഖാപട്ടാളത്തെയും നിയോഗിക്കേണ്ടിവന്നു. ലോകമനഃസാക്ഷിയെ ഞെട്ടിപ്പിച്ച വാഗൺ ദുരന്തം ബ്രിട്ടീഷ് സാമ്രാജ്യത്തിന്റെ ക്രൂരതയ്ക്ക് ഉദാഹരണമായി ചരിത്രത്തിൽ അവശേഷിക്കുന്നു. (മർദിച്ച് അവശരാക്കിയ 90 കലാപകാരികളെ ഒരു ഗുഡ്സ് വാഗണിൽ അടച്ചുപൂട്ടിക്കൊണ്ടു പോയതിന്റെ ഫലമായി അവരിൽ 64 പേർ അതിൽതന്നെ പരസ്പരം കടിച്ചുകീറി ദാരുണമായ മരണത്തിന് ഇരയായതാണ് ഈ ദുരന്തം.) 1923-ൽ പാലക്കാട് ചേർന്ന മൂന്നാം കേരള രാഷ്ട്രീയസമ്മേളനത്തിൽ സ്വാഗതസംഘം പ്രസിഡന്റ് ശ്രീ ഗായത്രീവല്ലഭയ്യർ തന്റെ സ്വാഗതപ്രസംഗത്തിൽ പറഞ്ഞത് ഇപ്രകാരമാണ്: "ലഹളയുടെ കാരണം അതിൽ പങ്കെടുത്തവരുടെ ദാരിദ്ര്യവും ജന്മിമാരുടെ ഉപദ്രവവുമാണ്; അല്ലാതെ ചിലർ പറയുംപോലെ, ഖിലാഫത്തോ സഹകരണ ത്യാഗമോ അല്ല."

ഈ കാലഘട്ടത്തിൽ മലബാറിൽ കുടിയാൻ പ്രക്ഷോഭം വളർന്നുവന്നു. 1915-ൽ ആരംഭിച്ച ഈ കുടിയാൻ പ്രക്ഷോഭം യഥാർഥത്തിൽ കാണക്കുടിയാന്മാരുടെ പ്രക്ഷോഭം ആയിരുന്നു. മന്നത്തുകൃഷ്ണൻനായർ, കെ പി രാമൻമേനോൻ, ജി ശങ്കരൻ നായർ തുടങ്ങിയവർ ഈ പ്രക്ഷോഭത്തിന് നേതൃത്വം കൊടുത്തു. കോൺഗ്രസിനകത്തുള്ള ജന്മിതാൽപ്പര്യക്കാർ ഇതിന് എതിരായിരുന്നു. 1919-ൽ മദിരാശി നിയമസഭാ കൗൺസിലിലേക്ക് നടന്ന തിരഞ്ഞെടുപ്പിൽ മന്നത്ത് കൃഷ്ണൻനായർ തിരഞ്ഞെടുക്കപ്പെട്ടു. മന്നത്ത് കൃഷ്ണൻനായർ 1924-ൽ അവതരിപ്പിച്ച കുടിയായ്മ ബിൽ 1926-ൽ പാസ്സാക്കപ്പെട്ടെങ്കിലും ഗവർണർ അതിന് അംഗീകാരം നൽകിയില്ല. പ്രശ്നം പരിഗണിക്കുന്നതിനായി ഒരു കമ്മിറ്റി നിയമിക്കപ്പെട്ടു. അതിനുശേഷമാണ് 1929-ലെ മലബാർ കുടിയായ്മനിയമം പാസായത്.

കുടിയിരിപ്പുപറമ്പ് കുടിയാന് തീറ് വാങ്ങാനുള്ള അവകാശം ഈ

നിയമംമൂലം ലഭിച്ചു. ഒഴിപ്പിക്കുന്നതിന് ചില നിയന്ത്രണങ്ങൾ വരുത്തി. കാണക്കാരിൽനിന്ന് ജന്മിമാർക്ക് പിരിക്കാവുന്ന പൊളിച്ചെഴുത്തവകാശത്തിന്റെ തുകയും ഈ നിയമം ക്ലിപ്തപ്പെടുത്തി. 1836 മുതൽ 1921 വരെ പല ഘട്ടങ്ങളായി നടന്ന മാപ്പിള ലഹളകൾ എന്ത് പേരിലറിയപ്പെട്ടാലും ഈ നിയമനിർമാണത്തിന് അത് മുഖ്യപ്രേരകശക്തിയായി വർത്തിച്ചുവെന്ന കാര്യത്തിൽ സംശയമില്ല. സംഘടിത കർഷകപ്രസ്ഥാനം മലബാറിലെ ഗ്രാമപ്രദേശങ്ങളിൽ അലയടിച്ചുയരുന്നതിനു മുമ്പ് അസംഘടിതരായ കൃഷിക്കാരുടെ പ്രാകൃതരൂപത്തിലുള്ളതും എന്നാൽ നിരന്തരവുമായ ചെറുത്തുനിൽപ്പായി 1836 മുതൽ 1921 വരെ നടന്ന മാപ്പിളലഹളകൾ എന്നറിയപ്പെടുന്ന ഈ കലാപങ്ങളെ കണക്കാക്കാവുന്നതാണ്.

1829-1939 കാലത്തിനിടയിൽ തിരുവിതാംകൂർ പ്രദേശത്തും ചില നിയമനിർമാണങ്ങൾ ഉണ്ടായി. ഒരു ജനകീയപ്രസ്ഥാനത്തിന്റെ ഫലമായിട്ടല്ല ഈ നിയമനിർമാണങ്ങൾ ഉണ്ടായത്. കുടിയാൻ ജന്മിക്ക് എല്ലാ പതിവുകളും കൊടുക്കണമെന്നും ജന്മി അത് വാങ്ങി ഭൂമിയുടെ കൈവശാവകാശം കുടിയാന് സ്ഥിരമായി കൊടുക്കണമെന്നുമുള്ള 1829-ലെ നിയമമാണ് ആദ്യത്തേത്. ശ്രീ പണ്ടാരവക ഭൂമിയിൽ കുടിയാന്മാർക്ക് സ്ഥിരാവകാശം നൽകിക്കൊണ്ടുള്ള 1865-ലെ പാട്ടവിളംബരമാണ് അടുത്തത്. 1867-ലെ കാണപ്പാട്ടവിളംബരം, പണ്ടാരവക ഭൂമിയിലെ കുടിയാന്മാർക്കുള്ള സ്ഥിരാവകാശം ജന്മം ഭൂമിയിലെ കുടിയാന്മാർക്കും നൽകുകയുണ്ടായി. 1836-ലെ ജന്മി-കുടിയാൻ റഗുലേഷൻ ഈ അവകാശങ്ങളെ വിശദീകരിക്കുകയും ബലപ്പെടുത്തുകയും ചെയ്തു. 1939-ലെ നിയമം കാണക്കാരെ ഫലത്തിൽ കാണം വസ്തുക്കളുടെ ഉടമസ്ഥരാക്കി. വെറുംപാട്ടക്കാർക്ക് ഒരു ജനകീയ പ്രസ്ഥാനമില്ലാതിരുന്നതിനാൽ വെറുംപാട്ടക്കാർ, കീഴ്കുടിയാന്മാർ തുടങ്ങിയവരെ ഈ നിയമം സഹായിച്ചില്ല. 1896-ലെ ജന്മി-കുടിയാൻ റഗുലേഷൻ 1929-ൽ വീണ്ടും ഭേദഗതി ചെയ്യപ്പെട്ടു. അതനുസരിച്ച് കുടിയാൻ ജന്മിക്ക് കൊടുക്കേണ്ട മിച്ചവാരം, പൊളിച്ചെഴുത്തവകാശം, കാഴ്ച മുതലായ പലവക പിരിവുകൾ നിർത്തലാക്കപ്പെട്ടു. അവയ്ക്കുപകരം കൊല്ലംതോറും ഒരു നിശ്ചിതസംഖ്യ കുടിയാൻ ജന്മിക്കരമായി ജന്മിക്ക് കൊടുക്കേണ്ടതാണെന്ന് വ്യവസ്ഥ ചെയ്യപ്പെട്ടു. ഈ ഭേദഗതിമൂലം കുടിയാൻ ഭൂമിയുടെ ഉടമയായി മാറി. വസ്തു അന്യാധീനപ്പെടുത്തുന്നതിന് കുടിയാന് ജന്മിയുടെ അനുവാദം ഈ നിയമംമൂലം ആവശ്യമില്ലാതായി.

കൊച്ചിയിൽ 1905-ലെ സെറ്റിൽമെന്റ് വിളംബരപ്രകാരം പണ്ടാരവക ഭൂമി കൈവശം വച്ചുപോന്ന കുടിയാന്മാർക്കെല്ലാം അതിൽ സ്ഥിരാവകാശം നൽകപ്പെട്ടു. എന്നാൽ ജന്മിമാരുടെ കീഴിലുള്ള കാണക്കുടിയാന്മാർക്ക് ഈ വിളംബരംമൂലം ആനുകൂല്യമൊന്നും കിട്ടിയില്ല. 1915-ലെ കുടിയായ്മ നിയമപ്രകാരമാണ് കാണക്കുടിയാന്മാർക്ക് സ്ഥിരാവകാശം ലഭിച്ചത്.

കേരളത്തിൽ കർഷകത്തൊഴിലാളികളുടെ സംഘടിത പ്രസ്ഥാനം ആദ്യമായി രൂപംകൊണ്ടത് കൊച്ചിയിലാണെന്ന് പറയാം. 1932-33 കാലത്ത് കൊടുങ്ങല്ലൂരാണ് അതുണ്ടായത്. 1929-ൽ മുതലാളിത്ത ലോകത്താകെ ആഞ്ഞടിച്ച സാമ്പത്തികമാന്ദ്യംമൂലം ഒട്ടനവധി കൃഷിക്കാരുടെ ഭൂമി അന്യാധീനപ്പെട്ടു. അങ്ങനെ പാപ്പരായ കൃഷിക്കാരുടെ അവശതകൾ പരി

ഹരിക്കുകയായിരുന്നു ഈ പ്രസ്ഥാനത്തിന്റെ ലക്ഷ്യം. കേരളത്തിലെ കൃഷിക്കാരുടെ ആദ്യത്തെ സംഘടിത ബഹുജനസമരമായിരുന്നു അതെന്ന് പറയാം. ഈ സമരം നയിച്ചത് അവ്യക്തമായിട്ടെങ്കിലും സോഷ്യലിസ്റ്റ് ആശയഗതിയുള്ളവരാണ്. വൈസ്രോയി ഇർവിൻപ്രഭു കൊച്ചി സന്ദർശിച്ചപ്പോൾ എറണാകുളത്ത് ദിവാൻമന്ദിരത്തിനുമുമ്പിൽ അവർ പ്രകടനം നടത്തി. അവരെ പിരിച്ചുവിടാൻ ലാത്തിച്ചാർജും അറസ്റ്റും നടന്നു. അന്ന് ഈ സംഭവം വലിയ ഒച്ചപ്പാടുണ്ടാക്കി. സമരനേതൃത്വത്തിന് വ്യക്തമായ ആശയസംഹിതയോ സാമ്രാജ്യവിരോധമോ ഇല്ലാതിരുന്നതിനാൽ പ്രസ്ഥാനം വേഗം നാമാവശേഷമായി. എങ്കിലും കാർഷികകടങ്ങളെ സംബന്ധിച്ച കോടതി നടപടികൾ ആറ് മാസത്തേക്ക് മാറ്റി വയ്ക്കപ്പെട്ടു എന്നത് സ്മരണീയമാണ്.

1915-നും 30-നും ഇടയിലുള്ള കാലഘട്ടത്തിൽ കുടിയാന്മാർ നിരന്തരമായ പ്രക്ഷോഭം കൂട്ടുകയും ഗവൺമെന്റ് തുടർച്ചയായി നിയമനിർമ്മാണത്തെ അവഗണിക്കുകയും ചെയ്തു. 1940-ൽ സാമ്രാജ്യത്വവിരോധപ്രസ്ഥാനം കൂടുതൽ ശക്തിയാർജിക്കാൻ തുടങ്ങി. 1929-ലെ സാമ്പത്തികമാന്ദ്യം കൃഷിക്കാരെ പാപ്പരാക്കിയിരുന്നു. കൃഷിക്കാരുടെ സാധനങ്ങൾക്ക് വിലയിടിഞ്ഞു. കൃഷിക്കാർ ഭൂമി നഷ്ടപ്പെട്ട കർഷകത്തൊഴിലാളികളായി മാറി. 32-ൽ നിയമലംഘനപ്രസ്ഥാനം ആരംഭിക്കുകയും വളരുകയും അത് ബ്രിട്ടീഷ് സാമ്രാജ്യത്തെ ഞെട്ടിപ്പിക്കുകയും ചെയ്തു. പക്ഷേ, ഒടുവിൽ അത് പരാജയപ്പെട്ടു. കോൺഗ്രസിൽ വലതുപക്ഷത്തിന് ശക്തികൂടാൻ തുടങ്ങി. എങ്കിലും കോൺഗ്രസിലേക്ക് ബഹുജനങ്ങളെ ആകർഷിക്കുന്നതിൽ കൃഷിക്കാരുടെയും തൊഴിലാളികളുടെയും മറ്റു സാധാരണ ജനങ്ങളുടെയും പ്രശ്നങ്ങളിലേക്ക് കടന്നുചെല്ലണമെന്ന ഇടതുപക്ഷക്കാരുടെ വാദഗതിയെ തള്ളിക്കളയാൻ കഴിഞ്ഞില്ല.

1931-ൽ കൊച്ചിയിൽ ചേർന്ന സമ്മേളനത്തിൽ, പാട്ടം, നികുതി ഇവ കുറവുവരുത്തുന്നതിനും ചെറുകിട ജന്മിമാർക്ക് വരുന്ന ബുദ്ധിമുട്ടുകൾക്ക് ആശ്വാസനടപടികൾ കൈക്കൊള്ളുന്നതിനും നിശ്ചിതപരിധിക്കപ്പുറം കാർഷികവരുമാനമുള്ളവർക്ക് കാർഷികാദായനികുതി ചുമത്തുന്നതിനും പലിശ നിയന്ത്രിക്കുന്നതിനുമുള്ള നിയമനിർമാണം ആവശ്യപ്പെട്ടുകൊണ്ടുള്ള പ്രമേയങ്ങൾ പാസാക്കപ്പെട്ടു. 1933-ൽ നിയമലംഘനപ്രസ്ഥാനം മിക്ക സ്ഥലത്തും പ്രവർത്തനരഹിതമായെങ്കിലും 1934 മേയിലാണ് സമരം പിൻവലിക്കപ്പെട്ടത്. 1935-ൽ ജയിൽ മോചിതരായതോടുകൂടി ചെറുപ്പക്കാരായ കോൺഗ്രസുകാരുടെ നേതൃത്വത്തിൽ കോൺഗ്രസ് സോഷ്യലിസ്റ്റ് പാർട്ടി രൂപീകരിക്കപ്പെട്ടു. ഇതോടുകൂടി തൊഴിലാളി-കർഷകജനവിഭാഗങ്ങളുടെ ഇടയിലുള്ള പ്രവർത്തനം സജീവമാകാൻ തുടങ്ങി.

ഭീകരമായ മർദനത്തിന് വിധേയരായ വടക്കേ മലബാറിലെ കൃഷിക്കാരുടെ ഇടയിലാണ് സംഘടിതപ്രസ്ഥാനം ആദ്യമായി വളർന്നുവന്നത്. കൊല്ലിനും കൊലയ്ക്കും അവകാശികളായിരുന്ന നാടുവാഴിപ്രഭുക്കളുടെ ചവിട്ടടിക്ക് കീഴിൽ കിടന്ന കൃഷിക്കാരാണ് മണ്ണിനുവേണ്ടിയുള്ള സംഘടിതസമരത്തിന്റെ ആരംഭം കുറിച്ചത്. കൃഷിക്കാർക്കുണ്ടാകുന്ന നേട്ടങ്ങളെ തട്ടിയെടുക്കുന്ന ജന്മിയുടെ കാട്ടുനീതിക്കെതിരായിരുന്നു സമരം. നീലേശ്വരം രാജ, കരക്കാട്ടിടം നായനാർ, കല്യാട്ട് 'യെശമാനൻ', ചിറക്കൽ തമ്പുരാൻ, കണ്ടക്കയ്യിൽ ഗോവിന്ദൻ നമ്പ്യാർ തുടങ്ങിയ

വൻകിട ജന്മിമാരുടെ മനുഷ്യത്വരഹിതമായ ചൂഷണത്തിനെതിരായ സമരമായിട്ടാണ് ഇത് ആരംഭിച്ചത്. വാശി, നുരി, വച്ചുകാണൽ, മുക്കാൽ, കങ്കാണി, കാഴ്ച, പൊലി, കള്ളപ്പറ, പൊളിച്ചെഴുത്ത്, ശീലക്കാശ് തുടങ്ങിയ അക്രമപ്പിരിവുകൾക്കും നടപടികൾക്കും എതിരായിട്ടാണ് കൃഷിക്കാരൻ തന്റെ സമരം ആരംഭിച്ചത്. ഇന്ന് ചെറുപ്പക്കാരിൽ പലർക്കും കേട്ടുകേൾവി പോലും ഇല്ലാത്ത സംഭവങ്ങളായിരിക്കും ഇവ. ജന്മിക്ക് പാട്ടം അളക്കുന്ന കൃഷിക്കാരൻ പത്തുപറ നെല്ലളക്കുമ്പോൾ മൂന്ന് പറ ഉണക്കുവാശിയായി കൂടുതൽ അളക്കണം. ഓരോ പത്തുപറ അളക്കുമ്പോഴും കണക്ക് തെറ്റാതിരിക്കാൻ എന്ന പേരിൽ കുടിയാന്റെ നെല്ലിൽനിന്ന് ഒരു കുത്ത് നെല്ലെടുത്ത് കൂന വയ്ക്കും. ഇതും ജന്മിക്കുള്ളതാണ്. വച്ചുകാണൽ വിശേഷദിവസങ്ങളിൽ മുസ്ലിം ജന്മിക്കാണെങ്കിൽ കോഴിയും നെയ്യും, ഹിന്ദുജന്മിക്കാണെങ്കിൽ ചേന, ചേമ്പ്, മത്തൻ, ഇളവൻ, നേന്ത്രക്കായ എന്നിവയും കൊണ്ടുകൊടുക്കലാണ്. കൃഷിക്കാരൻ ചോര നീരാക്കി ഉല്പാദിപ്പിക്കുന്നതിന്റെ ഏറ്റവും നല്ലഭാഗം ജന്മിക്ക് കാഴ്ച വയ്ക്കണം. അതാണ് വച്ചുകാണൽ. കുടിയാൻ വിളഞ്ഞുകിടക്കുന്ന നെല്ല് കൊയ്യണമെങ്കിൽ, ജന്മിക്ക് കാഴ്ചവച്ച് അനുവാദം വാങ്ങണം. ഇതിന് കാൽക്കുറ്റി നെയ്യ്, ഒരു കെട്ട് വെറ്റില, പത്ത് അടയ്ക്ക, ഒന്നേകാൽ മുതൽ അഞ്ചുവരെ പണം ഇവ കാഴ്ച വെക്കണം. ഓരോ പത്തുപറയ്ക്കും മുക്കാലിടങ്ങഴിവച്ച് ജന്മിക്ക് മറ്റൊരു ഭാഗവും കൊടുക്കണം. ഇതിനുപുറമെ ജന്മി കുടിയാന്, ചെറിയ പറയ്ക്ക് അളന്നുകൊടുക്കണം. കുടിയാനിൽനിന്ന് വലിയ പറയ്ക്ക് അളന്നുവാങ്ങും. അതാണ് കള്ളപ്പറ. അങ്ങനെ കുടിയാനും കുടുംബവും അധ്വാനിച്ചുണ്ടാക്കുന്നതിന്റെ സിംഹഭാഗവും ഓരോ പേരും പറഞ്ഞ് ജന്മി തട്ടിയെടുക്കും.

ഇതിനെ ചോദ്യം ചെയ്യാൻ അവകാശമില്ല. ഇതിനെ ചോദ്യം ചെയ്താൽ വണ്ണാത്തിയെ വിലക്കുക, ക്ഷൗരം മുടക്കുക, മർദിക്കുക തുടങ്ങിയ സംഭവങ്ങൾക്ക് പുറമേ എന്ത് കാടത്തവും കാട്ടാൻ ജന്മിമാർക്ക് മടിയുണ്ടായിരുന്നില്ല. കൃഷിക്കാരന്റെ വീട്ടിലെ സുന്ദരികളായ സ്ത്രീകൾ ജന്മിമാരുടെ വകയായിരുന്നു. ഇതിനെയൊന്നും ചോദ്യം ചെയ്യാൻ ആർക്കും ധൈര്യമുണ്ടായിരുന്നില്ല. എങ്കിലും 1930-ഓടുകൂടി ചെറിയ രൂപത്തിൽ അങ്ങിങ്ങായി ചില ഒറ്റപ്പെട്ട പ്രതിഷേധ സംഭവങ്ങൾ ഉയർന്നിട്ടുണ്ട്. അതിനെയെല്ലാം കാട്ടാളരീതിയിലാണ് ജന്മിമാർ നേരിട്ടത്. വേങ്ങയിൽ നായനാർ ചിറയ്ക്കൽ താലൂക്കിലെ വലിയൊരു ജന്മിയായിരുന്നു. 1930-കാലത്ത് നായനാർ കുടുംബത്തിന്റെ പ്രതാപം അതിന്റെ ഉച്ചകോടിയിൽ എത്തിയിരുന്നു. ആ കുടുംബത്തിന്റെ സ്വാധീനശക്തി ചിറയ്ക്കൽ താലൂക്കിലെ പയ്യന്നൂർ, തളിപ്പറമ്പ് ഫർക്കകളിൽ മുഴുവൻ വ്യാപിച്ചുകിടന്നിരുന്നു. അക്കാലത്ത് പ്രതാപശാലികളായ ജന്മിമാരുടെ നേരെനിന്ന് സംസാരിക്കാൻപോലും ആരും ധൈര്യപ്പെട്ടിരുന്നില്ല. മുട്ടിനുതാഴെ മുണ്ടുടുത്തുകൂടാ, ചെരുപ്പ് ഉപയോഗിച്ചുകൂടാ, മീശ വച്ചുകൂടാ, മുടി മുറിച്ചുകൂടാ. ഇതിനെതിരായ ഏതു പ്രവൃത്തിയും ജന്മിയുടെ കോപത്തിന് ഇരയാക്കും.

അക്കാലത്ത് കുറ്റൂർ രണ്ട് ധീരരായ കൃഷിക്കാർ ജന്മിത്തത്തിന്റെ ധിക്കാരത്തെ ഒറ്റയ്ക്ക് വെല്ലുവിളിച്ചു - വണ്ണത്താൻ രാമനും കോടിലോൻ രാമനും. ജന്മിമാരുടെ ധിക്കാരങ്ങളെ പരസ്യമായി വെല്ലുവിളിക്കാൻ ഈ രണ്ട് കൃഷിക്കാർക്കും മടിയുണ്ടായില്ല. ഒരിക്കൽ ജന്മിയുടെ നേരെ നിന്നു

കൊണ്ട് "കർഷകകുടുംബങ്ങളിലെ സ്ത്രീകളെ അപമാനിച്ചാൽ നിങ്ങ ളുടെ വീട്ടിലെ സ്ത്രീകൾക്കും രക്ഷയുണ്ടാവി"ല്ലെന്ന് പറയാൻ വണ്ണ ത്താൻ രാമൻ മടിച്ചില്ല. രാമനെ നേരിടാൻ ജന്മിക്കോ ജന്മിയുടെ കാര്യ സ്ഥനോ ധൈര്യമുണ്ടായിരുന്നില്ല. ഒടുവിൽ ചതിപ്പണി ചെയ്ത് അയാളെ പിടിച്ച് മർദിച്ചവശനാക്കി ആശുപത്രിയിൽ കൊണ്ടുപോയി ഒരു ഡോക്ടറെ പാട്ടിലാക്കി ഓപ്പറേഷന്റെ പേരിൽ അയാളുടെ കാലിലെ ഞരമ്പ് മുറിച്ച് മുടന്തനാക്കി മാറ്റി. കാലിന്റെ സ്വാധീനം നഷ്ടപ്പെട്ടുവെ ങ്കിലും രാമന്റെ മനോവീര്യം തകർക്കാൻ ജന്മിക്ക് കഴിഞ്ഞില്ല. അതു പോലെ തന്നെ കോടിലോൻ രാമൻ കൃഷിചെയ്തിരുന്ന ദേവസ്വംഭൂമി തട്ടിയെടുക്കാൻ ജന്മി തീരുമാനിച്ചു. ദേവസ്വം വക ഭൂമി പിടിച്ചെടുക്കാൻ സാധാരണ ജന്മിമാർ ധൈര്യപ്പെടാറില്ല. അതിനും നായനാർ ധൈര്യപ്പെ ട്ടു. വണ്ണത്താൻ രാമനും കോടിലോൻ രാമനും ഒന്നിച്ച് നിന്നിരുന്നതി നാൽ ആദ്യം ജന്മി പരാജയപ്പെട്ടു. വണ്ണത്താൻ രാമൻ ആശുപത്രിയിലാ യിരുന്ന കാലത്ത് ജന്മി വീണ്ടും ഒരു ശ്രമം നടത്തി. കോടിലോൻ രാമൻ സ്വന്തം കൃഷിയിടത്തിൽ പണി ചെയ്ത് നിൽക്കുമ്പോൾ ചതിപ്രയോഗം കൊണ്ട് അയാളുടെ കത്തി കൈക്കലാക്കിയശേഷം അയാളെ അടിച്ചു വീഴ്ത്തി തല കല്ലിൽവച്ച് തല്ലിച്ചതച്ച് അയാളെ കൊന്നു. എന്നിട്ട് പോത്തു കുത്തിക്കൊന്നതാണെന്ന് തെളിവ് കൊടുത്ത് കേസ് ഇല്ലാതാക്കി. ഇതി നെതിരായൊന്നും സംഘടിതമായി പ്രതിഷേധിക്കാൻ കൃഷിക്കാർക്ക് കഴി ഞ്ഞില്ല.

ഇതുപോലെ പ്രസിദ്ധമായൊരു സംഭവമാണ് കല്യാട്ട് ജന്മിമാരിൽ ഒരാളായ കോട്ടൂർ യജമാനൻ ഒരു കർഷകകുടുംബത്തിലെ സ്ത്രീ കണ്ണിന് സുഖമില്ലാതെ കിടന്നപ്പോൾ അവരെ ബലാൽസംഗം ചെയ്ത് ആജീവനാന്തം അന്ധയാക്കിയത്. "യജമാനേ എനിക്ക് കണ്ണിന് സുഖ മില്ല" എന്ന് അവൾ കേണപേക്ഷിച്ചപ്പോൾ ആ മനുഷ്യമൃഗം അവളോട് പറഞ്ഞത്, "എനിക്ക് നിന്റെ കണ്ണല്ല ആവശ്യ"മെന്നാണ്. ശാലീനകളായ നൂറുകണക്കിന് പെൺകുട്ടികളുടെ മാനം ജന്മികുടുംബങ്ങളിൽപ്പെട്ട കാട്ടാ ളന്മാർ കവർന്നെടുത്തിട്ടുണ്ട്.

കല്യാട്ട് ജന്മിമാർ പണ്ടുകാലത്ത് കൃഷിക്കാരെ കൊണ്ടുപോയി വലി ച്ചെറിഞ്ഞ സ്ഥലമാണ് പഴശ്ശായിക്കണ്ടം. രണ്ട് മലകൾക്കിടയിലുള്ള ആഴ മുള്ള കൊല്ലിയാണ് പഴശ്ശായിക്കണ്ടം. കല്ലും മുള്ളും നിറഞ്ഞ അഗാധ ഗർത്തത്തിലേക്ക് വലിച്ചെറിയപ്പെട്ടാൽ ആർക്കും അതിൽനിന്ന് രക്ഷപ്പെ ടാനാവില്ല. അതുപോലെ തന്നെ ശ്രീകണ്ഠാപുരത്തുനിന്ന് പയ്യന്നൂർക്ക് പോകുന്നവഴി ഓടത്തുപാലത്തിനടുത്ത് ഒരു മരം ഉണ്ടായിരുന്നു. ഓട ത്തുപാലം കഴുമരം എന്ന പേരിലാണത് അറിയപ്പെട്ടിരുന്നത്. അതിന്റെ അവശിഷ്ടം അടുത്തുകാലത്തുവരെയുണ്ടായിരുന്നു. അവിടെയാണ് കര ക്കാട്ടിടം ജന്മിമാർ സ്വന്തം ആജ്ഞ ലംഘിക്കുന്ന കൃഷിക്കാരെ തൂക്കിലി ട്ടിരുന്നത്. ഇതുപോലെ പല ഭാഗത്തും ജന്മിമാർ തൂക്കിക്കൊല നടത്തി യിരുന്നതായി അറിവുള്ളതാണ്.

കുഞ്ഞോമനമക്കൾ പട്ടിണി കിടക്കുമ്പോഴും
"കരയാതെ മക്കളെ-
കല്പിച്ചു തമ്പുരാൻ
ഒരു വാഴ വേറെ-

ഞാൻ....... കൊണ്ടുപോട്ടെ."

എന്ന് വിലപിച്ചുകൊണ്ട് തന്റെ അധ്വാനഫലമെല്ലാം ജന്മിക്ക് കാഴ്ച വയ്ക്കുന്ന നീലിപ്പുലയൻ *വാഴക്കുല*യിലെ കഥാപാത്രം മാത്രമായിരുന്നില്ല. കേരളത്തിൽ ജീവിച്ചിരുന്ന നിരവധി പേരിൽ ഒരാളാണ്. അവർക്ക് മനുഷ്യനെപ്പോലെ നടക്കാനാവില്ല. മനുഷ്യഭാഷയിൽ സംസാരിക്കാൻ പാടില്ല, 'റാൻ, അടിയൻ, ചെമ്പുകാശ്, കരിക്കാടി' തുടങ്ങിയ പദസമ്പത്ത് അവർക്കുമാത്രം ഉപയോഗിക്കാനുള്ളതാണ്. ഇതെല്ലാം തെറ്റി നടന്നാൽ കഴുവിലേറ്റും, ചൂരക്കാട്ടിൽ വലിച്ചെറിയും. ചോദിക്കാനും ആരുമുണ്ടായിരുന്നില്ല.

ഈ കാട്ടാളനീതിക്കെതിരായിട്ടാണ് മണ്ണിന്റെ മക്കൾ സമരം ആരംഭിച്ചത്. ഏതാണ്ട് 1932-ഓടുകൂടി അങ്ങിങ്ങായി ചലിക്കാൻ തുടങ്ങിയ കൃഷിക്കാർ 1935-ഓടുകൂടിയാണ് സംഘടിതരായി മുന്നോട്ടുവന്നത്. 1935 ജൂലായ് മാസത്തിൽ പഴയ ചിറക്കൽ താലൂക്കിലെ കൊളച്ചേരി അംശത്തിൽ നണിയൂരിലുള്ള ഭാരതീയ മന്ദിരത്തിൽ വച്ച് കൃഷിക്കാരുടെ ഒരു യോഗം ചേർന്ന് വി എം വിഷ്ണു ഭാരതീയൻ പ്രസിഡന്റും കെ എ കേരളീയൻ സെക്രട്ടറിയുമായി കൊളച്ചേരി കർഷകസംഘം രൂപീകരിക്കപ്പെട്ടു. 1935 സപ്തംബറോടുകൂടി കരിവെള്ളൂർ, വെള്ളൂർ, പെരളം, കൊടക്കാട് ഇവ കേന്ദ്രമാക്കി കരിവെള്ളൂർ കർഷകസംഘവും രൂപീകരിക്കുകയുണ്ടായി. എ വി കുഞ്ഞമ്പു ആയിരുന്നു പ്രസിഡന്റ്. എം പി അപ്പുമാസ്റ്റർ സെക്രട്ടറിയും.

കൊളച്ചേരി കർഷകസംഘത്തിന്റെ നേതൃത്വത്തിൽ ആദ്യം നടന്ന സമരം കരിയിൽ അമ്പുക്കുട്ടിയുടെ തോട്ടത്തിലെ കുരുമുളക് ജന്മി പറിപ്പിച്ചുകൊണ്ടു പോയതിനെതിരായ സമരമായിരുന്നു. മറ്റ് കൃഷിക്കാർ അധ്വാനിച്ചുണ്ടാക്കുന്ന കുഴിക്കൂർചമയങ്ങൾ കയ്യേറി കൊണ്ടുപോകുന്നതിന് ജന്മിയുടെ സഹായിയായി പ്രവർത്തിച്ച കാര്യസ്ഥനായിരുന്നു അമ്പുക്കുട്ടി. ഈ അക്രമങ്ങൾക്കെതിരായി കർഷകസംഘം യോഗം ചേരാൻ ചെന്നപ്പോൾ എതിർത്തവനാണ് അയാൾ. അധികം താമസിയാതെ അമ്പുക്കുട്ടിയുടെ തോട്ടത്തിലെ കുരുമുളക് ജന്മി പറിച്ചെടുത്തപ്പോഴാണ് അയാളുടെ കണ്ണുതുറന്നത്. പ്രശ്നം കർഷകസംഘം ഏറ്റെടുത്തു. ജന്മിക്കെതിരായി തെളിവ് നൽകാൻ കൃഷിക്കാരെ കിട്ടിയില്ല. കർഷകസംഘം പ്രവർത്തകർ തന്നെയാണ് തെളിവ് കൊടുത്തത്. പ്രക്ഷോഭത്തിൽ അമ്പുക്കുട്ടിയും കൃഷിക്കാരും ജയിച്ചു. പറിച്ചെടുത്ത കുരുമുളക് മടക്കിക്കൊടുക്കാമെന്ന് ജന്മി സമ്മതിച്ചു.

കരിവെള്ളൂർ കർഷകസംഘം ഏറ്റെടുത്ത ആദ്യത്തെ പ്രശ്നം കൃഷിക്കാർക്ക് തോല് (പച്ചിലവളം) ശേഖരിക്കുന്നതിനുള്ള അവകാശം സ്ഥാപിക്കുന്നതിനുവേണ്ടിയായിരുന്നു. വൻകിടജന്മിയായ താഴേക്കാട്ട് മനയ്ക്കൽ വക കാട്ടിൽനിന്ന് തോല് എടുക്കുന്നതിനും ചിറക്കൽ തമ്പുരാക്കന്മാരുടെ കാര്യസ്ഥന്മാരുടെ മർദനം അവസാനിപ്പിക്കുന്നതിനും വേണ്ടിയുള്ള സമരത്തോടെയാണ് ആ സ്ഥലങ്ങളിൽ കർഷകപ്രസ്ഥാനം വേരൂന്നിയത്.

1935 ഡിസംബറിൽ മീറത്തിൽ വച്ചുചേർന്ന കോൺഗ്രസ് സോഷ്യലിസ്റ്റ് പാർട്ടിയുടെ സമ്മേളനത്തിൽ സോഷ്യലിസ്റ്റുകാരും കമ്യൂണിസ്റ്റുകാരും ചേർന്ന് അഖിലേന്ത്യാസംഘം കൂടുന്നതിന് തീരുമാനിച്ചു. 1936-ൽ

അഖിലേന്ത്യാ കിസാൻസഭ രൂപീകരിക്കുകയും ചെയ്തു. സാമ്പത്തിക ചൂഷണത്തിൽ നിന്ന് കൃഷിക്കാരെ പൂർണമായി മോചിപ്പിക്കുന്നതിനും രാഷ്ട്രീയവും സാമ്പത്തികവുമായ അധികാരം കൃഷിക്കാർക്കും തൊഴിലാളികൾക്കും ലഭിക്കുമാറാക്കുന്നതിനും പ്രതിജ്ഞയെടുത്ത കിസാൻ സമ്മേളനം കൃഷിക്കാരെ മോചിപ്പിക്കുന്നതിനുള്ള സമരങ്ങൾ സംഘടിപ്പിക്കുന്നതിനും തീരുമാനിച്ചിരുന്നു. കിസാൻസഭയുടെ രൂപീകരണം ഇന്ത്യയിലെ കർഷകപ്രസ്ഥാനത്തിന് ആവേശം പകർന്നുകൊടുത്തു. അതിനെത്തുടർന്നാണ് ഇന്ത്യയുടെ പല ഭാഗങ്ങളിലായി പട്ടിണിജാഥകൾ നടത്തപ്പെട്ടത്. പല സ്ഥലത്തും കൃഷിക്കാർ ജന്മിമാരുടെയും ജമീന്ദാർമാരുടെയും കൊട്ടാരങ്ങളിലേക്ക് മാർച്ചുചെയ്യുകയും അവകാശങ്ങൾ ഉന്നയിക്കുകയും ചെയ്തു. ഗവൺമെന്റിന്റെ ജില്ലാതലവന്മാരുടെ അടുത്തേക്കും ജാഥകൾ നയിക്കപ്പെട്ടു. 1936-37 കാലഘട്ടത്തിൽ മലബാർ, തഞ്ചാവൂർ, ആന്ധ്ര എന്നീ പ്രദേശങ്ങളിൽ പട്ടിണിജാഥകൾ നടന്നു. ബിഹാറിൽ കാര്യാനന്ദശർമയുടെയും സഹജാനന്ദസരസ്വതിയുടെയും നേതൃത്വത്തിലുള്ള കർഷകജാഥകൾ നാട്ടിൻപുറങ്ങളെയാകെ ഇളക്കിത്തീർത്തു.

1936 ജൂലായ് മാസത്തിൽ മലബാറിൽ നിന്ന് മദിരാശിയിലേക്കുള്ള പട്ടിണിജാഥ പുറപ്പെട്ടു. അതിന്റെ ക്യാപ്റ്റൻ ഞാനായിരുന്നു. എന്നെ കൂടാതെ, കെ പി ആർ ഗോപാലൻ, ചന്ദ്രോത്ത് കുഞ്ഞിരാമൻ നായർ, എം കെ കേളു, പി എം ഗോപാലൻ, സി സി ഗോപി തുടങ്ങി 32 പേർ ജാഥയിൽ ഉണ്ടായിരുന്നു. 750-ഓളം മൈൽ രണ്ട് മാസം കൊണ്ട് സഞ്ചരിച്ചാണ് ഞങ്ങൾ മദിരാശിയിൽ എത്തിച്ചേർന്നത്. ഇന്നത്തെപ്പോലെ ജാഥ സുഗമമായിരുന്ന കാലമായിരുന്നില്ല അത്. വമ്പിച്ച വിഷമങ്ങൾ സഹിച്ചാണ് ജാഥ മദിരാശിയിൽ എത്തിയത്. വമ്പിച്ച പൊലീസ് സന്നാഹത്തോടെയാണ് ഗവൺമെന്റ് ജാഥയെ നേരിട്ടത്. ജനങ്ങളിൽ നിന്ന് ജാഥയെ ഒറ്റപ്പെടുത്തുന്നതിന് അവർ കുതിരപ്പട്ടാളത്തെ നിയോഗിച്ചു. ഗവൺമെന്റ് ഞങ്ങളുടെ നിവേദനം കൈക്കൊള്ളാൻ തയ്യാറായില്ല. മദിരാശിയിൽ വമ്പിച്ച ഒരു സമ്മേളനം ചേർന്നു. വഴിനീളെ ഞങ്ങൾക്കുണ്ടായ അനുഭവങ്ങളും കൃഷിക്കാരുടെ ആവശ്യങ്ങളും ഗവൺമെന്റിന്റെ കർശനമായ നിലപാടും ഞങ്ങൾ വിശദീകരിച്ചു. അങ്ങനെ മലബാറിനെയും തമിഴ്നാടിനെയും പിടിച്ചുകുലുക്കിക്കൊണ്ട് കൃഷിക്കാരെ ഏകോപിപ്പിച്ച് സംഘടിപ്പിച്ചുകൊണ്ടുള്ള ആ ജാഥ ഒരു കോളിളക്കം സൃഷ്ടിച്ചുകൊണ്ട് അവസാനിച്ചു.

ഗവൺമെന്റ് മർദനനടപടികൾ ശക്തിപ്പെടുത്തി. എന്റെയും ചന്ദ്രോത്തിന്റെയും പേരിൽ കേസെടുത്ത് ഓരോ കൊല്ലം ശിക്ഷിച്ചു. വടക്കേ മലബാറിൽ കർഷകകലാപം വരുത്തിവയ്ക്കുന്നുവെന്ന് പറഞ്ഞ് കേരളീയനെയും കെ പി ആർ ഗോപാലനെയും ഓരോ കൊല്ലം ശിക്ഷിച്ചു.

പട്ടിണിജാഥകൾക്കുശേഷം മലബാറിൽ പല പ്രദേശങ്ങളിലും താലൂക്ക് കർഷകസമ്മേളനങ്ങൾ നടന്നു. 1936 നവംബറിൽ പറശ്ശിനിക്കടവിൽ ആദ്യത്തെ ചിറയ്ക്കൽ താലൂക്ക് കർഷകസമ്മേളനം നടന്നു. കർഷകപ്രസ്ഥാനത്തിന്റെ വളർച്ചയുടെ പാതയിൽ പ്രകാശധാര ചൊരിയുന്ന ഒരു കൈത്തിരി ആ സമ്മേളനം കത്തിച്ചുവെന്ന കാര്യത്തിൽ തർക്കമില്ല. ജന്മിത്തത്തിന്റെ കാട്ടുനീതിക്കെതിരെ സമരം ചെയ്യുമെന്ന

പ്രഖ്യാപനമായിരുന്നു സമ്മേളനത്തിന്റെ ജീവൻ. പറശ്ശിനിക്കടവ് സമ്മേളനത്തിന്റെ സന്ദേശം നാടാകെ ചലനമുണ്ടാക്കി. ബാരിസ്റ്റർ എ കെ പിള്ള യുടെ അധ്യക്ഷതയിലാണ് സമ്മേളനം ചേർന്നത്. അന്നത്തെ സമ്മേളനത്തിൽ ഞാൻ സംബന്ധിച്ചിരുന്നെങ്കിലും സംസാരിക്കാൻ കഴിഞ്ഞില്ല; ഞാൻ സംസാരിക്കുന്നത് വിലക്കിക്കൊണ്ടുള്ള മദിരാശി ഗവൺമെന്റിന്റെ ഓഡർ ഉണ്ടായിരുന്നതുകൊണ്ട് എനിക്ക് കാഴ്ചക്കാരനെപ്പോലെ ആ സമ്മേളനത്തിൽ പങ്കെടുക്കേണ്ടി വന്നു.

വാശി, നുരി, കള്ളപ്പറ, കങ്കാണി മുതലായവ അവസാനിപ്പിക്കുക, പാട്ടം കുറയ്ക്കുക മുതലായ മുദ്രാവാക്യങ്ങൾ മുഴക്കി വടക്കേമലബാറിൽ കർഷകപ്രസ്ഥാനം അലയടിച്ചുയർന്നു. കർണാടകജില്ലയുടെ ഭാഗമായ കാസർഗോഡ് പ്രദേശത്തും പ്രസ്ഥാനം അന്ന് കരുത്താർജ്ജിച്ച് മുന്നോട്ടുവന്നു. താലൂക്ക് കർഷകസംഘം പ്രസിഡന്റ് സുബ്രഹ്മണ്യം തിരുമുമ്പായിരുന്നു. മറ്റ് താലൂക്കുകളിലും കർഷകസംഘം സമ്മേളനങ്ങൾ നടന്നു.

1936-ൽ ഫേസ്പൂരിൽ വീണ്ടും അഖിലേന്ത്യാ സമ്മേളനം ചേർന്നു. 13 ഇനങ്ങളടങ്ങിയ ഒരു കാർഷികപരിപാടി ആ സമ്മേളനം അംഗീകരിച്ചു. 1935-ലെ ഭരണഘടനപ്രകാരമുള്ള തിരഞ്ഞെടുപ്പ് 37-ൽ നടന്നു. തിരഞ്ഞെടുപ്പിൽ കോൺഗ്രസ് സ്ഥാനാർഥികളും മൽസരിച്ചു. കോൺഗ്രസ് വിജയിച്ചു. 1937-ൽ മിക്ക സംസ്ഥാനങ്ങളിലും കോൺഗ്രസ് മന്ത്രിസഭ രൂപീകരിക്കപ്പെട്ടു.

ഈ കാലഘട്ടത്തിനിടയിൽ തിരുവിതാംകൂറിൽ ഉത്തരവാദഭരണത്തിനുവേണ്ടിയുള്ള ചില പ്രക്ഷോഭങ്ങൾ വളരാൻ തുടങ്ങിയിരുന്നു. ചിത്തിരതിരുനാളിന്റെ ഭരണപരിഷ്കാരമെന്ന നിലയിൽ സ്റ്റേറ്റ് അസംബ്ലിയും കൗൺസിലും രൂപീകരിക്കപ്പെട്ടു. രണ്ടിന്റെയും അധ്യക്ഷൻ ദിവാനായിരുന്നു. പക്ഷേ, ഇതുകൊണ്ട് ജനങ്ങൾക്ക് അധികാരം കിട്ടിയില്ല. ഉത്തരവാദഭരണത്തിന് വേണ്ടിയുള്ള അസംഘടിതപ്രക്ഷോഭങ്ങൾ അങ്ങിങ്ങായി തലപൊക്കാൻ തുടങ്ങിയിരുന്നു. ജനസംഖ്യാനുപാതികമായി നിയമസഭയിൽ സ്ഥാനം ഒഴിച്ചിടണമെന്ന് ആവശ്യപ്പെടുന്ന നിവർത്തനപ്രക്ഷോഭം ആരംഭിച്ചു. ഇത് ശക്തി പ്രാപിക്കുകയും ഗവൺമെന്റിനെ മുട്ടുകുത്തിക്കുകയും ചെയ്തു. 1933-ൽ ചില കാർഷിക പരിഷ്കാരങ്ങൾ തിരുവിതാംകൂറിൽ നടപ്പായി. 1897-ലെ ജന്മി-കുടിയാൻ റഗുലേഷനുള്ള ഭേദഗതിയായിരുന്നു ഇത്.

1937-ൽ കോൺഗ്രസ് മന്ത്രിസഭകൾ നിലവിൽ വന്നതോടുകൂടി കർഷകപ്രസ്ഥാനം കൂടുതൽ ശക്തിപ്രാപിച്ചു. 1930-ലെ മലബാർ കുടിയായ്മ നിയമം വെറുംപാട്ടകുടിയാന്മാർക്ക് രക്ഷ നൽകിയിരുന്നില്ല. കൃഷിക്കാർക്ക് കൂടുതൽ അവകാശം കിട്ടുന്നതിനുവേണ്ടിയുള്ള പ്രക്ഷോഭം മലബാറിൽ കൂടുതൽ ശക്തിയാർജിക്കാൻ തുടങ്ങി. 1937-ൽ അഖില മലബാർ കർഷകസംഘം രൂപീകരിക്കപ്പെട്ടു. പി നാരായണൻ നായർ പ്രസിഡന്റും കെ എ കേരളീയൻ സെക്രട്ടറിയുമായി തിരഞ്ഞെടുക്കപ്പെട്ടു. അടിയന്തരാവശ്യങ്ങൾ ഉന്നയിച്ചുകൊണ്ട് ജന്മിമാരെയും ഭരണാധികാരികളെയും സമീപിക്കുന്നതിന് കർഷകസംഘം നേതൃത്വം കൊടുത്തു.

പ്രസ്ഥാനത്തെ നികുതിനിഷേധത്തിന്റെ പേരിൽ അടിച്ചമർത്താൻ കണ്ണൂർ കളക്ടർ ഉത്തരവുകൊടുത്തു. പ്യൂണിറ്റ് പൊലീസ് ഭീഷണിയും

കൃഷിക്കാർക്കെതിരായി ഉപയോഗിച്ചു. ജന്മിമാർ കൃഷിക്കാർക്കെതിരായി കള്ളക്കേസുകൾ കൊടുത്തു. ബലാൽസംഗക്കേസ്, കാടുകയറ്റക്കേസ്, പുനംകയ്യേറ്റക്കേസ്, തപ്പുകൊട്ടിക്കേസ്, അമ്പലംതീണ്ടിക്കേസ് മുതൽ പ്രതിമ കത്തിച്ച കേസുവരെ ഇവയിൽപ്പെടും. എനിക്കും വിഷ്ണുഭാരതീയനും മറ്റ് പ്രവർത്തകർക്കും എതിരായി നിരവധി കള്ളക്കേസുകൾ കെട്ടിച്ചമയ്ക്കപ്പെട്ടു. കൃഷിക്കാരും കർഷകപ്രവർത്തകരും ദിവസംപ്രതി കോടതിവരാന്തകൾ കയറിയിറങ്ങേണ്ടിവന്നു. ജന്മിമാരുടെ ഒഴിപ്പിക്കൽ ഭീഷണിയെ കൃഷിക്കാർക്ക് വലിയ തോതിൽ നേരിടേണ്ടിവന്നു.

ഒഴിപ്പിക്കലിനെതിരായ സമരത്തിൽ, കിടാരൻ ചന്തു, കൊളപ്പാടത്ത് കുഞ്ഞുണ്ണി എന്നീ രണ്ട് കൃഷിക്കാരുടെ കേസുകൾ പ്രസിദ്ധമാണ്. കിടാരൻ ചന്തു ചിറയ്ക്കൽ താലൂക്കിലെ ആലക്കാട് മണിപ്പുഴ ഇല്ലം ജന്മിമാരുടെയും, കൊളപ്പാടത്ത് കുഞ്ഞുണ്ണി വള്ളുവനാട്ട് താലൂക്കിലെ ഒളപ്പമണ്ണ നമ്പൂതിരിപ്പാടിന്റെയും പാവപ്പെട്ട കുടിയാന്മാരായിരുന്നു. ചന്തുവിനെ കുടിയൊഴിപ്പിക്കാൻ ശ്രമിച്ചതിനെത്തുടർന്ന് അതിനെതിരായ പ്രക്ഷോഭം ഉയർന്നുവന്നപ്പോൾ കോൺഗ്രസ് അധികാരത്തിലിരുന്നിട്ടും ചന്തുവിനെ പൊലീസ് കഠിനമായി മർദിച്ചു. ഇതിനെതിരായ പ്രതിഷേധശബ്ദം മലബാറിലാകെ ഉയർന്നുവന്നു.

ഈ കാലഘട്ടത്തിലാണ് കർഷകസംഘത്തിന്റെ രണ്ടാം അഖില മലബാർ സമ്മേളനം കോഴിക്കോട്ട് ചേവായൂരിൽ നടന്നത്. ചേവായൂർ സമ്മേളനത്തിന് വടക്ക് കരിവെള്ളൂരിൽനിന്ന് സർദാർ ചന്ദ്രോത്ത് കുഞ്ഞിരാമൻ നായരുടെ നേതൃത്വത്തിലും തെക്ക് കഞ്ചിക്കോട്ടുനിന്ന് ഇ പി ഗോപാലന്റെ നേതൃത്വത്തിലും രണ്ട് ഗംഭീരജാഥകൾ പുറപ്പെട്ട് കോഴിക്കോട്ടെത്തി ആവേശഭരിതമായ ഒരു പ്രകടനം നടത്തി. മലബാർ കളക്ടർക്ക് മെമ്മോറാണ്ടം സമർപ്പിക്കാൻ തീരുമാനിച്ചിരുന്നെങ്കിലും കളക്ടർ സ്ഥലംവിട്ടതുകൊണ്ട് അതിന് കഴിഞ്ഞില്ല. എന്നാൽ ചേവായൂരിൽ ഗംഭീരമായ കർഷകസമ്മേളനം നടന്നു. ആ കർഷകസമ്മേളനത്തിൽ ആധ്യക്ഷം വഹിച്ചത് ഞാനായിരുന്നു. ഇതേയവസരത്തിൽ തന്നെ സുബ്രഹ്മണ്യം തിരുമുമ്പിന്റെ നേതൃത്വത്തിൽ ഒരു കാൽനടജാഥ മംഗലാപുരത്തേക്ക് തിരിച്ചിരുന്നു. ഈ മൂന്ന് ജാഥകളും വമ്പിച്ച കോളിളക്കം സൃഷ്ടിച്ചുകൊണ്ടും ജനങ്ങളെ ആവേശഭരിതരാക്കിക്കൊണ്ടുമാണ് നാഴികകൾ താണ്ടി അതത് ലക്ഷ്യസ്ഥാനങ്ങളിലെത്തിയത്.

കോഴിക്കോട്ടെയും മംഗലാപുരത്തെയും കൃഷിക്കാർ തൊഴിലാളികളുമായി ചേർന്ന് നടത്തിയ ഈ പ്രകടനങ്ങൾ കോഴിക്കോടിനെയും മംഗലാപുരത്തെയും പിടിച്ചുകുലുക്കി. ഭരണാധികാരികളെ ഇത് വിറളി പിടിപ്പിച്ചു. തങ്ങളെ താങ്ങിനിർത്തുന്ന നാടുവാഴിപ്രഭുക്കൾക്ക് എതിരായ ഈ മുന്നേറ്റം മുളയിലേ നുള്ളിക്കളയാൻ ഭരണാധികാരികൾ ഒരുക്കങ്ങളാരംഭിച്ചു. കർഷകപ്രസ്ഥാനം നാട്ടിന് ആപത്താണെന്നും വിപ്ലവത്തിന്റെ മുന്നോടിയാണ് അതെന്നുമുള്ള 'ചുകപ്പുനോട്ടീസ്' കളക്ടർ വെള്ളോടിഇറക്കി.

ഇതോടുകൂടി വടക്കെ മലബാറിലെ വടക്കൻ പ്രദേശങ്ങൾ നോട്ടപ്രദേശങ്ങളായിത്തീർന്നു. കർഷകപ്രസ്ഥാനം ഉയർത്തിയ കൃഷിക്കാരന്റെ പ്രശ്നങ്ങൾ മലബാറിലെ രാഷ്ട്രീയാന്തരീക്ഷത്തിൽ വമ്പിച്ച കോളിളക്കം സൃഷ്ടിച്ചു. ഈയിടയ്ക്ക് അഖിലേന്ത്യാ കിസാൻസഭ സെക്രട്ടറി എൻ

ജി രങ്ക മലബാറിലെ മലയോരപ്രദേശങ്ങൾ സന്ദർശിച്ചു. അദ്ദേഹം കൃഷിക്കാരുടെ പ്രശ്നങ്ങൾ നേരിട്ട് പഠിക്കുകയും അവരുടെ ചില സമ്മേളനങ്ങളിൽ പങ്കെടുക്കുകയും ചെയ്തു.

അലയടിച്ചുയർന്നുവരുന്ന പ്രസ്ഥാനത്തിന്റെ ശക്തിയെ അവഗണിക്കാൻ സർക്കാരിന് ശക്തിയില്ലാതായി. മലബാറിലെ കർഷകരുടെ സ്ഥിതിയെക്കുറിച്ച് അന്വേഷിക്കാൻ അന്നത്തെ റവന്യൂ മന്ത്രി ടി എം പ്രകാശം തയ്യാറായി. 1939 ഡിസംബർ 24-ന് അദ്ദേഹം ചിറയ്ക്കൽ താലൂക്കിലെത്തി. കർഷകസ്ത്രീകൾതന്നെ തങ്ങളുടെ കഷ്ടപ്പാടിന്റെ കഥ മന്ത്രിയോട് നേരിട്ട് വിവരിച്ചു. പുനംകൃഷിക്കാരെയും കുരുമുളകുകൃഷിക്കാരെയും നിയമത്തിന്റെ പരിധിയിൽ കൊണ്ടുവരാത്തതിന്റെ ആപത്തും അദ്ദേഹത്തിന് ബോധ്യപ്പെട്ടു. മലബാർ കുടിയായ്മ നിയമം ഭേദഗതി ചെയ്യേണ്ടതിന്റെ ആവശ്യകത അദ്ദേഹത്തിന് ബോധ്യമായി. മന്ത്രിയെ തെറ്റിദ്ധരിപ്പിക്കുന്നതിന് ജന്മിമാർ പരിശ്രമിച്ചു. കല്യാട്ട് അംശത്തിലെ ഒരു പുൽപാറയ്ക്ക് അവർ തന്നെ തീവച്ചശേഷം കർഷകസംഘക്കാരാണ് അത് ചെയ്തതെന്ന് പ്രചരിപ്പിച്ചു. മന്ത്രിയുടെ മുമ്പിൽ തെളിവ് കൊടുക്കുന്നത് പരാജയപ്പെടുത്താൻ ശ്രമിച്ചു. പക്ഷേ, കൃഷിക്കാർ അതിനെ വെല്ലുവിളിച്ചുകൊണ്ട് മന്ത്രിയുടെ മുമ്പിൽ തെളിവ് കൊടുത്തു.

പ്രക്ഷോഭം വ്യാപകമായതോടെ അന്നത്തെ മദിരാശി ഗവൺമെന്റ് അഡ്വക്കേറ്റ് ജനറൽ കുട്ടിക്കൃഷ്ണമേനോന്റെ നേതൃത്വത്തിൽ ഒരു അന്വേഷണക്കമ്മിറ്റിയെ നിയമിച്ചു. ഇതേസമയത്തുതന്നെ മദിരാശിയിലെയും ആന്ധ്രയിലെയും പ്രശ്നങ്ങളെപ്പറ്റി പഠിക്കാൻ ടി പ്രകാശത്തിന്റെ നേതൃത്വത്തിൽ മറ്റൊരു കമ്മിറ്റിയും നിയോഗിക്കപ്പെട്ടു. കുട്ടികൃഷ്ണമേനോൻ കമ്മിറ്റിയിൽ ആർ രാഘവമേനോൻ, എം പി ദാമോദരൻ, സി കെ ഗോവിന്ദൻ നായർ, ഇ എം ശങ്കരൻ നമ്പൂതിരിപ്പാട്, മുഹമ്മദ് അബ്ദുൾ റഹ്മാൻ സാഹിബ്, ഇ കണ്ണൻ എന്നിവർ മെമ്പർമാരായിരുന്നു.

1940-ൽ ഈ കമ്മിറ്റി അതിന്റെ റിപ്പോർട്ട് ഗവൺമെന്റിന് സമർപ്പിച്ചു. കോൺഗ്രസിന് മഹാഭൂരിപക്ഷമുള്ള ഒരു കമ്മിറ്റിയായിരുന്നു അതെങ്കിലും അതിന്റെ റിപ്പോർട്ട് ഫേസ്പൂർ സമ്മേളനത്തിന്റെ കാർഷിക പരിപാടിയിലെ തത്ത്വങ്ങൾക്ക് എതിരായിരുന്നു. ആദായകരമല്ലാത്ത ഭൂമിയെ പാട്ടത്തിൽനിന്ന് ഒഴിവാക്കുകയും ആദായകരമായ ഭൂമിയുടെ തന്നെ പാട്ടം കുറയ്ക്കുകയും ചെയ്യണമെന്ന ഫേസ്പൂർ തീരുമാനത്തെ തന്നെ എതിർക്കുന്നതായിരുന്നു ആ റിപ്പോർട്ട്. പാട്ടബാക്കി പിരിക്കാൻ കുടിയാന്മാരെ ഒഴിപ്പിക്കരുതെന്ന നിർദേശവും കമ്മിറ്റി എതിർത്തു. ഒഴിപ്പിക്കാതിരിക്കുന്നതിനുള്ള വകുപ്പുകളിലൊന്നായി പാട്ടബാക്കി ഒരു നിശ്ചിത തീയതിക്കുള്ളിൽ അടച്ചുതീർക്കണമെന്ന് വ്യവസ്ഥ ചെയ്തു.

ഇ എം എസ്, മുഹമ്മദ് അബ്ദുൾറഹ്മാൻ, ഇ കണ്ണൻ എന്നിവർ റിപ്പോർട്ടിനെ എതിർക്കുകയും അവരുടെ ഭിന്നാഭിപ്രായം രേഖപ്പെടുത്തുകയും ചെയ്തു. തന്റെ ഭിന്നാഭിപ്രായക്കുറിപ്പിൽ ഇ എം എസ് സമൂഹത്തിന് യാതൊരു സേവനവും ചെയ്യാത്ത ഇത്തിക്കണ്ണി സ്വഭാവമുള്ള ജന്മിവ്യവസ്ഥ അവസാനിപ്പിക്കേണ്ടതിന്റെ ആവശ്യകത ഊന്നിപ്പറഞ്ഞിരുന്നു. അതിനുപുറമേ കൃഷിക്കാർക്ക് താൽക്കാലികാശ്വാസത്തിനായി ചെയ്യേണ്ട അടിയന്തരകാര്യങ്ങളെക്കുറിച്ചും അതിൽ വിശദീകരിച്ചിരുന്നു.

അന്ന് കർഷകപ്രസ്ഥാനം കാർഷികപ്രശ്നങ്ങളിൽ മാത്രം ഒതു

ങ്ങിനിന്നില്ല. സി പി രാമസ്വാമി അയ്യർ തിരുവിതാംകൂറിൽ അഴിച്ചുവിട്ട മർദനത്തിൽ പ്രതിഷേധം രേഖപ്പെടുത്തുകയും അതിനോട് അനുഭാവ സൂചകമായി തിരുവിതാംകൂറിലേക്ക് ഒരു ജാഥ പുറപ്പെടുകയും ചെയ്തു. അന്ന് ആ ജാഥയെ നയിച്ച് തിരുവിതാംകൂറിലേക്ക് പോയത് ഞാനായിരുന്നു.

കൊച്ചിയിൽ ഈ കാലഘട്ടമായപ്പോഴേക്കും വി ആർ കൃഷ്ണനെഴുത്തച്ഛൻ പ്രസിഡന്റും സി അച്യുതമേനോൻ സെക്രട്ടറിയും ആയി കർഷകസഭ രൂപീകരിക്കപ്പെട്ടിരുന്നു. ഗവൺമെന്റ് പ്രസിദ്ധപ്പെടുത്തിയ വെറും പാട്ടക്കുടിയാൻ ബില്ലിൽ കൃഷിക്കാരന് അനുകൂലമായി വരുത്തേണ്ട മാറ്റങ്ങളെ സംബന്ധിച്ച് തീരുമാനിക്കുകയും പ്രക്ഷോഭങ്ങൾ സംഘടിപ്പിക്കുകയും ആണ് കർഷകസഭ രൂപീകരിച്ച ഉടനെ ചെയ്തത്. കൊച്ചിയുടെ വടക്കെ അറ്റമായ തിരുവില്വാമലയിൽനിന്ന് ഒരു കർഷക ജാഥ സംഘടിപ്പിക്കപ്പെട്ടു. കർഷകസഭയുടെ സന്ദേശം കൊച്ചിയിലാകെ എത്തിക്കാൻ ഈ ജാഥ സഹായിച്ചു. അപ്പോഴേക്ക് കർഷകസഭയ്ക്കെതിരായുള്ള അക്രമ പ്രവർത്തനങ്ങൾ അഴിച്ചുവിടപ്പെടുകയും പ്രവർത്തകന്മാർ ജയിലിലടയ്ക്കപ്പെടുകയും ചെയ്തു.

തിരുവിതാംകൂറിൽ കൂത്താട്ടുകുളം, പൂഞ്ഞാർ എന്നിവിടങ്ങളിൽ കേന്ദ്രീകരിച്ച് കർഷകപ്രസ്ഥാനം വളർന്നുവരാൻ തുടങ്ങി. ഇടവക കുടിയാന്മാർക്ക് മറ്റ് കുടിയാന്മാർക്ക് കിട്ടിയ അവകാശങ്ങൾ കിട്ടണമെന്ന ആവശ്യം ഉയർന്നു വന്നു. 1943-ൽ പൂഞ്ഞാറിൽ ചേർന്ന കർഷകസമ്മേളനത്തോടെ തിരുവിതാംകൂർ കർഷകസംഘം രൂപീകൃതമായി. മലബാറിലും കൊച്ചിയിലും ശക്തിപ്പെട്ടതുപോലെ കർഷകപ്രസ്ഥാനം തിരുവിതാംകൂറിൽ ശക്തിപ്പെട്ടില്ല. പകരം കർഷകത്തൊഴിലാളി യൂണിയൻ കൂലിക്കൂടുതലിനുവേണ്ടിയും മർദനങ്ങൾക്കെതിരായും അവിടങ്ങളിൽ ഗംഭീരസമരങ്ങൾ നടത്തി. കുട്ടനാടുപോലെയുള്ള സ്ഥലങ്ങളിൽ അത് ഒരു വമ്പിച്ച ശക്തിയായി വളരാൻ തുടങ്ങി.

രണ്ടാംലോക മഹായുദ്ധം ആരംഭിച്ചതോടെ ഇന്ത്യയെ യുദ്ധത്തിൽ പങ്കാളിയാക്കിയതിൽ പ്രതിഷേധിച്ച് കോൺഗ്രസ് മന്ത്രിസഭകൾ രാജിവച്ചു. അപ്പോഴേക്കും ഞങ്ങളിൽ പ്രധാനപ്പെട്ട പലരും ജയിലിലായിക്കഴിഞ്ഞിരുന്നു. വിലവർധനവ് നിമിത്തം സാധാരണ ജനങ്ങൾക്കിടയിൽ വമ്പിച്ച അസംതൃപ്തിയുണ്ടായി. പൗരസ്വാതന്ത്ര്യം ഹനിച്ചുകൊണ്ടുള്ള നിരവധി ഓർഡിനൻസുകൾ പുറത്തുവന്നു.

1940 സപ്തംബർ 15-ന് പ്രതിഷേധദിനം ആചരിക്കാൻ കെ പി സി സി ആഹ്വാനം നൽകി. കെ പി സി സിയുടെ ആഹ്വാനത്തോട് യോജിച്ചുകൊണ്ടും വിലവർധനവിനെതിരായും കൃഷിക്കാരുടെ ആവശ്യങ്ങൾക്കുവേണ്ടിയും പ്രകടനവും സമ്മേളനവും നടത്താൻ കർഷകസംഘവും ആഹ്വാനം നൽകി. പ്രകടനവും പൊതുയോഗവും ഗവൺമെന്റ് നിരോധിച്ചു. നാട്ടുകാർ നിരോധനത്തെ ലംഘിച്ചുകൊണ്ട് പ്രകടനവും യോഗവും നടത്തി. മോറാഴ, തലശ്ശേരി, കൂത്തുപറമ്പ്, മട്ടന്നൂർ എന്നീ സ്ഥലങ്ങളിൽ പൊലീസ് ലാത്തിച്ചാർജ് നടത്തുകയും പൊലീസും ജനങ്ങളും തമ്മിൽ ഏറ്റുമുട്ടുകയും ചെയ്തു. തലശേരിയിൽ അബു, ചാത്തുക്കുട്ടി എന്നീ തൊഴിലാളികൾ രക്തസാക്ഷികളായി.

ചിറയ്ക്കൽ താലൂക്ക് കർഷകസംഘത്തിന്റെ ആഭിമുഖ്യത്തിൽ കീച്ചേരിയിൽ വിലവർധനവിനെതിരായ സമ്മേളനം ചേരാൻ തീരുമാനി

ച്ചു. ഗവൺമെന്റ് അത് നിരോധിച്ചപ്പോൾ, അത് മോറാഴയിലേക്ക് മാറ്റി. മോറാഴയിലും സമ്മേളനം നിരോധിച്ചു. മർദനത്തിനു കുപ്രസിദ്ധി നേടിയ വളപട്ടണം സബ് ഇൻസ്പെക്ടറാണ് സ്വന്തം അതിർത്തിയിലല്ലെങ്കിലും കൃഷിക്കാരെ നേരിടാൻ അവിടെ എത്തിയത്. കൃഷിക്കാർ നിരോധനാജ്ഞ ലംഘിക്കാൻ തന്നെ തീരുമാനിച്ചു. പൊലീസ് ഭീകരമായ ലാത്തിച്ചാർജ് നടത്തി. പക്ഷേ, ജനങ്ങൾ പിരിഞ്ഞുപോകാൻ തയ്യാറായില്ല. ജനങ്ങളും പൊലീസും തമ്മിൽ ഏറ്റുമുട്ടി. ആ ഏറ്റുമുട്ടലിൽ ജനരോഷത്തിന് ദീർഘകാലം പാത്രമായിരുന്ന കുട്ടിക്കൃഷ്ണമേനോൻ കൊല്ലപ്പെട്ടു. കുട്ടികൃഷ്ണമേനോനെപ്പോലെയുള്ള മർദകവീരന്മാരായ പൊലീസുകാർക്ക് ജനങ്ങൾ നൽകിയ ഒരു താക്കീതായിരുന്നു അത്. കെ പി ആർ ഗോപാലൻ ഒന്നാംപ്രതിയായുള്ള ഒരു കൊലക്കേസ് ചാർജ് ചെയ്യപ്പെട്ടു. ആരെല്ലാമാണ് പ്രതികൾ എന്നുള്ളത് ആർക്കും ഒരു നിശ്ചയവും ഉണ്ടായിരുന്നില്ല. പ്രതികളെ പിടിക്കാൻ നാടാകെ നടന്നു. കയ്യിൽ കിട്ടിയവരെയെല്ലാം അറസ്റ്റ് ചെയ്ത് ഭീകരമായി മർദിക്കുക പതിവായിരുന്നു. ഓരോ വീട്ടിലും കയറി മർദനം നടത്തി ആളെ പിടിച്ചെങ്കിലും ഒടുവിൽ 36 പേരുടെ പേരിലാണ് കേസ് ചാർജ് ചെയ്തത്. ഒരു കൊല്ലത്തെ കേസിനുശേഷം കീഴ്കോടതി 25 പേരെ ശിക്ഷിക്കുകയും 11 പേരെ വിട്ടയക്കുകയും ചെയ്തു. ഈ വിധിക്കെതിരായി ഗവൺമെന്റ് അപ്പീൽ പോയി. ഹൈക്കോടതി ശിക്ഷ വർധിപ്പിച്ചു. കെ പി ആർ ഗോപാലനെ മരണശിക്ഷയ്ക്കും അറക്കൽ കുഞ്ഞിരാമൻ, പി പി അച്യുതൻനമ്പ്യാർ, നീണ്ടകര രാഘവൻ, പി ഗോവിന്ദൻ നായർ, എം രാഘവൻ, ഇസ്രായേൽ എന്നീ ഏഴുപേരെ ജീവപര്യന്തം തടവിനും ശിക്ഷിച്ചു. വിഷ്ണുഭാരതീയനെയും കെ പി ആർ രയരപ്പനെയും മറ്റും വിട്ടയച്ചു.

കെ പി ആറിന്റെ വധശിക്ഷയ്ക്കെതിരായി വിപുലമായ പ്രസ്ഥാനം കേരളത്തിലും ഇന്ത്യയൊട്ടാകെയും വളർന്നുവന്നു. ലോകപ്രശസ്തനായ ബ്രിട്ടീഷ് അഭിഭാഷകൻ ഡി എൻ പ്രിറ്റ് ആണ് കെ പി ആറിന്റെ കേസ് വാദിച്ചത്. തൂക്കുശിക്ഷ ഇളവുചെയ്യണമെന്ന് മഹാത്മാഗാന്ധിയും മറ്റ് നേതാക്കന്മാരും കമ്പിയടിച്ചു. അങ്ങനെ തൂക്കുശിക്ഷ ജീവപര്യന്തമായി മാറി. പിന്നീട് കോൺഗ്രസ് മന്ത്രിസഭ വന്നതിനുശേഷം കെ പി ആറിന്റെ ശിക്ഷ ഇളവ് ചെയ്ത് വിട്ടയച്ചു.

ഇക്കാലത്താണ് പുനംകൃഷിക്ക് അനുമതി ലഭിക്കണമെന്ന് ആവശ്യപ്പെട്ടുകൊണ്ട് പ്രക്ഷോഭം ആരംഭിച്ചത്. കരക്കാട്ടിടം ജന്മിയും കല്യാട്ട് ജന്മിയും ഈ ആവശ്യങ്ങൾ നിഷേധിച്ചു. 1941 ഫെബ്രുവരി, മാർച്ച് മാസങ്ങളിൽ കൃഷിക്കാർ കരക്കാട്ടിടം നായനാരുടെ കൃഷിഭൂമിയിൽ കയറി പുനം കുത്തി കൃഷിചെയ്തു. ജന്മിയെ സംരക്ഷിക്കാൻ എം എസ് പി സ്ഥലത്തെത്തുകയും ജന്മിയുടെ വീട്ടിൽ ക്യാമ്പുചെയ്ത് ഭീകരമായ മർദനം അഴിച്ചുവിടുകയും ചെയ്തു. 1943 ആദ്യത്തിൽ തന്നെ ഇരിക്കൂർ ഫർക്കയുടെ മലയോരപ്രദേശങ്ങളിൽ മുഴുവൻ പുനംകൃഷി ഒരു പ്രശ്നമായി മാറി. മർദനത്തിന് കൃഷിക്കാരെ കീഴടക്കാൻ കഴിയില്ലെന്ന് വ്യക്തമായി. 1943 പകുതി ആയപ്പോഴേക്കും ഇത് വലിയൊരു പ്രശ്നമായി രൂപംകൊണ്ടു. കൃഷിക്കാർ വലിയൊരു ജാഥയായി പുനംകൊടുക്കാതെ കല്യാട്ട് ജന്മിയുടെ അടുത്തേക്ക് മാർച്ചു ചെയ്തു. ജനങ്ങളുടെ വമ്പിച്ച പ്രസ്ഥാനത്തിന്റെ മുമ്പിൽ കല്യാട്ട് ജന്മി തൽക്കാലം കീഴടങ്ങി.

ഇക്കാലത്ത് എളേളരിഞ്ഞിയിൽ കരക്കാട്ടിടം നായനാരുടെ വക ഒരു സ്കൂൾ, കൃഷിക്കാരുടെ കുട്ടികളോടുള്ള പക തീർക്കാനായി നിർത്തൽ ചെയ്തു. പക്ഷേ, കർഷകസംഘം ഒരു ഷെഡ്ഡുണ്ടാക്കി അവിടെ സ്കൂൾ നടത്തി. കരക്കാട്ടിടം നായനാരുടെ പശുവിനെ മേയ്ക്കുന്ന കോട്ട കൃഷ്ണ നെന്ന ആൾ ജന്മിക്കെതിരായി കൃഷിക്കാരന്റെ ഭാഗം ചേർന്നത് ഒരു പ്രധാന സംഭവമായിരുന്നു. പിന്നീട് കോട്ട കൃഷ്ണൻ കർഷകസംഘ ത്തിന്റെ നല്ലൊരു പ്രവർത്തകനായി വളർന്നു.

ഇതിനിടെ കയ്യൂർ പോലെയുള്ള പ്രദേശങ്ങൾ ചെങ്കൊടിയുടെ പിന്നിൽ അണിനിരന്നു കഴിഞ്ഞിരുന്നു. കളക്ടർ വെള്ളോടിക്ക് മെമ്മോറാണ്ടം കൊടുത്ത് ദീർഘകാലം കഴിഞ്ഞിട്ടും കൃഷിക്കാരന്റെ പ്രശ്നങ്ങൾ ശ്രദ്ധിക്കുന്നില്ലെന്ന് കണ്ടപ്പോൾ ഭരണാധികാരികളുടെ സഹാ യത്തിന് കാത്തിരുന്നിട്ട് കാര്യമില്ലെന്ന് മനസ്സിലാക്കിയ ജനങ്ങൾ ജന്മി യായ നീലേശ്വരം രാജയ്ക്ക് നേരിട്ട് മെമ്മോറാണ്ടം നൽകാൻ തീരുമാ നിച്ചു. സർക്കാരിന്റെ മുന്നിൽ ആവശ്യങ്ങൾ വയ്ക്കുന്നതുകൊണ്ട് യാതൊരു പ്രയോജനവുമില്ലെന്ന് അവർക്ക് മനസ്സിലായി. തങ്ങളുടെ ഭരണം സുരക്ഷിതമായി നിർത്താൻ ഭൂപ്രഭുക്കന്മാരുടെ സഹായമാണ് സർക്കാർ തേടിയത്. അതുകൊണ്ടുതന്നെ അവരെ സംരക്ഷിക്കുന്നതി നുള്ള ചുമതലയും സർക്കാർ ഏറ്റെടുത്തു. മാർച്ച് 28-ന് പൊലീസ് സംര ക്ഷണം ജന്മിക്ക് കൊടുക്കാൻ സർക്കാർ തീരുമാനിച്ചു.

മാർച്ച് 26-ന് ഒരു പൊലീസുകാരനെ ആരോ അടിച്ചുവെന്ന പേരിൽ, രാത്രിയിൽ കയ്യൂരിലെ വായനശാലയിൽ ഉറങ്ങിക്കിടന്ന സഖാക്കളെയെല്ലാം മർദിച്ചു. രണ്ട് സഖാക്കളെ അറസ്റ്റ് ചെയ്തു. മാർച്ച് 28-ന് പ്രതിഷേധജാഥ പോകുന്നവഴിയിൽ തലേദിവസത്തെ മർദകന്മാരിൽ പ്രധാനിയായ സുബ്രാ യൻ എന്ന പൊലീസ് കോൺസ്റ്റബിൾ വഴിയരികിൽ ഒരു കള്ളുഷാപ്പിനുമു മ്പിൽ ഊരിപ്പിടിച്ച കത്തിയുമായി നിൽക്കുകയായിരുന്നു. സംഘടിതരായ ജനങ്ങൾക്ക് ഈ മർദകപ്പരിഷയെ കണ്ടപ്പോൾ രോഷം സഹിക്കാൻ കഴി ഞ്ഞില്ല. അയാളെ വകവരുത്താൻ കൂടി ജനങ്ങൾ തയ്യാറായിരുന്നു. അത് തങ്ങളുടെ സമരത്തെ സഹായിക്കയില്ല എന്നതുകൊണ്ട് നേതാക്കന്മാർ അവനെ ഒരു ചെങ്കൊടിയും പിടിപ്പിച്ച് ജാഥയുടെ മുന്നിൽ നിർത്തി. ഈ കടുത്ത ശിക്ഷയിൽനിന്ന് രക്ഷപ്പെടാൻ സുബ്രായന് യാതൊരു രക്ഷാ മാർഗവും ഉണ്ടായിരുന്നില്ല. ഒരുവശം പുഴയും മറുവശം മുൾച്ചെടികളും പാറകളും ഉള്ള കുന്നും സ്ഥിതിചെയ്യുന്ന പ്രദേശത്തിന്റെ ഇടയിലൂടെ കട ന്നുപോകുന്ന ഒരു ഇടവഴിയിലൂടെയാണ് ജാഥ കടന്നുപൊയ്ക്കൊണ്ടിരുന്ന ത്. പൊലീസുകാരൻ ഓടാൻ ശ്രമിച്ചു. എതിരെ മറ്റൊരു ജാഥ കടന്നുവരു ന്നത് കണ്ടപ്പോൾ അയാൾ പുഴയിലേക്ക് എടുത്തുചാടി. യൂണിഫോറം ധരിച്ച പൊലീസുകാരന് അധികം നീന്താൻ കഴിഞ്ഞില്ല. അയാൾ പുഴയിൽ മുങ്ങി മരിച്ചു. ശവം പുഴയിൽ പൊങ്ങി.

അതോടെ കയ്യൂർ പ്രദേശം പൊലീസ് ക്യാമ്പായി മാറി. 61 പേരെ പ്രതികളാക്കി കേസെടുത്തു. നൂറുകണക്കിന് സഖാക്കൾ മർദിക്കപ്പെട്ടു. വീടുകളിൽ കിടന്നുറങ്ങാൻ വയ്യാത്തസ്ഥിതി സംജാതമായി. കയ്യൂർക്കേസ് ഒരു കൊല്ലത്തോളം നടന്നു. ആ കേസിന്റെ അപ്പീൽ പ്രിവികൗൺസിൽ വരെ പോയി. എങ്കിലും പള്ളിക്കൽ അബൂബക്കർ, മഠത്തിൽ അപ്പു, കോയിത്താറ്റിൽ ചിരുകണ്ടൻ, പൊടോര കുഞ്ഞമ്പുനായർ തുടങ്ങിയ

സാധാരണക്കാരും ഉശിരന്മാരും ധീരോദാത്തരും ആയ കർഷകസഖാക്കളെ കൊലക്കയറിൽനിന്ന് രക്ഷിക്കാൻ കഴിഞ്ഞില്ല. ചൂരിക്കാടൻ കൃഷ്ണൻനായർ മൈനർ ആയതുകൊണ്ട് രക്ഷപ്പെട്ടു. 61 പ്രതികൾ ഉൾക്കൊള്ളുന്ന ഒരു കേസിൽ ഏതാനും പ്രതികൾ ശിക്ഷിക്കപ്പെടുക എന്നത് അസാധാരണ സംഭവമല്ല.

കരുത്താർജ്ജിച്ചുവരുന്ന കർഷകപ്രസ്ഥാനം സാമ്രാജ്യവാദികളെയെന്നപോലെ കോൺഗ്രസ് നേതാക്കളെയും ഭയപ്പെടുത്തിയിരുന്നു. അതുകൊണ്ടു തന്നെ കയ്യൂർക്കേസിലെ പ്രതികളായ ധീരരായ കർഷക സഖാക്കളെ രക്ഷിക്കാൻ ദേശീയ നേതൃത്വം മുന്നോട്ടുവന്നില്ല. കയ്യൂർ രക്തസാക്ഷികളുടെ ചരിത്രം രോമാഞ്ചത്തോടുകൂടി മാത്രമേ ആർക്കും ഓർക്കാൻ കഴിയുകയുള്ളു. വലിയ വിദ്യാഭ്യാസമൊന്നുമില്ലാത്ത സാധാരണക്കാരായ ഈ സഖാക്കൾ സ്വന്തം ആത്മാർഥതയും ലക്ഷ്യത്തോടുള്ള കൂറും കൊണ്ടുമാത്രം ജനങ്ങളുടെ സ്നേഹവും ബഹുമാനവും ആർജിച്ച സഖാക്കളായിരുന്നു. കൊലക്കയറിന്റെ മുന്നിലും അവർ പ്രദർശിപ്പിച്ച ധീരത അനന്യസാധാരണമാണ്.

സഖാവ് വി വി തന്റെ കയ്യൂർ *സമരചരിത്രം* എന്ന പുസ്തകത്തിൽ വി വിയും പി സുന്ദരയ്യയും പി സി ജോഷിയും പി കൃഷ്ണപിള്ളയും ഒന്നായി കഴുമരത്തിന്റെ കരിനിഴലിൽ കഴിയുന്ന സഖാക്കളെ കാണുന്നതിന് പോയ കഥ വിവരിക്കുന്നതിങ്ങനെയാണ്:

> 'കണ്ടംഡ്സെൽ' എന്ന് സാധാരണ വിളിച്ചുപോരാറുള്ള സെല്ലിന്റെ മുമ്പിൽ ഞങ്ങൾ എത്തിച്ചേർന്നു. ഞങ്ങളെയെല്ലാം അമ്പരിപ്പിക്കുമാറ് അടുത്തടുത്ത സെല്ലുകളിൽ അടയ്ക്കപ്പെട്ടിരുന്ന സഖാക്കൾ കുതിച്ചെഴുന്നേറ്റ് അടുത്തുവന്ന് പട്ടാളച്ചിട്ടയിൽ സല്യൂട്ട് ചെയ്തു. എന്തുമേതും അറിഞ്ഞിട്ടില്ലെന്ന മട്ടിൽ അവർ സുസ്മേരവദനരായി കാണപ്പെട്ടു. സ: കൃഷ്ണപിള്ളയെ മുൻകൂട്ടിത്തന്നെ അവർക്കറിയാമായിരുന്നു. സ: ജോഷിയെയും സ: സുന്ദരയ്യയെയും അവർക്ക് പരിചയപ്പെടുത്തുകയും നാല് സഖാക്കളിൽ ഓരോരുത്തരും ആരാരെന്ന് സഖാവ് തന്നെ സുന്ദരയ്യയെയും ജോഷിയെയും ധരിപ്പിക്കുകയും ചെയ്തു. സ: ജോഷി എന്തോ പറയുന്നതിന് ശ്രമിച്ചു. പക്ഷേ വാക്കുകൾ വ്യക്തമായില്ല. സഖാവിന്റെ തൊണ്ടയിടറി കണ്ണുകളിൽ നിന്ന് വെള്ളം ധാരയായി ഒഴുകി.

അതുകണ്ട്, ധീരനായ സ: കൃഷ്ണപിള്ള മുന്നോട്ടുനീങ്ങി. കാര്യമായി എന്തെങ്കിലും സംസാരിക്കാൻ സഖാവിനുണ്ടായിരിക്കുമെന്നാണ് ഞാൻ വിചാരിച്ചത്. "ഞങ്ങൾ കയ്യൂരിൽ പോയി മടങ്ങുകയാണ്" എന്ന് സഖാവ് ഒരു വിധത്തിൽ പറഞ്ഞൊപ്പിച്ചു. പിന്നീടൊന്നും പറയാൻ സാധിച്ചില്ല. കാർമേഘപടലങ്ങളാൽ ആവൃതമായ വ്യോമമണ്ഡലത്തിൽനിന്ന് ആകസ്മികമായി താഴേക്ക് പതിക്കുന്ന 'ആലിപ്പഴങ്ങൾ' പോലെ, കറുത്തിരുണ്ട സഖാവിന്റെ മുഖത്തുകൂടി മൂന്നാലുതുള്ളി കണ്ണീർകണങ്ങൾ വീഴുന്നതുകണ്ടപ്പോൾ വികാരാധീനനായി ഞാൻ മുഖം മറ്റൊരു ഭാഗത്തേക്ക് തിരിച്ചു.

യഥാർഥത്തിൽ എന്റെ കണ്ണുകളും നിറഞ്ഞിരുന്നു. ഇത്തവണ ഞാൻ സഖാക്കളെ ജയിലിൽവച്ച് കാണുന്നത് പതിനാറാമത്തെ തവണയാണ്. പല

കാര്യങ്ങളെപ്പറ്റിയും ഞങ്ങൾ മുൻപ് സംസാരിക്കാറുണ്ടായിരുന്നു. അന്നൊന്നും ഇത്തരം മനോവിഷമം നേരിടേണ്ടിവന്നിരുന്നില്ല.

> ആശ്ചര്യം എന്നുപറയട്ടെ, മരണത്തെ പ്രതീക്ഷിച്ചുകൊണ്ടിരിക്കുന്ന സഖാക്കളെ സാന്ത്വനപ്പെടുത്തുന്നതിനുവേണ്ടി ജയിൽ സന്ദർശിച്ച ഞങ്ങളെ അവർ സാന്ത്വനപ്പെടുത്തി ഒരുവിധത്തിൽ തിരിച്ചയച്ചു എന്നു പറഞ്ഞാൽ മതിയല്ലോ. ഞങ്ങൾക്ക് അന്ന് പരസ്യമായി സംഭവിച്ച ഗതികേട് സമ്മതിക്കാതിരിക്കാൻ തരമില്ല. അവർ വ്യക്തമായും പതറിച്ച കൂടാതെയും സഖാക്കളോട് ഇങ്ങനെ പറഞ്ഞു: "സഖാക്കളേ, ഞങ്ങളെച്ചൊല്ലി നിങ്ങൾ വിഷമിക്കരുത്. ഞങ്ങൾ ഞങ്ങളുടെ കടമ നിർവഹിച്ചു എന്നതിൽ ഞങ്ങൾക്ക് അഭിമാനമുണ്ട്. എന്തുചെയ്തും നമ്മുടെ പ്രസ്ഥാനം മുന്നേറണമെന്നേ ഞങ്ങൾക്കാഗ്രഹമുള്ളു. ലക്ഷ്യങ്ങളിൽ എത്തുന്നതുവരെ കൂടുതൽ ഉഷാറായി പ്രവർത്തിച്ച് മുന്നേറുവാൻ സഖാക്കളോട് പറയുക." യാതൊരു പതർച്ചയുമില്ലാത്ത സ്വരത്തിലാണ് സഖാക്കൾ ഇത് പറഞ്ഞത്. ബേജാറിന്റെ യാതൊരു ലക്ഷണവും ആ സഖാക്കളിൽ കണ്ടില്ല. വേണ്ടത്ര വിദ്യാഭ്യാസം പോലുമില്ലാത്ത സാധാരണക്കാരായ ആ നാല് സഖാക്കൾ! അവരെങ്ങനെ ഇത്ര അചഞ്ചലമായ ആത്മധൈര്യം നേടിയെന്ന് ഞങ്ങൾ ആശ്ചര്യപ്പെട്ടു.

കൊലക്കയറിൽ സ്വന്തം കഴുത്ത് വലിഞ്ഞു മുറുകും വരെ ഈ ധീരതയും ബോധവും ഇന്ത്യയിലെ കർഷകപ്രസ്ഥാനത്തിലെ ആദ്യരക്തസാക്ഷികളായ ആ വീരന്മാർ പ്രകടിപ്പിച്ചു എന്നതിന്റെ തെളിവാണ് 1942 മാർച്ച് 29-ന് കാളരാത്രിയുടെ അന്ത്യയാമത്തിൽ ജയിൽഭിത്തികളെ ഭേദിച്ചുകൊണ്ട് "ഇങ്കിലാബ് സിന്ദാബാദ്", "കമ്യൂണിസ്റ്റ് പാർട്ടി സിന്ദാബാദ്", "കർഷകസംഘം സിന്ദാബാദ്" എന്ന് അവസാനമായി ആ ധീര സഖാക്കളുടെ കണ്ഠനാളങ്ങളിൽ നിന്നുയർന്ന് പൊങ്ങിയ മുദ്രാവാക്യങ്ങൾ.

1942 ആയതോടുകൂടി യുദ്ധത്തിന്റെ ഗതിയിൽ മാറ്റം വരുകയും അമേരിക്കയും ബ്രിട്ടനും സോവിയറ്റ് യൂണിയന്റെ സഖ്യകക്ഷികളാവുകയും ഫാസിസം പൊതുശത്രുവായിത്തീരുകയും ചെയ്തു. യുദ്ധത്തിൽ വന്ന ഈ മാറ്റം നിമിത്തം ഫാസിസത്തിനെതിരായി പ്രവർത്തിച്ച ഈ പ്രസ്ഥാനത്തിന് ക്രമാനുഗതമായി പ്രവർത്തനസ്വാതന്ത്ര്യം കിട്ടി. എങ്കിലും അഖിലമലബാർ കർഷകസംഘത്തിന്റെ നിരോധനം പിൻവലിക്കാൻ ഭരണാധികാരിവർഗം തയ്യാറായില്ല. അതുകൊണ്ട് 1942-ൽ കർഷകപ്രസ്ഥാനം കേരളാടിസ്ഥാനത്തിലുള്ള കിസാൻസംഘമായി മാറി. ഇതിന്റെ പ്രസിഡന്റ് ഹരിജൻ നേതാവായ ഇ കണ്ണനും സെക്രട്ടറി പി നാരായണൻനായരും ആയിരുന്നു.

1942-43 ആയതോടുകൂടി ഇന്ത്യയിൽ ഭക്ഷ്യക്ഷാമം കൊടുമ്പിരിക്കൊണ്ടു. മലബാറിൽ ഏതാണ്ട് മുപ്പതിനായിരത്തോളം പേർ കോളറമൂലം മരണപ്പെട്ടു. പൊന്നാനി താലൂക്കിൽ മംഗലം അംശത്തിൽ തൊള്ളായിരം ആളുകൾ മരിച്ചു. തിരുവിതാംകൂറിൽ അമ്പലപ്പുഴ-ചേർത്തല താലൂക്കുകളിൽ ലക്ഷക്കണക്കിന് കയർ തൊഴിലാളികൾക്ക് തൊഴിലില്ലാതായി. പട്ടിണിയും പകർച്ചവ്യാധിയും പരന്നു. പട്ടിണികിടന്ന് എല്ലുംതൊ

ലിയുമായ മനുഷ്യക്കോലങ്ങൾ നാടാകെ അലഞ്ഞുതിരിഞ്ഞു.

അക്കാലത്ത് ജയിൽചാടി രക്ഷപ്പെട്ട ഞാനും സി കണ്ണനും മറ്റും ഒളിവിൽ കഴിയുകയായിരുന്നു. മലബാറിൽ അഖില മലബാർ ഭക്ഷണ ക്കമ്മിറ്റി രൂപീകരിക്കപ്പെട്ടു. എല്ലാ വില്ലേജിലും വില്ലേജ് ഭക്ഷ്യക്കമ്മിറ്റി കൾ സംഘടിപ്പിക്കപ്പെട്ടു. മിച്ചം നെല്ല് സൂക്ഷിക്കുന്നവരിൽനിന്ന് നെല്ലെ ടുക്കുന്നതിന് പരിപാടി ആവിഷ്കരിച്ചു. 1943 സപ്തംബറിൽ ചേർന്ന അഖില കേരള കർഷകസംഘം കമ്മിറ്റി ഇതിനെ സ്വാഗതം ചെയ്യുകയും ഇതിനെ വിജയിപ്പിക്കുന്നതിന് പ്രമേയം പാസാക്കുകയും ചെയ്തു. ഓരോ പ്രദേശത്തുമുള്ള മിച്ചനെല്ലിന്റെയും കമ്മിയുടെയും കണക്ക് ശേഖരിക്കു ന്നതിനും മിച്ചപ്രദേശങ്ങളിൽനിന്ന് നെല്ലുവാങ്ങി നാടിന്റെ എല്ലാ ഭാഗത്തും എത്തിക്കുന്നതിനും ഈ നെല്ലെടുപ്പ് പദ്ധതി നടപ്പിൽ വരുത്തുന്നതിന് ഗവൺമെന്റിനെ നിർബന്ധിപ്പിക്കാൻ ബഹുജനാഭിപ്രായം വളർത്തി ക്കൊണ്ട് വരുന്നതിനും തീരുമാനിച്ചു. ഈ പദ്ധതി അംഗീകരിച്ചിട്ടുള്ള തിരുവിതാംകൂർ, കൊച്ചി ഗവൺമെന്റുകളെ സഹായിക്കാനും തീരുമാ നിച്ചു.

ഭക്ഷ്യക്ഷാമത്തെ നേരിടുന്നതിനുവേണ്ടി 1943-ൽ കിസാൻസഭ തളി ക്കുളത്ത് സമ്മേളിക്കാൻ തീരുമാനിച്ചു. പ്രതിനിധികൾ അവിടെ എത്തി യപ്പോഴേക്കും സമ്മേളനം നിരോധിച്ചുകഴിഞ്ഞിരുന്നു. സമ്മേളനസ്ഥലം ഷൊർണൂരിലേക്ക് മാറ്റിയപ്പോൾ അവിടെയും നിരോധനമേർപ്പെടുത്തി. സമ്മേളനം കോഴിക്കോട്ട് നടന്നു. സമ്മേളനത്തിൽ നെല്ലെടുപ്പ് വിതര ണപദ്ധതി നടപ്പാക്കണമെന്ന് ഗവൺമെന്റിനോട് ആവശ്യപ്പെടുകയും കർഷകസംഘം പ്രവർത്തകർ അതിന് മുൻകൈ എടുത്ത് പ്രവർത്തി ക്കാൻ ആഹ്വാനം ചെയ്യുകയും ചെയ്തു. ശക്തിയായ പ്രവർത്തനത്തിന്റെ ഫലമായി മലബാറിലെ മിക്ക വില്ലേജുകളിലും ഗവൺമെന്റും ജനങ്ങളും യോജിച്ചുകൊണ്ടുള്ള അനൗദ്യോഗിക റേഷനിങ് സമ്പ്രദായം ഏർപ്പെടു ത്താൻ കഴിഞ്ഞിരുന്നു. അതിനുശേഷം 1944-ലാണ് ഔദ്യോഗിക റേഷ നിങ് നടപ്പിലായത്.

ഭക്ഷ്യോല്പാദനം വർധിപ്പിക്കുന്നതിനും നിലങ്ങൾ തരിശായി ഇടാ തിരിക്കുന്നതിനും ഗവൺമെന്റ് അന്ന് പ്രചാരവേല ചെയ്തിരുന്നു. ഇന്ത്യ യിലാകെ തരിശായിക്കിടന്ന കോടിക്കണക്കിന് ഏക്കർ ഭൂമി തൊഴിലി ല്ലാത്ത ലക്ഷക്കണക്കിന് ജനങ്ങൾക്ക് കൊടുക്കാൻ ഗവൺമെന്റ് തയ്യാ റായില്ല. 5 ലക്ഷം ഏക്കർ ഭൂമി അന്നത്തെ കണക്കനുസരിച്ച് കേരളത്തിൽ ഉണ്ടായിരുന്നു. തരിശുഭൂമി കൃഷി ചെയ്യുന്നതിന് വിട്ടുകൊടുക്കണമെന്ന് കർഷകസംഘം ആവശ്യപ്പെട്ടു. ഗവൺമെന്റ് അത് ചെവിക്കൊള്ളാൻ തയ്യാറായില്ല. കൃഷിക്കാർ മുൻകൈ എടുത്ത് തരിശുഭൂമി കൂട്ടായി കൃഷി ചെയ്യുന്നതിനും അത് കൂട്ടായി ലഭിക്കുന്നതിനും ആവശ്യമായ പ്രവർത്ത നങ്ങൾ നടത്തി. ചില സ്ഥലങ്ങളിലൊക്കെ കൃഷിക്കാർ ചെറിയ തോതിൽ ഈ കാര്യങ്ങളിൽ വിജയിച്ചിരുന്നുവെങ്കിലും ഗവൺമെന്റിന്റെ നില അനു കൂലമായിരുന്നില്ല. ഗവൺമെന്റുവക തരിശുഭൂമി കൊടുക്കുന്നതിനോ ജന്മി യുടെ പക്കലുള്ള തരിശുഭൂമി എടുത്ത് കൊടുക്കുന്നതിനോ തയ്യാറായില്ല.

1943-ൽ ചിറയ്ക്കൽ താലൂക്കിലെ കീച്ചേരിയിൽ ചേർന്ന മൂന്നാം കിസാൻ സമ്മേളനത്തിൽ ഗവൺമെന്റ് പുറംപോക്കായ മങ്ങാട്ട് പറമ്പ് കൃഷി ചെയ്യുന്നതിന് തീരുമാനിച്ചു. രണ്ട് മൂന്ന് അംശങ്ങളിലായി വ്യാപി

ച്ചുകിടക്കുന്ന പതിനായിരത്തോളം ഏക്കർ വിസ്തീർണമുള്ള പറമ്പാണ് മങ്ങാട്ടുപറമ്പ്, 50 ഏക്കർ സ്ഥലത്ത് നികുതിയടച്ച് രശീത് വാങ്ങിച്ചു. അവിടെ സംഘത്തിന്റെ ആഭിമുഖ്യത്തിൽ കപ്പക്കൃഷി തുടങ്ങി. കൂട്ടുകൃഷി നടത്തുന്നതിന് കൂട്ടുകൃഷിക്കമ്മിറ്റി രൂപീകരിച്ചു. കപ്പ വളർന്നു പന്തലിച്ചു. ഇക്കാലമത്രയും മിണ്ടാതിരുന്ന സർക്കാർ കൃഷിക്കാർ ചെയ്യുന്നത് നിയമവിരുദ്ധമാണെന്ന് പറയാൻ തുടങ്ങി. കിഴങ്ങുപറിക്കാൻ കാലമായപ്പോൾ എം എസ് പി കൃഷിസ്ഥലത്തിന് ചുറ്റും ക്യാമ്പുചെയ്തു. കൃഷിക്കാരുടെ നിവേദനങ്ങളെ വകവയ്ക്കാതെ കപ്പ മുഴുവനും പൊലീസ് നശിപ്പിച്ചു. 1957-ലെ ഇ എം എസ് മന്ത്രിസഭയുടെ കാലത്താണ് പിന്നീട് ആ ഭൂമി വിതരണം ചെയ്തത്.

1944 ആയപ്പോഴേക്കും പഴയ കുറുമ്പ്രനാട് താലൂക്കിലെ പേരാമ്പ്ര, ബാലുശ്ശേരി ഫർക്കകളിൽ പുനംകൃഷിയെ ആശ്രയിച്ച് ജീവിക്കുന്ന കൃഷിക്കാരുടെ പ്രശ്നം കർഷകസംഘം ഏറ്റെടുത്തു. പുനം കൃഷി ചെയ്യേണ്ട ഭൂമിയുടെ വലിയൊരുഭാഗം കൂത്താളി നായരുടേതായിരുന്നു. നായർ മരിച്ചതോടെ ഗവൺമെന്റിന് ചേർന്ന ഭൂമി കൃഷിക്കാർ നേരത്തെ കൃഷി ചെയ്തതായിരുന്നു. ഗവൺമെന്റ് കൃഷിക്കാർക്ക് ആ ഭൂമി കൊടുക്കാൻ തയ്യാറായില്ല. അതിനുപകരം കാടുവച്ചു പിടിപ്പിക്കാൻ തുടങ്ങി. കൃഷിക്കാർ ഇതിനെതിരായി പ്രക്ഷോഭം തുടങ്ങി. 1946-ൽ കൃഷിക്കാർ കൈയേറി പുനം കൊത്തുകയും ഗവൺമെന്റുമായി സംഘട്ടനത്തിന് തയ്യാറാവുകയും ചെയ്തു. ഗവൺമെന്റ് ഭീകരമായ മർദനമുറ ഉപയോഗിച്ചാണ് അതിനെ അടിച്ചമർത്തിയത്. 1957-ലാണ് അവിടെ 1500-ഓളം ഏക്കർ ഭൂമി പുനംകൃഷിക്കായി അനുവദിച്ചത്.

കാസർഗോഡ് താലൂക്കിലെ ചീമേനി എസ്റ്റേറ്റ് മുതലാളി 1900 ഏക്കർ സ്ഥലം താഴേക്കാട്ട് മനയ്ക്കൽ നിന്ന് വിലയ്ക്ക് വാങ്ങി. ചുറ്റുമുള്ള കൃഷിക്കാർ തോലും വിറകും എടുക്കുന്ന കാടായിരുന്നു അത്. സ്ഥലം വിലയ്ക്ക് വാങ്ങിയശേഷം സ്ത്രീകൾ തോലെടുക്കാൻ പോയപ്പോൾ കർഷകസ്ത്രീകളുടെ കത്തി പിടിച്ചുവച്ച് മുതലാളിമാരുടെ ആൾക്കാർ സ്ത്രീകളെ അപമാനിച്ചു. കൃഷിക്കാർ അതിനെതിരായി പ്രതിഷേധിക്കാൻ തുടങ്ങി. പിടിച്ചുവെപ്പും പ്രതിഷേധവും നിരന്തരമായി തുടർന്നു. 1946 നവംബർ 15-ന് കർഷകസംഘം സമരം പ്രഖ്യാപിച്ചു. തിമിരി, ചീമേനി വില്ലേജുകളിലെയും അതിന് തൊട്ടടുത്ത വില്ലേജുകളിലെയും കൃഷിക്കാർ തോലും വിറകും എടുക്കാൻ കാട്ടിൽ കയറി. ആരെയും ആവേശഭരിതരാക്കുന്ന പാട്ടും പാടിയാണ് അവർ കാട്ടിലേക്ക് മാർച്ചുചെയ്തത്. പൊലീസ് സ്ഥലത്തെത്തി സ്ത്രീകളെ ഭീഷണിപ്പെടുത്തി ബലാൽക്കാരം ചെയ്തു. കർഷകനേതാക്കന്മാരെ പൊലീസ് അറസ്റ്റുചെയ്തു. നേതാക്കന്മാരെ കൊണ്ടുപോകാൻ തീരുമാനിച്ചപ്പോൾ സ്ത്രീപുരുഷന്മാരടങ്ങുന്ന ജനസഞ്ചയം തോട്ടത്തിലേക്ക് മാർച്ച് ചെയ്ത് പൊലീസിന്റെ പിടിയിൽനിന്ന് മോചിപ്പിച്ച് അവരെയും കൂട്ടി പുറത്തുപോയി. അന്ന് പൊലീസിന് ആരെയും അറസ്റ്റ് ചെയ്യാൻ കഴിഞ്ഞില്ല. അന്ന് സ്ത്രീകൾ പ്രകടിപ്പിച്ച ധീരത ഇന്നും വടക്കെ മലബാറിൽ ഒരു വീരകഥ പോലെ പറഞ്ഞുകേൾക്കാറുണ്ട്. സുബ്രഹ്മണ്യം തിരുമുമ്പിന്റെയും മറ്റേഴുപേരുടെയും പേരിൽ 107-ാം വകുപ്പുപ്രകാരം കേസ് ചാർജ് ചെയ്തു. എങ്കിലും അധികൃതർ ഇടപെട്ട് കൃഷിക്കാരുടെ ആവ

ശ്യങ്ങൾ അനുവദിക്കുകയും അവരുടെ പേരിലുള്ള കേസ് പിൻവലിക്കുകയും ചെയ്തു.

ഇക്കാലത്താണ് കിഴക്കൻ ഏറനാട്ടിൽ നിലമ്പൂർ, അമരമ്പലം എന്നീ അംശങ്ങളിലായി 15,000 ഏക്കർ കൃഷിയോഗ്യമായ ഭൂമിയിൽ കൃഷിചെയ്യാൻ കൃഷിക്കാർ തയ്യാറായത്. നിലമ്പൂർ കോവിലകം വകയായിരുന്നു ആ ഭൂമി. അത്തരം തരിശുഭൂമിയിൽ കൃഷിചെയ്യാൻ അനുവദിക്കണമെന്ന നിവേദനങ്ങളെ ജന്മിയും ഗവൺമെന്റും തള്ളിക്കളഞ്ഞു. അവസാനം കൃഷിക്കാർ ഭൂമിയിൽ കൃഷി ചെയ്യാനൊരുങ്ങി. അവരെ പൊലീസ് അറസ്റ്റുചെയ്തു. അവരിൽ ഭൂരിപക്ഷവും മുസ്ലിങ്ങളായിരുന്നു. കർഷകസംഘം അവരോടൊപ്പം നിൽക്കുകയും സമരം ചെയ്യുകയും ചെയ്തു.

1946 ആയപ്പോഴേക്കും പുതിയ കാർഷികനിയമത്തിനുവേണ്ടിയുള്ള പ്രക്ഷോഭം മലബാറിൽ വ്യാപകമായി ഉയർന്നുവന്നു. ഇ എം എസും അഡ്വക്കേറ്റ് എ മാധവമേനോനും കൂടി തയ്യാറാക്കിയ ഒരു കരടു കാർഷികാശ്വാസനിയമം അന്ന് കർഷകസംഘം അംഗീകരിക്കുകയും അതിന്റെ അടിസ്ഥാനത്തിലുള്ള ഒരു റിപ്പോർട്ട് മദിരാശിയിലെ കോൺഗ്രസ് ഗവൺമെന്റിന് സമർപ്പിക്കുകയും ചെയ്തു.

യുദ്ധം അവസാനിച്ചെങ്കിലും ഭക്ഷ്യക്ഷാമം കൊടുമ്പിരിക്കൊണ്ട് നിൽക്കുകയായിരുന്നു. കോഴിക്കോട് ടൗൺഹാളിൽ ഇ എം എസിന്റെ അധ്യക്ഷതയിൽ ചേർന്ന ഒരു കിസാൻ യോഗത്തിൽ നെല്ല് ജന്മിമാരുടെ പത്തായത്തിലെത്തുന്നതിനുമുമ്പ് തടഞ്ഞെങ്കിൽ മാത്രമേ കരിഞ്ചന്ത തടയാൻ കഴിയുകയുള്ളുവെന്നും സഹകരണസംഘങ്ങളിലേക്ക് ഈ നെല്ല് അളപ്പിക്കുന്നതിന് ശ്രമിക്കണമെന്നും അംഗീകരിക്കപ്പെട്ടു. തരിശുഭൂമി ഗവൺമെന്റിന്റേതായാലും വ്യക്തികളുടെയായാലും ഗവൺമെന്റ് എടുത്തുതരാത്തപക്ഷം കൃഷിക്കാർ അവയിലിറങ്ങി കൃഷി ചെയ്യേണ്ടതാണെന്ന് സമ്മേളനം തീരുമാനിച്ചു. ഇത് പ്രാവർത്തികമാക്കുന്നതിനുള്ള പ്രവർത്തനമാണ് പിന്നീട് മലബാറിൽ നടന്നത്.

ചിറയ്ക്കൽ താലൂക്കിൽ പയ്യന്നൂർ ഫർക്കയിലാണ് കരിവെള്ളൂർ വില്ലേജ്. ചിറയ്ക്കൽ തമ്പുരാൻ വളരെയധികം നെല്ല് പാട്ടമായി കമ്മി പ്രദേശമായ കരിവെള്ളൂരിൽനിന്ന് കൊണ്ടുപോകാറുണ്ട്. അത് കൊണ്ടുപോകാൻ അനുവദിക്കരുതെന്നും സൊസൈറ്റിയിൽ തന്നെ കൊടുക്കണമെന്നും കൃഷിക്കാർ അറിയിച്ചു. തമ്പുരാൻ അതിന് ഒരുക്കമായിരുന്നില്ല. കർഷകപ്രസ്ഥാനം വളരെയധികം ശക്തിയാർജ്ജിച്ചിരുന്ന ഒരു സ്ഥലമാണ് കരിവെള്ളൂർ. എ വി കുഞ്ഞമ്പുവിന്റെയും മറ്റും നേതൃത്വത്തിൽ അഭിനവഭാരത് യുവക് സംഘം ആദ്യമായി രൂപീകരിക്കപ്പെട്ടത് അവിടെയാണ്. ധാരാളം ഉശിരന്മാരായ ചെറുപ്പക്കാർ ആ ഭാഗത്തും ചുറ്റുപാടും ഉണ്ടായിരുന്നു. എ വി ഈ ചെറുപ്പക്കാർക്ക് നേതൃത്വം നൽകി. ചിറയ്ക്കൽ തമ്പുരാന്റെ പാട്ടനെല്ല് കൂട്ടിയിരുന്നത് കരിവെള്ളൂരിന്റെ തെക്കുകൂടി ഒഴുകുന്ന കൗവായി പുഴയുടെ വടക്കേക്കരയിലായിരുന്നു. അവിടെനിന്ന് നെല്ല് കടത്തിക്കൊണ്ടുപോയി കരിഞ്ചന്തയിൽ വിൽക്കാനായിരുന്നു അവരുടെ പരിപാടി. ഗുണ്ടകളുടെയും പൊലീസിന്റെയും സഹായത്തോടെ രണ്ട് പ്രാവശ്യം നെല്ല് കടത്തിക്കൊണ്ടുപോകാൻ പരിശ്രമം നടന്നു. രണ്ട് പ്രാവശ്യവും ജനങ്ങൾ അതിനെ പരാജയപ്പെടുത്തി.

നെല്ല് കൊണ്ടുപോകുന്നതിനെ ഏത് തരത്തിലും പരാജയപ്പെടുത്തുക എന്നുള്ളതായിരുന്നു നാട്ടുകാരുടെ ലക്ഷ്യം.

പയ്യന്നൂർ, നീലേശ്വരം, ഇരിക്കൂർ ഫർക്കകളിൽ കാർഷികവിപ്ലവം ആരംഭിച്ചിരിക്കുന്നുവെന്നും അതിനാൽ പൊലീസിനെ ക്യാമ്പ് ചെയ്യിക്കണമെന്നും ജന്മികൾ ആവശ്യപ്പെട്ടു. ഇതോടെ എം എസ് പിക്കാരും ഗുണ്ടകളും നാട്ടിൽ തേർവാഴ്ച നടത്താൻ തുടങ്ങി. നാട്ടുകാർ ഭീഷണിക്കുമുന്നിൽ പിൻവാങ്ങാൻ തയ്യാറായില്ല. കർഷകസംഘം സമ്മേളനം ചേർന്ന് ഇതിനെ നേരിടാനും നെല്ല് കടത്തിക്കൊണ്ടുപോകുന്നത് തടയാനും തീരുമാനിച്ചു. പൊലീസും ഗുണ്ടകളും നെല്ല് കടത്താൻ വന്നാൽ തെക്കുനിന്നും വടക്കുനിന്നും വളഞ്ഞ് പൊലീസിനെ പുഴയിലേക്ക് ചാടിക്കാൻ അവർ പ്ലാനിട്ടു.

1946 ഡിസംബർ 20-ന് പൊലീസും ഗുണ്ടകളും നെല്ല് കടത്താൻ തയ്യാറായി വന്നു. മെഷീൻഗൺ അടക്കമുള്ള ആയുധങ്ങൾ അവരുടെ കയ്യിലുണ്ടായിരുന്നു. എ വിയുടെയും കൃഷ്ണൻമാസ്റ്ററുടെയും നേതൃത്വത്തിൽ നാട്ടുകാർ രണ്ടും കല്പിച്ച് നെല്ല് ശേഖരിച്ച സ്ഥലത്തേക്ക് നീങ്ങി. പൊലീസ് മെഷിൻഗണ്ണുമായി നിലയുറപ്പിച്ചിട്ടുണ്ടായിരുന്നു. കാര്യസ്ഥന്മാർ ഗുണ്ടകളുടെ സഹായത്തോടെ നെല്ല് കടത്താൻ തുടങ്ങി. എ വിയും കൃഷ്ണൻമാസ്റ്ററും മെഷിൻഗണ്ണുമായി നിലയുറപ്പിച്ചിരുന്ന ജമേദാറുടെ മേൽ ചാടിവീണു. വമ്പിച്ച മൽപ്പിടുത്തം നടന്നു. അതോടെ ഭീകരമായ ലാത്തിച്ചാർജ് നടന്നു. സഖാക്കൾ ബോധംകെട്ടുവീണു. നാട്ടുകാർ കല്ലേറ് ആരംഭിച്ചു. പൊലീസ് വെടിവച്ചു. മണക്കാട് തട്ടിൽകണ്ണൻ, കീനേരി കുഞ്ഞമ്പു എന്നിവർ വെടിയേറ്റ് മരിച്ചു. കീനേരി കുഞ്ഞമ്പുവിന് 16 വയസ്സുമാത്രമായിരുന്നു പ്രായം. സഖാക്കളിൽ പലർക്കും വെടിയേറ്റു. നിരവധിയാളുകൾക്ക് ലാത്തിച്ചാർജിൽ പരിക്കേറ്റു. 193 പാർട്ടി പ്രവർത്തകരെ പ്രതികളാക്കി കേസ് ചാർജ് ചെയ്യപ്പെട്ടു. എ വി, കാന്തലോട്ട് കുഞ്ഞമ്പു, മടിക്കയ്യിലെ അപ്പുക്കാരണവർ തുടങ്ങിയവരെല്ലാം പ്രതികളായിരുന്നു. എ വിക്ക് പത്തുകൊല്ലത്തെ തടവുശിക്ഷ നൽകപ്പെട്ടു. 50 ആളുകളെ വിവിധ കാലയളവിലേക്കാണ് ശിക്ഷിച്ചത്. ഹൈക്കോടതി ഈ തടവുശിക്ഷകളിൽ ചില ഇളവുവരുത്തി. എ വിയുടെ ശിക്ഷ 9 കൊല്ലമായി ചുരുക്കി.

വമ്പന്മാരായ നാടുവാഴി പ്രഭുക്കളുടെ വക കാട്ടുപ്രദേശങ്ങൾപോലും കൃഷിചെയ്യുന്നതിന് അവരുടെ അനുവാദം വേണ്ടിയിരുന്നു. കരക്കാട്ടിടം നായനാരും കല്യാട്ടെശമാനനും തങ്ങളുടെ ഭൂമിയിൽ കാടുപോലും പാട്ടത്തിനാണ് കൊടുത്തിരുന്നത്. പുനംകൃഷി കൊത്തുന്നതിന് കൃഷിക്കാർ ജന്മിമാരിൽനിന്ന് അവകാശം വാങ്ങി. നെല്ല്, ചേമ്പ്, കിഴങ്ങ്, ചേന എന്നിവയെല്ലാം നട്ടുവളർത്തി ഫലമുണ്ടായാൽ അതിന്റെ നല്ലൊരു പങ്ക് ജന്മിക്കുള്ളതായിരുന്നു.

ഈ കടുത്ത ചൂഷണത്തിനെതിരായും നായനാരെയും യെശമാനെയും പോലുള്ള ജന്മിമാരുടെ ക്രൂരതകൾക്കെതിരായും കർഷകപ്രസ്ഥാനം ശബ്ദിക്കാൻ തുടങ്ങിയപ്പോൾ ജന്മിമാർ പ്രതികാരനടപടികൾ ആരംഭിച്ചു. കർഷകപ്രസ്ഥാനവുമായി ബന്ധപ്പെട്ട കൃഷിക്കാർക്ക് പുനം കൊത്താൻ അനുവാദം കൊടുക്കില്ല എന്നായി ജന്മിമാർ. പുനം കൊത്താൻ സ്ഥലം തന്നില്ലെങ്കിൽ കയ്യേറും എന്നായി കൃഷിക്കാർ. കൊടുവാളും

കൈക്കോട്ടുമായി കൃഷിക്കാർ കൂട്ടത്തോടെ മലകയറി കൃഷിയിറക്കി. നായനാരുടെ ഗുണ്ടകളെയും പൊലീസുകാരെയും നേരിടാൻ കൃഷിക്കാർ തയ്യാറായി. 1941 മുതൽ 43 വരെ നിരന്തരമായി ഈ മലകയറ്റവും മർദനവും കൃഷിക്കാരുടെ ചെറുത്തുനിൽപ്പും തുടർച്ചയായി നടക്കുകയും അവസാനം സന്ധിയിൽ അവസാനിക്കുകയും ചെയ്തു.

1946-ൽ കോൺഗ്രസിന്റെ മന്ത്രിസഭ വന്നു. കൃഷിക്കാർ കാൽനട ജാഥയും പ്രകടനങ്ങളും സംഘടിപ്പിച്ചു. മെമ്മോറാണ്ടങ്ങൾ സമർപ്പിച്ചു. കൃഷിക്കാരുടെ പ്രതിനിധികളായ കെ എ കേരളീയൻ, എ വി കുഞ്ഞിക്കണ്ണൻ, സർദാർ ചന്ദ്രോത്ത്, പി നാരായണൻ നായർ എന്നിവരടങ്ങുന്ന ഒരു നിവേദകസംഘം മദിരാശിയിൽ ചെന്ന് പ്രകാശത്തെ കണ്ടു സംസാരിച്ചു. “കൃഷിഭൂമി കൃഷിക്കാർക്ക്” എന്ന മുദ്രാവാക്യം ഉയർത്തിയ കോൺഗ്രസിന്റെ മന്ത്രിസഭ പുനംകൊത്താനുള്ള അവകാശം കൃഷിക്കാർക്ക് നൽകുമെന്നുള്ള പ്രതീക്ഷയോടെയാണ് ആ സഖാക്കൾ മടങ്ങിയത്.

തിരിച്ചെത്തിയ സഖാക്കൾ കൃഷിക്കാർക്ക് അനുകൂലമായ കല്പന പുറത്തുവരുമെന്ന് ജനങ്ങളെ ധരിപ്പിച്ചു. കടുത്ത വഞ്ചനയാണ് ഒരാഴ്ചക്കകം നടന്നത്. കാവുമ്പായിയിലും എരുവശേരിയിലും എടച്ചേരിയിലും ഒരാഴ്ചക്കകം പൊലീസ് ക്യാമ്പ് സ്ഥാപിക്കപ്പെട്ടു. കർഷകപ്രസ്ഥാനത്തെ തകർക്കുന്നതിനുള്ള പരിശ്രമമാണ് പിന്നീടങ്ങോട്ട് നടന്നത്. കുളിരൂരിൽ അഖിലേന്ത്യാ പരിശീലനം നടത്തിക്കൊണ്ടിരുന്ന കർഷകസംഘാംഗങ്ങളെ പൊലീസ് അറസ്റ്റ് ചെയ്തു. വഴിയിൽ കണ്ടവരെയെല്ലാം നീചമായി മർദിച്ചു എന്നു പറയേണ്ടതില്ലല്ലോ. ജനങ്ങൾ വിട്ടില്ല. ആബാലവൃദ്ധം ജനങ്ങൾ ഉൾക്കൊള്ളുന്ന വമ്പിച്ച ഒരു ജാഥ സ്റ്റേഷന്റെ മുമ്പിലേക്ക് നീങ്ങി. തങ്ങളുടെ സഖാക്കളെ വിട്ടുതരണമെന്നും മർദനം അവസാനിപ്പിക്കണമെന്നും പുനം കൃഷിക്ക് ഭൂമി കിട്ടണമെന്നും അവർ മുദ്രാവാക്യമുയർത്തി. പൊലീസ് ആകാശത്തേക്ക് വെടിവച്ചു. ജനങ്ങളുടെ നേരെ കല്ലെറിഞ്ഞു. ജനങ്ങളും കല്ലെറിഞ്ഞു. പൊലീസ് ലാത്തിച്ചാർജ് നടത്തി ജനങ്ങളെ പിരിച്ചുവിട്ടു. ഈ സംഭവം പിന്നീട് ഇരിക്കൂർ പൊലീസ് സ്റ്റേഷൻ ആക്രമിച്ചു എന്ന പേരിലാണ് അറിയപ്പെട്ടത്.

ഇരിക്കൂർ പൊലീസ് സ്റ്റേഷൻ ആക്രമണത്തിലെ പ്രധാന പ്രതി കുഞ്ഞിക്കണ്ണനായിരുന്നു. ഈ പ്രദേശത്തെ കർഷകപ്രസ്ഥാനത്തിന്റെ ജീവനാഡി സഖാവായിരുന്നു. അക്കാലത്ത് മോറാഴ കേസിലെ പ്രതിയായി സഖാവ് ഒളിവിൽ കഴിയുകയായിരുന്നു. ഈ സംഭവത്തിനുശേഷം സബ് ഇൻസ്പെക്ടർ രാമൻമേനോന്റെ നേതൃത്വത്തിൽ നടന്ന മർദനങ്ങൾ ആർക്കും വിവരിക്കാൻ കഴിയുകയില്ല. എം എസ് പി ക്യാമ്പ് ചെയ്തിരുന്നത് കരക്കാട്ടിടം നായനാരുടെ വീട്ടിൽ തന്നെയായിരുന്നു. കള്ളും കോഴിയിറച്ചിയും കഴിച്ച് നാടാകെ നടന്ന് വീടുതോറും കയറി സ്ത്രീകളെ ബലാൽസംഗം ചെയ്യുകയും കുട്ടികളെയും വൃദ്ധന്മാരെയും തല്ലിച്ചതയ്ക്കുകയുമാണ് ആ മുറാളന്മാർ ചെയ്തത്. സമാധാനപരമായ ജീവിതം അസാധ്യമായിത്തീർന്നു. അടിമകളെപ്പോലെ ജീവിക്കുന്നതിനെക്കാൾ പൊരുതി മരിക്കുന്നതാണ് നല്ലതെന്ന് നാട്ടുകാർ തീരുമാനിച്ചു. കാവുമ്പായി കുന്നിൽ 46 ഡിസംബർ 3-ന് ഇതിനെപ്പറ്റി ആലോചിക്കാൻ തടിച്ചുകൂടിയ ജനങ്ങളുടെ ആലോചനായോഗത്തിൽ പങ്കെടുത്തവർ

കയ്യിൽ കിട്ടിയ നാടനായുധങ്ങളെല്ലാം സംഭരിച്ചിരുന്നു. നായനാരുടെ ഒറ്റുകാർ മുഖേന വിവരം ലഭിച്ച പൊലീസുകാർ കുന്ന് വളഞ്ഞ് രാത്രിയിലെ കൂടിയാലോചനകൾക്കുശേഷം കിടന്നുറങ്ങുന്ന സഖാക്കൾക്കുനേരെ വെടിയുണ്ട ഉതിർത്തു. ചെറുത്തുനിൽക്കാൻ നാടനായുധങ്ങളുമായി പരിശ്രമം നടന്നു. ചീറിപ്പായുന്ന വെടിയുണ്ടയ്ക്ക് മുന്നിൽ നാടൻ ആയുധങ്ങൾ എന്തു ചെയ്യാനാണ്? "വയ്ക്കെടാ വെടി, ഞങ്ങൾ കീഴടങ്ങില്ല" എന്ന് അട്ടഹസിച്ചുകൊണ്ടു മുന്നോട്ടുവന്ന സ: പി കുമാരനാണ് ആദ്യം വീണത്. മഞ്ചേരി ഗോവിന്ദൻ നമ്പ്യാർ, ബ്ലാത്തൂരിലെ കൃഷ്ണൻ, പയ്യാവൂരിലെ പുളിക്കൻ കുഞ്ഞിരാമൻ, എരുവശേരി കുഞ്ഞപ്പനമ്പ്യാർ ഇവരൊക്കെ മരിച്ചുവീണു. കുറെയധികം സഖാക്കൾ രക്ഷപ്പെട്ടുവെങ്കിലും നൂറിലധികം സഖാക്കൾ അറസ്റ്റ് ചെയ്യപ്പെട്ടു.

നാടാകെ മർദനമഴിച്ചു വിട്ടിരിക്കുന്നവർക്കെതിരായി ചെറുത്തുനിൽപ്പ് സംഘടിപ്പിക്കാൻ കുഞ്ഞിക്കണ്ണന്റെ നേതൃത്വത്തിൽ ഒരു പരിശ്രമം നടന്നു. ഗറില്ലാസമരതന്ത്രങ്ങൾ പഠിക്കുകയും ഒറ്റക്കൊറ്റയ്ക്ക് നാട്ടുകാർക്കിടയിൽ ഇറങ്ങി പ്രചാരവേല ചെയ്ത് അവരുടെ മനോവീര്യം പിടിച്ചുനിർത്താൻ ശ്രമിക്കുകയും ചെയ്തു. ഈ ക്യാമ്പും പൊലീസ് കണ്ടുപിടിച്ചുവെങ്കിലും ഒറ്റയാളെ മാത്രമേ പിടികൂടാൻ കഴിഞ്ഞുള്ളൂ. ആ പിടികൂടപ്പെട്ട ആൾ പൊലീസിനെ വെടിവച്ചു എന്ന് കെട്ടുകഥ ഉണ്ടാക്കി. അയാൾ വെടിവയ്ക്കാൻ നിൽക്കുന്ന പോസിൽ ഫോട്ടോ എടുത്ത് നാട്ടുകാർക്കിടയിൽ പ്രചാരവേല നടത്തി. അതിന്റെ പേരിലും നിരവധി സഖാക്കളെ ചേർത്ത് പൊലീസ് കേസെടുത്തു.

ആരോഗ്യമുള്ള ചെറുപ്പക്കാർക്കും വീടുകളിൽ താമസിക്കാൻ വയ്യാതായി. ബലാൽസംഗം, പിടിച്ചുപറി, കളവ് ഇവ നാടാകെ നടമാടി. ഗുണ്ടകളും സഖാക്കളും തമ്മിൽ പല സ്ഥലത്തും ഏറ്റുമുട്ടി. ഈ ഏറ്റുമുട്ടലിൽ നായനാരുടെ ആനക്കാരൻ കൊല്ലപ്പെട്ടു. ഈ സംഭവത്തിൽ അറാക്കൽ കുഞ്ഞിരാമനും എ കുഞ്ഞിക്കണ്ണനും മറ്റും പ്രതികളായിരുന്നു. പൊലീസിന് പിടികിട്ടിയ തളിയിൽ രാമൻ നമ്പ്യാർ, മാടായി ചന്തുക്കുട്ടി, മാടായി കുഞ്ഞപ്പ മുതലായവരെ തൂക്കിക്കൊല്ലാൻ വിധിയുണ്ടായി. അപ്പീലിൽ ശിക്ഷ ജീവപര്യന്തമായി. മർദനം സഹിക്കാൻ കഴിയാതിരുന്ന ചന്ത്രോത്ത് കോൺഗ്രസുകാരനായി മാറി. കൊലക്കേസിലെ ഒന്നാംപ്രതിയായിരുന്നെങ്കിലും ജയിൽശിക്ഷയിൽ നിന്ന് രക്ഷപ്പെട്ട ചന്ത്രോത്ത് കോൺഗ്രസിലെ നേതാവായി മാറി. അങ്ങനെ കുഞ്ഞിക്കണ്ണൻ ഒന്നാം പ്രതിയായി. അറാക്കൽ കുഞ്ഞിരാമൻ, തളിയിൽ രാമൻനമ്പ്യാർ, കുഞ്ഞിക്കണ്ണൻ എന്നിവരെ അറസ്റ്റുചെയ്തു. ജീവപര്യന്തം ശിക്ഷിച്ച സ: അറാക്കലിനെ ഇ എം എസ് ഗവൺമെന്റിന്റെ കാലത്താണ് മോചിപ്പിച്ചത്. സ: കോളോർത്ത് കൃഷ്ണൻ 1957 വരെ ഒളിവിൽ പ്രവർത്തിച്ചു. സഖാവിനെ കിട്ടാഞ്ഞിട്ട് സഖാവിന്റെ അമ്മാവനെ അറസ്റ്റുചെയ്ത് ശിക്ഷിച്ചു. സ്വത്ത് ജപ്തി ചെയ്യപ്പെട്ടു. ഭാര്യയ്ക്കും അമ്മയ്ക്കും ഏറെനാൾ പെരുവഴിയിലും മരച്ചുവട്ടിലും ആയി കഴിയേണ്ടിവന്നു. എങ്കിലും ആ സഖാവിന്റെ മനോവീര്യം തകർക്കാനോ ഒളിവിൽനിന്ന് പുറത്തുകൊണ്ടുവരാനോ അധികാരിവർഗത്തിന് കഴിഞ്ഞില്ല. നൂറുകണക്കായ ത്യാഗസമ്പന്നരിൽ ഒരാൾ മാത്രമാണ് സഖാവ് കൃഷ്ണൻ. തനിക്കും തന്റെ കുടുംബത്തിനും എന്ത് സംഭവിക്കുമെന്നത് ഒരു പ്രശ്നമായിരുന്നില്ല. നാടിന്റെ ഭാവിയായിരുന്നു

അവരുടെ മുന്നിലുണ്ടായിരുന്ന ഏക സംഗതി.

ചിറയ്ക്കൽ താലൂക്കിലെ കിഴക്കൻ പ്രദേശങ്ങളിൽ വമ്പിച്ച നരവേട്ടകൾ നടന്നു. കർഷകനേതാവായ തളിയിൽ രാമൻനമ്പ്യാരുടെ വീടിന് തീവച്ചു. കൊള്ളയും ബലാൽസംഗവും നാട്ടിൽ നടമാടി. 1921-ലെ മലബാർ ലഹളക്കുശേഷം ഇത്ര ക്രൂരവും മനുഷ്യത്വരഹിതവുമായ സംഭവങ്ങൾ മറ്റൊരു കാലഘട്ടത്തിലും നടന്നിട്ടില്ല. കർഷകപ്രസ്ഥാനം ശക്തിയാർജിച്ച വടക്കേ മലബാറിലെ എല്ലാ ഗ്രാമങ്ങളിലും എം എസ് പിയെ നിർത്തി. അധ്യാപകരെപ്പോലും വേട്ടയാടുന്ന സ്ഥിതിയായിരുന്നു അന്ന്. ഇടയ്ക്ക് ജയിലിലും പുറത്തുമായിട്ടാണ് ഞാൻ കഴിഞ്ഞത്. എന്നാൽ 1946 ആകുമ്പോഴേക്കും എന്റെ പേരിൽ നിരവധി കേസുകൾ ചാർജ് ചെയ്യപ്പെട്ടു. നാടാകെ നടന്ന മർദനങ്ങളിൽ പ്രതിഷേധിക്കുന്നതിനും ജനങ്ങളുടെ മനോവീര്യം പിടിച്ചുനിർത്തുന്നതിനുമായി ഞാൻ ഈ പ്രദേശങ്ങളിലാകെ സഞ്ചരിച്ച് യോഗങ്ങളിൽ സംസാരിക്കുക പതിവായിരുന്നു. ഈ യോഗങ്ങളിലെല്ലാം പ്രധാനമായും പൊലീസ് മർദനത്തിനെതിരായിട്ടാണ് ഞാൻ സംസാരിച്ചത്. ജനങ്ങളുടെ മനോവീര്യം പിടിച്ചുനിർത്തുന്നതിൽ ഒരു പരിധി വരെ ഇത് സഹായിച്ചു.

ഇതിനിടയിൽ എന്റെ പേരിൽ ചാർജ് ചെയ്യപ്പെട്ട കേസ് ഞാൻ പൊലീസുകാർക്കിടയിൽ ഗവൺമെന്റ് വിരുദ്ധ മനോഭാവം സൃഷ്ടിക്കാൻ ശ്രമിച്ചു എന്നതായിരുന്നു. മർദകരായ പൊലീസുകാരെ വേർതിരിച്ചു കാണിക്കുന്നതിനും സാധാരണക്കാരായ പൊലീസുകാരെ അവരിൽനിന്ന് വ്യത്യസ്തരായി എടുത്ത് കാണിക്കാനും ഞാൻ ശ്രദ്ധിച്ചിരുന്നു. കൃഷിക്കാരുടെയും തൊഴിലാളികളുടെയും കുടുംബങ്ങളിൽനിന്ന് വരുന്ന സാധാരണക്കാരായ പൊലീസുകാർ മറ്റുള്ളവരെപ്പോലെ തന്നെ ബുദ്ധിമുട്ടനുഭവിക്കുന്നവരാണ്. അതുകൊണ്ടുതന്നെ അവരെയാകെ കൃഷിക്കാരന്റെ ശത്രുക്കളായി ഞാൻ കണ്ടിരുന്നില്ല. മറ്റെല്ലാക്കാലത്തുമെന്നപോലെ ജന്മി-മുതലാളി വർഗത്തിന്റെ എച്ചിൽത്തീനികളായ ഒരു വിഭാഗം പൊലീസ് മേധാവികളാണ് എന്നും മർദനത്തിന്റെ നടുനായകത്വം വഹിച്ചത്. എന്റെ പ്രസംഗങ്ങളിൽ ഞാൻ ഈ വകതിരിവ് കാണിച്ചതുകൊണ്ടാണ് എനിക്കെതിരായി അങ്ങനെ ഒരു കേസ് ചാർജ് ചെയ്തത്. എന്നെ കോടതി ആറുമാസത്തേക്ക് ശിക്ഷിച്ചു. ഞാൻ അപ്പീൽ കൊടുത്ത് ജാമ്യത്തിലിറങ്ങി.

അക്കാലത്ത് കണ്ടകയ്യിൽ പൊലീസ് ഭീഷണിയും മറ്റു കാര്യങ്ങളുമുണ്ടെന്നറിഞ്ഞ് ഞാൻ ആ പ്രദേശങ്ങളിൽ വീടുവീടാന്തരം കയറിയിറങ്ങി. പൊലീസ് ഞങ്ങളുടെ പിന്നാലെ വരാൻ തുടങ്ങി. ഞാൻ വീടുകൾ സന്ദർശിച്ച് ധൈര്യമായി ഉറച്ചുനിൽക്കാൻ അവരോട് അഭ്യർഥിച്ചു. അമ്മമാരോടും സഹോദരിമാരോടും ചെയ്യുന്ന കടുംകൈയുടെ യഥാർഥ സ്ഥിതി അവരോട് ചോദിച്ചറിഞ്ഞു. ആ വികാരങ്ങളോടെ തിരിച്ചുപോന്ന ഞാൻ ബോട്ടിൽ വന്നുകയറിയപ്പോൾ കണ്ടത് ഹെഡ് കോൺസ്റ്റബിൾ അനന്തക്കുറുപ്പിനെയാണ്. അയാളെ കണ്ടപ്പോൾ എനിക്ക് രോഷം സഹിക്കാൻ കഴിഞ്ഞില്ല. ജന്മിക്ക് പാദസേവ ചെയ്യുന്ന ആ കൈക്കൂലിപ്പണ്ടത്തെ ഞാൻ ശരിക്കു ശകാരിച്ചു. അയാൾ ഒരക്ഷരം മിണ്ടാതെ ബോട്ടിനകത്ത് ഇരുന്നു. അതിനെത്തുടർന്ന് എന്റെ പേരിൽ ഒരു കേസ് ചാർജ് ചെയ്യപ്പെട്ടു. ഹെഡ് കോൺസ്റ്റബിൾ അനന്തക്കുറുപ്പിനെ വെള്ളത്തിൽ മുക്കിക്കൊല്ലാൻ ശ്രമിച്ചുവെന്നതായിരുന്നു എന്റെ പേരിലുള്ള കേസ്.

കോടതി എന്നെ 5 വർഷത്തേക്ക് ശിക്ഷിച്ചു. ഞാൻ ഹൈക്കോടതിയിൽ അപ്പീൽ കൊടുത്ത് ജാമ്യത്തിനപേക്ഷിച്ചു. ഹൈക്കോടതി ജാമ്യം അനുവദിച്ചു. പക്ഷേ, മലബാറിൽ കേസ് ദിവസം മാത്രമേ ഹാജരാകാവുയെന്ന നിബന്ധന വച്ചു. ഒരു ദിവസം കേസ് കഴിഞ്ഞ് പോകാത്തതിന്റെ പേരിൽ എന്നെ വീണ്ടും അറസ്റ്റ് ചെയ്തു. ഞാൻ ജാമ്യത്തിലിറങ്ങി.

ഇക്കാലത്ത് കൊച്ചിയിലെ കർഷകപ്രസ്ഥാനം മലബാറിലെ പോലെ വിപുലമായ പ്രസ്ഥാനമായി വളർന്നിരുന്നില്ല. എങ്കിലും പല പല കർഷകസമരങ്ങളും നടന്നുകൊണ്ടിരുന്നു. പരിയാരം അന്ന് ശക്തമായൊരു കർഷകപ്രസ്ഥാനമുള്ള പ്രദേശമായിരുന്നു. കൊച്ചി പ്രദേശത്ത് ഭക്ഷ്യോല്പാദനം വർധിപ്പിക്കുന്നതിന് അനേകായിരം ഏക്കർ കൃഷിഭൂമി നേരിട്ട് കൃഷി ചെയ്യുന്നതിന് ഗവൺമെന്റ് തയ്യാറായി. പത്തുപന്ത്രണ്ട് ലക്ഷം രൂപ ചെലവ് ചെയ്ത് കൃഷി ചെയ്തിട്ട് ഒരു ലക്ഷത്തിലധികം പറ നെല്ലു മാത്രമാണ് ലഭിച്ചത്. ഡിക്സൻ അന്ന് കൊച്ചി ദിവാനായിരുന്നു. ഗവൺമെന്റ് ഭൂമി കൃഷിക്കാർക്ക് പതിച്ചുകൊടുക്കാൻ തീരുമാനിച്ചു. എന്നാൽ ഭൂമിയിലധികം ഭാഗവും ഉദ്യോഗസ്ഥന്മാർക്കും പണക്കാർക്കുമാണ് ലഭിച്ചത്. പരിയാരം പ്രദേശത്തെ ഭൂമി കൃഷിക്കാർക്കും പാവപ്പെട്ട തൊഴിലാളികൾക്കും കൊടുക്കണമെന്ന് കർഷകസംഘം ആവശ്യപ്പെട്ടു. ഈ ഭൂമി സഹകരണസംഘം വഴി കൃഷിചെയ്യണമെന്ന് കർഷകസംഘം ആവശ്യപ്പെടുകയും കൃഷിക്കാർ അനുകൂലിക്കുകയും ചെയ്തതിന്റെ ഫലമായി ആനമല കൂട്ടുകൃഷി പരസ്പരസഹായസംഘം കോർമല കൂട്ടുകൃഷി പരസ്പരസഹായസംഘം എന്നീ രണ്ട് സംഘങ്ങൾ രജിസ്റ്റർ ചെയ്തു.

ആനമല സംഘം ഒരു മാതൃകാസംഘമായി വളർന്നുവന്നു. കോർമല സംഘം പരാജയപ്പെടുകയും ചെയ്തു. ഇക്കാലത്ത് പെട്ടിപ്പാടം എന്ന സ്ഥലത്ത് ഏതാനും കർഷകത്തൊഴിലാളികളെ ഒഴിപ്പിക്കുന്നതിനുള്ള ശ്രമം സ്ഥാപിതതാൽപ്പര്യക്കാർ നടത്തി. പൊലീസും ഉദ്യോഗസ്ഥന്മാരും അവർക്ക് കൂട്ടുനിന്നു. പത്തുപന്ത്രണ്ടുകൊല്ലത്തിലധികമായി പാവപ്പെട്ട കൃഷിക്കാർ പുരവച്ചും കൃഷിചെയ്തും താമസിക്കുന്ന പുറംപോക്ക് ഭൂമി പിടിച്ചെടുക്കുന്നതിനുള്ള ഏത് ശ്രമത്തെയും ചെറുക്കാൻ കൃഷിക്കാർ തയ്യാറായി. രക്ഷാസൈന്യം നടത്തുന്ന ആലുവാ സെറ്റിൽമെന്റ് കോളനിയിലെ ആൾക്കാരാണ് ഇതിന് ശ്രമം നടത്തിയത്. ഇൻസ്പെക്ടർ ശങ്കുണ്ണിയുടെ നേതൃത്വത്തിൽ ഒരു സംഘം പൊലീസ് അവിടെയെത്തി. അന്യായമായി അവർ പാവപ്പെട്ട കൃഷിക്കാരെ അറസ്റ്റ് ചെയ്യുന്നത് അവിടെ കൂടിനിന്ന കൃഷിക്കാർ എതിർത്തു. അവിടെ നടന്ന സംഘട്ടനത്തിൽ പൊലീസുകാർക്ക് പിന്തിരിഞ്ഞ് ഓടേണ്ടിവന്നു. അടികൊണ്ട് മുറിവുപറ്റി ബോധം കെട്ടുവീണ ഇൻസ്പെക്ടർ ശങ്കുണ്ണി അവിടെവച്ചു തന്നെ മരിച്ചു. ഇതിനെത്തുടർന്ന് ആ ഭാഗങ്ങളിൽ പൊലീസ് നരനായാട്ട് ആരംഭിച്ചു. സംഘം പ്രവർത്തകരായിരുന്ന കോരപ്പൻ, കുട്ടൻ വൈദ്യൻ, പങ്കികൃഷ്ണൻ തുടങ്ങിയവരെ അറസ്റ്റ് ചെയ്ത് ലോക്കപ്പിലിട്ട് മർദിക്കുകയും വിവിധ കാലയളവിലേക്ക് ശിക്ഷിക്കുകയും ചെയ്തു.

1943-ൽ തിരുവിതാംകൂറിൽ സി എസ് ഗോപാലപിള്ളയും മറ്റും മുൻകൈ എടുത്ത് കർഷകസംഘം രൂപീകരിച്ചിരുന്നെങ്കിലും അത് വലിയൊരു പ്രസ്ഥാനമായി വളർന്നു കഴിഞ്ഞിരുന്നില്ല. കുട്ടനാട്ടിലെ കർഷ

കതൊഴിലാളിപ്രസ്ഥാനം മാത്രമാണ് സുശക്തമായ ഒരു പ്രസ്ഥാനമായിട്ടുണ്ടായിരുന്നത്. ജന്മിമർദനവും മുതലാളിമർദനവും ഒരുപോലെയുണ്ടായിരുന്ന പ്രദേശമാണ് ആലപ്പുഴയും ചേർത്തലയും. രണ്ട് സ്ഥലത്തും കർഷകപ്രസ്ഥാനം പ്രവർത്തിച്ചിരുന്നു. മർദനത്തിനെതിരായി സംഘടിതമായി പ്രവർത്തിക്കാൻ കർഷകതൊഴിലാളികളും കയർതൊഴിലാളികളും തീരുമാനിച്ചു.

ചേർത്തല താലൂക്കിൽ പ്രസിദ്ധമായ ഒരു നായർ തറവാടാണ് പാട്ടത്തിൽ കുടുംബം. വടക്കെ മലബാറിലെ ജന്മിമാരെപോലെ കൃഷിക്കാരെയും കർഷകതൊഴിലാളികളെയും ദ്രോഹിക്കുന്ന കാര്യത്തിൽ പാട്ടത്തിൽ കർത്താക്കളും മുൻപന്തിയിൽ നിന്നിരുന്നു. വയലാർസമരം നടക്കുന്നതിന് തൊട്ടുമുമ്പുള്ള ദിവസങ്ങളിലാണ് പാട്ടത്തിൽ കർത്താവിന്റെ വീട്ടിൽ കറ്റമെതിക്കാൻ ചെന്ന തൊഴിലാളികളെ തെങ്ങോടു ചേർത്ത് മർദിച്ചത്. ഈ സംഭവം കർഷകത്തൊഴിലാളികളെയും കയർത്തൊഴിലാളികളെയും ഒരുപോലെ പ്രകോപിപ്പിച്ചു.

അമേരിക്കൻ മോഡലിനും ദിവാൻ ഭരണത്തിനും രാജവാഴ്ചയ്ക്കും എതിരായും കയർതൊഴിലാളികളുടെ മറ്റ് 26 ആവശ്യങ്ങൾ അനുവദിച്ചുകിട്ടുന്നതിനുവേണ്ടിയും സർക്കാരിന് അന്ന് കയർത്തൊഴിലാളികൾ നോട്ടീസ് കൊടുത്തിരുന്നു. ദിവാൻ ഭരണത്തിനെതിരായി ശബ്ദമുയർത്തിയ തൊഴിലാളികളെ അടിച്ചമർത്താൻ തന്നെ സർക്കാർ തീരുമാനിച്ചു. അമ്പലപ്പുഴ, ചേർത്തല താലൂക്കുകളിൽ അടിയന്തരാവസ്ഥ പ്രഖ്യാപിച്ചു. പട്ടാളവും പൊലീസും റോന്തുചുറ്റാൻ തുടങ്ങി. 1946 സപ്തംബർ 26-ന് തൊഴിലാളികൾ പണിമുടക്ക് പ്രഖ്യാപിച്ചു. പുന്നപ്രയിൽ പൊലീസും തൊഴിലാളികളും തമ്മിൽ ഏറ്റുമുട്ടി. പൊലീസിന്റെ തോക്ക് പിടിച്ചുവാങ്ങി തൊഴിലാളികൾ വെടിവച്ചു. രണ്ടുവശത്തും പലരും മരിച്ചു. അന്നുതന്നെ ആലപ്പുഴയിലും ചേർത്തലയിലും പട്ടാളഭരണം പ്രഖ്യാപിക്കപ്പെട്ടു. സൈനികനേതൃത്വം ദിവാൻ സി പി രാമസ്വാമി അയ്യർ ഏറ്റെടുത്തു. പൊലീസ്-ഗുണ്ടാമർദനം സഹിക്കാഞ്ഞ് ആരോഗ്യമുള്ള ചെറുപ്പക്കാർ ഒത്തുകൂടിയ പ്രദേശമാണ് വയലാർ. പ്രാണരക്ഷാർഥം ചെറുത്തുനിൽക്കാൻ അവർ തീരുമാനിച്ചു. ഗവൺമെന്റു വക വിമാനം അമ്പലപ്പുഴ, ചേർത്തല താലൂക്കുകൾക്ക് മുകളിൽ താഴ്ന്നുപറന്ന് ജനങ്ങൾ കൂടിയിരിക്കുന്ന പ്രദേശങ്ങൾ കണ്ടുപിടിച്ചു. മൂന്ന് വശവും വെള്ളത്താൽ ചുറ്റപ്പെട്ട വയലാർ പ്രദേശം രാത്രി രണ്ടുമണിക്ക് പട്ടാളക്കാർ വളഞ്ഞു. യന്ത്രത്തോക്കുകൾ ഘടിപ്പിച്ച ബോട്ടുകൾ കരയോട് അടുപ്പിച്ചുനിർത്തിക്കൊണ്ട് ജനക്കൂട്ടത്തിനുനേരെ ഇടതടവില്ലാതെ തോക്കുകൾ ഗർജ്ജിച്ചു. അവിടെ എത്ര പേർ മരിച്ചുവെന്ന് വ്യക്തമായ രേഖകൾ ഒന്നും ഇല്ല. 700-ൽ അധികം പേർ മരിച്ചു കാണുമെന്ന് വിശ്വസിക്കപ്പെടുന്നു. ആ ഭീകരമായ നരനായാട്ടിന്റെ നിത്യസ്മാരകങ്ങളായി വെടിയുണ്ടയേറ്റ് തുളഞ്ഞ തെങ്ങുകൾ വയലാർ രക്തസാക്ഷിക്കുന്നിന് ചുറ്റും നിലകൊള്ളുന്നു. ചേർത്തല താലൂക്കിലെ മേനാശേരിയിലും പള്ളിപ്പുറത്തും മാരാരിക്കുളത്തും വെടിവയ്പ് നടന്നു. അവിടെയും നിരവധി ആളുകൾ മരിച്ചു. അതിനുശേഷം അമ്പലപ്പുഴ, ചേർത്തല താലൂക്കുകളിൽ നടന്ന മർദനം വിവരണാതീതമാണ്. മനുഷ്യമനഃസാക്ഷിയെ ഞെട്ടിക്കുന്ന സംഭവങ്ങളാണ് അവിടങ്ങളിൽ നടന്നത്. ജന്മിത്തത്തിനും

രാജവാഴ്ചയ്ക്കും ദിവാൻ ഭരണത്തിനുമെതിരായും ഉത്തരവാദഭരണത്തിനും തൊഴിലാളി കർഷകതാൽപ്പര്യസംരക്ഷണത്തിനും വേണ്ടിയും അസാമാന്യമായ ധീരതയോടെ അടരാടി മരിച്ച ആ ധീരരക്തസാക്ഷികളുടെ ചരിത്രം രോമാഞ്ചത്തോടുകൂടി മാത്രമേ ആർക്കും ഓർക്കാൻ കഴിയുകയുള്ളൂ.

ചരിത്രപ്രസിദ്ധമായ നാവികകലാപത്തോടെ സാമ്രാജ്യത്വവിരുദ്ധസമരം ഇന്ത്യൻ സ്വാതന്ത്ര്യസമരത്തെ ഒരു പുതിയ വഴിത്തിരിവിലെത്തിച്ചു. അസംതൃപ്തരായ കൃഷിക്കാരുടെയും തൊഴിലാളികളുടെയും പട്ടാളക്കാരുടെയും ഉയിർത്തെഴുന്നേൽപ്പിന് മുമ്പിൽ ബ്രിട്ടീഷ് സാമ്രാജ്യവാദികൾക്ക് പിൻവാങ്ങേണ്ടിവന്നു. 1947 ആഗസ്ത് 15-ന് ഇന്ത്യ സ്വതന്ത്രയായി. എന്നാൽ, സ്വാതന്ത്ര്യത്തിന്റെ പൊൻപുലരി സ്വപ്നം കണ്ടുകൊണ്ട് പോരാടിയ എന്നെപ്പോലുള്ള നിരവധി പ്രവർത്തകർ അന്ന് ജയിലഴികൾക്ക് പിന്നിൽ നിന്നുകൊണ്ട് സ്വാതന്ത്ര്യദിനം കൊണ്ടാടേണ്ടിവന്നു. എന്നാൽ സ്വാതന്ത്ര്യപ്രാപ്തിക്കുശേഷവും സംഭവഗതിക്ക് മാറ്റം വന്നില്ല. ഒഴിപ്പിക്കലും കരിഞ്ചന്തയും ഭക്ഷ്യക്കുഴപ്പവും അതേപോലെതന്നെ തുടർന്നു. കാർഷിക പരിഷ്കാരങ്ങളെപ്പറ്റി ചിന്തിക്കാൻ ഭരണാധികാരികൾ തയ്യാറായില്ല.

കൃഷിക്കാർ വീണ്ടുമൊരു സമരത്തിന് നിർബന്ധിതരായി. കരിഞ്ചന്തയ്ക്കും പൂഴ്ത്തിവയ്പിനും എതിരായി കൃഷിക്കാർ പ്രത്യക്ഷസമരത്തിന് തയ്യാറായി. പല സ്ഥലത്തും ജനങ്ങൾ ജന്മിമാരുടെ നെല്ലറകൾ തുറന്നു. 1948-50 കാലം കേരളമാകെ കർഷകസമരങ്ങളുടെ കോളിളക്കം സൃഷ്ടിച്ച കാലഘട്ടമായിരുന്നു. പല സ്ഥലങ്ങളിലും പൊലീസുകാരും ജനങ്ങളും തമ്മിൽ ഏറ്റുമുട്ടി. കർഷകസംഘം നിയമവിരുദ്ധമാക്കപ്പെട്ടു.

1948 ഏപ്രിൽ 14-ന് വിഷുവായിരുന്നു. നിരാശ തളം കെട്ടിനിൽക്കുന്ന അന്തരീക്ഷത്തിലാണ് തില്ലങ്കേരിയിൽ വിഷു എത്തിയത്. നാടാകെ മുഴുപ്പട്ടിണിയാണ്. അന്ന് നാട്ടുകാർ ഒരു തീരുമാനമെടുത്തു. ജന്മിയുടെ പത്തായത്തിൽ കിടക്കുന്ന നെല്ല് ന്യായവിലയ്ക്ക് അളന്നു വിതരണം ചെയ്യണം. നാട്ടുകാർ സംഘടിതമായി ജന്മിയുടെ കളപ്പുരമുറ്റത്തേക്ക് മാർച്ച് ചെയ്തു. ജനങ്ങളുടെ സംഘടിതശക്തിക്കുമുമ്പിൽ ജന്മിക്ക് മുട്ടുകുത്തേണ്ടിവന്നു. അവർ ന്യായവിലയ്ക്ക് നെല്ല് വിതരണം ചെയ്തു.

പക്ഷേ പിറ്റേ ദിവസം തില്ലങ്കേരി ഗ്രാമം എം എസ് പിക്കാർ വളഞ്ഞു. നാട്ടുകാർ ആകെ ബഹുമാനിച്ചിരുന്ന അനന്തന്റെ വീട് പൊലീസ് കയറി കൊള്ളയടിച്ചു. കണ്ണിൽകണ്ടവരെയെല്ലാം മർദിച്ചു. നാട്ടുകാർ അതിൽ പ്രതിഷേധിച്ച് ഒരു ജാഥ നടത്തി. പെരളിമലയുടെ അടിവാരത്തിൽ വയലിന്റെ മധ്യത്തിലൂടെ ജാഥ മുന്നോട്ട് നീങ്ങുകയായിരുന്നു. ഒരു കുറ്റിക്കാട്ടിൽ മറഞ്ഞ് നിന്നുകൊണ്ട് പട്ടാപ്പകൽ പൊലീസ് വെടിവച്ചു. തികച്ചും അപ്രതീക്ഷിതമായിരുന്നു ഈ സംഭവം. ഇങ്ങനെ പൊലീസ് വെടിവയ്ക്കുമെന്ന് ആരും കരുതിയില്ല. വി അനന്തൻ, സി ഗോപാലൻ മാസ്റ്റർ, കുണ്ടാച്ചേരി ഗോവിന്ദൻ, കുലോത്ത് വളപ്പിൽ കൃഷ്ണൻ, കാരാട്ട് കുഞ്ഞമ്പു, വെള്ളുവക്കണി കുഞ്ഞിരാമൻ, നമ്പിടിക്കുന്നിൻമേൽ നാരായണൻ നമ്പ്യാർ എന്നീ ധീരസഖാക്കൾ ആ മണ്ണിൽ മരിച്ചുവീണു. പൊലീസ് നിരവധി പേരെ അറസ്റ്റു ചെയ്യുകയും കള്ളക്കേസുകളിൽ പ്രതികളാക്കുകയും മർദിക്കുകയും ചെയ്തു. വിവിധ

കാലയളവിലേക്ക് ഇവരിൽ പലരും ശിക്ഷിക്കപ്പെട്ടു.

കരിഞ്ചന്തയ്ക്കും പൂഴ്ത്തിവയ്പിനും എതിരായ സമരത്തിൽ പയ്യന്നൂർ ഫർക്കയിൽ ആദ്യമായി കൃഷിക്കാർ നെല്ലെടുപ്പു നടത്തിയത് ആലക്കാട്ട് മാവിലായി കുഞ്ഞമ്പുനമ്പ്യാരുടെ നെല്ലറ തുറന്നുകൊണ്ടായിരുന്നു. നെല്ലറ തുറന്ന് കൃഷിക്കാർ നെല്ലെടുത്ത് വിതരണം ചെയ്തു. നെല്ലിന്റെ ന്യായവില ജന്മിക്ക് കൊടുക്കാൻ മറ്റുള്ള സ്ഥലങ്ങളിലെ പോലെ അവിടെയും കൃഷിക്കാർ തയ്യാറായിരുന്നു. എന്നാൽ കാര്യങ്ങൾ അവസാനിച്ചത് അങ്ങനെയല്ല. ജന്മിയുടെ ആവശ്യപ്രകാരം എം എസ് പി സ്ഥലത്തെത്തുകയും അവിടത്തെ പ്രധാന കർഷകസംഘം പ്രവർത്തകനായ കെ പി കുഞ്ഞിക്കണ്ണൻ ഉൾപ്പെടെയുള്ളവരെ അറസ്റ്റുചെയ്യുകയും ചെയ്തു. ഏപ്രിൽ 12-നായിരുന്നു ഇത്. കെ പിയെ അറസ്റ്റു ചെയ്തതറിഞ്ഞ് കൃഷിക്കാർ അറസ്റ്റ് ചെയ്തുകൊണ്ടുപോയ സ്ഥലത്തേക്ക് ജാഥയായി പോയി. ഘോഷയാത്രയുടെ നേരെ പൊലീസ് വെടിവയ്ക്കുകയും ഒരു ഹരിജൻ യുവാവായ പൊക്കൻ വെടിയേറ്റ് മരിക്കുകയും ചെയ്തു. 1948-ലെ പയ്യന്നൂർ ഫർക്കയിലെ ആദ്യത്തെ രക്തസാക്ഷി സ: പൊക്കനായിരുന്നു.

മർദനങ്ങളെ വകവയ്ക്കാതെ പലേടത്തും നെല്ലെടുപ്പ് തുടർന്നു. പൂഴ്ത്തിവച്ച നെല്ലെടുത്ത് നാട്ടുകാർക്ക് വിതരണം ചെയ്തു. മർദനം കെട്ടഴിച്ചുവിട്ടു. അതിനെ സംഘടിതമായി ചെറുക്കാൻ കർഷകസംഘവും ബഹുജനങ്ങളും തീരുമാനിച്ചു. വിവിധ സ്ഥലങ്ങളിൽ സഖാക്കൾ ഒന്നിച്ച് ചേർന്ന് ചെറുത്തുനിൽപ്പ് സംഘടിപ്പിച്ചു. പ്രാരംഭമായി 42 സഖാക്കൾ മുനയൻകുന്ന് പ്രദേശത്ത് കേന്ദ്രീകരിച്ചു. കയ്യിൽകിട്ടിയ ആയുധങ്ങളെല്ലാം അവർ ശേഖരിച്ചിരുന്നു. മറ്റ് സ്ഥലങ്ങളിൽനിന്ന് ആളുകളെ തെരഞ്ഞെടുത്ത് കൊണ്ടുവന്ന് ഒരു ചെറുത്തുനിൽപ്പ് സംഘടിപ്പിക്കാനായിരുന്നു പ്ലാൻ. ബഹുജനപ്രസ്ഥാനത്തിൽ സജീവമായി പ്രവർത്തിച്ചുകൊണ്ടിരുന്ന ഇ വി കണ്ണൻനായരും അക്കൂട്ടത്തിൽ ഉണ്ടായിരുന്നു. രണ്ടുദിവസം അവർ അവിടെ ഒരു കുടിലിൽ കഴിച്ചുകൂട്ടി. ആവശ്യത്തിന് ഭക്ഷണമില്ലാത്തതിനാൽ സഖാക്കൾ ക്ഷീണിതരായിരുന്നു. പയ്യന്നൂരിലെ പ്രധാനപ്രവർത്തകർ മുനയൻകുന്നിൽ കേന്ദ്രീകരിച്ചു.

ഏപ്രിൽ 30-ന് യോഗം ചേർന്ന് അടുത്ത ദിവസത്തെ പരിപാടിക്ക് രൂപം നൽകിക്കഴിഞ്ഞപ്പോൾ രാത്രി വൈകിപ്പോയതിനാൽ അവർ അവിടെ ഒരു കുടിലിൽ കിടന്നുറങ്ങി. ആ കുടിലിന്റെ അകത്തും പുറത്തുമായി സഖാക്കൾ കിടന്നു. മഴ ചാറിയപ്പോൾ മുറ്റത്ത് കിടന്നവരും അകത്തുകയറിക്കിടന്നു. ഊഴമിട്ട് കാവലിരിക്കുന്ന ആയുധധാരികളായ സഖാക്കൾ ഇടക്കൊന്ന് ഉറങ്ങിപ്പോയി. വെടിയുടെയും പൈശാചികമായ അട്ടഹാസത്തിന്റെയും ശബ്ദം കേട്ടാണ് അവർ ഞെട്ടിയുണർന്നത്. ആ കുടിലിന് മൺചുവരുണ്ടായിരുന്നില്ല. ഓടപ്പായ് കൊണ്ടാണ് നാലുപുറവും മറച്ചിരുന്നത്. ഇടതടവില്ലാതെ തീയുണ്ട തുളച്ച് പാഞ്ഞുകയറി. എഴുന്നേറ്റ് പുറത്ത് കടക്കാൻ പഴുതുണ്ടായിരുന്നില്ല. "വെടിവയ്പ് നിർത്തി എം എസ് പിക്കാർ കുടിൽ വളഞ്ഞു. അവർ അകത്തുകടന്ന് തോക്കിന്റെ പാത്തി കൊണ്ടടിച്ച് ഓരോരുത്തരെ വലിച്ച് പുറത്തേക്ക് കൊണ്ടുപോയി. നെഞ്ചിനുനേരെ തോക്കുചൂണ്ടിക്കൊണ്ടാണവരെ പുറത്തേക്കു കൊണ്ടുപോയത്. ആറ് സഖാക്കളെ അപ്പോൾതന്നെ വെടിവച്ചുകൊന്നു. ബാക്കിയുള്ള

വരെ കൈയും കാലും കെട്ടി മുറ്റത്തിട്ടു. കെ. സി. കുഞ്ഞപ്പുമാസ്റ്റർ, കെ എ ചിണ്ടപ്പൊതുവാൾ, കുന്നുമ്മൽ കുഞ്ഞിരാമൻ, എം ഗോവിന്ദൻ നമ്പ്യാർ, പി കേളുനമ്പ്യാർ, പി കണ്ണൻനമ്പ്യാർ എന്നിവരാണ് വെടിയുണ്ടയ്ക്ക് ഇരയായത്. മരിച്ച ആറ് സഖാക്കളെ കൂടാതെ മറ്റ് 16 സഖാക്കളെക്കൂടി പൊലീസിന് പിടികിട്ടി. കോലായുടെ പിന്നിൽ കിടന്നുറങ്ങിയിരുന്ന 20 പേർ ഓടിരക്ഷപ്പെട്ടു. മരിച്ച സഖാക്കളുടെ ശവശരീരവും പരിക്കുപറ്റിയ മറ്റ് സഖാക്കളെയും പാടിയോട്ട് ചാലിലേക്ക് കൊണ്ടുപോയി. മരിച്ച ആറ് സഖാക്കളെ പാടിയോട്ട് ചാലിൽ ഒരു കുഴിമാടത്തിൽ സംസ്കരിച്ചു. അവശേഷിച്ച സഖാക്കളെ പയ്യന്നൂർ ലോക്കപ്പിലേക്കു കൊണ്ടുപോയി. ഭീകരമായി വെടിയും ഇടിയും ഏറ്റ സഖാക്കളെ തുടർച്ചയായി മൂന്ന് ദിവസം ലോക്കപ്പിലിട്ട് മർദിച്ചു. പാവോർ കണ്ണൻ, കെ വി കുട്ടി എന്നീ സഖാക്കളുടെ കാലുകൾ പിന്നീട് മുറിച്ചുകളയേണ്ടിവന്നു.

ഇതിനിടയിൽ 1946-ലെ കേസുകളിൽ വിവിധ കാലങ്ങളിലേക്ക് ശിക്ഷിക്കപ്പെട്ട പലരും സേലം ജയിലിൽ ഉണ്ടായിരുന്നു. ഒട്ടുവളരെ പേർ കടലൂരിലും വെല്ലൂരിലും ആയിരുന്നു. 1950 ഫെബ്രുവരി 11-ന് സേലം ജയിലിൽ വെടിവയ്പ് നടന്നു. അന്ന് 220 സഖാക്കളാണ് അതിനുള്ളിൽ ഉണ്ടായിരുന്നത്. റിപ്പബ്ലിക് ദിനം പ്രമാണിച്ച് ജയിലിൽ നിന്ന് മോചിപ്പിക്കാനാണെന്ന് പറഞ്ഞ് സൂപ്രണ്ട് വിളിക്കുകയും അവരെ മോചിപ്പിക്കുന്നതിന് പകരം മർദിച്ചവശരാക്കുകയുമാണ് ചെയ്തത്. ഇങ്ങനെ വല്ലാത്ത ഒരു അന്തരീക്ഷം ജയിലിനുള്ളിൽ സൃഷ്ടിക്കപ്പെട്ടു.

11-ാം തിയതി രാവിലെ 11 മണിവരെ ലോക്കപ്പ് തുറന്നില്ല. പല്ലുതേക്കാനോ പുറത്തുപോകാനോ സൗകര്യം കൊടുത്തില്ല. ഭക്ഷണവും കൊടുത്തില്ല. പിന്നീട് ബ്ലോക്കുകൾ തുറന്ന് വെടിവയ്പ് തുടങ്ങി. വെടിവയ്പിൽ 19 മലയാളികളും മൂന്ന് തമിഴരും അടക്കം 22 പേർ മരിച്ചു. തളിയൻ രാമൻനമ്പ്യാർ, നക്കായി കണ്ണൻ, അമ്പാടി ആശാരി, പൂപാഞ്ഞിയോടൻ ഗോവിന്ദൻ നമ്പ്യാർ, പുല്ലാഞ്ഞിയോടൻ കുഞ്ഞപ്പനമ്പ്യാർ, കൊയിലിയാടൻ നാരായണൻ നമ്പ്യാർ, എൻ ബാലൻ, എൻ പത്മനാഭൻ, നീലഞ്ചേരി നാരായണൻ നായർ, ആസാദ് ഗോപാലൻ നായർ, എൻ കോരൻ, കെ ഗോപാലൻകുട്ടി, മയിലപ്രവൻ നാരായണൻ നമ്പ്യാർ, പിലാട്യടൻ ഗോപാലൻ നമ്പ്യാർ, കോരൻ ഗുരുക്കൾ, ഞണ്ടാടി കുഞ്ഞമ്പു, അണ്ടലോടൻ കുഞ്ഞപ്പ, വി സി കുഞ്ഞിരാമൻ നമ്പ്യാർ എന്നീ 19 മലയാളികളാണ് മരിച്ചത്.

കാവുമ്പായിലെ വെടിവയ്പിനുശേഷം മയ്യിൽ, കണ്ടകയ്യ്, കൈത്തുംകമ്പിൽ എന്നിവിടങ്ങളിലെല്ലാം പൊലീസ് ക്യാമ്പുകൾ ആരംഭിച്ചു. ഒരു വശത്തുനിന്ന് പൊലീസും മറുവശത്തുനിന്ന് ഗുണ്ടകളും കൃഷിക്കാരെ ആക്രമിച്ചു. വീടുകൾ കൊള്ളചെയ്യപ്പെട്ടു. വീടുകയറിയുള്ള പൊലീസിന്റെ മർദനം അസഹ്യമായിത്തീർന്നപ്പോൾ കണ്ടകയ്യിലെ സ്ത്രീകൾ ജാഥയായി അധികാരികളെ കാണാൻ ചെന്നു. ഇവരെ നയിച്ചത് 55 വയസ്സിലധികം പ്രായം വരുന്ന കുഞ്ഞാക്കമ്മയായിരുന്നു. കുഞ്ഞാക്കമ്മയെ അറസ്റ്റ് ചെയ്ത് പൊലീസ് ക്യാമ്പിൽ താമസിപ്പിച്ചു. വൃദ്ധയായ ആ അമ്മയെ ഈ കാട്ടാളന്മാർ പൈശാചികമായി മർദിച്ചു. എന്നിട്ടും കുഞ്ഞാക്കമ്മ ധൈര്യം കൈവിട്ടില്ല. "ഇതിനെല്ലാം ഞങ്ങൾ പകരം ചോദിക്കു"മെന്ന് തലയുയർത്തി നിന്നവർ സംസാരിക്കുമായിരുന്നു.

കമ്പിൽ എന്ന സ്ഥലത്തുവച്ച് ജന്മിയുടെ ഗുണ്ടകളും സഖാക്കളും തമ്മിൽ ഏറ്റുമുട്ടി. അന്നാണ് ഇ പി കൃഷ്ണൻ നമ്പ്യാരുടെ തലയിൽ ജന്മിമാരുടെ ഗുണ്ടകൾ ആസിഡ് ബൾബ് എറിഞ്ഞത്. കർഷകസംഘത്തിന്റെ ഒരു ഉശിരൻ പ്രവർത്തകനായ പി സി അനന്തനെ പൊലീസുകാർ കമ്പിലുള്ള പൊലീസ് ക്യാമ്പിൽ കൊണ്ടുവന്ന് മർദിച്ചുകൊന്നു. ഒരു കീറപ്പായിൽകെട്ടി ആ ശവശരീരം പുഴയിൽ ഒഴുക്കി. ജനങ്ങളെ ഭയവിഹ്വലരാക്കുന്നതിനുവേണ്ടിയാണ് അവർ അങ്ങനെ ചെയ്തത്.

സഖാക്കൾ കെ കെ രയരുനമ്പ്യാരും മഞ്ചേരി ഗോപാലൻ നമ്പ്യാരും കന്മാട്ടുമ്മൻ കുട്യപ്പയും കർഷകപ്രസ്ഥാനത്തെ ഈ കാലഘട്ടത്തിൽ തളരാതെ നയിച്ചവരാണ്. അവസാനം അവരെ പൊലീസിന് പിടികിട്ടി. രയരുനമ്പ്യാരെയും കുട്യപ്പയെയും കണ്ണൂർ സെൻട്രൽ ജയിലിൽ റിമാന്റിൽവച്ചു. ഗോപാലൻ നമ്പ്യാരെ അറസ്റ്റുചെയ്ത് പൊലീസ് ക്യാമ്പിലേക്കാണ് കൊണ്ടുപോയത്. അന്നത്തെ സർക്കിൾ ഇൻസ്പെക്ടർ കുപ്രസിദ്ധനായ റേയായിരുന്നു. 1950 മെയ് 4-ന് ഇൻസ്പെക്ടർ റേ കണ്ണൂർ സെൻട്രൽ ജയിലിൽനിന്ന് രയരുനമ്പ്യാരെയും കുട്യപ്പയെയും ജാമ്യത്തിനാണെന്ന് നുണ പറഞ്ഞ് ഇറക്കിക്കൊണ്ടു പോയി. പൊലീസ് ക്യാമ്പിൽനിന്ന് ഗോപാലൻ നമ്പ്യാരെയും കൂട്ടിക്കൊണ്ടുപോയി. അവിടെനിന്ന് പോയത് പാടിക്കുന്നിലേക്കാണ്. കർഷകസമരങ്ങളുടെ ആവേശകരങ്ങളായ സ്മരണകൾ ഉയർത്തുന്ന ആ സമരഭൂമിയുടെ നെറുകയിലുള്ള കുന്നിൽ ഈ മൂന്ന് സഖാക്കളെയും നിരത്തിനിർത്തി. തോക്ക് ചൂണ്ടിക്കൊണ്ട് കമ്യൂണിസ്റ്റ് പാർട്ടിയിൽ നിന്ന് രാജിവയ്ക്കാൻ ആവശ്യപ്പെട്ടു. "കമ്യൂണിസ്റ്റ് പാർട്ടി മുർദാബാദ്" വിളിക്കാൻ പറഞ്ഞു. കർഷകസംഘത്തിന്റെ ആ അരുമസന്തതികൾ "വെടിവച്ച് കൊന്നാലും തങ്ങൾ കീഴടങ്ങുകയില്ലെന്ന്" പ്രഖ്യാപിച്ചു. ആ ഭീരു, കേരളത്തിന്റെ ആ വീര സന്താനങ്ങളെ ആ അർദ്ധരാത്രിയിൽ ആരുമറിയാതെ വെടിവച്ചുകൊന്നു.

1948-50 കാലത്ത് മലബാറിന്റെ വിവിധ ഭാഗങ്ങളിൽ നടന്ന വെടിവയ്പുകളിൽ എത്രയോ സഖാക്കൾ രക്തസാക്ഷികളായി. ആ സഖാക്കൾക്ക് പുറമെ കോൺഗ്രസ്-ജന്മി ഗുണ്ടകളുടെ മർദനമേറ്റും വിവിധ ലോക്കപ്പുകളിൽ പൊലീസ് മർദനമേറ്റും നിരവധി സഖാക്കൾ മരിച്ചു. അവരിൽ ഒരാളാണ് കേരളത്തിന്റെ സമരചരിത്രത്തിൽ ഒരു വെള്ളിരേഖപോലെ മിന്നിത്തിളങ്ങുന്ന മൊയാരത്ത് ശങ്കരൻ. കോൺഗ്രസിന്റെ ആദ്യകാല നേതാക്കളിൽ ഒരാളായിരുന്ന അദ്ദേഹം ചിത്രകാരനും ചരിത്രകാരനും സാഹിത്യകാരനുമായിരുന്നു. തൊഴിലാളി-കർഷക ജനവിഭാഗങ്ങളെ സംഘടിപ്പിക്കുന്നതിൽ അദ്ദേഹം പ്രത്യേകം ശ്രദ്ധിച്ചിരുന്നു. 1948 മെയ് മാസത്തിൽ തന്റെ ഭാര്യാഗൃഹത്തിലേക്ക് പോയ മൊയാരത്തിനെ കോൺഗ്രസ് ഗുണ്ടകൾ പിടികൂടി മൃഗീയമായി മർദിച്ചു. ജയിലിൽ വച്ച് അദ്ദേഹം മരിക്കുകയും ചെയ്തു. ഈ സംഭവം മെയ് 13-നാണ് നടന്നത്. മൊയാരത്തിന്റെ മരണത്തിനിടയാക്കിയ ക്രൂരസംഭവത്തിൽ പ്രതിഷേധിച്ച് പ്രസ്താവനയിറക്കാൻ കേളപ്പൻപോലും നിർബന്ധിതനായി. വീട് കത്തിക്കൽ, ബലാൽസംഗം, കൊള്ള, പൊലീസ് നായാട്ട് തുടങ്ങിയ സംഭവങ്ങളാൽ കലുഷിതമായ മലബാറിലെ രാഷ്ട്രീയാന്തരീക്ഷത്തിൽ ചെറിയൊരു മാറ്റം വരുത്താൻ മൊയാരത്തിന്റെ മരണത്തിന് കഴിഞ്ഞു.

നീണ്ടകാലത്തെ മർദനത്തിന്റെ ഫലമായി ഇടക്കാലത്ത് ക്ഷീണിച്ചു കിടന്ന കർഷകപ്രസ്ഥാനം 1951-ഓടുകൂടി വീണ്ടും ഉയിർത്തെഴുന്നേറ്റു. 1951-ൽ ഹൈക്കോടതി എന്നെ വിട്ടയച്ചു. ഹൈക്കോടതി ഗെയ്റ്റിൽവച്ച് വീണ്ടും പൊലീസ് അറസ്റ്റ് ചെയ്തു. ഞാൻ വീണ്ടും ഹൈക്കോടതിയിൽ പെറ്റീഷൻ കൊടുത്തു. പൊലീസ് എന്നെ തൊട്ടുപോകരുതെന്ന കൽപ്പന യോടുകൂടി ഹൈക്കോടതി എന്നെ വിട്ടയച്ചശേഷം ആദ്യമായി ഞാൻ മല ബാറിലാകെ ഒരു പര്യടനം നടത്തി. റേയെപ്പോലുള്ള പൊലീസ് മേധാവി കൾക്കെതിരായാണ് ഞാൻ സമ്മേളനങ്ങളിൽ സംസാരിച്ചത്. റേയെപ്പോ ലുള്ള മർദകന്മാരെപ്പറ്റി സംസാരിക്കുക എന്ന് പറയുന്നതുതന്നെ മർദന ത്തിന്റെ നീണ്ട നിഴൽപാടിൽ കഴിഞ്ഞ ജനങ്ങൾക്ക് ഒരാശ്വാസമായിരു ന്നു. മർദനത്തിന്റെ ഭീകരതകൊണ്ട് ഘനീഭവിച്ച അന്തരീക്ഷം മെല്ലെമെല്ലെ നീങ്ങാൻ തുടങ്ങി.

1952 മെയ് 14, 15 തീയതികളിൽ തലശ്ശേരി താലൂക്കിൽ എരി ഞ്ഞോളിയിൽ മലബാർകിസാൻ സമ്മേളനം ചേർന്നു. "കൃഷിഭൂമി കൃഷി ക്കാരുടേതാക്കി മാറ്റുക" എന്ന മുദ്രാവാക്യം എരിഞ്ഞോളി സമ്മേളനം ഉയർത്തി. സ്ഥിരാവകാശം കൊടുക്കുക, മര്യാദപ്പാട്ടം നിശ്ചയിക്കുക, പാട്ട ബാക്കിയും കാർഷിക കടങ്ങളും റദ്ദുചെയ്യുക, 1947 ആഗസ്ത് 15-നു ശേഷം കുടിയാനിൽ നിന്ന് ഒഴിപ്പിക്കപ്പെട്ട ഭൂമി തിരിച്ചുകൊടുക്കുക മുത ലായ പ്രമേയങ്ങൾ സമ്മേളനം പാസാക്കി. എരിഞ്ഞോളി സമ്മേളനത്തി നുശേഷം താലൂക്ക് സമ്മേളനങ്ങൾ നടന്നു.

1953 ഏപ്രിൽ 23 മുതൽ 27 വരെ 11-ാം അഖിലേന്ത്യാ കിസാൻ സമ്മേളനം കണ്ണൂരിൽ നടന്നു. ഇതോടുകൂടി മലബാറിലെ കർഷകപ്ര സ്ഥാനത്തിന് ഒരു പുതിയ ഉണർവുണ്ടായി. ഇന്ത്യയിലെ പത്തുലക്ഷ ത്തോളം വരുന്ന മെമ്പർമാരെ പ്രതിനിധീകരിച്ച് നാനൂറോളം പ്രതിനിധി കളും 500-ഓളം സൗഹാർദപ്രതിനിധികളും സമ്മേളനത്തിൽ സംബന്ധി ച്ചു. 1954-ൽ വിഷ്ണു ഭാരതീയൻ പ്രസിഡന്റും എ വി കുഞ്ഞമ്പു സെക്ര ട്ടറിയും ആയി മലബാർ കുടിയാൻകമ്മിറ്റി രൂപീകരിച്ചു.

1951-ൽ മദിരാശി ഗവൺമെന്റ് കൊണ്ടുവന്ന മലബാർ കുടിയായ്മ ഭേദഗതി ബിൽ കുടിയാന്മാരെ തൃപ്തിപ്പെടുത്തിയില്ല. പ്രസ്തുത നിയമ ത്തിന് ഉത്തരവാദിയായ കെ മാധവമേനോൻ വയനാട്ടിൽ മൽസരിച്ച് പരാ ജയപ്പെട്ടു. ആദ്യത്തെ പൊതുതിരഞ്ഞെടുപ്പിനുശേഷം മലബാറിൽ നിന്ന് ജയിച്ച ഐക്യമുന്നണി എം എൽ എ മാർ കാർഷികനിയമ പരിഷ്കര ണത്തെക്കുറിച്ച് താഴെപ്പറയുന്ന ആവശ്യങ്ങൾ ഉന്നയിച്ചുകൊണ്ട് ഗവൺമെന്റിന് നിവേദനങ്ങൾ സമർപ്പിച്ചു.

മലബാർ കുടിയായ്മ നിയമത്തിലെ ഏറ്റവും ദ്രോഹകരമായ ഒഴി പ്പിക്കൽ വകുപ്പുകൾ റദ്ദാക്കുക, വാരം പണമായിട്ടോ നെല്ലായിട്ടോ അള ക്കാനുള്ള അവകാശം പാട്ടക്കാരന് നൽകുക, മര്യാദപ്പാട്ടമോ കരാർപ്പാട്ടമോ അവയിൽ കുറഞ്ഞത് ഏതോ അത് കൊടുത്താൽ മതി എന്ന് നിജപ്പെടുത്തുക, നികുതിയിൽ പകുതി കുടിയാൻ നൽകണമെന്ന വ്യവസ്ഥ റദ്ദാക്കുക എന്നിവയായിരുന്നു പ്രധാന ആവശ്യങ്ങൾ.

ഇവയുടെ പിന്നിൽ കൃഷിക്കാർ അണിനിരന്നു. മലയാളി മന്ത്രിയായ കെ പി കുട്ടികൃഷ്ണൻ നായർ അസംബ്ലിയിൽ മലബാർ കുടിയായ്മ നിയമത്തിന് ഒരു ഭേദഗതി അവതരിപ്പിച്ചു. അസംബ്ലി അത് മാണിക്യ

വേലുനായ്കരുടെ അധ്യക്ഷതയിലുള്ള സെലക്ട് കമ്മിറ്റിക്കയച്ചു. കുട്ടികൃഷ്ണൻ നായർ അവതരിപ്പിച്ച ഭേദഗതിയും കൃഷിക്കാരെ തൃപ്തിപ്പെടുത്തിയില്ല എന്നുതന്നെയല്ല, ഹരിജനങ്ങളിൽ ഒരു വലിയ വിഭാഗം ജനങ്ങളെ ഒഴിപ്പിക്കാൻ മൂന്നുകൊല്ലത്തെ നോട്ടീസ് മതിയെന്ന സ്ഥിതി വന്നു. കൃഷിക്കാർക്ക് അനുകൂലമായ ഭേദഗതികൾ വരുത്തുന്നതിന് ആവശ്യമായ പ്രക്ഷോഭങ്ങൾ ശക്തിപ്പെട്ടു. പ്രക്ഷോഭത്തോടൊപ്പം ഒരു ഭീമഹർജിക്കുള്ള ഒപ്പുശേഖരണവും നടന്നു. സംഘം നിർദേശിച്ച ഭേദഗതികൾ തയ്യാറാക്കി. അതിൽ ആയിരക്കണക്കിന് ആളുകളെകൊണ്ട് ഒപ്പുവയ്പ്പിച്ചു. ഒന്നര ലക്ഷം ഒപ്പുശേഖരിച്ച് 1953 ഡിസംബറിൽ അത് ഗവൺമെന്റിന് സമർപ്പിച്ചു. എന്തുതന്നെയായാലും, എന്ത് പോരായ്മകൾ ഉണ്ടെങ്കിലും, മര്യാദപ്പാട്ടം നിർണയിക്കാൻ വ്യവസ്ഥ ചെയ്യുന്നതും കുടിയിരുപ്പവകാശവും സ്ഥിരാവകാശവും ഏറക്കുറെ അനുവദിക്കുന്നതുമായ വകുപ്പുകൾ മലബാർ കുടിയായ്മ ഭേദഗതി നിയമത്തിൽ ഉൾക്കൊള്ളിക്കാൻ മലബാറിലെ സംഘടിത കർഷകശക്തിക്ക് സാധിച്ചു.

ഒഴിപ്പിക്കലിനെതിരായും തരിശുനിലങ്ങൾ വിതരണം ചെയ്യുന്നതിനും ഉൽപ്പാദകർക്ക് മര്യാദവില കിട്ടുന്നതിനും കർഷകതൊഴിലാളിക്ക് ജീവിക്കാൻ ആവശ്യമായ കൂലിക്കുവേണ്ടിയും മറ്റുമുള്ള നിരവധി സമരങ്ങൾ ഇന്ത്യയുടെ പല ഭാഗങ്ങളിലായി ഈ കാലഘട്ടത്തിൽ നടന്നു. 1954 സപ്തംബർ 13 മുതൽ 16 വരെ കിഴക്കൻ പഞ്ചാബിൽ ഫിറോസ്പൂർ ജില്ലയിൽ മോഗാ എന്ന സ്ഥലത്ത് അഖിലേന്ത്യാ കിസാൻ സമ്മേളനം ചേർന്നു. "ഉള്ള മണ്ണിൽ ഉറച്ചുനിൽക്കുക" എന്നതാണ് മോഗാ സമ്മേളനം നൽകിയ സന്ദേശം. മലബാറിലാകെയും ഇത് ഒരു പുതിയ ഉണർവുണ്ടാക്കി.

1954 ഏപ്രിൽ 11-ന് മഞ്ചേരിയിൽ അഖില മലബാർ പുനംകൃഷി സമ്മേളനവും 1955-ൽ നിലമ്പൂരിൽ തരിശുസമ്മേളനവും ചേർന്നു. പുനവും തരിശും കൃഷിക്ക് കൊടുക്കുന്നതിനുവേണ്ടി ഒരു പ്രക്ഷോഭസമരം ആരംഭിക്കാൻ രണ്ടാം പുനംകൃഷി സമ്മേളനം തീരുമാനിച്ചു. 1954-ൽ കൂത്താളിയിൽ കുറെ കൃഷിക്കാരെ ഒഴിപ്പിച്ചു. കിസാൻ പഞ്ചായത്തിന്റെ നേതൃത്വത്തിൽ ഒഴിപ്പിക്കലിനെതിരായി സത്യഗ്രഹസമരം ആരംഭിച്ചു. 1955 ജനുവരി 9-ന് പേരാമ്പ്രയിൽ സി എച്ച് കണാരന്റെ അധ്യക്ഷതയിൽ ഒരു സർവകക്ഷി സമ്മേളനം ചേർന്നു. അതിനുശേഷം പേരാമ്പ്ര ഡപ്യൂട്ടി തഹസീൽദാരുടെ ഓഫീസിനുമുന്നിലും കർഷകസംഘം സമരം ആരംഭിച്ചു. അത് ഒരു മാസം തുടർന്നു. സമരം വിപുലപ്പെടുത്താൻ സംഘം തീരുമാനിച്ചു. സമരം നീണ്ടുപോയി. ഫെബ്രുവരി 17-ന് മലബാർ കളക്ടറുടെ മുമ്പിൽ എം കെ കേളുവിന്റെ നേതൃത്വത്തിൽ കർഷകവളണ്ടിയർമാർ സത്യഗ്രഹം തുടങ്ങി. ഗവൺമെന്റ് കുലുങ്ങിയില്ല. ഒടുവിൽ കൂത്താളിയിൽ പ്രത്യക്ഷസമരം ആരംഭിച്ചു. കൂത്താളിയിലെ കൃഷിക്ക് ഉപയുക്തമായ ഗവൺമെന്റുടമയിലുള്ള സ്ഥലങ്ങൾ കൃഷിക്ക് അനുവദിക്കണമെന്ന ഒത്തുതീർപ്പ് വ്യവസ്ഥയോടുകൂടി സമരം അവസാനിച്ചു.

1956-ഓടുകൂടി വിലക്കയറ്റത്തിനെതിരായ പ്രക്ഷോഭം ശക്തിപ്പെട്ടു. കിസാൻസംഘത്തിന് പുറമെ കിസാൻ പഞ്ചായത്തിന്റെ പ്രതിനിധികളും മറ്റ് രാഷ്ട്രീയപാർട്ടികളും ഈ സമ്മേളനത്തിൽ സംബന്ധിച്ചു. 1956 ജൂലായ് 8-ന് വിലനിയന്ത്രണദിനമായി ആചരിക്കാൻ കിസാൻസംഘ

ടന തീരുമാനിച്ചു. മലബാർ കിസാൻ സംഘത്തിന്റെയും മലബാർ കിസാൻ പഞ്ചായത്തിന്റെയും മുസ്ലിം സഭയുടെയും പ്രതിനിധികളായി എട്ട് പേരടങ്ങിയ ഒരു നിവേദകസംഘം മദിരാശി ഗവൺമെന്റ് അധികൃതരെക്കണ്ടു. ഈ യോജിച്ച പ്രവർത്തനം കൃഷിക്കാരെ ആവേശഭരിതരാക്കി. ഒക്ടോബർ 15, 16 തീയതികളിൽ ഓച്ചിറ വച്ച് തിരു-കൊച്ചി പ്രദേശത്തെ കർഷകപ്രതിനിധികളുടെ സമ്മേളനം ചേർന്നു. കുടിയൊഴിപ്പിക്കൽ അവസാനിപ്പിക്കുന്നതിനും പാട്ടം നിജപ്പെടുത്തുന്നതിനും പരിധി നിർണയിക്കുന്നതിനും വേണ്ടി പ്രക്ഷോഭം സംഘടിപ്പിക്കാൻ ഓച്ചിറ സമ്മേളനം തീരുമാനിച്ചു. പട്ടം താണുപിള്ളയുടെ നേതൃത്വത്തിലുള്ള പി എസ് പി മന്ത്രിസഭ കുടിയായ്മബില്ലും ഭൂപരിധിബില്ലും കുടിയൊഴിപ്പിക്കൽ ബില്ലും പാസാക്കി. പി എസ് പി മന്ത്രിസഭ ഈ നിയമം നടപ്പിലാക്കാൻ തയ്യാറായപ്പോൾ കോൺഗ്രസ് പട്ടം താണുപിള്ളയ്ക്കുള്ള സഹായം പിൻവലിച്ചു. പിന്നീട് പനമ്പിള്ളി ഗോവിന്ദമേനോന്റെ നേതൃത്വത്തിലുള്ള മന്ത്രിസഭ അധികാരത്തിൽ വന്നു. ഭൂനയബില്ലുകൾക്കുവേണ്ടിയുള്ള സമരം കർഷകസംഘം നിയമസഭയ്ക്കകത്തും പുറത്തുംവച്ച് നടത്തി. കുടിയായ്മ ബില്ലിന്റെ സെലക്ട് കമ്മിറ്റി റിപ്പോർട്ട്, ഭിന്നാഭിപ്രായക്കുറിപ്പുകൾ വകവയ്ക്കാതെ തന്നെ നിയമസഭയിൽ അവതരിപ്പിക്കപ്പെട്ടു. അതോടുകൂടി പനമ്പിള്ളിമന്ത്രിസഭ നിലം പതിച്ചു.

1955-ൽ പാലായിൽ തിരു-കൊച്ചി സംഘത്തിന്റെ വാർഷികസമ്മേളനം നടന്നു. ആ സമ്മേളനത്തിൽ റബർ കൃഷിക്കാരുടെ ആവശ്യങ്ങളടങ്ങുന്ന ഒരു മെമ്മോറാണ്ടം പതിനായിരം പേരുടെ ഒപ്പുശേഖരിച്ച് കേന്ദ്ര ഗവൺമെന്റിന് സമർപ്പിക്കുന്നതിന് എന്നെയും പന്തളം പി ആറിനെയും ചുമതലപ്പെടുത്തി.

കഴിഞ്ഞ ഭക്ഷ്യക്ഷാമകാലത്ത് ഭക്ഷ്യോല്പാദനം വർധിപ്പിക്കുന്നതിന് വനഭൂമിയും പുറംപോക്ക് ഭൂമിയും കൃഷിക്കാർക്ക് കൃഷി ചെയ്യാൻ കൊടുത്തിരുന്നു. ധനികകൃഷിക്കാർക്കാണ് ഇത് കൂടുതൽ കിട്ടിയത്. പലരും അത് പാട്ടത്തിന് കൊടുക്കുകയും വിൽക്കുകയും ചെയ്തു. ഗവൺമെന്റിന്റെ അനുമതി കൂടാതെ പലരും വനഭൂമിയിൽ പ്രവേശിച്ച് വനപ്രദേശം കൈക്കലാക്കുകയും കൃഷി ചെയ്യുകയും ചെയ്തു. ഇതിൽ വലിയൊരു ഭാഗം പാവപ്പെട്ട കൃഷിക്കാരായിരുന്നു. ഈ സാധുകൃഷിക്കാരുടെ പ്രശ്നം കർഷകസംഘം ഏറ്റെടുത്തു. 1956 ഏപ്രിൽ 13-ന് കെ ടി ജേക്കബിന്റെ നേതൃത്വത്തിൽ മലയോരകൃഷിക്കാരുടെ ഒരു വമ്പിച്ച സമ്മേളനം ചേർന്നു. പ്രക്ഷോഭത്തിന്റെ ഫലമായി കർഷകസംഘം ഉന്നയിച്ച പല ആവശ്യങ്ങളും ഗവൺമെന്റ് അനുവദിച്ചു. കുടിയൊഴിപ്പിക്കേണ്ടത് ആരെയാണ്, കുടി ഒഴിപ്പിക്കപ്പെട്ടവർക്ക് ഭൂമി കൊടുക്കണമോ എന്നെല്ലാം തീരുമാനിക്കുന്നതിന് ഒരു പുതിയ കമ്മിറ്റി രൂപീകരിക്കപ്പെട്ടു. കമ്മിറ്റിയുടെ നിർദേശപ്രകാരം താഴെപ്പറയുന്ന നടപടികൾ സ്വീകരിക്കാൻ ഗവൺമെന്റ് സമ്മതിച്ചു.

വനത്തിന്റെ ഭദ്രതയ്ക്ക് കോട്ടം തട്ടാത്ത സ്ഥലങ്ങളിൽ കൃഷിക്കാരെ ഒഴിപ്പിക്കുന്നതല്ല, അവർക്ക് സ്ഥിരാവകാശം നൽകും. റിസർവ് പോക്കറ്റുകളിൽനിന്ന് താമസക്കാരെ ഒഴിപ്പിക്കും. അങ്ങനെ ഒഴിപ്പിക്കപ്പെടുന്നവർക്ക് കഴിയുന്നതും അടുത്ത അഞ്ച് ഏക്കർ ഭൂമിയും കൃഷി ചെയ്യുന്നതിന് സഹായവും നൽകും. കൃഷിക്ക് നൽകുന്ന ഭൂമി റവന്യൂ വകുപ്പി

ലേക്ക് മാറ്റി അടിസ്ഥാന നികുതി ചുമത്തും. ധനാഢ്യന്മാരിൽനിന്ന് ഭൂമി ഒഴിപ്പിച്ചെടുത്ത് ഭൂമി ഇല്ലാത്തവർക്ക് നൽകും. കർഷകസംഘത്തിന്റെ ശക്തമായ പ്രക്ഷോഭത്തിന്റെ ഫലമായാണ് ഈ തീരുമാനം ഗവൺമെന്റ് കൈക്കൊണ്ടത്.

1956 നവംബറിൽ കേരള സംസ്ഥാനം രൂപീകരിക്കപ്പെട്ടതോടുകൂടി തിരു-കൊച്ചി സംഘവും മലബാർ സംഘവും കൂടി ഏകീകരിച്ച് കേരള കർഷകസംഘം രൂപീകരിച്ചു. 1956 ഡിസംബർ 29, 30 തീയതികളിൽ ഷൊർണൂരിൽ കേരള കർഷക സംഘത്തിന്റെ ഒന്നാം സമ്മേളനം ചേർന്നപ്പോൾ കർഷകസംഘത്തിൽ 1,36,000 പേർ അംഗങ്ങളായി ചേർന്നുകഴിഞ്ഞിരുന്നു. ഒഴിപ്പിക്കൽ തടയുക, ഭൂപരിഷ്കാരങ്ങൾ നടപ്പിലാക്കുക, കടഭാരത്തിൽനിന്ന് കൃഷിക്കാരെ രക്ഷിക്കുന്നതിന് രണ്ട് കൊല്ലത്തേക്ക് കോടതി നടപടികൾ നിർത്തിവയ്ക്കുക, അതിനിടയിൽ നിയമനിർമാണങ്ങൾ കൊണ്ടുവരിക തുടങ്ങിയ നിർദേശങ്ങൾ സമ്മേളനം മുന്നോട്ടുവച്ചു.

രണ്ടാം പൊതുതിരഞ്ഞെടുപ്പ് ആസന്നമായിരുന്ന ആ ഘട്ടത്തിൽ തിരഞ്ഞെടുപ്പിനെ സംബന്ധിച്ച് കർഷകസംഘം എടുത്ത തീരുമാനം പാർട്ടികൾ കർഷകതാൽപ്പര്യങ്ങൾക്കുവേണ്ടി പ്രവർത്തിക്കുന്നതിന്റെ അടിസ്ഥാനത്തിൽ മാത്രമായിരിക്കും വോട്ടുചെയ്യുന്നത് എന്നാണ്.

1956 ഡിസംബർ ആയപ്പോഴേക്കും ഭക്ഷ്യക്ഷാമം കൊടുമ്പിരിക്കൊണ്ടു. കർഷകസംഘം വിലവർധനവിനും ഭക്ഷ്യക്ഷാമത്തിനുമെതിരായി രംഗത്തുവന്ന് വമ്പിച്ച പ്രക്ഷോഭം സംഘടിപ്പിച്ചു.

1957 ഫെബ്രുവരിയിൽ പൊതുതിരഞ്ഞെടുപ്പ് നടന്നു. 1957 ഏപ്രിൽ 16-ന് ഇ എം എസിന്റെ നേതൃത്വത്തിൽ കമ്യൂണിസ്റ്റ് മന്ത്രിസഭ അധികാരത്തിൽ വന്നു. പുതിയ ഗവൺമെന്റ് അധികാരത്തിൽ വന്ന് രണ്ടാഴ്ചയ്ക്കകം ഒഴിപ്പിക്കലിനെതിരായി ഓർഡിനൻസ് പുറപ്പെടുവിച്ച് കൃഷിക്കാർക്ക് ആശ്വാസം നൽകി. അരിയുടെ വിലവർധന തടയാനായി 500 കുടുംബങ്ങൾക്ക് ഒരു ന്യായവിലഷോപ്പ് എന്ന നിലയിൽ ന്യായവിലഷോപ്പുകൾ തുറന്നു. ഇന്ത്യയിലുണ്ടായിരുന്ന 30,000 ഷോപ്പുകളിൽ 6,000 എണ്ണം കേരളത്തിലാണ് ഉണ്ടായിരുന്നത്.

കേരള കർഷകസംഘത്തിന്റെ രണ്ടാം സമ്മേളനം 1957 ഒക്ടോബറിൽ കാലടിയിൽ ചേർന്നു. ആ സമ്മേളനത്തിൽ ഇ എം എസിന് പുറമെ നിയമമന്ത്രി വി ആർ കൃഷ്ണയ്യരും റവന്യൂമന്ത്രി കെ ആർ ഗൗരിയും പങ്കുകൊണ്ടിരുന്നു. ഞാൻ ആ സമ്മേളനത്തിൽ ആദ്യാവസാനം പങ്കെടുത്തു. കേരളക്കരയിലെ ലക്ഷക്കണക്കായ കൃഷിക്കാർക്ക് ആശ്വാസം നൽകുന്നതും കേരളത്തിന്റെ മുഖചിത്രം മാറ്റി എഴുതുന്നതിന് ആവശ്യവുമായ കാർഷികപരിഷ്കാരങ്ങളെ സംബന്ധിച്ച് സമ്മേളനം ഗൗരവമായി ചർച്ച ചെയ്തു. കാസർഗോഡ്, മലബാർ, കൊച്ചി, തിരുവിതാംകൂർ എന്നിവിടങ്ങളിലെ വ്യത്യസ്ത ഭൂവ്യവസ്ഥകളെ കണക്കിലെടുത്ത് അവയെ ഏകീകരിച്ചുകൊണ്ടുള്ള ഭൂപരിഷ്കാരനിയമം കൊണ്ടുവരുന്നതിന് അടിസ്ഥാനമിടാൻ ഈ സമ്മേളനത്തിന് കഴിഞ്ഞു.

കാലടി സമ്മേളനം കഴിഞ്ഞ് രണ്ടു മാസത്തിനകം 1957 ഡിസംബറിൽ കേരള കാർഷികബന്ധ ബിൽ ആദ്യമായി അസംബ്ലിയിൽ കെ ആർ ഗൗരി അവതരിപ്പിച്ചു. കേരളത്തിലെ കർഷകപ്രസ്ഥാനം ഒരു പുതിയ ഘട്ടത്തിലേക്ക് നീങ്ങി. കേരളത്തിലെ സ്ഥാപിത താൽപ്പര്യക്കാർ ഇതിനെ

എതിർക്കാൻ അരയും തലയും മുറുക്കി രംഗത്തിറങ്ങി. കമ്യൂണിസ്റ്റ് പാർട്ടിക്കും കർഷകസംഘത്തിനും ഗവൺമെന്റിനും എതിരായി ശക്തിയായ നീക്കങ്ങൾ ആരംഭിച്ചു. പമ്പാവലിയിൽ അവിടത്തെ സംഘം നേതാവായ പാമ്പുരിക്കൽ പാപ്പച്ചനെ ജന്മിഗുണ്ടകൾ കൊലപ്പെടുത്തി. കാസർഗോഡ് താലൂക്കിൽ പൈവെളിക്കയിലെ സംഘം സെക്രട്ടറിയായ സുന്ദർശെട്ടിയും സഹോദരന്മാരായ മഹാബലശെട്ടി, ചിന്നപ്പശെട്ടി എന്നിവരും സ്വന്തം ഭൂമിയിൽ ഉറച്ചുനിന്നതിന്റെ ഫലമായി ജന്മിഗുണ്ടകളുടെ വെടിയുണ്ടയ്ക്ക് വിധേയരായി. ജന്മിമാരുടെ ആക്രമണങ്ങൾക്കെതിരായും കാർഷികനിയമം പാസാക്കുന്നതിനുവേണ്ടിയും കൃഷിക്കാർ ശക്തിയായ പ്രക്ഷോഭം ആരംഭിച്ചു. 1958 മാർച്ച് 27-ന് കർഷകവളണ്ടിയർമാരുടെ അതിഗംഭീരമായ ഒരു പ്രകടനം തിരുവനന്തപുരത്ത് നടന്നു. കേരളത്തിന്റെ നാനാഭാഗത്തുനിന്നും വന്നെത്തിയവരായിരുന്നു അവർ. കാർഷികബന്ധബിൽ സെലക്ട് കമ്മിറ്റിക്കയച്ചു. സെലക്ട് കമ്മിറ്റി ജില്ലകൾതോറും സഞ്ചരിക്കുന്നതിന് പരിപാടിയിട്ടു. കർഷകസംഘം ഭേദഗതികൾ തയ്യാറാക്കുകയും തെളിവുകൾ ശേഖരിക്കുകയും സെലക്ട് കമ്മിറ്റിക്ക് അതത് സ്ഥലങ്ങളിൽ അത് നൽകുകയും ചെയ്തു.

1959 മെയ് മാസത്തിൽ മൂവാറ്റുപ്പുഴയിൽ കർഷകസംഘത്തിന്റെ ഒരു വിശേഷാൽ സമ്മേളനം ചേർന്നു. കാർഷികബന്ധബില്ലിനെക്കുറിച്ച് ചർച്ച ചെയ്യുന്നതിനാണ് ഈ സമ്മേളനം ചേർന്നത്. ഇ എം എസിന് പുറമെ അഖിലേന്ത്യാ കിസാൻസഭാ സെക്രട്ടറി എൻ പ്രസാദറാവുവും സമ്മേളനത്തിൽ സംബന്ധിച്ചു. സമ്മേളനം വിവിധ വകുപ്പുകളെ സംബന്ധിച്ച് സമഗ്രമായി ചർച്ച ചെയ്യുകയും ഭേദഗതികൾ നിർദേശിക്കുകയും ചെയ്തു.

കാർഷികപരിഷ്കാരങ്ങൾ നടപ്പിലാക്കുന്നതോടൊപ്പം കാർഷികരംഗത്ത് ശാസ്ത്രീയരീതിയിലുള്ള കൃഷിസമ്പ്രദായങ്ങളും സഹകരണപ്രസ്ഥാനവും വളർത്തുന്നതിനെ സംബന്ധിച്ചുള്ള സെമിനാറുകളും വിശദീകരണയോഗങ്ങളും വളരെ വിപുലമായി നടത്തപ്പെട്ടു. ജനങ്ങളും ഗവൺമെന്റും ഒത്തുചേർന്ന് വിപുലമായ തോതിൽ ഇതൊരു പ്രസ്ഥാനമായി വളർത്തുന്നതിൽ കർഷകസംഘം മഹത്തായ പങ്കുവഹിച്ചു. ജലസേചനമന്ത്രി വി ആർ കൃഷ്ണയ്യർ മുൻകയ്യെടുത്ത് ജലസേചനപദ്ധതിക്കുള്ള ഒരു മാസ്റ്റർപ്ലാൻ തയ്യാറാക്കി.

കാർഷികബന്ധബിൽ നിയമമാക്കുന്നതിന് വീണ്ടും താമസം നേരിട്ടു. പെരിന്തൽമണ്ണയിൽ മാർച്ച് മാസത്തിൽ ചേർന്ന കർഷകസംഘത്തിന്റെ മൂന്നാം സംസ്ഥാനസമ്മേളനം ബിൽ നീണ്ടുപോകുന്നതിനെ സംബന്ധിച്ച് ഉൽക്കണ്ഠ രേഖപ്പെടുത്തി. ജനങ്ങളുടെ വികാരങ്ങൾ മനസിലാക്കി മന്ത്രിസഭ നിയമം പാസാക്കിയെടുക്കുന്നതിന് മുൻകൈ എടുത്തു. 48 ദിവസത്തെ തുടർച്ചയായ ചർച്ചയ്ക്കുശേഷം 1959 ജൂൺ 19-ന് കാർഷികബന്ധബിൽ പാസായി. കുടിയൊഴിപ്പിക്കൽ പൂർണമായി തടയുന്നതും എല്ലാവിധ കുടിയാന്മാർക്കും കുടിയായ്മ അവകാശവും സ്ഥിരാവകാശവും കൊടുക്കുന്നതും കൈവശഭൂമിയുടെ ജന്മാവകാശം വാങ്ങുന്നതിന് കുടിയാന് അധികാരം കൊടുക്കുന്നതും ആയ വ്യവസ്ഥകൾ ഉൾക്കൊള്ളുന്ന അതിപ്രധാനമായ ഒരു നിയമമായിരുന്നു അത്. ഇന്ത്യയുടെ ചരിത്രത്തിൽ കൃഷിക്കാരനും കുടികിടപ്പുകാരനും ഇത്ര വമ്പിച്ച

ആനുകൂല്യങ്ങൾ നൽകുന്ന മറ്റൊരു ബില്ലും പാസാക്കപ്പെട്ടിട്ടില്ല. കാർഷികബന്ധനിയമം പാസാക്കുന്നതിനുമുമ്പ് ഭൂമി ഒഴിപ്പിച്ച് കൈവശപ്പെടുത്താനുള്ള സന്ദർഭം ജന്മിമാർക്ക് നിഷേധിച്ചിരുന്നതുകൊണ്ട് കൃഷിക്കാർക്ക് അതിന്റെ പൂർണമായ മെച്ചവും നേടാൻ കഴിഞ്ഞു.

പക്ഷേ ഇതുകൊണ്ടും പ്രശ്നങ്ങൾ അവസാനിച്ചില്ല. ബില്ല് പാസായതോടുകൂടി മന്ത്രിസഭയ്ക്ക് എതിരായിട്ടുള്ള സ്ഥാപിത താൽപര്യക്കാരുടെയും സാമുദായികശക്തികളുടെയും ആക്രമണം ശക്തിപ്പെട്ടു. വിമോചനസമരമെന്ന സമരാഭാസം അഴിച്ചുവിടപ്പെട്ടു. മന്ത്രിസഭയ്ക്ക് ബഹുജനപിന്തുണ നഷ്ടപ്പെട്ടിരിക്കുന്നുവെന്ന പേര് പറഞ്ഞ് 1959 ജൂലായ് 31-ന് ഭൂരിപക്ഷപിന്തുണയുള്ള മന്ത്രിസഭ പിരിച്ചുവിടപ്പെട്ടു. ഇതിനകം പ്രസിഡന്റിന്റെ അനുമതിക്കായി കാർഷികബന്ധനിയമം അയച്ചുകഴിഞ്ഞിരുന്നു.

ഇതോടുകൂടി കേരളത്തിലെ കർഷകപ്രസ്ഥാനം ത്യാഗപൂർണമായ സമരങ്ങളിലൂടെ നേടിയെടുത്ത കാർഷികബന്ധനിയമത്തിന്റെ ഭാവി തുലാസിൽ തൂങ്ങി. തുടർന്ന് നടന്ന തിരഞ്ഞെടുപ്പിൽ സ്ഥാപിതതാൽപ്പര്യക്കാരുടെയും സാമുദായികവാദികളുടെയും സഹായത്തോടെ കമ്യൂണിസ്റ്റ് പ്രസ്ഥാനത്തെ പരാജയപ്പെടുത്തി പട്ടം താണുപിള്ളയുടെ നേതൃത്വത്തിലുള്ള മന്ത്രിസഭ 1960 ഫെബ്രുവരിയിൽ അധികാരത്തിൽ വന്നു. പ്രസിഡന്റ് ഇതുവരെയും ബില്ലിന് അംഗീകാരം കൊടുത്തുകഴിഞ്ഞിരുന്നില്ല. ബില്ലിൽ തങ്ങൾക്ക് അനുകൂലമായ ഭേദഗതികൾ വരുത്തുന്നതിനും കഴിയുമെങ്കിൽ ബില്ലുതന്നെ ഇല്ലാതാക്കുന്നതിനും ജന്മിമാരും സ്ഥാപിത താൽപര്യക്കാരും ശ്രമിച്ചുകൊണ്ടിരുന്നു. ബിൽ നിയമമാക്കുന്നതിനുള്ള പ്രക്ഷോഭം കൃഷിക്കാർക്കിടയിൽ വളർന്നുവന്നു. ബില്ലിന് അംഗീകാരം കിട്ടുന്നതിനും ബില്ലിൽ വെള്ളം ചേർക്കാതിരിക്കുന്നതിനും കേരളത്തിൽ വളർന്നു വരുന്ന കൃഷിക്കാരന്റെ മഹത്തായ പ്രസ്ഥാനത്തെ കോർത്തിണക്കുന്നതിനും വേണ്ടി കാസർഗോഡ് നിന്ന് ഒരു കാൽനടജാഥ പുറപ്പെടുന്നതിന് ഞങ്ങൾ തീരുമാനിച്ചു.

2

ഒഴിപ്പിക്കലിനെതിരെ

കർഷകജാഥ

കമ്യൂണിസ്റ്റ് മന്ത്രിസഭ അധികാരത്തിൽ നിന്നു പുറന്തള്ളപ്പെട്ടതിനുശേഷം കേരളത്തിലെ കർഷകർ നിരാശരായി ജീവിക്കുകയായിരുന്നു. നീണ്ട സമരങ്ങൾ വഴി തങ്ങൾ നേടിയെടുത്ത ഭൂപരിഷ്കരണ ബില്ലിന്റെ ഭാവി എന്തായിത്തീരുമെന്ന് അവർക്ക് ഒരെത്തും പിടിയുമില്ലായിരുന്നു. ഒരു വർഷം കഴിഞ്ഞിട്ടും ബില്ലിന് അനുവാദം നൽകാതിരുന്നപ്പോൾ അവർ ഉൽക്കണ്ഠാകുലരായി. കർഷക-കർഷകത്തൊഴിലാളി വിഭാഗങ്ങളിൽ പൊതുവെ നിരാശ പ്രത്യക്ഷപ്പെട്ടു. ബില്ലിൽ ഏതാനും മാറ്റങ്ങൾ പുതിയ മന്ത്രിസഭ വരുത്താൻ പോകുന്നതായി ശ്രുതി പരന്നു. ഈ പശ്ചാത്തലത്തിലാണ് 1960 ജൂൺ 1-ന് തൃശൂരിൽ നടന്ന യോഗത്തിൽ കേരള കർഷകസംഘം കാസർഗോഡ് നിന്ന് തിരുവനന്തപുരത്തേക്ക് ഒരു ജാഥ നയിക്കണം എന്നു തീരുമാനിച്ചത്. ഭൂവുടമാസംഘത്തിന്റെയും നായർ സർവീസ് സൊസൈറ്റിയുടെയും ആവശ്യമനുസരിച്ച് കേരള ഭൂപരിഷ്കരണബില്ലിൽ കർഷകദ്രോഹപരമായ മാറ്റങ്ങൾ വരുത്തുന്നതിനോടുള്ള പ്രതിഷേധപ്രകടനമായിട്ടാണ് ഈ ജാഥ സംഘടിപ്പിക്കാൻ തീരുമാനിച്ചത്.

മുമ്പ് മദിരാശിയിലേക്ക് കാൽനടജാഥ നടത്തിയിട്ടുള്ള എനിക്ക് ഈ ജാഥയുടെ നേതൃത്വം ഏറ്റെടുക്കൽ സന്തോഷകരമായ ഒരു സംഗതിയായിരുന്നു. ജൂൺ 18-ന് കാസർഗോഡുനിന്ന് ജാഥ ആരംഭിച്ചു. സി എച് കണാരൻ, പന്തളം പി ആർ തുടങ്ങിയവരും ജാഥയിലുണ്ടായിരുന്നു. ബലാൽക്കാരമായ വസ്തു ഒഴിപ്പിക്കലിനെ ചെറുത്തുനിന്നു. 1957 ഡിസംബർ 21-ന് ജന്മിഗുണ്ടകളുടെ വെടിയുണ്ടയേറ്റ് രക്തസാക്ഷികളായ സുന്ദർശെട്ടി, മഹാബലശെട്ടി, ചിന്നപ്പശെട്ടി എന്നിവരുടെ ജന്മഗ്രാമമായ പൈവെളിക്കയുടെ താലൂക്ക് തലസ്ഥാനമായ കാസർഗോഡ് നിന്ന് അവരുടെ ജീവിതലക്ഷ്യം നേടുന്നതിനായി പുറപ്പെട്ട ഈ കർഷകജാഥ കേരളത്തിലെ കർഷകജനതയുടെയാകെ ആശാബിന്ദുവായിരുന്നു.

കേരളത്തിലെ കർഷകപ്രസ്ഥാനത്തിന്റെ ജന്മസ്ഥലമായ കണ്ണൂർ ജില്ലയിൽ കൂടിയുള്ള ജാഥയുടെ പ്രയാണം ജാഥാംഗങ്ങൾക്കും ആ ജില്ലയിലെ വളർന്നുവരുന്ന പുതിയ തലമുറയ്ക്കും ഒന്നുപോലെ പ്രചോദനം നൽകി. മോറാഴ, മട്ടന്നൂർ, കയ്യൂർ എന്നീ കർഷകതീർത്ഥങ്ങൾ ഓർമിക്കണം. കാവുമ്പായി, കരിവെള്ളൂർ, മുനയൻകുന്ന്, പായം, ഒഞ്ചിയം, തില്ലങ്കേരി, കോറോം, പാടിക്കുന്ന്, പെരളം, പൈവെളിക്ക തുടങ്ങിയ സ്ഥലങ്ങളിലെ കർഷകർ എങ്ങനെയാണ് ജന്മിത്തത്തിനെതിരായി ധീരധീരം പോരാടി ചോരചൊരിഞ്ഞതെന്ന് വർണിക്കുന്ന പാട്ടുകൾ പാടിയും അതിന്റെ താളത്തിനൊപ്പിച്ച് ചുവടുകൾ വച്ചുമാണ് ജാഥ മുന്നോട്ടു നീങ്ങിയത്.

മുന്നേറിക്കൊണ്ടിരുന്ന ജാഥ അതിന്റെ പാതയിലെങ്ങും ഉണർവും ഉൽസാഹവും ജനിപ്പിച്ചു. വഴിയിലെങ്ങും ജാഥയ്ക്ക് ഗംഭീരസ്വീകരണങ്ങൾ കിട്ടി. കണ്ണൂർ, തലശ്ശേരി തുടങ്ങിയ കേന്ദ്രങ്ങളിൽ വമ്പിച്ച പൊതുയോഗങ്ങൾ നടന്നു. തങ്ങളുടെ അവകാശങ്ങൾ സംരക്ഷിക്കാൻ പടവെട്ടിയവരെ കർഷകർ നിറപറയും നിലവിളക്കും വച്ച് ആദരിച്ച രംഗങ്ങൾ പുളകം കൊള്ളിക്കുന്നവ ആയിരുന്നു.

മുസ്ലിം കൃഷിക്കാർക്കിടയിലുണ്ടായ അടിയിളക്കം വ്യക്തമാക്കുന്ന അനേകം അനുഭവങ്ങൾ ഫെറോക്ക് മുതൽ പെരിന്തൽമണ്ണ വരെയുള്ള യാത്രയ്ക്കിടയ്ക്ക് ജാഥാംഗങ്ങളായ ഞങ്ങൾക്കുണ്ടായി. അവിടത്തെ കർഷകരിൽ ഒരു വലിയ വിഭാഗം ആളുകൾ യാതൊരു രേഖയുമില്ലാതെ അമ്പതും അറുപതും വർഷങ്ങളായി തങ്ങൾ ഏറ്റുവാങ്ങി കൈവശംവച്ച് ചമയങ്ങളും ഉഭയങ്ങളും വച്ചുപിടിപ്പിച്ച ഭൂമിയിൽനിന്ന് വിമോചനസമരത്തിനുശേഷം അധികാരത്തിൽ വന്ന ഗവൺമെന്റ് ഭരണമേറ്റെടുത്തതിൽ പിന്നീട് ബലപ്രയോഗംമൂലം ഒഴിപ്പിക്കപ്പെട്ടവരായിരുന്നു. തങ്ങൾ വോട്ടു ചെയ്ത് അധികാരത്തിൽ വരുത്തിയ ഒരു എം എൽ എയാൽ കുടിയൊഴിപ്പിക്കപ്പെട്ട വളരെയധികം മുസ്ലിം കർഷകരെ ഞങ്ങൾ കാണുകയുണ്ടായി.

ഏറനാട്ടിലെ സാധുകൃഷിക്കാരുടെ ഇടയിൽ കടുത്ത നിരാശാബോധം പടർന്നുപിടിച്ചിരുന്നു. 'ഇനി ഒരു പ്രതീക്ഷയ്ക്കും വകയില്ല' ഇതായിരുന്നു അവരുടെ വികാരം. ഈ നിരാശാബോധമാണ് ജാഥ പോകുന്നത് ഒന്നു കാണുകയെങ്കിലും ചെയ്യാം എന്ന ബോധം അവരിൽ ഉണ്ടാക്കിയത്. ആയിരക്കണക്കിന് മുസ്ലിം കർഷകസ്ത്രീകൾ റോഡരികിൽ നിന്നിരുന്നു. ജാഥയിൽനിന്നു ഉയർന്നിരുന്ന പാട്ടുകളും മുദ്രാവാക്യങ്ങളും കേൾക്കുമ്പോൾ അവരുടെ കണ്ണുകളിൽ അദ്ഭുതവും പ്രതീക്ഷയും വിടർന്നുവന്നു. ആയിരക്കണക്കിന് മുസ്ലിം കർഷകവൃദ്ധന്മാരും യുവാക്കളും വഴിയരികിൽനിന്നു ജാഥയെ വീക്ഷിക്കുന്നത് കാണാമായിരുന്നു. അവരാരും കമ്യൂണിസ്റ്റുകാരല്ല. പക്ഷേ ജാഥ ഉയർത്തുന്ന ആവശ്യം തങ്ങളുടെ ആവശ്യമാണെന്നും ആ ആവശ്യങ്ങൾ നേടുകയാണ് തങ്ങളുടെ സ്വപ്നമെന്നും അവർക്കറിയാം. കൊണ്ടോട്ടിയിലെയും കോട്ടപ്പടിയിലെയും വമ്പിച്ച സ്വീകരണയോഗങ്ങളിലും മറ്റ് മുപ്പതിലധികം ചെറുസ്വീകരണയോഗങ്ങളിലും ആയിരക്കണക്കിന് മുസ്ലിം കർഷകർ സംബന്ധിച്ചു. പല പ്രമാണികളുടെയും താക്കീതു വകവയ്ക്കാതെ പരസ്യമായും ചിലപ്പോൾ രഹസ്യമായും *കാർഷികബന്ധ ബില്ലിനുവേണ്ടി യോജിച്ച്*

പ്രവർത്തിക്കുക എന്ന പേരിൽ ഇ എം എസ് എഴുതിയ ലഘുലേഖ അവർ വാങ്ങിയിട്ടുണ്ട്. ഞങ്ങൾ നടന്നു പോകുന്നതിനിടയിൽ ഇത്തരം കൃതികൾ വില്ക്കുന്നത് ഞങ്ങളുടെ പരിപാടിയുടെ ഭാഗമായിരുന്നു.

മുസ്ലിം കൃഷിക്കാരന്റെ വർഗബോധം ജന്മിത്തത്തിനെതിരായുള്ള ഒരു നൂറ്റാണ്ട് കാലത്തെ പോരാട്ടങ്ങളിൽനിന്ന് ഉയർന്നുവന്നിട്ടുള്ളതാണ്. ഏറനാട്ടിൽ പല സ്ഥലത്തും വെള്ളക്കാരായ പട്ടാളക്കാർക്ക് വേണ്ടിയുള്ള സ്മാരകങ്ങൾ ഇന്നും കാണാൻ കഴിയും. അങ്ങനെയുള്ള ഒന്ന് പെരിന്തൽമണ്ണ ടി ബിയുടെ മുന്നിൽതന്നെ കാണാനുണ്ട്. ജന്മിമാർ സായുധ സൈന്യങ്ങളെ സംഘടിപ്പിച്ച് മുസ്ലിം കർഷകരിൽനിന്ന് പാട്ടവും നികുതിയും ഈടാക്കാൻ വേണ്ടി നടത്തിയിട്ടുള്ള ആക്രമണങ്ങളെ മുസ്ലിം കർഷകർ സായുധരായിത്തന്നെ നേരിട്ടിട്ടുണ്ട്. ഇത്തരം സംഘട്ടനങ്ങളിൽ 'രക്തസാക്ഷി'കളായിത്തീർന്നിട്ടുള്ള ബ്രിട്ടീഷുകാരുടെ സ്മരണയ്ക്കായി ജന്മികൾ നിർമിച്ചിട്ടുള്ള സ്മാരകങ്ങളാണ് ഇവയെല്ലാം തന്നെ. ജന്മിത്തത്തിനെതിരായി മാപ്പിള കൃഷിക്കാർ ഏറ്റവും ഒടുവിൽ നടത്തിയ കലാപം 1921-ൽ ആണ്. വാരിയങ്കുന്നത്ത് കുഞ്ഞഹമ്മദ് ഹാജിയുടെ നേതൃത്വത്തിലാണത് നടന്നത്. കർഷകർക്ക് മണ്ണ് കിട്ടാനുള്ള പോരാട്ടത്തിൽ ജീവൻ ബലിയർപ്പിച്ച എണ്ണമറ്റ രക്തസാക്ഷികൾക്ക് ഒറ്റ സ്മാരകംപോലും അവിടെ ഉയർന്നുവന്നിട്ടില്ലെന്നത് ദയനീയമായ ഒരു പരമാർഥമാണ്. ഇന്നും നമ്മുടെ നാട്ടിലെ കർഷകർ ഇക്കാര്യത്തിൽ ബോധവാന്മാരായിട്ടില്ല. മതവും വർഗതാൽപര്യങ്ങളും എല്ലാം കൂടിക്കലർന്ന് അതിന് വിലങ്ങായി നിൽക്കുന്നു എന്നതാണ് സത്യം. മതത്തിന്റെ സ്വാധീനം എപ്പോഴും അതിനെ നയിക്കുന്ന പിന്തിരിപ്പൻ ബൂർഷ്വാ താൽപര്യമായിരിക്കും. അത്തരം ആളുകളാണല്ലോ എപ്പോഴും അവയുടെ മുകൾതലപ്പിൽ വിഹരിക്കുന്നത്.

ഇടത്തരം കർഷകരുടെയും കർഷകത്തൊഴിലാളികളുടെയും സ്വാധീനമേഖലയാണ് പാലക്കാട് ജില്ലയെന്ന് പറയാം. അവിടെ ജാഥയ്ക്ക് നല്ല സ്വീകരണമാണ് ലഭിച്ചത്. കൊടിതോരണങ്ങളോടും വാദ്യഘോഷങ്ങളോടും കൂടിയാണ് ഞങ്ങളെ അവർ പലയിടത്തും സ്വീകരിച്ചത്. കാർഷികരംഗത്ത് ഒരു പരിവർത്തനത്തിന് ദാഹിക്കുന്ന കർഷകന്റെ ഹൃദയത്തുടിപ്പാണ് എങ്ങും ദൃശ്യമായത്.

ജാഥ പുതുക്കാട്ടുകൂടി കടന്നുപോകുമ്പോൾ ഉണ്ടായ ഒരു സംഭവമുണ്ട്. ജാഥ കടന്നുപോകുമ്പോൾ വഴിയരികിൽ ഞങ്ങളെ കൂകിവിളിക്കാൻ കുറെ ഏറെ ആളുകളെ ജന്മിമാരും കൂട്ടാളികളും കൂടി സംഘടിപ്പിച്ച് നിർത്തിയിരുന്നു. ജാഥ മുന്നോട്ട് കടന്നപ്പോൾ അതിലൊരാൾ "എ കെ ജി പൊയ്ക്കോ, റഷ്യയ്ക്ക് പൊയ്ക്കോ" എന്നു വിളിച്ചു പറഞ്ഞു. അയാളുടെ അടുത്ത് നിന്നിരുന്നവരിൽ ഒരാൾപോലും ആ ശബ്ദം ഏറ്റു പറഞ്ഞില്ല. അവർ അന്തിച്ചുനിന്നുപോയെന്നതാണ് സത്യം. ആ പാവപ്പെട്ടവർക്ക് അതേറ്റ് വിളിക്കാനായില്ല. ജാഥ തൃശൂരിന്റെ പ്രവേശനകവാടത്തിലെത്തുന്നതിനുമുമ്പ് ഏതാനും ആളുകൾ ദേഹമാകെ കരിപൂശി തലയിൽ തൊപ്പിപ്പാളയും വച്ച് കിസാൻ കോൺഗ്രസിന്റെ പേരിൽ ഒരു പ്രകടനം നടത്തിയിരുന്നു. 'കർഷകജാഥ കർഷകവഞ്ചന' എന്നവർ വിളിച്ച് പറഞ്ഞിരുന്നു. ജാഥ വരുന്നതിനുമുമ്പു തന്നെ അവരെല്ലാം മാള

ത്തിലൊളിച്ചു. നേരെ എതിർക്കാൻ കഴിയാതെ വൃത്തികേടുകൾ കാണിക്കുന്നവരെപ്പറ്റി എന്തു പറയാനാണ്? ഇതുപോലെ തന്നെ ചെങ്ങന്നൂരിൽ ഇന്തോ-അമേരിക്കൻ ക്ലബ്ബിനുസമീപം ഒരു പട്ടിയുടെ കഴുത്തിൽ കറുത്ത കൊടി കെട്ടിത്തൂക്കി 'പ്രകടനം' നടത്തി. ഇങ്ങനെ അങ്ങിങ്ങ് നടത്തപ്പെട്ട ഒറ്റപ്പെട്ട പ്രകടനങ്ങൾപോലും ദയനീയമായ ഒറ്റപ്പെടലിനും പരിഹാസ്യതയ്ക്കും ജനപിന്തുണയില്ലായ്മയ്ക്കും പാത്രമായത് എന്തുകൊണ്ട്?

ഈ ജാഥയെ കമ്യൂണിസ്റ്റ് ജാഥയെന്ന് മുദ്രയടിക്കാനുള്ള ശ്രമം പരാജയപ്പെട്ടതാണ് മുഖ്യകാരണം. ജാഥയിലധികവും കമ്യൂണിസ്റ്റുകാരായിരുന്നു എന്നത് ശരിതന്നെ. പക്ഷേ അതിന്റെ ലക്ഷ്യം കർഷകന്റെ മോചനമായിരുന്നു. അവന്റെ ഉന്നമനത്തിന് വേണ്ടിയുള്ളതായിരുന്നു എന്ന ബോധം സാധാരണ ജനത്തിനിടയിൽ ഉണ്ടായി എന്നതാണ് പ്രധാന കാര്യം. ആര് നടത്തുന്നു എന്നതിനേക്കാൾ പ്രധാനം എന്തിനുവേണ്ടി നടത്തുന്നു എന്നതാണല്ലോ. ഇതൊരു കർഷകജാഥയാണെന്ന് ജനങ്ങൾ അംഗീകരിച്ചു കാണിച്ചുകൊടുത്തു. കഴിഞ്ഞ വിമോചനസമരത്തിൽ പങ്കെടുത്തവരും കഴിഞ്ഞ പൊതുതിരഞ്ഞെടുപ്പിൽ കമ്യൂണിസ്റ്റ് പാർട്ടികൾക്കെതിരായി കോൺഗ്രസ്, ലീഗ്, പി എസ് പി പാർട്ടികൾക്ക് വോട്ടുചെയ്തവരുമായ നൂറുകണക്കിന് കൃഷിക്കാരെ ഞങ്ങൾക്ക് തലശ്ശേരിയിലും കോഴിക്കോട്ടും ആലത്തൂരും മണ്ണാർകാട്ടും കണ്ണൂരും വച്ചു കാണാനും സംസാരിക്കാനും ഇടയായി. അവരെല്ലാവരും തന്നെ വടക്കൻതിരുവിതാംകൂറിൽനിന്നു മലബാറിലെ മലയോര പ്രദേശങ്ങളിലേക്ക് കുടിയേറിപ്പാർത്തവരാണ്. തങ്ങൾക്ക് നാട്ടിലുണ്ടായിരുന്ന ഭൂമി നാട്ടിലെ ധനികരായ കർഷകർക്ക് തുച്ഛമായ വിലയ്ക്കുവിറ്റ് ആ കാശുംകൊണ്ട് മലബാറിലേക്കു പോന്ന കർഷകർ പത്തുലക്ഷത്തിലധികം വരുമെന്നാണ് ഏകദേശമായി കണക്കാക്കിയിരിക്കുന്നത്. പന്ത്രണ്ടുവർഷങ്ങൾക്കുമുമ്പ് ചിറക്കൽ താലൂക്കിൽ ബക്കളം അംശത്തിൽ കാരോത്തു ശങ്കരൻ നായർ എന്ന ജന്മിക്ക് ഏക്കറിന് ഇരുന്നൂറും മുന്നൂറും വച്ച് 'മാനുഷം' കൊടുത്തു വാങ്ങി വെട്ടിത്തെളിച്ച് കൃഷി ചെയ്തുവരുന്ന നാനൂറോളം കത്തോലിക്ക കൃഷിക്കാരുടെ ഏതാനും പ്രതിനിധികളെ തലശ്ശേരിയിൽവച്ച് ഞാൻ കാണുകയുണ്ടായി. ശങ്കരൻനായർ വാക്കാൽചാർത്തായാണ് അവർക്ക് ഭൂമി നൽകിയത്. ഒരു ചെറുതുണ്ടു ഭൂമി കിട്ടിയാൽ എങ്ങനെയും ജീവിച്ചുകൊള്ളാം എന്നു കരുതിയ അധ്വാനശീലരായ ആ കൃഷിക്കാർ രേഖകളെപ്പറ്റി ചിന്തിച്ചില്ല. അവർ കാടുവെട്ടിത്തെളിച്ച് കൃഷി തുടങ്ങി. അവിടെ താമസം ഉറപ്പിച്ചു. കോൺഗ്രസ് ഗവൺമെന്റ് അധികാരത്തിൽ വന്നതിനുശേഷം അവരെ ഒഴിപ്പിക്കാനായി പൊലീസ് ഇടിവണ്ടികളിൽ വന്നിരിക്കുന്നു--ഇത് പറയാനാണവർ വന്നത്. കമ്യൂണിസ്റ്റ് ഗവൺമെന്റ് അധികാരത്തിലിരുന്നപ്പോൾ ജന്മിക്കായാലും ദേവസ്വത്തിനായാലും കുടിയൊഴിപ്പിക്കലിന് പൊലീസിനെ കിട്ടുമായിരുന്നില്ല.

ജാഥയെ സ്വീകരിക്കുന്നതിൽ നിന്നും ജാഥാംഗങ്ങളുമായി സംസാരിക്കുന്നതിൽനിന്നും *മലയാളരാജ്യം* പത്രം മുഖേന വിലക്കിയിരുന്നെങ്കിലും ചങ്ങനാശേരി മുതൽ തിരുവനന്തപുരം വരെ ജാഥാംഗങ്ങൾക്ക് സ്വീകരണം നൽകാനും ജാഥാംഗങ്ങൾ പറയുന്നതു കേൾക്കാനും അണി

നിരന്ന ജനലക്ഷങ്ങളിൽ ഒരു വലിയ വിഭാഗം നായർ കൃഷിക്കാർ തന്നെയായിരുന്നു. കോട്ടയത്തുനിന്ന് പുറപ്പെടുന്ന *മലയാള മനോരമ, ദീപിക* തുടങ്ങിയ പത്രങ്ങളും ഏതാണ്ട് ആ നയം തന്നെയാണ് ഉപദേശിച്ചത്. എന്നിട്ടും കോട്ടയം ജില്ലയിലെമ്പാടും വമ്പിച്ച സ്വീകരണമാണ് ഞങ്ങൾക്ക് കിട്ടിയത്. വടക്കൻ മലബാറിലും കിഴക്കൻ മലകളിലും കുടിയേറിപ്പാർത്ത കർഷകരിൽ അധികവും കോട്ടയം ജില്ലയിൽ നിന്നുള്ള കത്തോലിക്കരായ കൃഷിക്കാരായിരുന്നു. വിമോചനസമരത്തിനുശേഷം വന്ന ഗവൺമെന്റ് അവരുടെ താൽപര്യം സംരക്ഷിക്കുന്നവരല്ല എന്ന ബോധം അവരിൽ നാമ്പെടുത്തു തുടങ്ങിയിരുന്നു.

നമുക്ക് ജാഥയിലേക്ക് തന്നെ മടങ്ങാം. തൃശൂരിലെ സ്വീകരണം രോമാഞ്ചജനകമായിരുന്നു. പതിനായിരക്കണക്കിന് ആളുകൾ പങ്കെടുത്ത പൊതുയോഗമാണവിടെ നടന്നത്. ജൂലായ് 13-ന് ജാഥ തൃശൂരിൽനിന്ന് മുന്നോട്ടുനീങ്ങി. വഴിക്ക് അനേകം ചെറുസ്വീകരണങ്ങളിൽ പങ്കെടുത്തശേഷം വൈകുന്നേരം ചാലക്കുടിയിലെത്തി. മുകുന്ദപുരം താലൂക്കിലെ കർഷകർ താലപ്പൊലിയും കതിനാവെടിയുമായാണ് തങ്ങളുടെ പ്രിയപ്പെട്ട കർഷകജാഥയെ എതിരേറ്റത്. 14-ന് വൈകുന്നേരം പെരുമ്പാവൂരിലെത്തി. വഴിക്കുള്ള അങ്കമാലി, കാലടി തുടങ്ങിയ കർഷകകേന്ദ്രങ്ങളിൽ സ്വീകരണങ്ങൾ ഉണ്ടായിരുന്നു.

അങ്കമാലിക്ക് ഒരു പ്രാധാന്യമുണ്ട്. കേരളകാർഷിക ബന്ധബില്ലിന് രൂപംകൊടുത്ത സർക്കാരിനെ അട്ടിമറിക്കാൻ സ്ഥാപിതതാൽപര്യക്കാരും വർഗീയശക്തികളും നടത്തിയ സമരത്തിൽ വർഗബോധമില്ലാതിരുന്ന പാവപ്പെട്ടവരെ സ്ഥാപിതതാൽപര്യക്കാർ കുരുതി കൊടുത്ത സ്ഥലമാണ് അങ്കമാലി. കാർഷികബന്ധബില്ലുമൂലം ഏറ്റവും കൂടുതൽ പ്രയോജനം ലഭിക്കുന്ന കർഷകവിഭാഗങ്ങൾ താമസിക്കുന്ന സ്ഥലമാണ് അങ്കമാലിയും പരിസരവും. പക്ഷേ കാർഷികബന്ധ ബില്ലിന്റെ നേട്ടങ്ങളെപ്പറ്റി ചിന്തിക്കാനവസരം ലഭിക്കുന്നതിനുമുമ്പുതന്നെ വർഗീയതയുടെ തണലിൽ സ്ഥാപിതതാൽപര്യക്കാർ അവരെ അണിനിരത്തിക്കഴിഞ്ഞിരുന്നു. ഉച്ചയ്ക്കാണ് ജാഥ അങ്കമാലിയിലെത്തിയത്. അവിടെ ലഭിച്ച സ്വീകരണവും നടന്ന യോഗവും ഉജ്വലമായിരുന്നു. രാഷ്ട്രീയമെന്തായിരുന്നാലും കാർഷികബന്ധബില്ലിന്റെ പിറകിൽ ഈ രാജ്യത്തെ കർഷകരൊന്നായി അണിനിരക്കും എന്നാണ് കേരളകർഷകജാഥയെ സംബന്ധിച്ചിടത്തോളം അങ്കമാലി പ്രഖ്യാപിച്ചത്. എന്നിരുന്നാലും സ്ഥാപിതതാൽപര്യക്കാരുടെ വർഗീയവിഷം കമ്യൂണിസ്റ്റ് വിരുദ്ധഭാഷയിൽ ചില പ്ലക്കാർഡുകൾ തൂക്കി അവർ തൃപ്തിപ്പെട്ടിരിക്കുന്നത് കണ്ടു. അതിനുണ്ടോ തങ്ങളുടെ വർഗതാൽപര്യം സംരക്ഷിക്കാനുള്ള കർഷകരുടെ മുന്നേറ്റത്തെയും യോജിപ്പിനെയും തടയാനുള്ള കഴിവ്?

പെരുമ്പാവൂരിലെ സുഭാഷ് മൈതാനത്ത് കൂടിയ യോഗത്തിൽ പാവങ്ങളുടെ വക്കീലെന്ന പേരിലറിയപ്പെടുന്ന കെ എൻ ജി കർത്താവാണ് അധ്യക്ഷത വഹിച്ചത്. ആയിരക്കണക്കിനാളുകൾ അകമ്പടി സേവിച്ചുകൊണ്ടാണ് ജാഥ മൈതാനിയിലെത്തിയത്.

15-ന് വൈകുന്നേരം ജാഥ മൂവാറ്റുപുഴയിലെത്തി. വഴിനീളെ സ്വീകരണങ്ങൾ ഉണ്ടായിരുന്നു. കെ സി എബ്രഹാമിന്റെ നേതൃത്വത്തിൽ നടന്ന

പ്രകടനത്തിലും തുടർന്നു നടന്ന യോഗത്തിലും ആയിരക്കണക്കിനാളുകൾ പങ്കെടുത്തു. കാർഷികബന്ധബില്ലിൽ വ്യവസ്ഥ ചെയ്തിരിക്കുന്ന ആനുകൂല്യങ്ങൾ നേടിയെടുക്കണമെങ്കിൽ നിരന്തരമായ പ്രക്ഷോഭങ്ങൾകൊണ്ടു മാത്രമേ കഴിയൂ എന്ന് രണ്ടിടത്തുവച്ചും ഞാൻ പറഞ്ഞു.

16-ന് രാവിലെ ജാഥ രക്തസാക്ഷികളുടെ നാടായ കൂത്താട്ടുകുളത്തെത്തി. വഴിക്ക് ഏഴ് സ്ഥലത്ത് സ്വീകരണങ്ങൾ ഉണ്ടായിരുന്നു. സമീപപ്രദേശങ്ങളിൽ നിന്നെല്ലാം കർഷകജാഥയെ സ്വീകരിക്കാൻ സ്ത്രീകൾ ഉൾപ്പെടെ ആളുകൾ കൂത്താട്ടുകുളത്തേക്കു പ്രവഹിച്ചു. 1950-52 കാലഘട്ടങ്ങളിൽ കൊടിയ മർദനത്തിനിരയായവരാണ് കൂത്താട്ടുകുളത്തെ ആളുകൾ. കൂത്താട്ടുകുളം ലോക്കപ്പിൽ നടന്നിട്ടുള്ള ക്രൂരമർദനങ്ങൾക്ക് കൈയും കണക്കുമില്ല. അനേകം പേരുടെ അകാലനിര്യാണത്തിനും മറ്റനവധിപേരെ നിത്യരോഗികളാക്കാനും അവിടത്തെ മർദനങ്ങൾക്കു കഴിഞ്ഞിട്ടുണ്ട്. പൊലീസ് എന്നു കേൾക്കുമ്പോൾ ആ പരിസരത്തുള്ളവർ ഇന്നും നടുങ്ങിപ്പോകും. ഇടത്തരക്കാരായ കൃഷിക്കാരാണവിടെ അധികവും. ഇഞ്ചി, മരിച്ചീനി, കുരുമുളക് തുടങ്ങിയവയാണ് പ്രധാന കൃഷി.

17-ന് രാവിലെ ഇടത്തരം കൃഷിക്കാരുടെ നാടുകളിലൂടെ ജാഥ യാത്ര തുടർന്നു. അധ്വാനശീലരായ കർഷകരാണ് അവിടങ്ങളിൽ ഉള്ളത്. ഒന്നോ രണ്ടോ ഏക്കർ ഭൂമി ഒരു കുടുംബത്തിനുണ്ടാവും. അവിടെ എല്ലാം കൃഷി ചെയ്യുന്നു. ചേന, കപ്പ, വാഴ, ഇഞ്ചി മറ്റു ചെറുസസ്യങ്ങൾ എന്നിവ. അതിൽനിന്നു കിട്ടുന്ന ആദായംകൊണ്ട് ഒരു വിധത്തിൽ നാളുകൾ തള്ളിവിടുന്നു. ഇടത്തരം ജന്മികളുടെ പറമ്പുകളിൽ വാരത്തിനും പാട്ടത്തിനും കൃഷി നടത്തുന്നവരും ഉണ്ട്. ഏതെങ്കിലും പറമ്പിന്റെ മൂലയിൽ കുടിൽവച്ചു കഴിയുന്ന ഹരിജനങ്ങൾ അധികവും കർഷകത്തൊഴിലാളികളാണ്. പച്ച പിടിച്ചു നിൽക്കുന്ന ആ നാട്ടിലൂടെ നടന്നുപോവുമ്പോൾ ഒരൊറ്റ ഇഞ്ച് ഭൂമിപോലും പാഴാക്കാതെ കൃഷി നടത്തുന്ന നമ്മുടെ നാട്ടിലെ കർഷകരെ അഭിമാനത്തോടെ ഓർക്കും. ഇന്ത്യയിലൊരിടത്തും കൃഷിഭൂമി ഇത്രത്തോളം ഫലപ്രദമായി ഉപയോഗപ്പെടുത്തുന്നില്ല. മീനച്ചിൽ താലൂക്കിൽപ്പെട്ട കുര്യനാട് ലഭിച്ച സ്വീകരണം അന്നാട്ടിന്റെ ചരിത്രത്തിൽ ആർക്കും ലഭിക്കാത്തതായിരുന്നു. കോഴ, കാണക്കാരി തുടങ്ങിയ സ്ഥലങ്ങളിലെ സ്വീകരണത്തിനുശേഷം ഏറ്റുമാനൂരെത്തി.

ഏറ്റുമാനൂരിൽ ജാഥയ്ക്ക് നല്ല സ്വീകരണമാണ് ലഭിച്ചത്. അവിടെനിന്ന് കോട്ടയത്തേക്കുള്ള ജാഥയ്ക്ക് അനേകമാളുകൾ അകമ്പടി സേവിച്ചു. നീലിമംഗലത്തും ചൂട്ടുവേലിക്കവലയിലും സംഘടിപ്പിച്ച സ്വീകരണങ്ങൾ പ്രധാനപ്പെട്ടവയായിരുന്നു. നാഗമ്പടം കവലയിൽവച്ച് ഞങ്ങൾക്ക് കോട്ടയത്തെ ജനങ്ങൾ സ്വീകരണം നല്കി. "ഉപജാപങ്ങൾ നിർത്തിവച്ച് കാർഷികബില്ല് നടപ്പാക്കൂ." "ജാതി പറഞ്ഞും പാർട്ടി പറഞ്ഞും ഭിന്നിപ്പിക്കാൻ നോക്കേണ്ട" എന്നിങ്ങനെയുള്ള മുദ്രാവാക്യങ്ങളാണ് അവർ വിളിച്ചത്. തിരുനക്കര മൈതാനത്തേക്ക് മാർച്ചുചെയ്ത ആ ജനപ്രവാഹം കേരളകർഷക പ്രസ്ഥാനത്തിന്റെ പിന്നിൽ അണിനിരന്ന വിവിധ ജനവിഭാഗങ്ങളെ കോൾമയിർ കൊള്ളിക്കുന്ന ഉജ്ജ്വല പ്രകടനമായിരുന്നു. ഒരു കൊല്ലമായി കേരളത്തിന്റെ മുഖച്ഛായയിൽ വന്ന മാറ്റങ്ങൾ

ഹൃദയവേദനയോടെ നോക്കി നിന്ന ജനതയെ സംബന്ധിച്ചിടത്തോളം അവിടെ വന്നുചേർന്ന ആ വലിയ ജനക്കൂട്ടം ഭാവിയെപ്പറ്റിയുള്ള ആശങ്ക നീക്കിയെടുത്തു. 320 മൈൽ യാത്ര ചെയ്ത് ജാഥ 18-ന് തിരുവല്ലയിലെത്തി. ചങ്ങനാശേരി തുടങ്ങിയ സ്ഥലങ്ങളിൽ പിന്തിരിപ്പൻ നേതാക്കൾ വലിയ എതിർപ്രചാരണങ്ങൾ നടത്തിയിരുന്നെങ്കിലും ജനങ്ങൾ ഞങ്ങൾക്ക് വമ്പിച്ച സ്വീകരണങ്ങൾ തന്നു. ക്രിസ്ത്യൻ ഭൂരിപക്ഷപ്രദേശമായ തിരുവല്ലയിലെത്തിയത് ഒരു നല്ല ജനക്കൂട്ടത്തിന്റെ അകമ്പടിയോടെയാണ്. അവിടങ്ങളിലുള്ള കർഷകത്തൊഴിലാളികളും ഇടത്തരം കൃഷിക്കാരും കൂട്ടംകൂട്ടമായി പങ്കെടുത്തു. നിരണംപടയെന്ന പേരിൽ കുപ്രസിദ്ധമായ സംഘം വാണരുളുന്ന പ്രദേശമാണല്ലോ തിരുവല്ല. അതിന്റെ ശക്തി അനുഭവിച്ചറിഞ്ഞിട്ടുള്ളവരാണ്—മർദനവും പട്ടിണിയും അറിഞ്ഞവരാണ്--അവിടങ്ങളിലെ കർഷകത്തൊഴിലാളികൾ. നിരണം പടപോലുള്ള ജന്മിസംഘങ്ങളുടെ കനത്ത മർദനമാണ് പിന്നീട് കേരളത്തിലെ അധ്വാനിക്കുന്നവരുടെ ഏറ്റവും വലിയ വർഗസംഘടനയായിത്തീർന്ന കർഷകതൊഴിലാളിസംഘടന കുട്ടനാടൻ പാടങ്ങളിൽ രൂപം കൊള്ളാൻ കാരണമാക്കിയത്. തങ്ങളുടെ സംഘടിതശക്തിക്ക് മുമ്പിൽ കുട്ടനാട്ടിലെ ജന്മികൾ അടിയറവു പറയുന്നത് അവർക്ക് കാണാൻ കഴിഞ്ഞു. 1965-67 ആയപ്പോഴേക്കും കർഷകത്തൊഴിലാളികൾ ഒറ്റക്കൊടിക്കീഴിൽ അണിനിരന്നിരുന്നു. കർഷകത്തൊഴിലാളി യൂണിയന്റെ വളർച്ചയും അതുകൊണ്ടുണ്ടായ നേട്ടങ്ങളും പിന്നീട് പറയാം.

19-ന് ജാഥ ചെങ്ങന്നൂരെത്തി. നേരത്തെ പറഞ്ഞതുപോലെ പട്ടിയുടെ കഴുത്തിൽ കറുത്ത തുണികെട്ടി ഓടിച്ച സംഭവം ഉണ്ടായി. ഞങ്ങളെ സ്വീകരിക്കാൻ പലയിടത്തും തിങ്ങിക്കൂടിയ കർഷകസംഘം പ്രവർത്തകരും ജനങ്ങളും തികഞ്ഞ അച്ചടക്കം പാലിച്ചതുകൊണ്ടാണ് അനിഷ്ടസംഭവങ്ങൾ ഒഴിവായത്. സ്വീകരണങ്ങൾ കണ്ടപ്പോൾ പട്ടിയെ ഓടിച്ചവർ ലജ്ജിച്ചിട്ടുണ്ടാവണം. ഗുരുവായൂർ സത്യഗ്രഹകാലത്തും ഗുണ്ടകളെക്കൊണ്ട് ജന്മിമാർ ഇത്തരം വൃത്തികേടുകൾ ഉണ്ടാക്കിയിട്ടുണ്ട്. അന്ന് കയ്യേറ്റങ്ങൾക്ക് അവർ ഒരുങ്ങിയിരുന്നെങ്കിൽ ഇന്നവർ രംഗത്തുവരാൻ ധൈര്യപ്പെട്ടിരുന്നില്ലെന്നുമാത്രം. പരിവർത്തനത്തിനുവേണ്ടിയുള്ള കാഹളം മുഴങ്ങുമ്പോൾ വിറളിപൂണ്ട സ്ഥാപിത താൽപര്യക്കാർ എന്നും ഇത്തരം പ്രവൃത്തികൾക്ക് ഇറങ്ങിയിട്ടുണ്ട്. ഉച്ചയൂണുകഴിഞ്ഞ് ഞങ്ങൾ ആറന്മുളയ്ക്ക് പുറപ്പെട്ടു. കർഷകസംഘത്തിന്റെ സ്വീകരണം കുളനടയിലും ഉണ്ടായിരുന്നു. വൈകുന്നേരത്തോടെ പന്തളത്തെത്തി.

24-ന് തിരുവനന്തപുരത്തെത്താനായിരുന്നു പരിപാടി. അടൂർ, ചടയമംഗലം, വെഞ്ഞാറമൂട് തുടങ്ങിയ സ്ഥലങ്ങളിലൂടെ സഞ്ചരിച്ച് ഞങ്ങൾ തിരുവനന്തപുരം നഗരാതിർത്തിയിലെത്തി. 26 ദിവസംകൊണ്ട് ഞങ്ങൾ 425 മൈൽ നടന്നു. നൂറുകണക്കിന് യോഗങ്ങളിൽ പ്രസംഗിച്ചു. വഴിനീളെ കണ്ട കൃഷിക്കാരോട് അവരുടെ പ്രശ്നങ്ങളെപ്പറ്റി ചോദിച്ചറിഞ്ഞു. ഇത്തരം കാൽനടജാഥകളുടെ പ്രധാന പ്രയോജനവും അതാണ്. തനി കുഗ്രാമങ്ങളിൽ വസിക്കുന്ന കർഷകരുടെ വികാരങ്ങളും ചിന്തകളും എന്തെന്ന് മനസ്സിലാക്കാം. ആ അനുഭവപാഠങ്ങളിലൂടെ പുതിയ നയങ്ങൾ ആവിഷ്കരിക്കാം.

അങ്ങനെ ഞങ്ങൾ തിരുവനന്തപുരത്തെത്തി. 35,000 ലഘുലേഖകൾ ഇത്തവണത്തെ യാത്രയ്ക്കിടയിൽ വിറ്റു. നടന്നു നടന്ന് ഞങ്ങളെല്ലാവരും ക്ഷീണിച്ചു. ഒരു വലിയ ജാഥയായി ഞങ്ങൾ പഴവങ്ങാടിയിലെത്തി. വമ്പിച്ചൊരു സമ്മേളനം പഴവങ്ങാടിയിൽ നടന്നു. 26-ന് ഞങ്ങളുടെ മെമ്മോറാണ്ടം ഗവൺമെന്റിന് സമർപ്പിച്ചു. വീര്യം നഷ്ടപ്പെട്ട ഒരു ജനതയെ ഉണർത്തുന്നതിലും ഉഷാറാക്കുന്നതിലും പങ്കുവഹിച്ചു എന്ന് അഭിമാനിച്ചുകൊണ്ട് ഞാൻ തിരുവനന്തപുരത്ത് നിന്നു മടങ്ങി.

എന്റെ രാഷ്ട്രീയജീവിതത്തിൽ ഞാൻ എത്രയോ ജാഥകൾ നടത്തിയിട്ടുണ്ട്. ആയിരക്കണക്കിന് മൈൽ കാൽനടയായി സഞ്ചരിച്ചിട്ടുണ്ട്. പയ്യന്നൂരിൽനിന്ന് ഗുരുവായൂർക്ക് പോയ ക്ഷേത്രപ്രവേശന സത്യഗ്രഹ ജാഥ, സത്യഗ്രഹം നിർത്തിവച്ചപ്പോൾ ഗുരുവായൂരിൽനിന്ന് പുറപ്പെട്ട് കേരളം മുഴുവൻ സഞ്ചരിച്ച ജാഥ, മലബാറിൽ നിന്ന് മദിരാശിയിലേക്ക് പോയ പട്ടിണിജാഥ. ഉത്തരവാദിത്വഭരണത്തിനുവേണ്ടി കോഴിക്കോട്ടു നിന്ന് തിരുവനന്തപുരത്തേക്ക് പോയ ജാഥ, വീണ്ടും കാസർഗോഡ് നിന്ന് തിരുവനന്തപുരത്തേക്കുള്ള ഈ ജാഥ--ഇനി എത്ര ജാഥയിൽ പങ്കെടുക്കാനിരിക്കുന്നുവെന്ന് എനിക്കറിഞ്ഞുകൂടാ. എന്തായാലും ഇത് ഉത്തേജനം നൽകുന്ന പരിപാടിയാണ്. മനസ്സിനും ശരീരത്തിനും ഒന്നുപോലെ ഇത് ഉന്മേഷം നൽകുന്നു. നിരാഹാരവ്രതങ്ങളും ഇതേ ഇനത്തിൽപ്പെടുന്നവയാണ്. ജയിലിനകത്തും പുറത്തുംവച്ച് ഞാൻ നിരവധി നിരാഹാരങ്ങൾ നടത്തിയിട്ടുണ്ടല്ലോ.

ജാഥ കഴിഞ്ഞ് ഒരാഴ്ചക്കകം ഇന്ത്യൻ പ്രസിഡന്റ് ബിൽ തിരിച്ചയച്ചു. നവംബർ മാസമായിട്ടും അത് നടപ്പിൽ വരുത്താൻ ഗവൺമെന്റ് നടപടി ഒന്നും എടുത്തില്ല. രേഖകളില്ലാത്ത കർഷകരുടെ കൈവശമുള്ള വസ്തുക്കളെപ്പറ്റി ഒരു രജിസ്റ്റർ ഉണ്ടാക്കുകയെന്ന അതിപ്രധാനമായ ജോലി നിർവഹിക്കാൻ ഗവൺമെന്റ് തയ്യാറായില്ല. കർഷകർ പാട്ടം വെട്ടിക്കുറയ്ക്കണമെന്ന് ആവശ്യപ്പെട്ടതോടെ ജന്മികൾ രേഖകൂടാതെ താമസിക്കുന്ന കർഷകരെ കുടിയൊഴിപ്പിക്കാൻ തുടങ്ങി. ഭൂമി അവരുടേതാണെന്ന് അവർ വാദിക്കാനാരംഭിച്ചു. കൊടുങ്ങല്ലൂരിനടുത്തുള്ള നടവരമ്പിലെ ഒരു ജന്മി ഒരു കർഷകന്റെ ഭൂമി ബലം പ്രയോഗിച്ച് പിടിച്ചെടുത്തു. കർഷകരും അടങ്ങിയിരുന്നില്ല. അവർ തങ്ങളുടെ ഭൂമി തിരിച്ച് കൈവശപ്പെടുത്തി. അറസ്റ്റും പൊലീസ് മർദനവും കേസുകളും ഒന്നൊന്നായി ആരംഭിച്ചു. അങ്ങനെ നടവരമ്പിൽ ഒരു ചെറുകർഷകസമരം ആരംഭിച്ചു. വളരെ പേർ അതോടനുബന്ധിച്ച് അറസ്റ്റ് ചെയ്യപ്പെട്ടു.

കർഷകർ ഒരു സമരത്തിന്റെ വക്കത്തെത്തിയിരിക്കുന്നത് ഞാൻ കണ്ടു. കേരള കർഷകസംഘം യോഗങ്ങൾ വിളിച്ചുകൂട്ടി. 16 ആവശ്യങ്ങൾ ഉന്നയിച്ചുകൊണ്ട് ഒരു സമരം തുടങ്ങാൻ തീരുമാനിച്ചു. പ്രധാന ആവശ്യങ്ങളിൽ ഒന്ന് രേഖകളില്ലാത്ത കർഷകരുടെ നിലം ഉടമസ്ഥതയെപ്പറ്റി ഒരു രജിസ്റ്റർ തയ്യാറാക്കുക എന്നതായിരുന്നു. 2000 പെറ്റീഷനുകൾക്ക് ഒരു ട്രൈബ്യൂണൽ വീതം. ലാന്റ് ട്രൈബ്യൂണലുകൾ ഏർപ്പെടുത്തുക, വനഭൂമിക്ക് വേണ്ടിയുള്ള കർഷകന്റെ അവകാശവാദങ്ങൾ പരിഗണിക്കുക, കൊട്ടിയൂർ ദേവസ്വം ഭൂമിയുടെ മേൽപ്പാട്ടം റദ്ദാക്കുക തുടങ്ങിയവ ഉൾപ്പെട്ടിരുന്നു.

1961 നവംബർ 27 മുതൽ സംസ്ഥാനത്തെ കളക്ടറേറ്റുകൾ പിക്കറ്റുചെയ്യപ്പെട്ടു. പിക്കറ്റിങ്ങിന്റെ ആദ്യദിവസം തന്നെ 320 വളണ്ടിയർമാരെ അറസ്റ്റുചെയ്തു. കേരളവ്യാപകമായി കർഷകസംഘം നടത്തിയ ആദ്യ സമരമെന്ന നിലയ്ക്ക് ഇത് പ്രാധാന്യം അർഹിക്കുന്നു. ഡിസംബർ 4-ന് സമരം താലൂക്ക് കേന്ദ്രങ്ങളിലേക്കും വ്യാപിപ്പിച്ചു.

ഡിസംബർ 15-ന് കർഷകസംഘം പുറപ്പെടുവിച്ച പ്രസ്താവനയിൽ എന്റെ നേതൃത്വത്തിലുള്ള 101 വളണ്ടിയർമാർ തിരുവനന്തപുരം സെക്രട്ടേറിയറ്റ് പിക്കറ്റ് ചെയ്യുമെന്ന് പ്രഖ്യാപിച്ചിരുന്നു. ഇതിനുള്ള ജാഥ ഡിസംബർ 4-ന് കൊട്ടിയൂരിൽനിന്ന് പുറപ്പെട്ടു. കൊട്ടിയൂരിലെ പ്രശ്നം അല്പം പ്രാധാന്യമുള്ളതാണ്.

കൊട്ടിയൂർ ദേവസ്വം സ്ഥലങ്ങൾ 99 വർഷത്തേക്ക് ദീർഘകാലാടിസ്ഥാനത്തിൽ മന്നത്ത് പത്മനാഭന്റെ നേതൃത്വത്തിലുള്ള എൻ എസ് എസ് പാട്ടത്തിന് എടുത്തു. അതിനെ അവിടത്തെ കർഷകർ എതിർത്തു. ദേവസ്വം ഭൂമി പാട്ടത്തിന് കൊടുക്കുന്നത് ദേവസ്വങ്ങളുടെ നിലനില്പിന് സഹായകമാണെന്ന് ദേവസ്വങ്ങളുടെ ചാർജ് വഹിക്കുന്ന മന്ത്രി വി കെ വേലപ്പൻ നിയമസഭയിൽ പറഞ്ഞു. അയ്യായിരത്തിലധികം കുടികിടപ്പുകാരെ ബാധിക്കുന്ന ഒരു പ്രശ്നമായിരുന്നു അത്. അനധികൃതമായി ദേവസ്വം ഭൂമിയിൽ കയ്യേറിയവരെ ഇറക്കിവിടുന്നതിനെ ഗവൺമെന്റ് എതിർക്കില്ലെന്നുകൂടി മന്ത്രി പ്രസ്താവിച്ചതോടെ പ്രശ്നം വളരെ ഗുരുതരമായി. ആളുകൾ പരിഭ്രാന്തരായി. എൻ എസ് എസ്സുകാർ കുടിയൊഴിപ്പിക്കൽ ഒന്നും തങ്ങളുടെ പരിപാടിയിലില്ലെന്ന് വ്യക്തമാക്കിയെങ്കിലും ഭീതി ഒഴിവായില്ല. തിരുവനന്തപുരത്തുവച്ച് കൊട്ടിയൂർ പ്രശ്നത്തെപ്പറ്റി ഞാൻ പി ടി ചാക്കോയുമായി സംസാരിച്ചെങ്കിലും വ്യക്തമായ ഒരു മറുപടി മന്ത്രിയിൽ നിന്നുണ്ടായില്ല. ചാക്കോയും അസ്വസ്ഥനായിരുന്നു എന്നു തോന്നുന്നു. കൊട്ടിയൂരിൽ പ്രതിഷേധപ്രകടനങ്ങൾ മുറയ്ക്കു നടന്നുകൊണ്ടിരുന്നു. അമരാവതിയിൽ അവസാനം പാഞ്ഞെത്തി കുടിയിറക്കിനെ എതിർക്കുകയും ദുരിതാശ്വാസപ്രവർത്തനങ്ങളിൽ ഏർപ്പെടുകയും ചെയ്ത ഫാദർ വടക്കനും ബി വെല്ലിങ്ടനുമൊക്കെ കൊട്ടിയൂരിൽ എത്തി പ്രവർത്തനങ്ങൾ സംഘടിപ്പിച്ചുകൊണ്ടിരുന്നു.

കൊട്ടിയൂരിൽ നിന്നുള്ള ജാഥ നടന്നു പ്രചാരണം നടത്തി മുന്നേറുന്നത് ഗവൺമെന്റിന് സഹിക്കുന്ന കാര്യമല്ലായിരുന്നു. ഡിസംബർ 3-ന് തന്നെ കർഷകസംഘം പ്രവർത്തകരെ രാജ്യത്തുടനീളം അറസ്റ്റുചെയ്തിരുന്നു. ഡിസംബർ 16-ന് പൊതുപണിമുടക്കത്തിന് കേരളാ സ്റ്റേറ്റ് ട്രേഡ് യൂണിയൻ കോൺഗ്രസ് ആഹ്വാനം ചെയ്തിരുന്നു. സമരം ഗ്രാമങ്ങളിലേക്കു കൂടി വ്യാപിപ്പിക്കണമെന്ന് ഞാൻ പ്രവർത്തകരോട് ആവശ്യപ്പെട്ടു. പൊലീസ് ഞങ്ങളുടെ ജാഥയെ അനുഗമിച്ചുകൊണ്ടിരുന്നു. ഡിസംബർ 10-ന് എന്നെയും സ്ത്രീകൾ ഉൾപ്പെടെയുള്ള വളണ്ടിയർമാരെയും അറസ്റ്റുചെയ്ത് ആലുവാ സബ്ജയിലിലാക്കി. അവിടെ ധാരാളം തടവുകാരുണ്ടായിരുന്നു. മജിസ്ട്രേട്ട് എനിക്ക് എ ക്ലാസ് അനുവദിച്ചു. എന്നാൽ മറ്റു തടവുകാർക്കില്ലാത്ത സൗകര്യം എനിക്കാവശ്യമില്ലെന്ന് പറഞ്ഞുകൊണ്ട് ഞാനതു നിരസിച്ചു. മറ്റുള്ളവരോടൊത്ത് സി ക്ലാസിലേക്ക് പോയി. ഈ അറസ്റ്റിൽ പ്രതിഷേധിച്ച് ഒരു നിയമസഭാ ബഹിഷ്കരണം

കമ്യൂണിസ്റ്റ് പാർട്ടി സെക്രട്ടേറിയറ്റ് പ്രഖ്യാപിച്ചു. അന്ന് ടി സിയുടെ നേതൃത്വത്തിൽ 10 അംഗങ്ങൾ അടങ്ങുന്ന ജാഥ പുറപ്പെട്ടു. 13-ന് കമ്യൂണിസ്റ്റ് അംഗങ്ങൾ നിയമസഭ ബഹിഷ്കരിച്ചു. ഡിസംബർ 15-ന് തിരുവനന്തപുരത്ത് ക്രൂരമായ ലാത്തിച്ചാർജ് നടന്നു. അന്ന് തൊഴിലാളികൾ ഒരു പൊതുപണിമുടക്ക് നടത്തി.

ഞങ്ങളെ കോടതിയിൽ ഹാജരാക്കി. കേസ് വിചാരണ തുടങ്ങി. എന്നെ ജാമ്യത്തിൽ വിടാമെന്നുപറഞ്ഞെങ്കിലും ഞാനതു നിരസിച്ചു. മന്ത്രി ചാക്കോ സന്ധിസംഭാഷണത്തിനായി ഇ എം എസിനെ ക്ഷണിച്ചു. സംഭാഷണങ്ങൾക്കിടയ്ക്കും സമരം പൂർവാധികം ശക്തിയോടെ തുടർന്നുവന്നു. ഡിസംബർ 27-ന് നടന്ന കൂട്ടപ്പിക്കറ്റിങ്ങിൽ അയ്യായിരത്തിലധികം ആളുകൾ പങ്കെടുത്തു. ജനുവരി 5-ന് റവന്യൂമന്ത്രി ചന്ദ്രശേഖരൻ കർഷകപ്രതിനിധികളുമായി കൂടിയാലോചനകൾ ആരംഭിച്ചു. ശക്തിമത്തായി വരുന്ന സമരം ഗവൺമെന്റിനെ ഒരു ഒത്തുതീർപ്പുണ്ടാക്കാൻ നിർബന്ധിതമാക്കി. വളരെ കാര്യങ്ങൾ അനുവദിക്കപ്പെട്ടു. സംഘടിതശക്തിയുടെ മുമ്പിൽ ഗവൺമെന്റ് പരാജയം സമ്മതിച്ചു. അങ്ങനെ 41 ദിവസം ദീർഘിപ്പിച്ച സമരം ജനുവരി 5-ന് പിൻവലിച്ചു.

ആ മാസാവസാനമാണ് ഞങ്ങളെ ജയിലിൽ നിന്ന് മോചിപ്പിച്ചത്. 75,000-ൽപ്പരം വളണ്ടിയർമാർ സമരത്തിൽ പങ്കെടുത്തു. ഒരു കർഷക സമരമെന്ന നിലയിൽ ആകെകൂടി ചിന്തിച്ചാൽ വിജയകരമായ ഒരു സമരമായിരുന്നു അത്. ഗവൺമെന്റ് പിടിവാശി ഉപേക്ഷിച്ച് ഒത്തുതീർപ്പിന് തയ്യാറായി. നീണ്ട സമരങ്ങളിലൂടെ മാത്രമേ കർഷകന് അവന്റെ അവകാശങ്ങൾ നേടാൻ കഴിയൂ എന്നു വിളംബരം ചെയ്യുന്നതായിരുന്നു ആ സമരം. സംഘടിച്ച് അവകാശങ്ങൾ ഉന്നയിച്ചാൽ നേടാമെന്നും ആ സമരം തെളിയിച്ചു.

കാർഷികബന്ധബില്ലിന്റെ പ്രവർത്തനങ്ങളിൽ പങ്കെടുത്തുകൊണ്ടിരിക്കുമ്പോൾ ജന്മികൾ അതിന്റെ നിയമസാധുതയെ ചോദ്യം ചെയ്തുകൊണ്ട് ഹൈക്കോടതിയിലും സുപ്രീംകോടതിയിലും കേസ് കൊടുത്തിരുന്നു. മലബാറിലും കൊച്ചിയിലും നിയമത്തിന് സാധുതയില്ലെന്ന് കോടതി വിധിച്ചു. കമ്യൂണിസ്റ്റ് ഗവൺമെന്റ് ബില്ലവതരിപ്പിച്ചപ്പോൾ പ്രതിപക്ഷമെന്ന നിലയിൽ കോൺഗ്രസ് ആ ബില്ലിനെ എല്ലാത്തരത്തിലും എതിർക്കുകയാണ് ഉണ്ടായത്. അതുകൊണ്ടാവാം സുപ്രീംകോടതിയിൽ വേണ്ട സമയത്ത് അപ്പീലുകൾ സമർപ്പിക്കാനോ വേണ്ട രീതിയിൽ വാദം നടത്താനോ ഗവൺമെന്റ് തയ്യാറായില്ല. അതിന്റെ ഫലമായി നിയമത്തെ ദുർബലപ്പെടുത്തിക്കൊണ്ട് കേസ് വിധിക്കുകയുണ്ടായി. നിയമം അനുസരിച്ച് ലാൻഡ് ട്രൈബ്യൂണലിൽ ഹർജി കൊടുത്ത ആയിരക്കണക്കിന് കർഷകരുടെ ഹർജികൾക്ക് വിലയില്ലാതായി. അവർക്ക് പണവും നഷ്ടപ്പെട്ടു. പലരും പണം കെട്ടിവച്ചെങ്കിലും അവർക്ക് ഭൂമി ലഭിച്ചില്ല.

അങ്ങനെ കാർഷികരംഗത്ത് വീണ്ടും നിരാശയുടെ കരിനിഴൽ വീണു. അടിച്ചമർത്തലുകൾ വീണ്ടും രംഗത്തെത്തി. ജന്മികൾ കുടിയാന്മാരെ നിഷ്കരുണം ഇറക്കിവിട്ടു. പാട്ടഭൂമികളും വാരഭൂമികളും ഒഴിപ്പിക്കപ്പെട്ടു. ആയിരക്കണക്കായ കൃഷിക്കാർ തെരുവിലായി. അവരുടെ താൽപര്യം സംരക്ഷിക്കാൻ ആരുമില്ലാതായി.

കർഷകസംഘവും പാർട്ടിയും ഏതാണ്ട് സമരവിരുദ്ധമനോഭാവം കൈക്കൊണ്ടു. രാജ്യരക്ഷയുടെ പേരിൽ പാർട്ടി നേതൃത്വം ഗവൺമെന്റിനെതിരായ സമരത്തെ എതിർത്തു. ബിൽ അസാധുവായി വിധിക്കപ്പെട്ടശേഷം തൃശൂരിൽകൂടിയ കർഷകസമ്മേളനത്തിൽ ഒരു പ്രതിഷേധദിനം കൊണ്ടാടണമെന്ന് ഞാൻ സമർപ്പിച്ച അഭിപ്രായം കൂടി നിരസിക്കപ്പെട്ടു. വിപ്ലവകരമായ പ്രവർത്തനത്തിൽനിന്ന് പാർട്ടി നേതൃത്വം പിൻവാങ്ങിക്കൊണ്ടിരുന്ന കാലമായിരുന്നു അത്. കർഷകസംഘത്തിന്റെ പ്രവർത്തനങ്ങൾക്ക് ചുണ കുറഞ്ഞു; തണുപ്പൻമട്ടിലുള്ള പ്രവർത്തനം മാത്രം. അംഗങ്ങളെ ചേർക്കുകയും വാർഷികയോഗം നടത്തുകയും ചെയ്യാൻ മാത്രമുള്ളതാണോ കർഷകസംഘം എന്ന തോന്നൽവരെ ഉണ്ടായി. അതെന്തായിരുന്നാലും കാർഷികരംഗത്ത് ജന്മിത്തം വീണ്ടും അവരുടെ സ്റ്റീംറോളർ ഉരുട്ടിത്തുടങ്ങി. അതിനെ എതിർത്ത് പരാജയപ്പെടുത്താനുള്ള സമരത്തിന് നേതൃത്വം നൽകാൻ കർഷകസംഘത്തിന് കഴിഞ്ഞില്ല.

അതിനുശേഷം ഫാദർ വടക്കന്റെയും വെല്ലിങ്ടന്റെയും നേതൃത്വത്തിലുള്ള കർഷകസംഘടനകളുടെ—കേരള കർഷകസംഘത്തിന്റെയും എസ് എസ് പിയുടെ കർഷകസംഘത്തിന്റെയും--പ്രതിനിധികൾ ഒരു യോഗം ചേർന്ന് തിരുവനന്തപുരത്ത് ഒരു കൂട്ടസത്യഗ്രഹം നടത്താൻ തീരുമാനിച്ചു. ഭാരതീയന്റെയും വെല്ലിങ്ടന്റെയും നേതൃത്വത്തിൽ ഒരു ജീപ്പുജാഥ കാസർഗോഡുനിന്ന് പുറപ്പെട്ട് തിരുവനന്തപുരത്തെത്തി കൂട്ടസത്യഗ്രഹം നടത്തി. അക്കൂട്ടത്തിൽ ഞാനുംഉണ്ടായിരുന്നു. അന്ന് ആ കൂട്ടത്തിലാരെയും അറസ്റ്റുചെയ്തില്ല. സെക്രട്ടേറിയറ്റിന്റെ മുന്നിൽകൂടി മുദ്രാവാക്യം മുഴക്കിക്കൊണ്ട് പോവുന്നതുകൂടി നിരോധിച്ചിരുന്നു. ഇതേത്തുടർന്ന് എല്ലാ ജില്ലാകേന്ദ്രങ്ങളിലും സത്യഗ്രഹം നടന്നു. അവസാനം നിയന്ത്രണം പിൻവലിക്കപ്പെട്ടു.

പാർട്ടിയുടെയും കർഷകസംഘത്തിന്റെയും സമരത്തിന് കനത്ത എതിർപ്പ് നേരിടേണ്ടിവന്ന കാലമായിരുന്നു അത്. അതുകൊണ്ടുതന്നെ ഈ സമരങ്ങളെ ഗവൺമെന്റ് ഗൗനിച്ചില്ല. കൂടാതെ തെറ്റിദ്ധരിച്ച കർഷകരെ ഉത്സാഹിപ്പിക്കുന്നതിനോ ഉന്മേഷഭരിതരാക്കുന്നതിനോ പാർട്ടി യാതൊരു നടപടിയും എടുക്കാത്തതിനാൽ അവരും നിരാശരായി. തങ്ങളുടെ ബില്ല് വീണ്ടും അവതരിപ്പിക്കുന്ന ഒരു ഗവൺമെന്റ് എന്നെങ്കിലും അധികാരത്തിൽ വരുമെന്ന് കർഷകർക്ക് പ്രതീക്ഷയുണ്ടായിരുന്നു. അവർക്ക് 1967 വരെ കാത്തിരിക്കേണ്ടി വന്നു എന്നുമാത്രം.

1960 ആഗസ്ത് 15-ന് മദിരാശിയിലും കർഷകജാഥ നടന്നു. ആ ജാഥയിൽ പങ്കെടുത്തുകൊണ്ട് 250 മൈൽ ഞാൻ നടന്നു. കേരളത്തിന്റെ വികസനത്തിന് പഞ്ചവൽസരപദ്ധതിയിൽ ആവശ്യമായ പരിപാടികൾ ഉൾപ്പെടുത്തണമെന്നാവശ്യപ്പെട്ടുകൊണ്ട് ഞാനും ഇ എം എസും രണ്ടു ജീപ്പുകളിലായി കാസർഗോഡുനിന്ന് വീണ്ടും തിരുവനന്തപുരത്തേക്ക് തിരിച്ചു. വഴിനീളെ ഞങ്ങൾക്ക് ലഭിച്ച സ്വീകരണങ്ങളിൽ ഞങ്ങൾ പ്രസംഗിച്ചു. കേരളത്തെ കേന്ദ്രം എങ്ങനെയെല്ലാം അവഗണിക്കുന്നു എന്ന് ഞങ്ങൾ വിശദീകരിച്ചു. കാർഷികരംഗത്ത് സമൂലമായ മാറ്റം മുന്നിൽ കണ്ടുകൊണ്ട് ആസൂത്രണം ചെയ്യുന്ന ബഹുമുഖമായ ഒരു പദ്ധതികൊ

ണ്ടുമാത്രമേ കേരളത്തിന്റെ വിഷമതകൾ പരിഹരിക്കാനൊക്കൂ. ഒന്നാം പദ്ധതിയിൽ കാർഷികരംഗത്തെ പ്രവർത്തങ്ങൾക്കാണ് മുൻഗണന നൽകിയിരുന്നതെങ്കിലും അതിന്റെ ഗുണം കാര്യമായി കേരളത്തിന് ലഭിക്കുകയുണ്ടായില്ല. എന്നും കേരളം അവഗണിക്കപ്പെടുകയാണ് ചെയ്തിട്ടുള്ളത്. പഞ്ചവൽസരപദ്ധതി, ജാഥയിൽ ഇക്കാര്യം വ്യക്തമാക്കാൻ ഞങ്ങൾ ശ്രമിച്ചു.

അമരാവതി സത്യഗ്രഹം

അമരാവതിയിൽ ഞാൻ കഴിച്ചുകൂട്ടിയ പത്തുദിവസങ്ങൾ എന്റെ ജീവിതത്തിലെ അവിസ്മരണീയദിനങ്ങളാണ്. അമരാവതി ഇന്ത്യയിൽ മുഴുവൻ പ്രസിദ്ധമായി. അമരാവതിയുടെ പിറകിലുള്ള പ്രശ്നങ്ങൾ പ്രാധാന്യമുള്ളവയാണ്. ഇത്തരം പ്രശ്നങ്ങളുടെ രാഷ്ട്രീയപ്രാധാന്യം ജനങ്ങളുടെയും ഗവൺമെന്റിന്റെയും മുന്നിൽ കൊണ്ടുവരുന്ന കാര്യത്തിൽ അമരാവതി പ്രക്ഷോഭം വിജയിച്ചു എന്നുള്ള കാര്യത്തിൽ സംശയമൊന്നുമില്ല. ഈ പ്രശ്നങ്ങളുടെ നല്ലതും ചീത്തയുമായ വശങ്ങളെപ്പറ്റി ചർച്ചകൾ ഉയർത്തുന്നതിലും ഗവൺമെന്റിനെക്കൊണ്ട് അഭയാർഥികൾക്ക് ആശ്വാസനടപടികൾ സ്വീകരിപ്പിക്കുന്നതിലും ഈ സമരം വിജയിച്ചു. സമരത്തിന്റെ വിശദാംശങ്ങളിലേക്ക് കടക്കുംമുമ്പ് മലയോരകർഷകരുടെ കുടിയേറ്റത്തിന്റെ പശ്ചാത്തലമെന്തെന്ന് നോക്കേണ്ടതുണ്ട്.

1948-ൽ കോൺഗ്രസ് അധികാരത്തിൽ വന്നതിനുശേഷമാണ് കർഷകർ കിഴക്കൻ മലകളിൽ കുടിയേറിപ്പാർക്കാൻ തുടങ്ങിയത്. കോൺഗ്രസ് അധികാരത്തിൽവന്ന് അധികം കഴിയുന്നതിനുമുമ്പ് ഭക്ഷ്യോല്പാദനം വർധിപ്പിക്കാനായി ഓരോ കർഷകകുടുംബത്തിനും അഞ്ചേക്കർ കൃഷിസ്ഥലം വീതം അലോട്ടുചെയ്തു. ഇങ്ങനെ കിട്ടിയ ഭൂമിയിൽ കർഷകർ പാർപ്പുറപ്പിച്ച് കൃഷി ചെയ്യാൻ തുടങ്ങി. വനഭൂമി കൃഷിക്കാരന് വിട്ടുകൊടുക്കാൻ തുടങ്ങിയതോടെ ധനവാന്മാരും മറ്റു ഗ്രാമവാസികളും അനധികൃതമായി വനം കയ്യേറ്റമാരംഭിച്ചു. ഒരു ചുരുങ്ങിയ കാലംകൊണ്ടു നിരവധി കർഷകരും കർഷകത്തൊഴിലാളികളും ഹൈറേഞ്ചിൽ എത്തി. തിരുവിതാംകൂറിലും കൊച്ചിയിലും അധികാരത്തിൽ വന്ന ഒരു ഗവൺമെന്റിനും ഈ മഹാപ്രവാഹം തടയാൻ കഴിഞ്ഞില്ല.

1957-ൽ കമ്യൂണിസ്റ്റ് ഗവൺമെന്റ് അധികാരത്തിൽ വരുന്നകാലത്ത് ഹൈറേഞ്ചിലെ ഒരു വലിയ വിഭാഗം അലോട്ടുമെന്റു വഴിയായോ അനധികൃതമായ കയ്യേറ്റം വഴിയായോ ഓരോരുത്തരുടെ കൈവശമായിക്കഴിഞ്ഞിരുന്നു. 1957 ഏപ്രിൽ 27-നുമുമ്പ് ഭൂമി കൈവശം വെച്ചിരുന്ന ആരേയും കുടി ഒഴിപ്പിക്കുകയില്ലെന്നും പുതിയ വനംകൈയേറ്റം തടയുമെന്നും എന്നാൽ സ്വന്തമായി ഭൂമിയില്ലാത്തവർക്ക് എവിടെ എങ്കിലും സ്ഥിരമായി കുറച്ചു ഭൂമി നൽകുമെന്നും മന്ത്രിസഭ പ്രഖ്യാപിച്ചു. എന്നാൽ ഈ പ്രഖ്യാപനമനുസരിച്ച് കാര്യങ്ങൾ നടന്നില്ല. കമ്യൂണിസ്റ്റ് ഗവൺമെന്റിനെ തോൽപ്പിക്കുവാനുള്ള പരിശ്രമത്തിൽ പ്രതിപക്ഷം പ്രത്യേകിച്ചും കോൺഗ്രസ്, സംഘടിതമായ വനംകയ്യേറ്റത്തിന് നേതൃത്വം നൽകി. കോട്ടയം ജില്ലയിലെ മീനച്ചൽ, തൊടുപുഴ, കാഞ്ഞിരപ്പള്ളി, ചങ്ങനാശേരി തുടങ്ങിയ സ്ഥലങ്ങളിലെ 'വൻപുള്ളികൾ' ഇത്തരം വനംക

യ്യേറ്റങ്ങളിൽ നേരിട്ടു പങ്കെടുക്കുകയും അതിനായി സംഘടനകൾ വരെ ഉണ്ടാക്കുകയും ചെയ്തതായി അറിയാം. അവരുടെ ഏജന്റുമാർ ഉൾനാടുകളിൽകൂടി സഞ്ചരിച്ച് കുറഞ്ഞ വിലയ്ക്ക് നല്ല ഫലപുഷ്ടിയുള്ള വനഭൂമി കൊടുക്കാമെന്നു പറഞ്ഞ് പാവപ്പെട്ട കൃഷിക്കാരെ വ്യാമോഹിപ്പിച്ചു. മണ്ണിനുവേണ്ടി ഒടുങ്ങാത്ത ദാഹമുള്ള കർഷകൻ നാട്ടിൽ തനിക്കുള്ളതെല്ലാം വിറ്റുപെറുക്കി കാട്ടിലെത്തി. ധാരാളം വനഭൂമി വെട്ടിപ്പിടിച്ചിട്ടുള്ള വമ്പന്മാർക്ക് വില കൊടുത്ത് ഭൂമി വാങ്ങിച്ചു. നാട്ടിലെ പ്രമാണിമാരും ധനവാന്മാരും ഇവരോടു നടത്തുന്ന കച്ചവടം അനധികൃതമാണെന്ന് ആ പാവപ്പെട്ടവർ ധരിച്ചില്ല. അമരാവതിയിലെ അഭയാർഥികൾ ഉൾപ്പെടെ ഉടുമ്പൻചോല താലൂക്കിലെ കർഷകരിൽ ഭൂരിപക്ഷവും ഇത്തരത്തിൽ ഭൂമി നേടിയവരാണ്. കോട്ടയം ജില്ലയിലെ ധനികരായ ജന്മിമാരും തോട്ടമുടമകളും ഇത്തരത്തിൽ സാധുക്കളായ ക്രിസ്ത്യാനികളെയും ഹരിജനങ്ങളെയും വനത്തിലേക്കയച്ചു. നീണ്ടകാലമായി അവരുടെ പറമ്പിലെ കുടികിടപ്പുകാരോ അടുത്തുള്ള ചെറിയതുണ്ടു ഭൂമികളുടെ ഉടമകളോ ആയിരുന്നു അവർ. അവരെ അവിടെ നിന്നു മാറ്റുക എന്ന ലക്ഷ്യവും ഇതിലൂടെ അവർ സാധിച്ചു. ഇതിനൊക്കെ പുറമെ, വിമോചനസമരകാലത്ത് അതിന്റെ നേതാക്കളുടെ ആഹ്വാനമനുസരിച്ച് ധാരാളം കർഷകർ വനത്തിൽ പാർപ്പുറപ്പിച്ചു. അവരിൽ ചിലർ മുൻപറഞ്ഞ രീതിയിൽ ഭൂമി വാങ്ങുകയും ചെയ്തിരുന്നു. വിമോചനസമരത്തിന്റെ വിജയത്തെത്തുടർന്ന് ആരെയും ഒഴിപ്പിക്കുകയില്ലെന്നും അവരുടേതായി ആ ഭൂമി മാറുമെന്നും ഉള്ള ധാരണ അവരുടെ ഇടയിൽ പരക്കുകയും ചെയ്തിരുന്നു. അത്തരം സ്ഥലങ്ങളിലേക്കുള്ള ജനങ്ങളുടെ ഒഴുക്ക് വർധിപ്പിക്കാനും ഭൂമിയുടെ വില വർധിപ്പിക്കാനും ഇതെല്ലാം കാരണമായി.

അടുത്ത കാലംവരെ കാട്ടാനകളുടെയും മറ്റു വന്യമൃഗങ്ങളുടെയും കേളീരംഗമായിരുന്ന ഈ വനഭൂമികൾ നെല്ലും കപ്പയും വാഴയും മറ്റു കാർഷികവിളകളും തഴച്ചുവളരുന്ന ജനവാസമുള്ള സ്ഥലങ്ങളായി മാറി. ഇതിനുപുറമെ കർഷകർ തെങ്ങ്, കുരുമുളക് തുടങ്ങിയ സ്ഥിരം വിളകളും കൃഷിചെയ്തു. കർഷകരുടെ വിയർപ്പിന്റെയും അധ്വാനശക്തിയുടെയും പ്രത്യക്ഷസ്മാരകമായി ആ പ്രദേശം പച്ചപിടിച്ചു വിളങ്ങി. കുന്നും മലകളും ഫലസമൃദ്ധമായ തോട്ടങ്ങളാക്കി മാറ്റിയെടുത്തതിന്റെ പിറകിൽ കർഷകനും പ്രകൃതിയുമായി നടന്ന നീണ്ട സമരത്തിന്റെ രോമാഞ്ചജനകമായ ഒരു കഥയുണ്ട്. ഇത് നേടിയെടുക്കാൻ വേണ്ടി അവർ ചൊരിഞ്ഞ രക്തത്തിന്റെയും വിയർപ്പിന്റെയും അളവെടുക്കാൻ പ്രയാസമാണ്. നമ്മുടെ കർഷകരുടെ അളവില്ലാത്ത ശക്തിയുടെയും അധ്വാനശീലത്തിന്റെയും മുന്നിൽ അഭിമാനംകൊള്ളാതെ ഈ സ്ഥലങ്ങൾ സന്ദർശിക്കാൻ പ്രയാസമാണ്.

ഒരു വിധത്തിലുള്ള കുടിയൊഴിപ്പിക്കലുകളും ഉണ്ടാവുകയില്ലെന്ന് ഉറപ്പുകൊടുത്ത നേതാക്കന്മാരെ വിശ്വസിച്ച് തങ്ങളുടെ സർവസ്വവും ഈ മണ്ണിലും, കൃഷിയിലും കർഷകർ മുടക്കി. അവരുടെ ശ്രദ്ധ മുഴുവൻ ആ കൃഷിസ്ഥലങ്ങളിൽ കേന്ദ്രീകരിച്ചു. ഈ പശ്ചാത്തലത്തിലാണ് 1961 മെയ് 2-ന് അയ്യപ്പൻ കോവിലിൽ കുടിയൊഴിപ്പിക്കൽ ആരംഭിച്ചത്. 2-ന് രാവിലെ

തങ്ങളെ കുടിയൊഴിപ്പിക്കാനെത്തിയ വലിയ സായുധ പൊലീസ് സംഘത്തെ കണ്ട് കർഷകർ ഭയന്നു. അവിടത്തെ കുടിയൊഴിപ്പിക്കലിനുവേണ്ടി ഒരു പൊലീസ് സ്റ്റേഷനും ഒരു മജിസ്ട്രേറ്റ് കോടതിയും അവിടെ പ്രവർത്തനമാരംഭിച്ചു. ആ പ്രദേശം മുഴുവൻ ഉദ്യോഗസ്ഥന്മാരുടെ ഒരു വലയത്തിൽ അമർന്നിരിക്കുന്നതായി അവിടത്തെ കർഷകർക്ക് തോന്നിയിരിക്കണം. മെയ് 2-ന് പൊലീസുകാർ കുടിലുകൾ പൊളിക്കാൻ തുടങ്ങി. കുടിലുകൾ വെറുതെ പൊളിച്ചു കളയുന്നതുകൊണ്ട് ഫലമില്ലെന്നറിഞ്ഞ പൊലീസുകാർ അവ കത്തിച്ചുകളയുക എന്ന നയമാണ് സ്വീകരിച്ചത്. ദിവസേന ശരാശരി 100 വീടുകൾ വീതം കത്തിച്ചു കളയുക എന്നതായിരുന്നു അവരുടെ പദ്ധതി. എങ്ങും സായുധരായ പൊലീസുകാർ. ഒരു യുദ്ധത്തിന്റെ അന്തരീക്ഷമാണ് അവിടെ ഉണ്ടായിരുന്നതെന്നു പറയാം. പകൽസമയത്ത് തീയും പുകയുമേ കാണാനുണ്ടായിരുന്നുള്ളൂ. കുട്ടികൾ വാവിട്ടുകരഞ്ഞു. സ്ത്രീകളും പുരുഷന്മാരും ഭയന്നുവിറച്ചിരുന്നു. കരയാനുള്ള ശേഷിപോലും അവർക്ക് നഷ്ടപ്പെട്ടിരുന്നു. ചിലരൊക്കെ ബോധം കെട്ടുവീണു. കണ്ണെത്താത്ത ദൂരത്തോളം നെൽവയലുകൾ; ഒരു ചുവട്ടിൽ നിന്ന് രണ്ടു തുലാം കപ്പവീതം പറിച്ചെടുക്കാവുന്ന മരിച്ചീനിത്തോട്ടങ്ങൾ, കുലച്ചും കുലയ്ക്കാറായും നിൽക്കുന്ന ആയിരക്കണക്കായ വാഴകൾ. വീടുകൾ കത്തിക്കുന്നതോടൊപ്പം ഈ വിളകളും പൊലീസ് നശിപ്പിച്ചുകൊണ്ടിരുന്നു. മദംപൊട്ടിയ കാട്ടാനകൾ വിളകൾ നശിപ്പിക്കുന്നതു പോലെ പൊലീസ് വിളകൾ നശിപ്പിക്കുകയാണ് ചെയ്തത്. ലാത്തികൊണ്ടടിച്ചും കൈകൊണ്ട് പിഴുതെറിഞ്ഞും തള്ളിമറിച്ചിട്ടും ചവിട്ടിയരച്ചും പൊലീസ് മർദിക്കുകയായിരുന്നു. ആപ്പീസർമാർ ഇതുകണ്ട് രസിക്കുകയും അവരെ പ്രോത്സാഹിപ്പിക്കുകയും ചെയ്തിരുന്നു. തങ്ങളുടെ വിയർപ്പും രക്തവും കൊണ്ട് പടുത്തുയർത്തിയതും തങ്ങളുടെ ജീവിതത്തിന്റെ ഏകാവലംബവുമായ ഇവയെല്ലാം നോക്കിനിന്ന കർഷകരുടെ മനോവികാരങ്ങൾ മനുഷ്യത്വമുള്ളവർക്കെല്ലാം സങ്കല്പിക്കാൻ സാധിക്കും. തങ്ങൾ എന്തെങ്കിലും തെറ്റു ചെയ്തതായി ആ കർഷകർക്കാർക്കും തോന്നിയില്ല.

ഏതാണ്ട് പത്തു പതിനഞ്ചു ദിവസം കൊണ്ട് ഏകദേശം 10,000 പേർ വരുന്ന 1,700 കുടുംബങ്ങളെ അയ്യപ്പൻകോവിലിലുള്ള 8,000 ഏക്കർ സ്ഥലത്തുനിന്ന് കുടിയൊഴിപ്പിച്ചു. രോഗികൾ, പിഞ്ചുകുഞ്ഞുങ്ങൾ, ഗർഭിണികൾ, പ്രസവിച്ചിട്ട് രണ്ടും മൂന്നും ദിവസമായ സ്ത്രീകൾ എന്നിവരുമായി കുടി വിട്ടിറങ്ങേണ്ടിവരുന്ന ഗതികേടിനെക്കുറിച്ച് ഒന്ന് ചിന്തിച്ച് നോക്കുക. എന്തെങ്കിലും സൗകര്യങ്ങൾ ചെയ്തുകൊടുക്കുന്നുണ്ടോ, അതുമില്ല, സാധനങ്ങൾ എടുത്ത് മുറ്റത്തിടുക, പുരയ്ക്ക് തീ വയ്ക്കുക -അതാണ് പൊലീസ് ചെയ്തിരുന്നത്. കേരളത്തിലെ മഴക്കാലം നേരത്തെ തുടങ്ങിയിരുന്നു. ആ ദിവസങ്ങളിൽ തോരാതെ മഴപെയ്തുകൊണ്ടിരുന്നു. കനത്ത മഴയും കൊടും തണുപ്പും. കുടിയൊഴിപ്പിച്ചവരെ പൊലീസ് മേൽനോട്ടത്തിലാണ് സൂക്ഷിച്ചത്. അവരെ ആർ ഡി ഒ വിന്റെ മുമ്പിൽ ഹാജരാക്കുന്നു. പകരം ഭൂമി കിട്ടാൻ അർഹതയുള്ളവരെ തിരഞ്ഞെടുക്കുന്നത് അദ്ദേഹമാണ്. ഷർട്ട് ധരിച്ചവരെയും ഭാര്യയും കുട്ടികളും ഇല്ലാത്തവരെയും വാച്ചുണ്ടായിരുന്നുവരെയും പട്ടാളസേവനം നടത്തിയവ

രെയും അർഹതയുള്ളവരാക്കി കണക്കാക്കാൻ ആ ഉദ്യോഗസ്ഥൻ വിസമ്മതിച്ചു. അർഹതയുള്ളവരെന്ന് നിശ്ചയിക്കുന്നവർക്ക് ചീട്ടുകൾ നൽകും. ചിലപ്പോൾ രണ്ടും മൂന്നു കുടുംബങ്ങൾക്ക് ഒരു ചീട്ടാണ് നൽകിയിരുന്നത്. ആ മനുഷ്യന് മനുഷ്യത്വം തീരെ ഉണ്ടായിരുന്നില്ല. ഒരുപക്ഷേ അങ്ങനെയുള്ള ആളെ തെരഞ്ഞെടുത്ത് നിയോഗിച്ചതാണോ എന്ന് സംശയിക്കണം. എന്തുമാകട്ടെ, അയാളുടെ പേരു തന്നെ കർഷകരുടെ ഇടയിൽ ഭയപ്പാട് സൃഷ്ടിച്ചു. അയ്യപ്പൻകോവിൽ ഭാഗങ്ങളിലെ കുടിയിറക്കിന്റെ മുഴുവൻ ചുമതലയും നിർവഹിച്ചിരുന്നത് അയാളായിരുന്നുതാനും. കുറെക്കൂടി നയജ്ഞനായ ഒരു ഉദ്യോഗസ്ഥനെയാണ് നിയമിച്ചിരുന്നതെങ്കിൽ ഇത്രയധികം കാട്ടാളത്തം കാണിക്കുമായിരുന്നില്ല.

ചീട്ട് കിട്ടിയവരെ ട്രാൻസ്പോർട്ട് ബസുകളിൽ കയറ്റി 40 മൈലിലധികം ദൂരെയുള്ള അമരാവതിയിലേക്ക് കൊണ്ടുപോവുകയാണ് ചെയ്തിരുന്നത്. കുമിളിയിൽനിന്നു ഒരു മൈലോളം അകലെയാണ് അമരാവതി. തങ്ങളുടെ ആടുമാടുകളെയും കോഴി, പട്ടി തുടങ്ങിയ വളർത്തുമൃഗങ്ങളെയും കട്ടിൽ, കിടപ്പുസാധനങ്ങൾ തുടങ്ങിയ നിത്യോപയോഗസാധനങ്ങളെയും എല്ലാംതന്നെ ഉപേക്ഷിക്കാൻ അവർ നിർബന്ധിതരായി. ഏതാനും ചെറുപാത്രങ്ങളും വസ്ത്രങ്ങളുമൊഴികെ ഒന്നും കൊണ്ടുപോകാനുള്ള സൗകര്യം നൽകിയിരുന്നില്ല. കോട്ടയം ജില്ലാ കോൺഗ്രസ് കമ്മിറ്റിയുടെ ആഭിമുഖ്യത്തിലുള്ള കേരള കർഷകയൂണിയൻ എന്നൊരു സംഘടന അവിടെ പ്രവർത്തിച്ചിരുന്നു. അവിടത്തെ കർഷകർ മിക്കവരും അതിലെ അംഗങ്ങളുമായിരുന്നു. ഒരു കർഷകനെപ്പോലും കുടിയൊഴിപ്പിക്കില്ലെന്ന് ആ സംഘടനയുടെ നേതാക്കൾ ഉറപ്പുകൊടുക്കുകയും ചെയ്തിരുന്നു. കുടിയൊഴിപ്പിക്കൽ ആസന്നമാണെന്നു കേട്ടതോടെ അവരൊരു സമരാഹ്വാനം നടത്തി. ഒരു സമരനിധി കർഷകരിൽ നിന്നു പിരിക്കുകയും ചെയ്തു. തങ്ങളുടെ ജീവൽപ്രശ്നമായതിനാൽ കർഷകർ കൈയയച്ചു സംഭാവന നൽകി.

എന്നാൽ കുടിയൊഴിപ്പിക്കൽ ആരംഭിച്ചതോടെ ഈ നേതാക്കന്മാർ രംഗത്തുനിന്ന് എങ്ങോ മാറിക്കളഞ്ഞു. തങ്ങളെ കാട്ടിൽ കൊണ്ടുപോയി വിട്ട വിമോചന സമര നേതാക്കളാലും കുടിയൊഴിപ്പിക്കലുണ്ടാവില്ലെന്ന് ഉറപ്പുനൽകിയ യൂണിയൻ നേതാക്കളാലും വഞ്ചിക്കപ്പെട്ട നിർഭാഗ്യവാന്മാരായ ഈ കർഷകർ ഗവൺമെന്റിന്റെ കരുണയറ്റ കുടിയൊഴിപ്പിക്കലിന് ഇരയായി. അമരാവതിയിലെ നരകക്കുഴിയിലേക്ക് തള്ളപ്പെട്ട് ഭാവി പരിപാടിയെപ്പറ്റി യാതൊരു നിശ്ചയവുമില്ലാതിരുന്ന അവർ തികച്ചും പരിഭ്രാന്തരായിരുന്നു. കോരിച്ചൊരിയുന്ന മഴയത്ത് പുനരധിവസിപ്പിക്കാനുള്ള യാതൊരു ഏർപ്പാടുകളും ചെയ്യാതെ 10,000ത്തോളം മനുഷ്യജീവികൾ അമരാവതിയിലേക്ക് വലിച്ചെറിയപ്പെട്ടു. ഗവൺമെന്റ് അവർക്ക് താമസിക്കാൻ ഒരു ഷെഡ്ഡു പോലും വെച്ചുകൊടുത്തില്ല. ഏതാണ്ട് നൂറോളം കുടുംബങ്ങളെയാണ് ദിനംപ്രതി അമരാവതിയിൽ എത്തിച്ചുകൊണ്ടിരുന്നത്. അതേസമയം ഗവൺമെന്റ് നൽകുമെന്ന് പറഞ്ഞിരുന്ന ഒരേക്കർ തരിശുഭൂമി തിരിച്ചിടുക പോലും ചെയ്തിരുന്നില്ല. ദിവസംതോറും പത്തുപതിനഞ്ച് കുടുംബങ്ങൾക്ക് ഒരേക്കർ വീതം തിരിച്ചുകൊടുക്കാനുള്ള ഏർപ്പാടാണ് അവിടെ ചെയ്തിരുന്നത്. അതിനാൽ കർഷകകുടും

ബങ്ങളെല്ലാം താൽക്കാലിക ഷെഡ്ഡുകളിൽ താമസിക്കാൻ നിർബന്ധിത മായി. മരച്ചുവടുകളിലാണ് മിക്ക കുടുംബങ്ങളും താമസിച്ചിരുന്നത്. ഏതാനും ദിവസം മഴയിലും തണുപ്പിലും അവർ കഴിഞ്ഞു. പലരും രോഗ ബാധിതരായി. പ്രസവിച്ചിട്ട് അഞ്ചുദിവസം പോലും ആകാത്തവരും, കൊച്ചു കുഞ്ഞുങ്ങളും, വൃദ്ധന്മാരുമെല്ലാം അവരിൽ ഉണ്ടായിരുന്നു. തല ചായ്ക്കാൻ ഒരിടമോ കുടിക്കാൻ നല്ല വെള്ളമോ പോലും അവിടെ ഉണ്ടാ യിരുന്നില്ല. ഇങ്ങനെയുള്ള 'നരക'ത്തിലേക്കാണ് പതിനായിരത്തോളം ജനങ്ങളെ ഗവൺമെന്റ് തള്ളിവിട്ടത്.

ഈ അഭയാർഥികളുടെ ദുരിതത്തിൽ അനുകമ്പ തോന്നിയ അമ രാവതി പ്രാന്തങ്ങളിലുള്ള ഏതാനും പാവപ്പെട്ട കർഷകരും തൊഴിലാളി കളും ഇവരിൽ പലർക്കും താൽക്കാലികമായി തങ്ങളുടെ വീടുകളിൽ അഭയം നൽകി. ഒരാഴ്ച കഴിഞ്ഞപ്പോൾ ഗവൺമെന്റ് ഇവർക്കുവേണ്ടി മുളയും പുല്ലും ഉപയോഗിച്ച് പശുത്തൊഴുത്തുപോലുള്ള ഏതാനും ഷെഡ്ഡുകൾ കെട്ടിക്കൊടുത്തു. ന്യായമായി അഞ്ചോ ആറോ കുടുംബ ങ്ങൾക്ക് താമസിക്കാവുന്ന ഓരോ ഷെഡ്ഡിലും 60 മുതൽ 70 വരെ കുടും ബങ്ങളെ താമസിപ്പിച്ചു. പത്രങ്ങളും കമ്യൂണിസ്റ്റ് പാർട്ടിയും എല്ലാംകൂടി ഒച്ചപ്പാട് സൃഷ്ടിച്ചതുകൊണ്ട് ആഴ്ചയിൽ ഇടങ്ങഴി അരി ഒരു കുടുംബ ത്തിന് സൗജന്യമായി നൽകി. അംഗങ്ങളുടെ എണ്ണം നോക്കാതെ ഇട ങ്ങഴി അരി നൽകിയാൽ ഒരു കുടുംബം എങ്ങനെ കഴിയാനാണ്? ഒരേ ക്കർ സ്ഥലവും പത്ത് രൂപയും കുടിവെക്കാൻ ഗവൺമെന്റ് നൽകി. അമ രാവതിയിൽ എന്തെങ്കിലും കൃഷിചെയ്യാൻ കൊള്ളാവുന്ന അഞ്ഞൂറോ അറുനൂറോ ഏക്കർ ഭൂമി മാത്രമാണ് ഉണ്ടായിരുന്നത്. ബാക്കി മുഴുവൻ പുല്ലുപോലും കിളിർക്കാത്ത പാറക്കെട്ടുകളായിരുന്നു. ഇത്തരം പാറക്കെ ട്ടുകൾ പാവപ്പെട്ട കൃഷിക്കാരുടെ മേൽ കെട്ടിവെക്കാനാണ് ഗവൺമെന്റ് ശ്രമിച്ചത്. അയ്യപ്പൻകോവിലിൽ നാലും അഞ്ചും ഏക്കർ സ്ഥലമുണ്ടാ യിരുന്നവർക്ക് അതിനുപകരം ഒന്നിനും കൊള്ളാത്ത ഒരേക്കർ തരിശുഭൂ മിയാണ് കിട്ടിയത്. കുടിയൊഴിപ്പിച്ചവരെ പുനരധിവസിപ്പിക്കാൻ ഗവൺമെന്റ് ചെയ്തത് ഇതാണ്; നാമമാത്രമായ ഈ ആനുകൂല്യം സ്വീക രിക്കാൻ കർഷകർ മടികാണിച്ചു. നേതാക്കൾ കടന്നുകളഞ്ഞെങ്കിലും ധീര രായ കർഷകർ ഭീഷണിയിൽ കുലുങ്ങാൻ തയ്യാറായില്ല. കടുത്ത നൈരാ ശ്യവും ഭാവിയെപ്പറ്റിയുള്ള അനിശ്ചിതത്വവുംകൂടി എന്തിനെയും അഭിമു ഖീകരിക്കാൻ അവരെ തയ്യാറാക്കി എന്ന് പറയുകയാവും കൂടുതൽ ശരി.

അയ്യപ്പൻകോവിലിൽ കുടിയൊഴിപ്പിക്കൽ നടക്കുന്ന കാലത്ത് ഞാൻ കേരളത്തിൽ ഉണ്ടായിരുന്നില്ല. അന്നു നടന്നുകൊണ്ടിരുന്ന പാർല മെന്റ് സമ്മേളനം മെയ് 9 വരെ ഉണ്ടായിരുന്നു. കിസാൻസഭാ പ്രസി ഡണ്ടായിരുന്ന എനിക്ക് അതിനടുത്ത ദിവസങ്ങളിൽ ഹിമാചൽപ്രദേ ശിലും തമിഴ്നാട്ടിലും പോണ്ടിച്ചേരിയിലും മുൻകൂട്ടി തയ്യാറാക്കിയ പരി പാടികൾ ഉണ്ടായിരുന്നു. മൈസൂറിൽ സഞ്ചരിച്ചിരുന്ന കാലത്താണ് മല യാളപത്രങ്ങൾ കാണാനിടയായത്. ഇംഗ്ലീഷ് പത്രങ്ങളിൽ ഇതൊരു വാർത്ത ആയിരുന്നില്ല. ഉടമ്പൻചോലയും അമരാവതിയും സന്ദർശിച്ച കമ്യൂണിസ്റ്റ് പാർട്ടിയിലെയും കർഷകസംഘത്തിലെയും നേതാക്കളുടെ പ്രസ്താവനകളും കോട്ടയം ജില്ലയിലെ കോൺഗ്രസ് നേതാവിന്റെ

പ്രസ്താവനയും സ്റ്റാഫ് ലേഖകന്മാരുടെ റിപ്പോർട്ടുകളും *മലയാളമനോരമ, മാതൃഭൂമി* തുടങ്ങിയ പത്രങ്ങളിൽ ഉണ്ടായിരുന്നു. ഇവ രണ്ട് മൂന്ന് ദിവസം വായിച്ചപ്പോഴാണ് അയ്യപ്പൻകോവിലിലെ കുടിയിറക്കിനെപ്പറ്റി ഞാൻ അറിഞ്ഞത്. അത് വായിച്ചപ്പോൾ ഇത്രക്ക് മനുഷ്യത്വരഹിതമായ പ്രവർത്തനങ്ങൾ നടക്കാനിടയുണ്ടോ എന്ന് ഞാൻ സംശയിച്ചു.

ഞാനുടനെ മറ്റു പരിപാടികൾ റദ്ദാക്കി കേരളത്തിലേക്ക് തിരിച്ചു. മെയ് 30-ന് ഞാൻ കോട്ടയത്തെത്തി. അവിടെയുള്ള പാർട്ടി-കർഷക സംഘം നേതാക്കന്മാരിൽ നിന്ന് അവിടത്തെ ഭീകരമായ സ്ഥിതിയെപ്പറ്റി അറിഞ്ഞു. ജൂൺ 1-ന് കെ ടി ജേക്കബും ഞാനും കൂടി അമരാവതിയിലേക്ക് തിരിച്ചു. അവിടത്തെ കർഷകർ അന്നവിടെ ഒരു യോഗം ഏർപ്പാടു ചെയ്തിരുന്നു. ഞങ്ങൾ ചെല്ലുമ്പോൾ സ്ത്രീകളും കുട്ടികളും എല്ലാമടങ്ങിയ ഒരു ഘോഷയാത്ര യോഗ സ്ഥലത്തേക്ക് നീങ്ങുന്നത് കണ്ടു. യോഗം ആരംഭിക്കുന്നതിന് മുമ്പായി അവരുടെ ഷെഡ്ഡുകളിലേക്ക് ഞാൻ ചെന്നു. ഷെഡ്ഡും പരിസരവും മുഴുവൻ ചെളിയായിരുന്നു. അങ്ങോട്ട് കടക്കാൻ പോലും പ്രയാസമായിരുന്നു. ഒരാൾക്ക് നിന്നുതിരിയാൻ പോലും പ്രയാസം. കുടിയൊഴിഞ്ഞുപോന്നവർ കൊണ്ടുവന്ന പാത്രങ്ങളും മറ്റും അതിലുണ്ട്. ശക്തിയേറിയ കാറ്റ് സദാ അടിച്ചുകൊണ്ടിരുന്നു. അസഹ്യമായ തണുപ്പും. നനഞ്ഞ് കുതിർന്ന തറയിൽ കീറപ്പായകൾ വിരിച്ച് അവശരായ വൃദ്ധരും കുഞ്ഞുങ്ങളും കിടന്നിരുന്നു. വൃദ്ധരും സ്ത്രീകളും തങ്ങളെ ഇറക്കിവിട്ട കഥകൾ വിവരിച്ചു പറഞ്ഞു. അവരുടെ കൃഷി പൊലീസ് തകർത്ത കഥ പറഞ്ഞപ്പോൾ അവർ പൊട്ടിക്കരഞ്ഞു. കുടിയിറക്കിനെപ്പറ്റി വല്ല സൂചനയും ലഭിച്ചിരുന്നെങ്കിൽ കടംവാങ്ങി കൃഷി ഇറക്കില്ലായിരുന്നു. വർഷങ്ങൾക്കുശേഷം പൂർത്തിയാകാൻ പോവുന്ന ഒരു അണക്കെട്ടിന്റെ ജലസംഭരണമേഖല ആയേക്കുമെന്നാണ് ഗവൺമെന്റ് കുടിയിറക്കിന് കാരണമായി പറയുന്നത്. കൃഷി ഇറക്കിയ സ്ഥിതിക്ക് ഭക്ഷ്യക്ഷാമം കൊടുമ്പിരിക്കൊണ്ടിരിക്കുന്ന ഈ കേരളത്തിൽ വിളവെടുപ്പുകാലം വരെയെങ്കിലും കുടിയൊഴിപ്പിക്കലിന് കാത്തിരുന്നുകൂടായിരുന്നോ? എങ്കിൽ മഴയുടെ ശല്യത്തിൽ നിന്നെങ്കിലും അവർ രക്ഷപ്പെടുമായിരുന്നു.

ഷെഡ്ഡുകളെപ്പറ്റിയാണല്ലോ പറഞ്ഞുവന്നത്. ആ ഷെഡുകൾ അതിദയനീയമായ ഒരു കാഴ്ചയായിരുന്നു. ഹൃദയമുള്ള ഒരാൾക്ക്, കരയാതെ അവിടെ നിന്നു പോരാൻ സാധ്യമല്ല. ഷെഡ്ഡിനു പുറത്തുള്ള ചില വീടുകളുടെ തൊഴുത്തുകളിൽ കന്നുകാലികളോടൊത്ത് ആളുകൾ താമസിച്ചിരുന്നത് കണ്ടു. ഷെഡ്ഡിലും പശുത്തൊഴുത്തിലും കഴിഞ്ഞുകൂടുന്ന അവരെ കണ്ടപ്പോൾ ഇത് മനുഷ്യത്വത്തോടുള്ള വെല്ലുവിളിയായിട്ടാണ് എനിക്ക് തോന്നിയത്. എന്തൊരു ഭയങ്കര അനുഭവം? അധികാരലഹരി തലയ്ക്കുപിടിച്ച ഗവൺമെന്റും മന്ത്രിമാരും ഈ പാവപ്പെട്ടവരെപ്പറ്റി ചിന്തിച്ചില്ല. ഇത്രയൊക്കെ ഒച്ചപ്പാടും ബഹളവുമൊക്കെ ഉണ്ടായിട്ടും ഒരു മന്ത്രി പോലും ആ സ്ഥലത്തേക്ക് തിരിഞ്ഞുനോക്കിയില്ല. ഞാൻ യോഗസ്ഥലത്തേക്കു പോയി, അവിടെ നൂറുകണക്കിന് പൊലീസുകാരെ കണ്ടു. എന്തിനിത്രയും പൊലീസുകാർ? അഭയാർഥികളെ സഹായിക്കാനല്ല, പ്രകോപനത്തിനു മാത്രം. യോഗത്തിൽ പങ്കെടുത്തവരോട് തങ്ങളുടെ

സ്വന്തം ശക്തിയിൽ ഉറച്ചുനിന്നുകൊണ്ട് അവകാശങ്ങൾക്കുവേണ്ടി പോരാടണമെന്നും നീതിക്കുവേണ്ടിയുള്ള സമരം വിജയിക്കുമെന്നും ഞാൻ ഉറപ്പിച്ചുപറഞ്ഞു. അവിടത്തെ ഈ മനുഷ്യത്വമില്ലായ്മക്കെതിരായി അവരോടൊപ്പം നിന്ന് എന്നാൽ കഴിയുന്നതെല്ലാം ഞാൻ ചെയ്യുമെന്ന് ഞാൻ അവർക്ക് ഉറപ്പുകൊടുത്തു. യോഗസ്ഥലത്തു നിന്ന് ഉടുമ്പഞ്ചോലയിലേക്ക് തിരിച്ചു. അവിടത്തെ കർഷകർ, കുടിയൊഴിപ്പിച്ച പ്രദേശം എനിക്കു കാണിച്ചുതന്നു. ഈ കർഷകരിൽനിന്നും അമരാവതിയിലുള്ള അഭയാർഥികളിൽനിന്നും കിട്ടിയ വിവരങ്ങൾ വെച്ചുകൊണ്ടാണ് അവിടത്തെ കുടിയിറക്കിന്റെ ചിത്രം ഞാൻ മുമ്പ് വരച്ചുകാണിച്ചത്. നൂറുകണക്കിന് വീടുകൾ അഗ്നിക്കിരയാക്കിയത് ഞാൻ നോക്കിക്കണ്ടു. അവയിൽ ചിലത് കല്ലും തടിയും ഉപയോഗിച്ച് പണിത വീടുകളായിരുന്നു. അവ തകർത്തുകളയാൻ പൊലീസ് ശ്രമിച്ചിട്ടും കഴിഞ്ഞിരുന്നില്ല. വാഴ, കപ്പ, പച്ചക്കറികൾ, നെൽവയലുകൾ ഇവയൊക്കെ നശിപ്പിച്ചിരിക്കുന്നത് നടന്നുകണ്ടു. ഞങ്ങൾ ആവുന്നത്ര സ്ഥലങ്ങൾ സന്ദർശിച്ചു. അതിനടുത്തുള്ള പ്രദേശങ്ങളിലെ ആളുകളും ഭയപ്പെട്ടു കഴിയുകയാണ്. അവിടെനിന്നു മടങ്ങുമ്പോൾ ആഹാരമൊന്നുമില്ലാതെ വിശന്നുകരയുന്ന കുട്ടികളോടൊത്ത് ഷെഡ്ഡുകളിൽ കിടക്കുന്ന പാവങ്ങളെ ഞാൻ ഓർത്തു. അവർ നട്ടുവളർത്തിയ കപ്പയും, ചേന, ചേമ്പ് എന്നിവയും ഉടുമ്പഞ്ചോലയിൽ പിഴുതിട്ടിരിക്കുന്നു. അവയുടെ കിഴങ്ങെങ്കിലും അമരാവതിയിൽ എത്തിച്ചിരുന്നെങ്കിൽ! ആരാണ് ഈ ക്രൂരകൃത്യങ്ങൾ നടത്തിയത്? തങ്ങൾ അധികാരത്തിൽ വന്നത് വിശക്കുന്നവരെ ഊട്ടാനും തൊഴിലില്ലാത്തവർക്ക് തൊഴിൽ നൽകാനുമാണെന്നു പ്രസംഗിക്കുന്ന മന്ത്രിമാരാണ് ഈ ക്രൂരകൃത്യത്തിന് കല്പന നൽകിയതെന്ന് വിശ്വസിക്കാൻ കഴിയുമോ? ഉദ്യോഗസ്ഥന്മാരുടെ വിക്രിയകളാണ് ഇതെല്ലാമെങ്കിൽ ഈ മന്ത്രിമാർ അധികാരത്തിലിരിക്കുന്നതെന്തിന്? അയ്യപ്പൻകോവിലിൽ വീടുകൾ ചുട്ടെരിച്ച് ചുടുകാടിന് തുല്യമാക്കപ്പെട്ട പ്രദേശങ്ങളുടെ ചിത്രവും അമരാവതിയിലെ മനുഷ്യജീവികളുടെ ദുരിതങ്ങളും നീതിക്കുവേണ്ടിയുള്ള അവരുടെ ശബ്ദവും എല്ലാം കൂടി എന്നെ വല്ലാതെ വിഷമിപ്പിച്ചു.

രാത്രി ഒൻപതുമണിക്ക് ഉടുമ്പഞ്ചോല കർഷകരക്ഷാസമിതി ഒരു യോഗം കൂടുന്നുണ്ടായിരുന്നു. ഞാനതിൽ സംബന്ധിച്ചു. അതിൽ പങ്കെടുത്ത പലരും വലിയ ക്രോധത്തോടും അനിയന്ത്രിതമായ വെറുപ്പോടും കൂടിയാണ് പ്രസംഗിച്ചത്. ഇതിനൊരു പരിഹാരം കണ്ടേ തങ്ങളടങ്ങൂ എന്നവർ ഏകകണ്ഠമായി പ്രഖ്യാപിക്കുകയുണ്ടായി.

ഈ കർഷക രക്ഷാസമിതിക്കാർ ആരായിരുന്നു? മിക്കവരും വിമോചന സമരത്തിന്റെ ഉടുമ്പഞ്ചോലയിലെ നേതാക്കന്മാരായിരുന്നു. അവരിൽ ചിലർ അക്കാലത്ത് നാലും അഞ്ചും തവണ ജയിൽവാസം അനുഷ്ഠിച്ചവരായിരുന്നു. ചിലർ കോൺഗ്രസിന്റെ അവിടത്തെ പ്രമുഖ പ്രവർത്തകരായിരുന്നു. മിക്കവാറും കർഷക യൂണിയനിൽ സജീവമായി പ്രവർത്തിച്ചവരായിരുന്നു. “മച്ചിപ്പശു പ്രസവിച്ചാലെ നിങ്ങളെ ഈ സ്ഥലത്ത് നിന്നും ഒഴിപ്പിക്കുകയുള്ളൂ എന്ന് പറഞ്ഞ് ഞങ്ങളുടെ പണവും കൂടി അവർ തട്ടിയെടുത്തു. അവസാനം ഞങ്ങളെ തെരുവിലിറക്കിയപ്പോൾ ഈ നേതാക്കന്മാരെ കണ്ടതുമില്ല.” കർഷക യൂണിയന്റെ നേതാക്കന്മാ

രെപ്പറ്റി വളരെ കോപത്തോടെ ചിലർ പറഞ്ഞതാണിത്. അന്ധമായ കമ്യൂണിസ്റ്റ് വിരോധം കൊണ്ട് മുമ്പവർ വർഗബോധം മറന്നുപോയിരുന്നു. തങ്ങളുടെ ശത്രുക്കൾ ആര് മിത്രങ്ങൾ ആര് എന്ന് ഇപ്പോൾ അവർ കുറച്ചെങ്കിലും മനസ്സിലാക്കിയെന്ന് തോന്നുന്നു. ജാതിയുടെയും മതത്തിന്റെയും പേരിൽ കർഷകരെ സംഘടിപ്പിച്ചതിൽ പറ്റിയ തെറ്റ് എന്തെന്ന് മനസ്സിലാക്കി വരികയാണ് എന്ന് തോന്നുന്നു. ഞങ്ങൾ രാത്രിയിൽ കോട്ടയത്തേക്ക് മടങ്ങി. 2-ന് കോട്ടയത്ത് ഒരു പൊതുയോഗമുണ്ടായിരുന്നു. യോഗത്തിനുപോവുംമുമ്പ് അമരാവതിയെപ്പറ്റി എം എൽ എമാരും നേതാക്കളും പത്രങ്ങളും എന്താണ് പറഞ്ഞിട്ടുള്ളതെന്ന് പത്രങ്ങളുടെ പഴയ കോപ്പികൾ പരിശോധിച്ച് ഞാൻ മനസ്സിലാക്കി.

ഇടുക്കി പദ്ധതിയുടെ ക്യാച്ച്മെന്റ് ഏരിയ ഏതെന്ന് വ്യക്തമായി വേർതിരിക്കുന്നതിന് മുമ്പുതന്നെ കർഷകർക്ക് യാതൊരുവിധ മുന്നറിയിപ്പും കൊടുക്കാതെ, പുനരധിവാസത്തിന് യാതൊരുവിധ സൗകര്യങ്ങളും ചെയ്തുകൊടുക്കാതെ കുടിയിറക്കുന്നതിനെ എല്ലാവിഭാഗം എം എൽ എ മാരും എതിർത്തു. കമ്യൂണിസ്റ്റ് പാർട്ടി സെക്രട്ടറി എം എൻ ഗോവിന്ദൻ നായരും അച്യുതമേനോനും അവിടം സന്ദർശിച്ച് ഇക്കാര്യത്തെക്കുറിച്ച് ചെയ്യേണ്ട കാര്യങ്ങൾ വിശദീകരിച്ചു. കോട്ടയം ജില്ലാ കോൺഗ്രസ് കമ്മിറ്റി പ്രസിഡന്റ് എം സി ചാക്കോയുടെ പ്രസ്താവന അവിടത്തെ കുടിയിറക്കുനടപടികളുടെ ഭീകരത വ്യക്തമാക്കുന്നുണ്ട്. കോൺഗ്രസ് നേതാക്കളായ ശ്രീ മാത്യു മണിയങ്ങാടൻ എം പിയും കെ എം ചാണ്ടിയും ചേർന്ന് പുറപ്പെടുവിച്ച പ്രസ്താവനയിലും ഇക്കാര്യം വ്യക്തമാക്കുന്നുണ്ട്. അവരുടെ പ്രസ്താവനയിലെ ഈ ഭാഗം അവിടെ നടന്ന കാര്യങ്ങളുടെ ഭീകരതയിലേക്ക് വിരൽചൂണ്ടുന്നത് നോക്കുക:

> .... അയ്യപ്പൻകോവിൽ, ഉടുമ്പഞ്ചോല, കാളിയാർ ഭാഗങ്ങളിൽ യാതൊരു അയവുമില്ലാതെ പുര കത്തിക്കൽ നടന്നുകൊണ്ടിരിക്കുന്നു. തങ്ങളുടെ സർവസ്വവും നശിച്ചശേഷം കണ്ണീരും കൈയുമായി "ദൈവവും ഞങ്ങളെ കൈവെടിഞ്ഞോ" എന്ന് വാവിട്ട് നിലവിളിച്ചുകൊണ്ട് അയ്യപ്പൻകോവിൽ പരിസരങ്ങളിൽ നൂറുകണക്കിന് കുടുംബങ്ങൾ അമരാവതിയിലേക്ക് നീക്കപ്പെടുന്ന സമയവും കാത്ത് മരച്ചുവടുകളിൽ കഴിഞ്ഞു കൂടുകയാണ്. പലർക്കും ഓരോ കാരണങ്ങൾ പറഞ്ഞ് അമരാവതിയിലെ ഒരേക്കറും നിഷേധിക്കപ്പെട്ടിട്ടുണ്ട്. ചീട്ടുമായി അമരാവതിയിലേക്ക് ചെല്ലുമ്പോഴേക്കും കമ്പിയില്ലാക്കമ്പിവഴി ചീട്ട് ക്യാൻസൽ ചെയ്തതുമൂലം ഭഗ്നാശരായി വീണ്ടും അയ്യപ്പൻ കോവിൽ പരിസരങ്ങളിലേക്ക് മടങ്ങുന്നവരെയും ഞങ്ങൾ കണ്ടു. ഏറ്റവും ശോകാത്മകമായിരിക്കുന്നത് അമരാവതിയിൽ കാണുന്ന കാഴ്ചയാണ്. മനുഷ്യത്വം തന്നെ ചോദ്യം ചെയ്യപ്പെടുന്ന ഒരു സ്ഥിതിവിശേഷമാണ് അവിടെ ഏതൊരാൾക്കും അനുഭവപ്പെടുന്നത്. ഞങ്ങളവിടെ ചെന്നപ്പോൾ അയ്യപ്പൻകോവിലിൽ നിന്ന് കൊണ്ടുവരപ്പെട്ട 2 മുതൽ 18 വരെ അംഗങ്ങളുള്ള 600-ൽ പരം കുടുംബങ്ങളാണ് 3 ഷെഡ്ഡുകളിലും ചുറ്റുപാടുകളിലുള്ള വീടുകളിലെ തിണ്ണകളിലും

മുറ്റത്തും റോഡുവക്കിലും മരച്ചുവടുകളിലുമായി ഒന്നരയാഴ്ചയായി കഴിഞ്ഞുകൂടുന്നത്. കുടുംബങ്ങളിലെ സകല അംഗങ്ങളുമായി ഹാജരായില്ലെങ്കിൽ ചീട്ട് പ്രകാരമുള്ള ഒരേക്കർ സ്ഥലം പോലും നിഷേധിക്കപ്പെടുമെന്നുള്ളതിനാൽ പ്രസവിച്ച് ഒരാഴ്ചയാകാത്ത ഭാര്യയും കുഞ്ഞുങ്ങളും ഗർഭിണികളും എല്ലാമടങ്ങിയ നൂറുകണക്കിന് കുടുംബങ്ങൾ മനുഷ്യർക്കും മൃഗങ്ങൾക്കും ഉചിതമല്ലാത്ത ഒരു ജീവിതമാണ് അവിടെ നയിക്കുന്നത്. മിനിയാന്ന് ഒരു സ്ത്രീ വഴിയരികിൽ കിടന്ന് പ്രസവിക്കേണ്ടി വന്നു എന്നുള്ളത് ഏതൊരു ഭരണത്തിനും ഭൂഷണമല്ലാത്ത ഒരു സത്യമാണ്. അനാരോഗ്യകരമായ സാഹചര്യത്തിൽ ഈ ജനക്കൂട്ടത്തെ കഴിഞ്ഞുകൂടാൻ അനുവദിക്കുന്നപക്ഷം പനിയും സാംക്രമികരോഗങ്ങളും പിടിപെട്ട് കുറച്ച് ദിവസങ്ങൾക്കുള്ളിൽ കൂട്ടമരണങ്ങൾ ആ പ്രദേശങ്ങളിൽ സംഭവിക്കുമെന്ന മുന്നറിയിപ്പ് നൽകാൻ ഞങ്ങൾ ആഗ്രഹിക്കുന്നു. കുമിളിയിൽ കാലവർഷം ആരംഭിച്ചുകഴിഞ്ഞു. പെയ്യുന്ന മഴ മുഴുവനും കൊണ്ട് നനഞ്ഞ് മരം കോച്ചുന്ന തണുപ്പും അടിച്ച് ചോരക്കുഞ്ഞുങ്ങളും ഗർഭിണികളും അടങ്ങിയ ഏതാണ്ട് മൂവായിരത്തിലധികം വരുന്ന ആ ജനസഞ്ചയത്തെ സഹായിക്കേണ്ടത് മനുഷ്യത്വമുള്ള ഏതൊരുവന്റെയും കടമയായി ഞങ്ങൾ കരുതുന്നു. ഗവൺമെന്റ് അതിന്റെ ചുമതല നിർവഹിക്കാൻ തയ്യാറാകാത്ത പക്ഷം അവരെക്കൊണ്ട് മനുഷ്യോചിതമായ നടപടി സ്വീകരിപ്പിക്കാൻ പ്രബുദ്ധരായ ജനത മുൻകയ്യെടുത്ത് പ്രവർത്തിക്കുമെന്ന് ഞങ്ങൾ വിശ്വസിക്കുന്നു.

മെയ് 17-ന് കോൺഗ്രസ് നേതാക്കളായ മണിയങ്ങാടനും ചാണ്ടിയും അമരാവതിയിലെത്തിയപ്പോൾ അവർ കണ്ടതെന്താണെന്ന് ഈ പ്രസ്താവന വ്യക്തമാക്കുന്നുണ്ടല്ലോ? *മലയാളമനോരമ* തന്നെ രണ്ട് മുഖ്യപ്രസംഗങ്ങൾ അതിനോടകം പ്രസിദ്ധീകരിച്ചു. *ദീപിക, കേരളഭൂഷണം* തുടങ്ങിയ ഗവൺമെന്റനുകൂലികളായ ദിനപത്രങ്ങളും മുഖപ്രസംഗങ്ങളിലൂടെയും പൗരമുഖ്യന്മാരുടെ പ്രസ്താവനകളിലൂടെയും സ്റ്റാഫ് റിപ്പോർട്ടർമാരുടെ ലേഖനങ്ങൾ വഴിയായും കാര്യങ്ങളുടെ യഥാർഥചിത്രം വ്യക്തമാക്കിയിരുന്നു. ഹൈറേഞ്ചിലുള്ള മിക്ക പഞ്ചായത്തുകളും ഈ സ്ഥിതിക്ക് പരിഹാരമുണ്ടാക്കാൻ ഗവൺമെന്റിനോടാവശ്യപ്പെട്ടിരുന്നു. കോൺഗ്രസ് നേതാക്കന്മാർ ഉൾപ്പെടെയുള്ളവർ നടത്തിയ ആഹ്വാനങ്ങളും ജീവിതവിഷമവും മൂലം ഇളകിവശായ ജനങ്ങളെയാണ് ഞാനിവിടെ കണ്ടത്. അപ്പോഴേക്ക് കുടിയിറക്ക് ഏതാണ്ട് അവസാനിപ്പിച്ചിരുന്നു. മണിയങ്ങാടന്റെയും മറ്റും പ്രസ്താവനയിൽ പറയുന്ന 600 കുടുംബങ്ങൾക്ക് പുറമെ ആയിരത്തി ഇരുന്നൂറോളം കുടുംബങ്ങൾ കൂടി അമരാവതിയിൽ എത്തിച്ചേർന്നിരുന്നു. സൗകര്യങ്ങൾ വർധിച്ചിരുന്നുമില്ല. അങ്ങനെയുള്ള ചുറ്റുപാടാണ് ഞാൻ കണ്ടത്.

എനിക്കൊരുകാര്യം ബോധ്യമായി. ഉടുമ്പഞ്ചോലയിലെ കുടിയിറക്കിന്റെ രീതിയെപ്പറ്റിയും അമരാവതിയിലെ ദയനീയസ്ഥിതിയെപ്പറ്റിയും കേരളത്തിലെ എല്ലാ രാഷ്ട്രീയാഭിപ്രായക്കാരും ഒരു പാർട്ടിയിലും

പെടാത്ത പൗരന്മാരും പ്രധാന പത്രങ്ങളും നിശിതമായി വിമർശിച്ചിരുന്നു. അമരാവതിയിലെ കൃഷിക്കാരുടെ പുനരധിവാസത്തിനുവേണ്ടി ഗവൺമെന്റ് സ്വീകരിച്ച നടപടികൾ ഒട്ടും തൃപ്തികരമല്ലെന്ന് അവിടം സന്ദർശിച്ച എം എൽ എ മാരും ഗവൺമെന്റിനെ അറിയിച്ചിരുന്നു. എന്നിട്ടും ഗവൺമെന്റ് തക്ക സമയത്ത് വേണ്ടതൊന്നും ചെയ്തിരുന്നില്ല.

ഇത് കേരളത്തിന്റെ മാത്രം പ്രശ്നമായിട്ടല്ല അഖിലേന്ത്യാ പ്രശ്നമായിട്ടാണ് ഞാൻ കണ്ടത്. പ്രോജക്ടുകൾക്ക് വേണ്ടിയുള്ള കുടിയൊഴിപ്പിക്കലുകൾ പല സ്ഥലത്തും നടന്നിട്ടുണ്ട്; ഇനി നടക്കുകയും ചെയ്യും. അത് തോക്കും ലാത്തിയും ഉപയോഗിച്ചാണോ നടത്തേണ്ടത്? ഒഴിപ്പിക്കപ്പെടുന്നവരുടെ പുനരധിവാസത്തിനുള്ള തുക കൂടി പ്രോജക്ടിന്റെ ചെലവിനത്തിൽ ഉൾപ്പെടുത്തേണ്ടതല്ലേ? പ്രോജക്ടിനുവേണ്ടി 50 കോടി രൂപ മുടക്കുമ്പോൾ ആ പ്രോജക്ട് മൂലം കുടിയൊഴിഞ്ഞ് പോകുന്നവരുടെ പുനരധിവാസത്തിനായി 50 ലക്ഷം രൂപ ചെലവ് ചെയ്തുകൂടേ? അങ്ങനെ ചെയ്യുന്നില്ലെങ്കിൽ ദേശീയ പുനരുദ്ധാരണത്തിന്റെ പേരിൽ ആയിരക്കണക്കിനാളുകളെ തെരുവാധാരമാക്കുകയായിരിക്കും ഫലം. ഈ പദ്ധതികളെല്ലാം മനുഷ്യരുടെ നാശത്തിനല്ല, നൻമക്കുവേണ്ടിയുള്ളതാണ്. വർധിച്ചതും വർധിച്ചുകൊണ്ടിരിക്കുന്നതുമായ ജനസംഖ്യ, വൻതോതിലുള്ള തൊഴിലില്ലായ്മ, ഭൂമിയുടെ അപര്യാപ്തത, ഭൂമിക്കുവേണ്ടിയുള്ള കർഷകരുടെ ഒടുങ്ങാത്ത ദാഹം, വ്യവസായ ദൗർലഭ്യം, കയർ-കശുവണ്ടി തുടങ്ങിയ വ്യവസായങ്ങളുടെ സ്തംഭനവും നാശവും-കേരളത്തിന്റെ ഈ പ്രത്യേകതകളെല്ലാം ഒരു ദേശീയ പ്രശ്നത്തോളം വലുപ്പവും വ്യാപ്തിയും ഉള്ളവയാണ്. ഇങ്ങനെയുള്ള ചിന്തകളാൽ പ്രേരിതനായി അമരാവതി പ്രശ്നം കേന്ദ്ര-സംസ്ഥാന ഗവൺമെന്റുകളുടെ അടിയന്തരശ്രദ്ധക്ക് വിധേയമാക്കാൻവേണ്ടി എന്തെങ്കിലും ഒരു സമരപരിപാടി സ്വീകരിക്കാൻ ഞാൻ ഉറച്ചു. അന്ന് വൈകിട്ട് തിരുനക്കര മൈതാനത്തു കൂടിയ യോഗത്തിൽ ജൂൺ 6-ന് അമരാവതിയിൽ ഞാൻ നിരാഹാര സത്യഗ്രഹം ആരംഭിക്കുമെന്ന് പ്രഖ്യാപിച്ചു. ഞാൻ വമ്പിച്ച ഉത്തരവാദിത്വം ഏറ്റെടുക്കുകയാണെന്ന് എനിക്കറിയാമായിരുന്നു. എന്നാൽ അമരാവതിയിൽ നിലനിന്നിരുന്ന മാനുഷികപ്രശ്നത്തിന് പരിഹാരമുണ്ടാക്കാൻ സഹായകമാവുമെങ്കിൽ അതിനെന്ത് വിലകൊടുത്താലും അധികമാവുകയില്ലെന്ന് വിശ്വസിച്ചതുകൊണ്ടാണ് ഞാൻ സാഹസികമായ മാർഗം സ്വീകരിക്കാൻ തീരുമാനിച്ചത്.

ജൂൺ 5-ന് അമരാവതിയിലെ സാധുക്കൾക്ക് സഹായമെത്തിക്കാൻ ആവശ്യപ്പെട്ടുകൊണ്ട് ഒരു പ്രസ്താവന പുറപ്പെടുവിച്ചു. അതിൽ അമരാവതിയിലും അയ്യപ്പൻകോവിലിലും ആയിരക്കണക്കായ മനുഷ്യർ അനുഭവിച്ചുവരുന്ന നരകയാതനകൾ ചൂണ്ടിക്കാണിച്ചിരുന്നു. വൃദ്ധന്മാരും കുട്ടികളും രോഗബാധിതരായിക്കൊണ്ടിരിക്കുന്നു. യാതൊരു ചികിത്സാസൗകര്യങ്ങളും അവർക്ക് ലഭിച്ചിരുന്നില്ല. അവർക്ക് കുടിൽ കെട്ടാൻ 10 രൂപയും മുളയും നൽകാമെന്ന വാഗ്ദാനം പോലും സർക്കാർ പാലിച്ചിട്ടില്ല. അതുകൊണ്ട് എങ്ങനെ കുടിൽ കെട്ടുമെന്നത് മറ്റൊരു പ്രശ്നം. അയ്യപ്പൻകോവിലിലെ നാശനഷ്ടങ്ങളുടെ പ്രശ്നവും ഞാനെന്റെ പ്രസ്താവനയിൽ പ്രത്യേകം എടുത്തുപറഞ്ഞിരുന്നു. രണ്ടുമാസം കൂടി കഴിഞ്ഞി

രുന്നെങ്കിൽ നാലു ലക്ഷം പറ നെല്ല് കൊയ്തെടുക്കാൻ സാധിക്കുമായിരുന്നു. ഓരോ കുടുംബത്തിനും 50 കണ്ടി കപ്പ കിട്ടേണ്ടതും പൊലീസ് നശിപ്പിച്ചിരിക്കുന്നു. അവർ നശിപ്പിച്ച കാർഷികവിളകളുടെ വില കോടിക്കണക്കിനുവരും. അനവധി ലക്ഷം രൂപ തനത് വർഷത്തെ കൃഷിക്കു മാത്രം അവർ ചെലവാക്കിയിരുന്നു. മുൻകൂട്ടി അറിഞ്ഞിരുന്നെങ്കിൽ അവർ ആ വർഷം കൃഷി ചെയ്യുമായിരുന്നില്ല. കൃഷിയിറക്കിയ സ്ഥിതിക്ക് വിളവെടുപ്പുവരെ കാത്തിരിക്കാമായിരുന്നു. ഒരു പതിറ്റാണ്ടിനുശേഷം മാത്രം ഇടുക്കി അണക്കെട്ടിന്റെ വെള്ളം വന്നുനിറയുമെന്ന് പ്രതീക്ഷിക്കുന്ന സ്ഥലമാണല്ലോ അത്. കിഴക്കൻ മലകളെ പൊന്നാക്കി മാറ്റിയവർക്ക്, ഒരു നേരത്തെ ആഹാരത്തിനുപോലും മാർഗമില്ലാതെ വിഷമിക്കുന്ന ആ സാധുക്കൾക്ക്, ആവശ്യമായ സഹായങ്ങൾ ചെയ്തുകൊടുക്കാൻ ഞാൻ ഇന്ത്യയിലാകമാനമുള്ള ജനങ്ങളോട് അഭ്യർഥിച്ചു.

അന്ന് വൈകുന്നേരം കോട്ടയത്തെ തിരുനക്കര മൈതാനത്ത് എനിക്കൊരു സ്വീകരണം പാർട്ടിയും കർഷക സംഘവും കൂടി ഏർപ്പെടുത്തിയിരുന്നു. അവിടെ പ്രസംഗിച്ചുകൊണ്ട് കഴിഞ്ഞ കുറെ വർഷങ്ങളായി കർഷകരുടെ അവകാശ സംരക്ഷണത്തിനുവേണ്ടി നടത്തിവരുന്ന സമരങ്ങളിൽ കർഷകസംഘത്തിന്റെ പ്രവർത്തനങ്ങളെപ്പറ്റി ഞാൻ പറഞ്ഞു. ഏതാനും പേർ സത്യഗ്രഹമിരുന്നതുകൊണ്ട് മാത്രംമൊന്നും അമരാവതിയിലെ കർഷകരുടെ ക്ലേശങ്ങൾ അവസാനിക്കില്ല. മനുഷ്യത്വപരമായ സേവനസന്നദ്ധതകൊണ്ട് മാത്രമെ ഹൈറേഞ്ചിലെ ക്ലേശങ്ങൾക്ക് പരിഹാരമുണ്ടാക്കാൻ കഴിയൂ. അതിന് കക്ഷിപരിഗണനകളും വിഭാഗീയ ചിന്തകളും അവസാനിപ്പിച്ച് ഇതൊരു ദേശീയപ്രശ്നമായി കണക്കിലെടുത്ത് പരിഹാരം കണ്ടുപിടിക്കണം. ഇവിടെ ഗവൺമെന്റ് ഒന്നും കണ്ടില്ലെന്നു നടിക്കുകയാണ്. പത്രങ്ങളും സേവനസംഘടനകളും പൗരമുഖ്യരും എല്ലാ രാഷ്ട്രീയ കക്ഷികളും പ്രശ്നത്തിന്റെ ഗൗരവം ചൂണ്ടിക്കാണിച്ചിട്ടും ഗവൺമെന്റിന്റെ നയത്തിന് മാറ്റമൊന്നും വരുന്നില്ല. എത്ര അഭ്യർഥിച്ചിട്ടും ഒരു മന്ത്രി പോലും അവിടം സന്ദർശിച്ചിട്ടില്ല. ഇതിനൊരു പരിഹാരം ഉണ്ടാക്കാനാണ്, ഇത്തരം പ്രശ്നങ്ങൾക്ക് ഒരു സ്ഥിരം പരിഹാരം കണ്ടുപിടിക്കാനാണ്, ഞാൻ നിരാഹാരം ഇരിക്കുന്നത്. അവിടെ കിടന്ന് നരകയാതന അനുഭവിക്കുന്ന മനുഷ്യർക്ക് എന്തെങ്കിലും ആശ്വാസം ലഭിക്കാനാണ്, അവർക്ക് ആഹാരവും ചികിത്സാസൗകര്യവും ലഭിക്കാനാണ്, അവരെ മനുഷ്യരായി കരുതാനാണ്, ഞാൻ നിരാഹാരമനുഷ്ഠിക്കാൻ തീരുമാനിച്ചത്.

എനിക്ക് ഭക്ഷ്യമന്ത്രി പൗലോസിന്റെ ഒരു കമ്പി ലഭിച്ചു; നിരാഹാരം ആരംഭിക്കരുതെന്നാവശ്യപ്പെട്ടുകൊണ്ട്. ആ കമ്പി കിട്ടിയശേഷവും അമരാവതിയിലെ സ്ഥിതി കൂടുതൽ വഷളായി വരികയായിരുന്നു. സൗജന്യറേഷൻ പോലും വിതരണം ഇല്ലാതിരിക്കുകയാണ്. അതുകൊണ്ട് പൗലോസിന്റെ നിർദേശം സ്വീകരിക്കാൻ നിർവാഹമില്ലെന്നും ഞാൻ പൊതുയോഗത്തിൽ പറഞ്ഞു. വിഷ്ണുഭാരതീയൻ, സി എച്ച് കണാരൻ തുടങ്ങിയവരും ആ പൊതുയോഗത്തിൽ പ്രസംഗിക്കുകയുണ്ടായി.

നിരാഹാരം

ജൂൺ 6-ന് നിരാഹാരം തുടങ്ങി. അന്നു രാവിലെ ഒൻപത് മണിക്ക് സഖാവ് ഇ എം എസിനോടൊത്ത് ഞാൻ കോട്ടയത്തുനിന്ന് കുമിളിയിലേക്ക് പുറപ്പെട്ടു. ശക്തിയായ മഴ പെയ്തുകൊണ്ടിരുന്നു. അവിടെചെന്നപ്പോൾ സ്ത്രീകളും കുട്ടികളും വൃദ്ധരും അടങ്ങുന്ന ഒരു വലിയ ജനക്കൂട്ടം കോരിച്ചൊരിയുന്ന മഴയത്ത് തണുത്ത് വിറച്ച് മുദ്രാവാക്യങ്ങളും മുഴക്കി നിൽക്കുന്നതാണ് ഞങ്ങൾ കണ്ടത്. അതിലൊരാൾ വിളിച്ചുപറഞ്ഞു: "ഞങ്ങൾ രാവിലെ പത്തുമണിമുതൽ മഴയത്ത് നിൽക്കാൻ തുടങ്ങിയതാണ്. ഇനിയും എത്രനേരം വേണമെങ്കിലും മഴ നനയാൻ ഞങ്ങൾ തയ്യാറാണ്." എന്തൊരാവേശം! കർഷകസമിതി പ്രസിഡണ്ടായ ശ്രീ ജോസഫിന്റെ അധ്യക്ഷതയിൽ യോഗം നടന്നു. ഞാനും സഖാവ് ഇ എം എസും പ്രസംഗിച്ചു. യോഗം തീരുമ്പോഴും മഴ തകർത്ത് പെയ്യുകയാണ്. ഞങ്ങൾ ആ മഴയത്ത് തന്നെ കുമിളിയിൽ നിന്ന് ജാഥയായി അമരാവതിയിലേക്ക് തിരിച്ചു. അമരാവതിയിലെ അഭയാർഥിഷെഡ്ഡുകൾക്കടുത്തായി മുളയും പുല്ലും ഉപയോഗിച്ച് ഒരു ചെറിയ ഷെഡ് കെട്ടിയുണ്ടാക്കിയിരുന്നു. ഞാൻ ആ ഷെഡ്ഡിൽ പ്രവേശിച്ച് ഒരു ഗ്ലാസ് നാരങ്ങാവെള്ളം കുടിച്ചുകൊണ്ട് സത്യഗ്രഹം ആരംഭിച്ചു. പത്ര പ്രതിനിധികളും പാർട്ടിനേതാക്കളും ഒക്കെ സന്നിഹിതരായിരുന്നു. അങ്ങനെ ജൂൺ 6-ന് വൈകിട്ട് മൂന്ന് മണിക്ക് നിരാഹാരം ആരംഭിച്ചു.

ജൂൺ 6-ന് തുടങ്ങിയ നിരാഹാരവ്രതം തുടർന്നു. ദിവസങ്ങൾ കടന്നു പോയി. ഇതിനുമുമ്പ് ജയിലിലും പുറത്തും വച്ച് ഞാൻ പല പ്രാവശ്യം നിരാഹാരസത്യഗ്രഹം നടത്തിയിട്ടുണ്ട്. അഞ്ച്, എട്ട്, പതിനഞ്ച്, നാൽപ്പത്തിയെട്ട് ദിവസംവരെ ഞാൻ നിരാഹാരം അനുഷ്ഠിച്ചിട്ടുണ്ട്. എന്നാൽ ഇതിന് മുമ്പൊരിക്കലും ഇത്രയും ബുദ്ധിമുട്ടുള്ള സാഹചര്യങ്ങളിൽ നിരാഹാരവ്രതം നടത്തിയിട്ടില്ല. നിറുത്താതെ പെയ്യുന്ന മഴ, മരവിപ്പിക്കുന്ന ശക്തിയായ കാറ്റ്, വെള്ളവും ചെളിയും നിറഞ്ഞ ഒരു ചെറിയമുറി, അസഹ്യമായ ദുർഗന്ധം, കുടിക്കാൻ ശുദ്ധജലം ഇല്ലായ്മ ഇങ്ങനെ പല കാര്യങ്ങളിലും സത്യഗ്രഹം തുടർന്നുപോകാൻ വളരെ പ്രയാസമായിരുന്നു. രാവിലെ വെള്ളം കോരാൻ പുറത്തേക്ക് പോവുന്ന സ്ത്രീകൾ പുറത്തേക്കുപോവുന്നതിന് മുമ്പ് എന്നെ വന്നു നോക്കും. വെള്ളവുമായി തിരിച്ച് വരുമ്പോഴും അവർ എന്റെ അടുത്തുവരും. ഞായറാഴ്ച പള്ളിയിൽ പോവുന്ന സ്ത്രീകൾ പ്രാർഥനാപുസ്തകവും കൊന്തയുമായി വരിവരിയായി എന്റെ മുന്നിൽ കൂടി കടന്നുപോയി. അവർ പള്ളിയിൽ നിന്ന് വരുമ്പോഴും ഇങ്ങനെ ചെയ്തു. ഇത് ഒരു കാഴ്ചയായിരുന്നു. എന്നും രാവിലെ കർഷകർ മുദ്രാവാക്യം വിളിച്ചുകൊണ്ട് എന്റെ കുടിലിന് മുമ്പിലുള്ള റോഡിൽ കൂടി കടന്നുപോവും. ജാഥ തുടങ്ങുന്നതിന് മുമ്പ് അവർ എന്റെ അടുത്തുവരും. അവരുടെ സ്നേഹം നിറഞ്ഞ നോട്ടവും പെരുമാറ്റവും എനിക്ക് ഉത്തേജനം നൽകി. വാത്സല്യം നിറഞ്ഞ ആ മുദ്രാവാക്യങ്ങൾ എന്റെ ഹൃദയം കുളിർപ്പിച്ചു. എന്റെ മനസ്സിലൂടെ സമ്മിശ്രവികാരങ്ങൾ കടന്ന് പോയ്ക്കൊണ്ടിരുന്നു.

അക്കൂട്ടത്തിൽ ക്രിസ്ത്യാനികളും നായന്മാരും പുലയരും ഈഴവരും മുസ്ലിങ്ങളും എല്ലാം ഉണ്ടായിരുന്നു. അവരിൽ കോൺഗ്രസുകാരും

ലീഗുകാരും പി എസ് പി ക്കാരും ഉണ്ടായിരുന്നു. കമ്യൂണിസ്റ്റുകാർ ഉണ്ടായിരുന്നോ–സംശയമാണ്. തികഞ്ഞ കമ്യൂണിസ്റ്റ് വിരുദ്ധന്മാരും എൻ എസ് എസുകാരും കത്തോലിക്കാകോൺഗ്രസുകാരും മാത്രമേ ഉണ്ടായിരുന്നുള്ളു. കമ്യൂണിസ്റ്റുകാരെ കല്ലറിയണം എന്നു വിശ്വസിച്ചിരുന്ന കമ്യൂണിസ്റ്റ് വിരുദ്ധരും യാതൊരു കാര്യത്തിനും കമ്യൂണിസ്റ്റുകാരുമായി സഹകരിക്കരുതെന്ന് ദൃഢമായി വിശ്വസിച്ചിരുന്നവരും ആയിരുന്നു അതിലധികം പേരും. ക്രിസ്ത്യാനിക്ക് ആപത്തുവന്നാൽ നായർ അത് മുതലെടുക്കണമെന്നും നായർക്ക് ആപത്തു വന്നാൽ ക്രിസ്ത്യാനികൾ അത് മുതലെടുക്കണമെന്നും വിശ്വസിച്ച് പ്രവർത്തിച്ചുപോന്നവർ അക്കൂട്ടത്തിലുണ്ടായിരുന്നു. എന്നാൽ ഒരു പൊതു അപകടത്തിന്റെ സാന്നിധ്യത്തിൽ ഇത്തരത്തിലുള്ള എല്ലാ ജാതിമത രാഷ്ട്രീയവ്യത്യാസങ്ങളും അപ്രത്യക്ഷമായി. അമരാവതിയിലെ ഷെഡ്ഡുകൾ ഇത്തരം ചിന്തകളെ തല്ലിത്തകർത്തു. കോൺഗ്രസുകാരനും കമ്യൂണിസ്റ്റുകാരനും കമ്യൂണിസ്റ്റ് വിരുദ്ധനും ആ ഷെഡ്ഡിൽ കീറപ്പായിൽ അടുത്തടുത്ത് കിടന്നുറങ്ങുന്നു. ക്രിസ്ത്യാനിയും നായരും ഈഴവനും ഒന്നിച്ചുവെച്ച് ഒന്നിച്ച് ഉണ്ണുന്നു. അവർ എന്നെ ഒരു വെറും കമ്യൂണിസ്റ്റുകാരനായിട്ടല്ല കണ്ടത്. അവർക്കാർക്കും എന്റെ ജാതിയോ മതമോ വിശ്വാസപ്രമാണങ്ങളോ കാര്യമല്ല. അവരുടെ കഷ്ടപ്പാടിലും ബുദ്ധിമുട്ടുകളിലും സഹതപിക്കുന്ന, അതിന്റെ പരിഹാരത്തിനായി ത്യാഗം വരിക്കുന്ന ഒരു കുടുംബകാരണവനായോ അനന്തിരവനായോ സഹോദരനായോ ആണ് അവരെന്നെ കണക്കാക്കിയത്.

ധാരാളം ആളുകൾ സത്യഗ്രഹ ക്യാമ്പ് സന്ദർശിച്ചു തുടങ്ങി. ഞായറാഴ്ച ദിവസങ്ങളിൽ രാവിലെ ആറ് മണി മുതൽ രാത്രി 10 മണിവരെ സന്ദർശകരുടെ നിർത്താത്ത പ്രവാഹം ഉണ്ടായിരിക്കും. സന്ദർശകരിൽ പല തരക്കാരും ഉണ്ടായിരുന്നു. ബസിലും കാറിലും ലോറിയിലുമൊക്കെ സഞ്ചരിച്ചിരുന്നവർ അതവിടെ നിറുത്തി ഒന്ന് നോക്കി അൽപ്പം നിന്നിട്ട് പോവും. സത്യഗ്രഹക്യാമ്പിൽ സംഭാവന പിരിക്കാൻ ഒരു പെട്ടി വെച്ചിരുന്നു. അതിൽ 10 പൈസ മുതൽ 10 രൂപ വരെയുള്ള തുകകൾ സംഭാവന ഇട്ടിരുന്നു. അമരാവതി കണ്ടവരെല്ലാം അവിടത്തെ ദയനീയാവസ്ഥയെപ്പറ്റി വെറുപ്പോടും ദുഃഖത്തോടും കൂടി സംസാരിച്ചിരുന്നു. അവരുടെ രാഷ്ട്രീയമോ മതമോ എന്തു തന്നെയായാലും അമരാവതി ഒരു നരകമാണെന്ന ഉറച്ച വിശ്വാസത്തോടെയാണ് അവരെല്ലാം മടങ്ങിയത്. എട്ടു ദിവസം കഴിഞ്ഞപ്പോൾ സത്യഗ്രഹം ഒരു അഖിലേന്ത്യാപ്രശ്നമായി ഉയർന്നു. പ്രമുഖ പത്രങ്ങൾ മുഖപ്രസംഗങ്ങൾ എഴുതി. അമരാവതി പ്രശ്നം ഉടനെ പരിഹരിക്കണം എന്ന് ആവശ്യപ്പെടുന്ന കമ്പികളും കത്തുകളും പ്രധാനമന്ത്രി നെഹ്റുവിന് ചെന്നു.

അമരാവതിയിലെ പ്രശ്നങ്ങളിലേക്ക് ജനശ്രദ്ധ തിരിക്കാനും അവിടത്തെ പ്രശ്നപരിഹാരത്തിന് ബഹുജനാഭിപ്രായം സംഘടിപ്പിക്കാനും സമരാഹ്വാനം നടത്താനും തയ്യാറായ കേരളത്തിലെ കമ്യൂണിസ്റ്റ് വിരുദ്ധപത്രങ്ങൾ ഇതെല്ലാം കമ്യൂണിസ്റ്റുകാർ രാഷ്ട്രീയ പ്രചാരണത്തിന് ഉപയോഗിക്കുകയാണെന്ന് കുറ്റപ്പെടുത്തി. നിരാഹാരസത്യഗ്രഹത്തെക്കുറിച്ച് പുച്ഛസ്വരത്തിലുള്ള റിപ്പോർട്ടുകൾ എഴുതി. എന്നാൽ അവർ പോലും

അമരാവതി സന്ദർശിക്കാത്തതിന് മന്ത്രിമാരെ കുറ്റപ്പെടുത്തുകയും ഉട നടി അവിടത്തെ ദയനീയസ്ഥിതിക്ക് ഒരു പരിഹാരം ഉണ്ടാക്കണമെന്ന് ആവശ്യപ്പെടുകയും ചെയ്തു. നാട്ടിലാകമാനം പ്രകടനങ്ങളും പൊതു യോഗങ്ങളും നടന്നിരുന്നു. അമരാവതിയിലെ ദയനീയസ്ഥിതി നാടിന്റെ എല്ലാ മൂലകളിലും പരന്നു. എല്ലായിടത്തുനിന്നും പണവും അരി, കപ്പ മറ്റു ഭക്ഷണസാധനങ്ങൾ തുടങ്ങിയവയും അമരാവതിയിലേക്ക് വന്നു കൊണ്ടിരുന്നു. ജനങ്ങൾ ആകെ ഉണർന്നുവശായിരുന്നു. എന്നാൽ മന്ത്രിമാർ മാത്രം പഴയ പല്ലവി പാടിക്കൊണ്ടിരുന്നു--എല്ലാം സാധാ രണഗതിയിലാണ് എന്ന്.

ഞാനാദ്യം വിവരിച്ചിരുന്നതുപോലെ അമരാവതിയുടെ പശ്ചാത്തലം വിവരിച്ചുകൊണ്ട് ഈ പ്രശ്നം പരിഹരിക്കാൻ സഹകരിക്കണമെന്നാവ ശ്യപ്പെട്ടുകൊണ്ട് പ്രധാനമന്ത്രി നെഹ്റുവിന് ഒരു കത്തെഴുതി. ഷെഡ്ഡു കളിൽ താമസിക്കുന്നവരുടെ പ്രധാന പ്രശ്നങ്ങൾ ഭക്ഷണക്കാര്യവും ചികിൽസാസൗകര്യമില്ലായ്മയുമാണെന്ന് ഞാൻ പ്രസ്താവിച്ചതിന് മന്ത്രി പറഞ്ഞ മറുപടി അവിടെ ഒരു കമ്പൗണ്ടറെ സ്ഥിരമായി നിയമിച്ചി ട്ടുണ്ടെന്നും കുമിളിയിലെ ഗവൺമെന്റ് ഡിസ്പെൻസറിയിലെ ഡോക്ടർ ചില ദിവസങ്ങളിൽ അവിടെ ചെല്ലാറുണ്ടെന്നുമാണ്. ഡോക്ടർ ഒരു ദിവ സമോ മറ്റോ വന്നിരുന്നു. കമ്പൗണ്ടർ എന്തുചെയ്യാനാണ്! 10-ന് നിയമ സഭ സമ്മേളിച്ചപ്പോൾ പ്രതിപക്ഷ നേതാവായ ഇ എം എസ് ഒരു അടി യന്തരപ്രമേയത്തിന് നോട്ടീസ് നൽകി. അമരാവതിയിലെ കുടികിടപ്പു കാരുടെ വിഷമതകളെപ്പറ്റി ചർച്ച ചെയ്യണമെന്ന് ആവശ്യപ്പെട്ടു. അടിയ ന്തരപ്രമേയത്തിന് അനുമതി നിഷേധിച്ചതിൽ പ്രതിഷേധിച്ച് പ്രതിപക്ഷം വാക്കൗട്ട് നടത്തി. മുഖ്യമന്ത്രിയോ ഭക്ഷ്യമന്ത്രിയോ അമരാവതി സന്ദർശി ക്കണമെന്ന ഇ എം എസിന്റെ നിർദേശം മുഖ്യമന്ത്രി പുച്ഛിച്ച് തള്ളുക യാണ് ഉണ്ടായത്. അവിടെ എന്തെങ്കിലും പ്രശ്നമുണ്ടെങ്കിൽ അത് എ കെ ഗോപാലന്റെ നിരാഹാരമാണെന്നും അതിന് പ്രചാരണം നൽകാൻ ഗവൺമെന്റ് ഉദ്ദേശിക്കുന്നില്ലെന്നും നല്ല സ്റ്റേറ്റ് ട്രാൻസ്പോർട്ട് ബസ് അങ്ങോട്ടുള്ളതിനാൽ ആവശ്യമുള്ളവർക്കെല്ലാം അവിടേക്ക് പോയി നിരാ ഹാരമിരിക്കുകയോ സന്ദർശിക്കുകയോ ചെയ്യാമെന്നും ഒക്കെ മുഖ്യമന്ത്രി പറഞ്ഞു.

ഇതിനിടയ്ക്ക് കോട്ടയത്ത് നിന്ന് ഡിസ്ട്രിക്ട് മെഡിക്കൽ ആപ്പീ സർ എന്നെ പരിശോധിക്കാനെത്തി. ആ ഷെഡ്ഡുകളിൽ കിടക്കുന്ന രോഗി കൾക്ക് വൈദ്യസഹായം നൽകാതെ എന്നെ പരിശോധിക്കാൻ ഞാൻ അനുവദിക്കുകയില്ലെന്ന് ഡി എം ഒയോട് പറഞ്ഞു. അവരുടെ ചികിൽസയ്ക്ക് ഒരു ഡോക്ടറെയും മറ്റ് സ്റ്റാഫിനെയും ഇന്നുതന്നെ അനു വദിക്കാമെന്നും ആവശ്യമായ മരുന്നുകൾ ഉടനടി എത്തിക്കാമെന്നും അവ ശരായ രോഗികളെ അടുത്തുള്ള ആശുപത്രിയിലേക്ക് മാറ്റാമെന്നും മെഡി ക്കൽ ആപ്പീസർ ഉറപ്പു നൽകിയശേഷമാണ് എന്നെ പരിശോധിക്കാൻ ഞാൻ അനുവദിച്ചത്.

എന്നെ അറസ്റ്റുചെയ്യുന്നതിന് രണ്ട് ദിവസം മുമ്പ് ഫാദർ വടക്കൻ കൃഷിക്കാർക്കുള്ള വസ്ത്രവുമായി അമരാവതിയിൽ വന്നു. കമ്യൂണിസ്റ്റ് വിരുദ്ധമുന്നണി കേരളത്തിൽ സ്ഥാപിച്ചത് അദ്ദേഹമാണ്. അതിന്റെ പ്രചാ

രണത്തിനായി തൊഴിലാളിപത്രം അദ്ദേഹം ആരംഭിച്ചു. കൃഷിക്കാരെ സംഘടിപ്പിക്കുകയും കമ്യൂണിസ്റ്റ് വലയത്തിൽ അവർ കുടുങ്ങാതിരിക്കാൻ അദ്ദേഹം അതിയായി ശ്രമിക്കുകയും ചെയ്യുന്ന കാലമാണ്. അമരാവതിയിലെ കർഷകരുടെ രോദനംകേട്ട്, അവരുടെ കരളലിയിക്കുന്ന കഥകളറിഞ്ഞ് ഫാദർ സഹായവുമായാണ് വന്നിരിക്കുന്നത്. ഫാദറിന് ഒരു കാര്യം വ്യക്തമായിട്ട് അറിയാമായിരുന്നു. ഇവിടത്തെ കൃഷിക്കാരിൽ ആരും കമ്യൂണിസ്റ്റുകാരല്ല. തങ്ങളുടെ മതത്തിൽ വിശ്വസിച്ച്, പള്ളിയിലെ പ്രസംഗം അതുപടി അനുസരിക്കുന്നവരാണിവിടെയുള്ളത്. ഇവരുടെ ദുരിതം മൂർധന്യാവസ്ഥയിലെത്തിയിട്ടും തനിക്ക് സ്വാധീനമുള്ള ജനാധിപത്യ ഗവൺമെന്റിന്റെ ഭരണം നിലവിൽ ഇരുന്നിട്ടും പ്രശ്നപരിഹാരത്തിന് ഒരു കമ്യൂണിസ്റ്റുകാരൻ മരണത്തിന്റെ വക്കിലേക്ക് നീങ്ങുകയാണ്.

ഫാദർ വടക്കൻ താൻ കൊണ്ടുവന്ന സാധനങ്ങൾ പാവപ്പെട്ടവർക്ക് നൽകി. അതിനതീതമായി ഈ കൃഷിക്കാരുടെ പ്രശ്നങ്ങൾക്ക് പരിഹാരം കാണാനുള്ള വെമ്പൽ അദ്ദേഹത്തിന്റെ ഉള്ളിൽ ഉയർന്നു. കൃഷിക്കാരന്റെ പ്രശ്നങ്ങളെപ്പറ്റിയുള്ള ചിന്ത അദ്ദേഹത്തെ തന്റെ ഏറ്റവും വലിയ ശത്രുവായ എന്നിലേക്ക് അടുപ്പിക്കുന്നതിനിടയായി. കൃഷിക്കാരുടെയും സാധാരണക്കാരുടെയും പ്രശ്നങ്ങൾക്ക് പരിഹാരം കാണാൻ മുതലാളിത്തത്തിന് സാധിക്കുകയില്ലെന്നും കമ്യൂണിസ്റ്റുകാരുടെ മാർഗങ്ങൾക്ക് മാത്രമേ കഴിയൂ എന്നും അദ്ദേഹത്തിന് തോന്നിയിരിക്കാം. ക്രിസ്തീയ ചിന്തകളും ജീവിതവുമായി അലിഞ്ഞുചേർന്ന ഈ പുരോഹിതന് അധ്വാനിക്കുന്നവരുടെയും ഭാരം ചുമക്കുന്നവരുടെയും ഭാഗം ശരിക്ക് വാദിക്കേണ്ടതായി വന്നപ്പോൾ, അവർക്ക് ആശ്വാസം നൽകുക തന്റെ കർത്തവ്യമാണെന്ന് വന്നപ്പോൾ ഏറ്റവും വലിയ ശത്രുക്കളായി താൻ ഒരിക്കൽ കരുതിയിരുന്ന കമ്യൂണിസ്റ്റുകാരുമായി ചേരുന്നതിന് അദ്ദേഹത്തിന് വിഷമമുണ്ടായില്ല. അടിസ്ഥാനപരമായി ക്രിസ്തുവിൽ വിശ്വസിക്കുകയും ആ വിശ്വാസം അനുസരിച്ച് പ്രവർത്തിക്കുകയും ചെയ്യുന്ന പുരോഹിതനാണ് ഫാദർ വടക്കൻ. ഇതുകൊണ്ടാണ് അദ്ദേഹം അമരാവതിയിൽ ദുരിതാശ്വാസപ്രവർത്തനത്തിന് എത്തിച്ചേർന്നത്. ഭാവിയിൽ എന്നോടും പ്രസ്ഥാനത്തോടും അദ്ദേഹം അടുത്തത് യഥാർഥ ക്രിസ്തുമതാനുയായി ആയതുകൊണ്ടാണെന്നാണ് എന്റെ വിശ്വാസം.

ജൂൺ 14-ന് അസംബ്ലിയിൽ എന്റെ സത്യഗ്രഹത്തെപ്പറ്റി ചൂടുപിടിച്ച വാദപ്രതിവാദങ്ങളുണ്ടായി. നാട്ടിൽ പ്രക്ഷോഭങ്ങൾക്ക് ആഴം കൂടിക്കൂടി വരുന്നു.

എനിക്ക് നല്ല തളർച്ചയും ക്ഷീണവും അനുഭവപ്പെടുന്നുണ്ടായിരുന്നു. രോഗഗ്രസ്തനായ എന്നെപ്പറ്റി എല്ലാവർക്കും ഭയമുണ്ട്. സുശീലയും മറ്റ് സഖാക്കളും കൃഷിക്കാരും എന്റെ ചുറ്റുംനിന്ന് എന്നെ നോക്കുന്നുണ്ട്.

"എ കെ ജിക്ക് ക്ഷീണം കൂടുതലുണ്ട്."

പുറത്ത് നിന്ന് അടക്കി പറയുന്നത് ചെവിയിൽ എത്തും.

മരണം എനിക്ക് നിസ്സാരകാര്യമാണ്. ജീവിതത്തിലിതുവരെ മരണത്തെ മുഖത്തോടുമുഖം കണ്ടുകൊണ്ടാണ് ഞാൻ കടന്നുപോയിട്ടു

ള്ളത്. മരണം ഒഴിവാക്കാനും ആർക്കും ആവില്ല. പ്രകൃതിയുടെ നിയമമാണത്. അതിനാൽ അത് ഭയന്ന് ഞാൻ സമരമുഖത്ത് നിന്ന് മാറുകയില്ല. ഈ കൃഷിക്കാർക്കുവേണ്ടി മരിച്ചാൽ അത് എന്റെ പ്രസ്ഥാനത്തിനുവേണ്ടി ഞാൻ ചെയ്യുന്ന കടമയാണ്; എന്റെ വിശ്വാസത്തോടും പ്രവൃത്തിയോടും ഉള്ള നീതി കാരണമാണ്. വരട്ടെ, മരണം വന്നാലും എനിക്ക് ഭയമില്ല.

രാത്രി 11 മണിക്ക് അല്പം ഛർദിച്ചു. എന്താണെന്നെനിക്ക് അറിഞ്ഞുകൂടാ.

പുറത്ത് തോരാത്ത മഴ പെയ്തുകൊണ്ടിരുന്നു. കണ്ണിൽ കുത്തിയാൽ അറിയാത്ത ഇരുട്ട്. അസ്ഥിവരെ തുളച്ചുകയറുന്ന തണുപ്പ്. ചെളി നിറഞ്ഞ മണ്ണിൽനിന്നുള്ള ദുർഗ്ഗന്ധം. നാല് റാന്തൽവിളക്കുമാത്രമാണ് ഷെഡ്ഡിലുള്ളത്. അതിന്റെ മങ്ങിയവെളിച്ചം തീരെ മതിയായിരുന്നില്ല. ആകെ അസ്വസ്ഥത തോന്നി. മറ്റൊരു അവസരത്തിലായിരുന്നെങ്കിൽ എനിക്ക് അസ്വസ്ഥത ഉണ്ടാവില്ല. പച്ചപ്പുൽപ്പരപ്പിലും ചെടികളിലും പതിക്കുന്ന കനത്ത മഴ കാണാൻ എനിക്ക് ഇഷ്ടമാണ്; മഴയുടെ ശബ്ദം താളക്രമത്തോടുകൂടിയ ഒരു പാട്ടുപോലെ ഹൃദയത്തെ ആനന്ദിപ്പിക്കുന്നതാണ്.

പുതുമഴ കഴിഞ്ഞ് ഉയർന്നുവരുന്ന മണ്ണിന്റെ ഗന്ധം എന്നെ ലഹരി പിടിപ്പിക്കുകയേ ഉള്ളൂ. മഴയിൽ കുതിർന്ന് മാർദവമുള്ള മണ്ണിൽ ചവിട്ടി നടക്കുമ്പോൾ മനസ്സിലുയരുന്ന സുഖം ഒന്ന് വേറെ തന്നെയാണ്; കൂരിരുട്ടുള്ള രാത്രിയിൽ പെയ്യുന്ന കനത്ത മഴ ആസ്വാദ്യകരമാണ്; തുറന്നിട്ട ജനലിലൂടെ കാറ്റ് അടിച്ച് ദേഹം മുഴുവൻ തണുപ്പ് അരിച്ചുകയറുമ്പോഴും സുഖമാണ്. എന്നാൽ ഇത് അതൊന്നുമല്ല, വല്ലാത്തൊരു അസ്വസ്ഥതയാണ്.

ഛർദിക്കുശേഷം കിടന്നവഴി ഞാൻ ഒന്ന് മയങ്ങി. മുദ്രാവാക്യവും ബഹളവും കേട്ടാണ് ഉണർന്നത്. ആളുകൾ ഷെഡ്ഡിന് ചുറ്റും കൂടിയിരുന്നു. രാത്രി രണ്ടു മണികഴിഞ്ഞിരിക്കുന്നു,

“ഞങ്ങൾ എല്ലാം മരിച്ചുവീണുകഴിഞ്ഞാലെ അത് നടക്കൂ. അതല്ലാതെ നടക്കില്ല.”

ഒരാൾ ആവേശത്തോടെ പറയുന്നത് കേട്ടു.

കാര്യം എനിക്ക് ഊഹിക്കാൻ കഴിഞ്ഞു. എന്നെ അറസ്റ്റു ചെയ്യാൻ പൊലീസ് വന്നിരിക്കുന്നു.

പാതിര കഴിഞ്ഞ്!

കനത്ത മഴയുള്ള രാത്രിയിൽ!

ഓ, ജനങ്ങൾ അറിയാതെ എന്നെ നീക്കാൻ ഗവൺമെന്റിന്റെ ശ്രമം. ഇത് നടക്കുകയില്ല. ഇതിന് വഴങ്ങാൻ സാധ്യമല്ല.

ജനങ്ങൾ ഇതറിഞ്ഞു പ്രക്ഷുബ്ധരായിരിക്കുന്നു. മുദ്രാവാക്യങ്ങൾക്ക് ശക്തികൂടുന്നു. ജനങ്ങൾ തടിച്ചു കൂടിയിരിക്കുന്നു. ഇവിടെ എന്തെല്ലാം സംഭവിക്കും?

സെക്രട്ടറി കുഞ്ഞനനന്തനും സുശീലയും കൂടി ഉടനെ കടന്നുവന്നു.

“എന്താണ്?”

ആ ചോദ്യത്തിന് ഗൗരവം കൂടിയതുകൊണ്ടാവാം സുശീല എന്റെ

നേരെ അല്പനേരം നോക്കിനിന്നു. എന്റെ ആരോഗ്യത്തെപ്പറ്റി അവൾക്കു വേവലാതിയുണ്ട്. അധീരയാണെന്നല്ല. സമരമുഖത്ത് ഉറച്ച് നിൽക്കാൻ കഴിയുന്ന കരുത്തുറ്റ മനസ്സാണ് സുശീലയുടേതെന്നതിൽ തർക്കമില്ല.

അവർ കാര്യം പറഞ്ഞു. "ഡി വൈ എസ് പി മാഞ്ഞൂരാൻ ഒരു വലിയ പൊലീസ് സേനയുമായി എത്തി ഇവിടം വളഞ്ഞിരിക്കുന്നു. ഇങ്ങോട്ടാരെയും കടത്താതെ അവർ വലയം ചെയ്തിരിക്കുന്നു. എന്നെ അറസ്റ്റ് ചെയ്യാൻ ഉറച്ചുവന്നിരിക്കുകയാണ്. ആശുപത്രിയിലേക്ക് നീക്കാതെ അയാൾക്ക് പോവാനാവില്ല. പക്ഷേ ഇതിനിടെ ജനങ്ങൾ കാര്യമറിഞ്ഞു. അവരെല്ലാം ഓടിക്കൂടി ഷെഡ്ഡിനെ പൊതിഞ്ഞിരിക്കുന്നു. അവരുടെ നേതാവിനെ അവർ വിട്ടുകൊടുക്കുകയില്ല. അറസ്റ്റ് ചെയ്ത് എന്നെ നീക്കാൻ അവർക്ക് ശവശരീരങ്ങൾ പിന്നിട്ടേ കടന്നുവരാൻ കഴിയൂ."

"ഈ രാത്രി. എന്ത് നിയമംവച്ച് അവർ എന്നെ അറസ്റ്റുചെയ്യും?"

"ഞങ്ങൾ അതാണ് സംസാരിച്ചത്?"

"എന്നിട്ട്?"

ഞാൻ ചോദിച്ചു.

കുഞ്ഞനന്തനും സുശീലയുമായി സംസാരിച്ചപ്പോൾ, ജനങ്ങളുടെ പ്രക്ഷോഭം കണ്ടപ്പോൾ പൊലീസ് ആപ്പീസർക്ക് കാര്യം മനസിലായി.

കുഞ്ഞനന്തനും സുശീലയുംകൂടി സ്ഥിതിഗതി കൂടുതൽ വഷളാക്കാതിരിക്കുന്നതിനായി പൊലീസിനെ അവിടെനിന്ന് ഉടൻ പിൻവലിക്കാൻ ആവശ്യപ്പെട്ടു. കുമിളിയിലേക്ക് പൊലീസിനെ മാറ്റുക ഇല്ലെങ്കിൽ ആപൽക്കരമായ ഭവിഷ്യത്തുണ്ടാകുമെന്നുള്ള എന്റെ അഭിപ്രായം അവർ ഡി വൈ എസ് പി മാഞ്ഞൂരാനെ അറിയിച്ചു. അറസ്റ്റ് ചെയ്യണമെങ്കിൽ രാവിലെയാകാം.

പൊലീസ് പിൻവാങ്ങി. രംഗം അല്പം ശാന്തമായി. എങ്കിലും ജനങ്ങൾ പിരിഞ്ഞുപോയില്ല. മുദ്രാവാക്യങ്ങൾ മുഴക്കിക്കൊണ്ടുനിന്നു.

രാവിലെ എൻ ശ്രീകണ്ഠൻനായർ എന്നെ കാണാനെത്തി. ജനങ്ങൾ എന്റെ അറസ്റ്റിനെ ചെറുക്കാൻ ഉറച്ചുനിൽക്കുന്നത് ശ്രീകണ്ഠൻ കണ്ടു. അതുകൊണ്ട് അറസ്റ്റ് ചെയ്താൽ അനിഷ്ടസംഭവങ്ങൾ ഒഴിവാക്കാൻ ശ്രീകണ്ഠനും സുശീലയും അവിടെ നിൽക്കണമെന്ന് ഞാൻ ആവശ്യപ്പെട്ടു. കുഞ്ഞനന്തൻമാത്രം എന്നോടൊത്ത് പോന്നാൽ മതിയെന്നും തീരുമാനിച്ചു.

കാലത്ത് 10 മണിയോടെ 309-ാം വകുപ്പനുസരിച്ച് ആത്മഹത്യാശ്രമത്തിന് എന്നെ അറസ്റ്റ് ചെയ്തു. കൂടുതൽ അനിഷ്ടസംഭവങ്ങൾ ഉണ്ടാവാതിരിക്കാൻ വേണ്ടി എന്നെ അറസ്റ്റ് ചെയ്തിരിക്കയാണെന്നും എല്ലാവരും ശാന്തരായിരിക്കണമെന്നും ഞാൻ അഭ്യർഥിച്ചു. എന്റെ അറസ്റ്റ് ഗവൺമെന്റിന്റെ പരാജയമാണ് കുറിക്കുന്നതെന്ന് ഞാനവരോട് പറഞ്ഞു. വിജയംവരെ ഞാൻ നിരാഹാരം അവസാനിപ്പിക്കില്ലെന്നും ജയിലിലോ ആശുപത്രിയിലോ എവിടെ ആയിരുന്നാലും ഞാൻ നിരാഹാരം തുടരുമെന്നും എല്ലാവരും ശാന്തരായി സമരപരിപാടികൾ തുടരണമെന്നും പറഞ്ഞിട്ട് ഞാൻ ആംബുലൻസിൽ കയറി. ഗവൺമെന്റ് പ്രക്ഷോഭത്തെ കോട്ടയത്തേക്ക് എഴുന്നള്ളിച്ച് കൊണ്ടുപോവുകയാണ് ചെയ്തത്. ജൂൺ 16-ന് കളക്ടറേറ്റ് പിക്കറ്റ് ചെയ്യുമെന്ന് 13-ന് തന്നെ കർഷകസംഘം പ്രഖ്യാപിച്ചു.

എന്നെയും വഹിച്ചുകൊണ്ട് ആംബുലൻസ് കുമിളിയിൽനിന്ന് പുറപ്പെട്ടപ്പോൾ കനത്ത മഴ പെയ്തിരുന്നു. വഴിക്ക് വണ്ടിപ്പെരിയാറിലും കുട്ടിക്കാനത്തും മുണ്ടക്കയത്തും പൊൻകുന്നത്തുമെല്ലാം ആളുകൾ തടിച്ചുകൂടി മുദ്രാവാക്യം മുഴക്കുന്നത് കാണാമായിരുന്നു. അനീതിക്കെതിരായ ഈ പ്രകടനങ്ങൾകൊണ്ട് അന്തരീക്ഷം മുഖരിതമായിരുന്നു. എന്നെ ആശുപത്രിയിലാക്കുകയാണ് പൊലീസ് ചെയ്തത്. ആശുപത്രി വളപ്പുമുഴുവൻ ആളുകളെക്കൊണ്ട് നിറഞ്ഞിരുന്നു. ഗേറ്റിൽ പൊലീസ് കാവൽ നിന്നു. എന്നെ കിടത്തിയ മുറിയുടെ വാതിൽക്കൽ ബയണറ്റ് ഘടിപ്പിച്ച തോക്കുമായി രണ്ട് പൊലീസുകാർ ഗാട്ടുനിന്നു. വളപ്പിലും ഗേറ്റിലും മുറിവാതിൽക്കലും പൊലീസ്! നിരാഹാരം 9-ാം ദിവസമായിരുന്നു. ആംബുലൻസിലെ ദീർഘയാത്രയും പൊലീസും മജിസ്ട്രേട്ടിന്റെ മുമ്പിൽ ഹാജരാക്കലും റിമാന്റും എല്ലാം കൂടി എന്റെ ദേഹം മുഴുവൻ ചുട്ടെരിയുന്ന മട്ടായി മാറി. ഡോക്ടർമാർ എന്റെ അടുത്തിരുന്ന് എന്നെ ശാന്തനാക്കാൻ ശ്രമിച്ചുകൊണ്ടിരുന്നു. സുശീലയും മുറിയിലുണ്ടായിരുന്നു. പ്രമുഖനേതാക്കന്മാരെയല്ലാതെ മറ്റാരെയും കടത്തിവിട്ടിരുന്നില്ല. എം എൻ ഗോവിന്ദൻനായരും സി എച്ച് കണാരനും കുഞ്ഞിക്കണ്ണനുമൊക്കെ പുറംവാർത്തകൾ എന്നോട് പറഞ്ഞു.

ആശുപത്രിക്ക് പുറത്ത് ആകെ ബഹളമായിരുന്നു. എന്റെ അറസ്റ്റിൽ പ്രതിഷേധിച്ചുകൊണ്ട് രാജ്യത്താകമാനം പ്രകടനങ്ങളും പൊതുയോഗങ്ങളും നടന്നു. ആശുപത്രി പടിക്കൽനിന്ന് പ്രകടനത്തിന്റെ സ്വരം അകത്ത് മുഴങ്ങി കേട്ടിരുന്നു.

അമരാവതിയിലെ പൊലീസ് രാജിന്റെയും എന്റെ അറസ്റ്റിനുശേഷം അവിടത്തെ സ്ഥിതിഗതികൾ കൂടുതൽ വഷളായിട്ടുള്ളതിന്റെയും അടിസ്ഥാനത്തിൽ 14-ന് ഇ എം എസ് അടിയന്തര പ്രമേയത്തിന് നോട്ടീസ് കൊടുത്തു. അടിയന്തരപ്രമേയത്തിന് അനുമതി നിഷേധിച്ചതിൽ പ്രതിഷേധിച്ച് കമ്യൂണിസ്റ്റ് പാർട്ടി മെമ്പർമാർ വാക്കൗട്ട് നടത്തുകയും ചെയ്തു. മന്ത്രി തികച്ചും വാസ്തവവിരുദ്ധമായ പ്രസ്താവനയാണ് അറസ്റ്റിനെപ്പറ്റി നിയമസഭയിൽ നടത്തിയത്. സത്യഗ്രഹപ്പന്തലിൽ അരിവാളും വടിയും കല്ലും ശേഖരിച്ചിരുന്നതായി മന്ത്രി പറഞ്ഞു. എ കെ ഗോപാലന്റെ ആരോഗ്യം രക്ഷിക്കാനാണ് അറസ്റ്റെന്നും എ കെ ജിയെ അവിടെനിന്ന് മാറ്റിയാൽ തന്നെ പ്രശ്നം തീർന്നുകൊള്ളുമെന്നും സത്യഗ്രഹമാണ് പ്രശ്നപരിഹാരത്തിന് തടസമെന്നും ഒക്കെ മന്ത്രി പ്രസ്താവിച്ചു. പൊലീസിനെ ആക്രമിക്കാൻ അവിടെ പ്ലാനുണ്ടായിരുന്നു എന്ന് തുടങ്ങിയ അസത്യപ്രസ്താവനകൾ നടത്തി പ്രശ്നത്തിന്റെ ഗൗരവം കുറയ്ക്കുകയായിരുന്നു മന്ത്രിയുടെ ഉദ്ദേശ്യമെന്ന് തോന്നുന്നു. കമ്യൂണിസ്റ്റ് പാർട്ടി ഉണ്ടാക്കിയതാണ് പ്രശ്നമെന്ന് വരുത്തിത്തീർക്കാനായിരുന്നു ഗവൺമെന്റിന്റെ ശ്രമം.

പക്ഷേ അത്തരം പ്രസ്താവനകൾകൊണ്ട് യാതൊരു പ്രയോജനവും ഉണ്ടായില്ല. കാരണം ഭരണകക്ഷികളിൽപ്പെട്ട നേതാക്കളും അവരുടെ പത്രങ്ങളും തന്നെ അമരാവതിയുടെ ഭീകരത നേരത്തെ വരച്ചുകാണിച്ചിരുന്നു. ദിവസം മുന്നോട്ട് നീങ്ങുംതോറും പ്രശ്നത്തിന്റെ ഗൗരവം കൂടിവരികയാണുണ്ടായത്. ഇത്തരം പ്രസ്താവനകൾകൊണ്ട് ഫലമി

ല്ലെന്ന് ബോധ്യമായതുകൊണ്ടായിരിക്കണം മന്ത്രി ചാക്കോ അവസാനം കോട്ടയത്തേക്ക് പുറപ്പെട്ടത്. കള്ളപ്രചാരണത്തിന് അധികനാൾ പിടിച്ചുനിൽക്കാൻ കഴിയില്ലല്ലോ.

എന്റെ നിരാഹാരത്തിന്റെ 11-ാം ദിവസമായ ജൂൺ 16-ന് രാവിലെ എനിക്ക് ഒരു ബോധക്ഷയമുണ്ടായി. സമയം രാവിലെ ഒൻപതുമണി ആയിക്കാണും. അപ്പോൾ ഡോ. പൈ എന്റെ അടുത്തുവന്ന് സംസാരിച്ചിരുന്നു. സലൈൻ വാട്ടർ ഒഴികെ ഒന്നും അദ്ദേഹം എന്നെ നിർബന്ധിച്ച് കുടിപ്പിച്ചില്ല. അദ്ദേഹം പരിശോധിച്ചു. പൈയുമായി ഇവിടം മുതലാണ് പരിചയം ആരംഭിക്കുന്നത്. ആ പരിചയം ഇന്ന് കൂടുതൽ ദൃഢമായി നിലനിൽക്കുന്നു.

നിരാഹാരം 10-ാം ദിവസത്തിലേക്ക് കടന്നതോടെ അമരാവതി പ്രശ്നത്തിന് അതിവിപുലമായ ബഹുജനപിന്തുണ കൈവന്നിരുന്നു. കോട്ടയത്തും കേരളത്തിലെല്ലായിടത്തും അത് അലയടിച്ചു. ഭാരതത്തിൽ എല്ലായിടത്തും അത് മാറ്റൊലിക്കൊണ്ടു.

അമരാവതിപ്രശ്നം ബഹുജനശ്രദ്ധയിൽ കൊണ്ടുവരിക എന്നതായിരുന്നു എന്റെ നിരാഹാരസത്യഗ്രഹത്തിന്റെ പ്രധാനലക്ഷ്യം. ആ ലക്ഷ്യം പൂർത്തീകരിച്ചിരിക്കുന്നു എന്ന് എല്ലാവരും സമ്മതിച്ചു. അതുമാത്രമായിരുന്നു എന്റെ ലക്ഷ്യമെങ്കിൽ നിരാഹാരസത്യഗ്രഹം അവസാനിപ്പിക്കാൻ അപ്പോൾ കഴിയുമായിരുന്നു. പക്ഷേ അമരാവതിയിലെ വേദന അനുഭവിക്കുന്ന കർഷകരുടെ ഏറ്റവും പരിമിതമായ ആവശ്യമെങ്കിലും അനുവദിച്ചുകിട്ടുക എന്നതും എന്റെ ലക്ഷ്യമായിരുന്നു. അതുകൂടി സാധിക്കാതെ നിരാഹാരം അവസാനിപ്പിക്കാൻ ഞാൻ തയ്യാറല്ലായിരുന്നു. നിരാഹാരവ്രതം ഒരു വമ്പിച്ച ബഹുജനപ്രസ്ഥാനമായി വളർന്നപ്പോൾ കേരളത്തിലും ഇന്ത്യയുടെ ഇതരഭാഗങ്ങളിലും ഉള്ള കമ്യൂണിസ്റ്റ് വിരുദ്ധപത്രങ്ങൾപോലും മുഖപ്രസംഗങ്ങൾ എഴുതിത്തുടങ്ങി. അമരാവതി പ്രശ്നത്തിൽ ഗവൺമെന്റ് സ്വീകരിച്ച തെറ്റായ സമീപനത്തെ ആ പത്രങ്ങൾ ആക്ഷേപിക്കുകയും ഗവൺമെന്റിന്റെയും ബഹുജനങ്ങളുടെയും ശ്രദ്ധ ഇക്കാര്യത്തിലേക്ക് ആകർഷിച്ചു കഴിഞ്ഞിരുന്നതിനാൽ ഇനി ഉപവാസം നിറുത്തണമെന്ന് എന്നോട് അഭ്യർഥിക്കുകയും ചെയ്തു. നിരാഹാരവ്രതം അവസാനിപ്പിക്കാൻ ഗവൺമെന്റിനെക്കൊണ്ട് ഉടൻതന്നെ ആവശ്യമായ നടപടികൾ സ്വീകരിപ്പിക്കണമെന്ന അടിസ്ഥാനത്തിലാണ് ജൂൺ 14 മുതൽ പ്രക്ഷോഭം വർധിച്ച ശക്തിയോടെ മുന്നേറിയത്. ബഹുജനങ്ങളുടെ ഈ മുന്നേറ്റം കണ്ടതുകൊണ്ടാവാം കേരളത്തിലെ ചില പത്രങ്ങൾ നിരാഹാരവ്രതത്തെപ്പറ്റി പുച്ഛിച്ചുകൊണ്ടിരുന്ന നയംമാറ്റി, കൂടിയാലോചനകൾ ആരംഭിച്ച് പ്രശ്നത്തിന് പരിഹാരമുണ്ടാക്കാൻ ഗവൺമെന്റിനോട് ആവശ്യപ്പെട്ടുകൊണ്ട് മുഖപ്രസംഗങ്ങൾ എഴുതിയത്.

നിരാഹാരവ്രതം നിറുത്തണമെന്ന് എന്നോട് ആദ്യം ആവശ്യപ്പെട്ടത് സർവോദയ നേതാവായ കേളപ്പനാണ്. നിരാഹാരവ്രതം തുടങ്ങിയതിന്റെ 8-ാം ദിവസം എനിക്ക് അദ്ദേഹത്തിന്റെ കമ്പി കിട്ടി. "അമരാവതിയിലെ കുടിയിറക്കപ്പെട്ട കർഷകർക്ക് ന്യായമായ ആനുകൂല്യങ്ങൾ ഗവൺമെന്റിനെക്കൊണ്ട് കൊടുപ്പിക്കാൻ ഞാൻ ശ്രമിക്കാം. തൽക്കാലത്തേക്ക് നിങ്ങളുടെ നിരാഹാരവ്രതം അവസാനിപ്പിക്കാൻ ഞാൻ അപേ

ക്ഷിക്കുന്നു. ഗവൺമെന്റ് വഴങ്ങുന്നില്ലെങ്കിൽ ഞാനും അമരാവതിയിൽ വന്ന് നിങ്ങളോടൊത്ത് നിരാഹാരം തുടങ്ങും" എന്ന് ആ കമ്പിസന്ദേശത്തിൽ കേളപ്പൻ പറഞ്ഞിരുന്നു.

കേളപ്പന്റെ കമ്പിസന്ദേശം കിട്ടിയപ്പോൾ ഞാൻ കഴിഞ്ഞു പോയ കാലത്തെപ്പറ്റി ഓർത്തു. അത് ആത്മാർഥമായ സന്ദേശമായിരുന്നു. എന്നാൽ അന്നത്തെ സാഹചര്യത്തിൽ അത് അതേപടി അനുസരിക്കുവാൻ എനിക്ക് സാധ്യമായിരുന്നില്ല. ഗവൺമെന്റ് അമരാവതിയിലെ കർഷകർക്കുവേണ്ടി എന്തെങ്കിലും ചെയ്യാതെ നിരാഹാരം നിർത്തുക എന്ന പ്രശ്നത്തെപ്പറ്റി പരിഗണിക്കാൻ ഞാൻ തയ്യാറല്ലായിരുന്നു; ഞാൻ ഉടൻതന്നെ കേളപ്പജിക്ക് ഒരു കമ്പിയടിച്ചു. ആരോഗ്യം അനുവദിക്കുമെങ്കിൽ ദയവായി അമരാവതിയിലേക്ക് പുറപ്പെടണമെന്നും സ്ഥിതിഗതികൾ നേരിൽ കണ്ടശേഷം നമുക്ക് സംസാരിക്കാമെന്നും ഞാൻ അദ്ദേഹത്തെ അറിയിച്ചു. അതിന് കേളപ്പജിയുടെ മറുപടി കിട്ടിയത് എന്നെ അറസ്റ്റ് ചെയ്ത് കോട്ടയത്തേക്ക് കൊണ്ടുപോയ ദിവസമാണ്. അത് ഹൃദയസ്പർശിയായ ഒരു കത്തായിരുന്നു. കഴിഞ്ഞുപോയ കാലത്ത് ഞങ്ങൾ കൂട്ടായി അനുഷ്ഠിച്ചിട്ടുള്ള ത്യാഗത്തെപ്പറ്റി അതിൽ പറഞ്ഞിരുന്നു. വേണ്ടി വന്നാൽ ഒരുമിച്ച് അമരാവതിയിൽ സത്യഗ്രഹം അനുഷ്ഠിച്ച് ജീവത്യാഗം ചെയ്യാമെന്ന് അദ്ദേഹം അതിൽ വാക്കുതന്നു. എന്റെ നിരാഹാരം തൽക്കാലം നിർത്തിവയ്ക്കണമെന്ന് ആ എഴുത്തിലും അദ്ദേഹം അപേക്ഷിച്ചിരുന്നു. കേളപ്പജിയുമായുള്ള എന്റെ ബന്ധങ്ങൾ എന്റെ രാഷ്ട്രീയത്തോളം പഴക്കമുള്ളവയാണ്. ഞങ്ങൾ ഒന്നിച്ച് കോൺഗ്രസ് പ്രസ്ഥാനം മലബാർഭാഗത്ത് കെട്ടിപ്പടുക്കാൻവേണ്ടി സഹിച്ചിട്ടുള്ള ത്യാഗങ്ങൾ എന്റെ മനസ്സിലേക്ക് കടന്നുവന്നു. ഗുരുവായൂർ സത്യഗ്രഹകാലത്ത് എന്തെല്ലാം സഹിക്കേണ്ടിവന്നു? ത്യാഗത്തിന്റേത് മാത്രമായ ആ കാലം മനസ്സിലുണർത്തുന്ന വികാരങ്ങൾ വിവരിക്കാനാവാത്തതാണ്. വാർധക്യവും രോഗവുമുണ്ടായിരുന്നിട്ടും നിരാഹാരം അവസാനിപ്പിക്കാനുള്ള ശ്രമങ്ങൾക്കായി കേളപ്പജി കോട്ടയത്തേക്ക് പാഞ്ഞെത്തിയതും ആ ഓർമകൾ അദ്ദേഹത്തിന്റെ മനസ്സിൽ ഉണർന്നുവന്നതുകൊണ്ടായിരിക്കണം.

നിരാഹാരവ്രതം അവസാനിപ്പിക്കുന്നതിന് എന്തെങ്കിലും ഒത്തുതീർപ്പുണ്ടാകേണ്ടത് ആവശ്യമാണെന്ന് കോൺഗ്രസ് എം എൽ എമാരിലും മന്ത്രിമാരിൽതന്നെയും പലർക്കും അഭിപ്രായമുണ്ടായിരുന്നു. നിയമസഭയിൽ സ്വീകരിച്ചതിൽ നിന്നും തികച്ചും വ്യത്യസ്തമായ നയം കൈക്കൊണ്ട് കൂടിയാലോചനകൾ ആരംഭിക്കാൻ ആഭ്യന്തരമന്ത്രി തയ്യാറായത് അതുകൊണ്ടാണെന്ന് എനിക്ക് തോന്നുന്നു. ഏതായാലും ഇക്കാര്യത്തിൽ മുൻകൈയെടുത്ത് പ്രവർത്തിച്ചത് ആഭ്യന്തരമന്ത്രി പി ടി ചാക്കോയാണ്. ജൂൺ 15-ന് ചാക്കോ തിരുവനന്തപുരത്തുനിന്ന് കോട്ടയത്തെത്തി. കോട്ടയത്ത് വന്ന ഉടനെ ആശുപത്രിയിലെത്തി എന്നെ കണ്ടു. എനിക്ക് വളരെ ക്ഷീണമുണ്ടായിരുന്നതിനാൽ വളരെ വിഷമിച്ചാണ് ഞാൻ സംസാരിച്ചത്. എന്റെ ആരോഗ്യനില വഷളാണെന്ന് റിപ്പോർട്ടുകിട്ടിയതുകൊണ്ടാണ് താനിങ്ങോട്ടു പുറപ്പെട്ടതെന്ന് ചാക്കോ പറഞ്ഞു. ഞങ്ങൾ വളരെ സൗഹാർദത്തോടെ നീണ്ടസമയം സംഭാഷണം നടത്തി. അമരാവതിക്കാര്യത്തിൽ ശ്രീ ചാക്കോ തികച്ചും നിസ്സഹായനായിരിക്കുന്നു

എന്നെനിക്കുതോന്നി. ഉടുമ്പഞ്ചോല ഭാഗങ്ങളിൽ വനം കയ്യേറാൻ പ്രേരിപ്പിച്ചതിൽ കോൺഗ്രസ് നേതാവായ പി സി ചെറിയാനോടൊപ്പം അന്നത്തെ പ്രതിപക്ഷ നേതാവായിരുന്ന ചാക്കോയ്ക്കും പ്രധാന പങ്കുണ്ടായിരുന്നു. അക്കാലത്ത് പ്രതിപക്ഷകക്ഷികളുടെ, വിശിഷ്യാ കോൺഗ്രസ് നേതാക്കന്മാരുടെ, പൂർണ പിന്തുണയോടും അനുഗ്രഹാശിസ്സുകളോടും കൂടിയാണ് വനംകയ്യേറ്റം നടന്നത്. അവരെ കുടിയൊഴിപ്പിച്ചതോ ? വനം കയ്യേറ്റത്തിന് അവരെ പ്രേരിപ്പിച്ചവർതന്നെ. അങ്ങനെ ഇരിക്കുമ്പോൾ ചാക്കോയ്ക്ക് എങ്ങനെ അമരാവതി കർഷകരെ അഭിമുഖീകരിക്കാൻ കഴിയും. ചാക്കോയുടെ ഈ പ്രയാസം ആർക്കും മനസ്സിലാക്കാൻ കഴിയും. ഈ പ്രയാസമായിരിക്കും അമരാവതി സന്ദർശിക്കാൻ മന്ത്രിമാർക്ക് കഴിയാതിരുന്നതിനുള്ള കാരണവും. ചാക്കോ ആകെ വിഷമിക്കുന്നതായി എനിക്കുതോന്നി.

അതെന്തായാലും, ചാക്കോ എന്നെ സന്ദർശിച്ചതിൽ എനിക്കതിയായ സന്തോഷം തോന്നി. ഞാൻ നിരാഹാരവ്രതം അവസാനിപ്പിക്കണമെന്ന് അദ്ദേഹം ആത്മാർഥമായി ആഗ്രഹിച്ചു. അതിന് ഞാൻ മുന്നോട്ടുവച്ച ആവശ്യങ്ങൾ ഗവൺമെന്റ് അനുവദിക്കേണ്ടിയിരുന്നു. അദ്ദേഹം എതിര് പറഞ്ഞത് കൂടുതൽ ഭൂമി നൽകുന്ന കാര്യത്തിൽ മാത്രമാണ്. മറ്റ് യാതൊരു തൊഴിലുമില്ലാത്ത ആ പാവപ്പെട്ടവർക്ക് ആ വനത്തിൽ മൂന്ന് ഏക്കർ ഭൂമിയെങ്കിലുമില്ലാതെ എങ്ങനെ കഴിയാൻ സാധിക്കും? ഒരേക്കർ ഭൂമിയിൽ കൃഷി ചെയ്താൽ അംഗസംഖ്യ കൂടുതലുള്ള ആ കർഷകകുടുംബങ്ങൾ എങ്ങനെ കഴിയാനാണ്? എന്റെ ചോദ്യത്തിന് വ്യക്തമായ ഉത്തരമൊന്നും നൽകാൻ ചാക്കോയ്ക്ക് കഴിഞ്ഞില്ല. അത്തരം പ്രശ്നങ്ങളൊക്കെ ഇ എം എസും കർഷകസംഘം നേതാക്കളുമായി ചർച്ചചെയ്യാമെന്ന് ചാക്കോ പറഞ്ഞു. അതനുസരിച്ച് ഇ എം എസ് ചാക്കോയെ ഗവൺമെന്റ് ഹൗസിൽവച്ച് കണ്ട് സംഭാഷണം നടത്തി. കേളപ്പജിയും കോട്ടയത്ത് എത്തിയിരുന്നു. കേളപ്പജി ആസ്പത്രിയിൽ വന്ന് എന്നെ കണ്ടു. വളരെ ഹൃദയസ്പൃക്കായ ഒരു രംഗമായിരുന്നു അത്.

അമരാവതിപ്രശ്നം പരിഹരിക്കാനുള്ള ആത്മാർഥമായ ശ്രമങ്ങൾ ആരംഭിച്ച് പാർട്ടിയുടെയും കർഷകസംഘത്തിന്റെയും നേതാക്കൾ കോട്ടയത്തുണ്ടായിരുന്നു. ഇ എം എസിനുപുറമേ ഗൗരിയമ്മ, പാർലമെന്റിലെ എന്റെ ഒരു സുഹൃത്തായ ജോർജ് തോമസ് കൊട്ടുകാപ്പള്ളി, കർഷക സംഘം നേതാക്കൾ എന്നിവരും കേളപ്പജിയും ഈ സംഭാഷണങ്ങളിൽ പങ്കെടുത്തു. ഇവർക്കെല്ലാം പുറമെ കോട്ടയത്തെ പ്രമുഖ പത്രാധിപന്മാരും പൊതുപ്രവർത്തകരും ഒത്തുതീർപ്പുണ്ടാക്കാനായി അശ്രാന്തം പരിശ്രമിച്ചു. പത്രമാപ്പീസുകളിലും കമ്യൂണിസ്റ്റ് പാർട്ടി ആപ്പീസുകളിലും ഗവൺമെന്റ് ഹൗസിലുമായി ഒത്തുതീർപ്പുണ്ടാക്കാൻ കൊണ്ടുപിടിച്ച ചർച്ച നടന്നുകൊണ്ടിരുന്നു.

അതേ അവസരത്തിൽ കേരളത്തിൽ അങ്ങോളമിങ്ങോളം ബഹുജനപ്രക്ഷോഭത്തിന്റെ അലകൾ ആഞ്ഞടിച്ചുകൊണ്ടിരുന്നു. കളക്ടറേറ്റുകൾ പിക്കറ്റുചെയ്യൽ, ജാഥകൾ, പൊതുയോഗങ്ങൾ ഇവ തുടർച്ചയായി നടന്നു. അമരാവതിയിൽ നിന്നാരംഭിച്ച പ്രചാരണജാഥ തീരപ്രദേശത്തു

കൂടിയും ഇടനാട്ടിൽകൂടിയും മലമ്പ്രദേശങ്ങളിൽകൂടിയും തിരുവനന്തപുരത്തേക്ക് നീങ്ങി. പന്തംകൊളുത്തി പ്രകടനങ്ങളും തുടർന്നു. പ്രധാനമന്ത്രിക്ക് കത്തുകളും കമ്പികളും ആയിരക്കണക്കിന് ചെന്നു. വിമോചനസമരത്തിൽനിന്ന് വ്യത്യസ്തമായി ഈ സമരത്തിൽ ബലപ്രയോഗങ്ങളോ ഭരണഘടനാവിരുദ്ധമായ പ്രവർത്തനങ്ങളോ പ്രക്ഷോഭമാർഗമായി സ്വീകരിച്ചില്ല. തികച്ചും സമാധാനപരമായ മാർഗങ്ങളിലൂടെ തങ്ങളുടെ ശക്തമായ എതിർപ്പ് പ്രകടിപ്പിക്കുക മാത്രമേ ജനങ്ങൾ ചെയ്തിരുന്നുള്ളു. അൻപതോളം സ്ത്രീകൾ കോട്ടയം കളക്ടറേറ്റ് പിക്കറ്റ് ചെയ്തു. അവരിൽ ഭൂരിപക്ഷവും അമരാവതിയിൽനിന്നുള്ള അഭയാർഥികളായിരുന്നു. മണിക്കൂർതോറും എനിക്ക് കിട്ടിക്കൊണ്ടിരുന്ന റിപ്പോർട്ടുകളിൽനിന്ന് വർധിച്ചുവരുന്ന പൊതുജനാവേശം എനിക്ക് മനസിലാക്കാൻ കഴിഞ്ഞു. കോട്ടയം നഗരത്തിൽ അന്തരീക്ഷം തന്നെ മാറിപ്പോയിരുന്നു. നിയമസഭയിൽ സത്യഗ്രഹത്തെക്കുറിച്ച് വീണ്ടും അടിയന്തരപ്രമേയം വന്നു. അനുമതി നിഷേധിക്കപ്പെട്ടതിനാൽ കമ്യൂണിസ്റ്റ് മെമ്പർമാർ വീണ്ടും വാക്കൗട്ട് നടത്തി. മറ്റ് സഭാനടപടികൾ ബഹിഷ്കരിക്കുകയും ചെയ്തു. അകത്തും പുറത്തും പ്രക്ഷോഭം ശക്തിപ്പെട്ടപ്പോൾ മുഖ്യമന്ത്രി പട്ടംപോലും പഴയ നിലപാടിൽ നിന്ന് മാറി പ്രശ്നപരിഹാരത്തിനുള്ള മാർഗത്തെപ്പറ്റി ആലോചിച്ചുതുടങ്ങി. ചാക്കോ കോട്ടയത്ത് താമസിച്ചുകൊണ്ട് കൂടിയാലോചന തുടർന്നു. അമരാവതിയിലെ കൃഷിക്കാർക്ക് അൽപ്പം ചില ആനുകൂല്യങ്ങൾ കൂടി അനുവദിച്ചുകൊണ്ട് ഗവൺമെന്റ് പത്രക്കുറിപ്പിറക്കി.

15-ാം തീയതിയും 16-ാം തീയതിയും വളരെ മണിക്കൂർ നീണ്ടുനിന്ന സന്ധിസംഭാഷണങ്ങൾ കൊണ്ടും ഒരു തീരുമാനത്തിൽ എത്തിച്ചേരാൻ കഴിഞ്ഞില്ല. 16-ന് രാത്രിയിലും 17-ന് രാവിലെയുമായി നടന്ന ചർച്ചകളുടെ ഫലമായി ഒരു ധാരണയിലെത്തി. അമരാവതിയിലെ കർഷകന് ഏതാനും ആനുകൂല്യങ്ങൾ കൂടി നൽകാമെന്ന് ആഭ്യന്തരമന്ത്രി ചാക്കോ സമ്മതിച്ചു. മൂന്നേക്കർ ഭൂമി വീതം ഓരോ കുടുംബത്തിനും കൊടുക്കണം എന്നതുൾപ്പെടെ അമരാവതി കർഷകന്റെ മിക്ക ആവശ്യങ്ങളും മന്ത്രി സമ്മതിച്ചു. മുളയും 15 രൂപയും സൗജന്യമായി നൽകുക, റേഷൻ ആളൊന്നുക്ക് നാഴി അരി എന്ന തോതിൽ ആവശ്യമായത്രയും കാലം സൗജന്യമായി നൽകുക, കൃഷിക്ക് ഉപയുക്തമല്ലാത്ത ഭൂമിക്കു പകരം നല്ല ഭൂമി നൽകുക, വായ്പയായി 100 രൂപ വീതം അനുവദിക്കുക, താൽക്കാലിക ആശുപത്രി അനുവദിക്കുക, സ്കൂൾ കുട്ടികൾക്ക് സൗജന്യമായി പുസ്തകങ്ങളും മറ്റും നൽകുക. റിലീഫ് ജോലികൾ നൽകുക, കുടിയിറക്കിന് ഒരു പൊതുനയം ആവിഷ്കരിക്കുക എന്നിവയാണ് അനുവദിക്കപ്പെട്ട കാര്യങ്ങൾ.

ഇതിന്റെ അടിസ്ഥാനത്തിൽ കേരള കർഷകസംഘം, ഉടുമ്പഞ്ചോല കർഷകരക്ഷാസമിതി. അമരാവതി അഭയാർഥിക്കമ്മിറ്റി തുടങ്ങിയവയും സുഹൃത്തുക്കളും നിരാഹാരവ്രതം അവസാനിപ്പിക്കാൻ എന്നോട് അഭ്യർഥിച്ചു. അഭയാർഥികമ്മിറ്റി പ്രസിഡണ്ടായ ജോസഫ് നൽകിയ നാരങ്ങാനീര് കുടിച്ചുകൊണ്ട് 27-ാം തീയതി ഒരു മണിക്ക് എന്റെ ഉപവാസം അവസാനിച്ചു. ഈ അവസരത്തിൽ കെ കേളപ്പൻ, പി ടി ചാക്കോ,

കെ പി സി സി പ്രസിഡന്റ്, സി കെ ഗോവിന്ദൻനായർ, ഇ എം എസ്, സി എച്ച് കണാരൻ തുടങ്ങിയ പാർട്ടി-കർഷകസംഘം നേതാക്കളും മറ്റനേകം സുഹൃത്തുക്കളും സന്നിഹിതരായിരുന്നു. കേരള കർഷക സംഘം ആരംഭിച്ച, കളക്ടറേറ്റ് പിക്കറ്റിങ് തുടങ്ങിയ പ്രത്യക്ഷസമരപരിപാടികൾ പിൻവലിക്കപ്പെട്ടു. ഈ ഒത്തുതീർപ്പനുസരിച്ച് അമരാവതി കർഷകന് ഏതാനും കാര്യങ്ങൾ ഗവൺമെന്റ് ചെയ്യുന്നതാണെന്ന് മന്ത്രി എനിക്കെഴുതിയ കത്തിൽ ഉറപ്പുനൽകി.

ഞാൻ രണ്ട് ദിവസംകൂടി ആശുപത്രിയിൽ കഴിച്ചുകൂട്ടി. ആശുപത്രിയിലും അമരാവതിയിലും കഴിച്ചുകൂട്ടിയ ദിവസങ്ങളിൽ മുഴുവൻ എന്റെ ഭാര്യ സുശീല എനിക്ക് ഒരു പ്രചോദനകേന്ദ്രമായിരുന്നു-എന്റെ ആരോഗ്യനില മോശമായപ്പോൾ അവരെന്റെ അടുത്തിരുന്ന് നിരന്തരം ശുശ്രൂഷിച്ചു. തന്റെ ഉൽക്കണ്ഠ പുറത്ത് കാണിക്കാതെ ആവശ്യങ്ങൾ അനുവദിക്കുന്നതുവരെ നിരാഹാരവ്രതം അവസാനിപ്പിക്കാതിരിക്കാൻ എന്നെ പ്രോത്സാഹിപ്പിക്കുകയാണ് അവർ ചെയ്തത്. ഒരു നല്ല സഖാവും യോദ്ധാവുമായുള്ള അവരുടെ വളർച്ചയെ ഈ നിരാഹാരവ്രതം വ്യക്തമായി കാണിക്കുന്നു. നിരാഹാരം ആരംഭിച്ചതു മുതൽ അവസാനിക്കുന്നതുവരെ എന്റെ സെക്രട്ടറി കുഞ്ഞനന്തൻ സഹിച്ച കഷ്ടപ്പാടുകൾക്ക് കണക്കില്ല. ആയിരക്കണക്കായ പാർട്ടി സഖാക്കൾ സഹിച്ച ത്യാഗങ്ങളും ആത്മാർപ്പണവുമാണ് അമരാവതി സത്യഗ്രഹം വിജയിലെത്തിച്ചത്.

അമരാവതി കർഷകർക്കുവേണ്ടിയും തങ്ങൾ ചെയ്യുന്നതെല്ലാം ചെയ്തു കഴിഞ്ഞു എന്നും അവർ കൂടുതലായി ഒന്നും അർഹിക്കുന്നില്ലെന്നും നിയമസഭയ്ക്കകത്തും പുറത്തും ശക്തമായി പ്രസ്താവിച്ചിരുന്ന മന്ത്രിമാർക്ക് തങ്ങളുടെ നിലപാട് മാറ്റി കർഷകർക്ക് പുതിയ ആനുകൂല്യങ്ങൾ അനുവദിക്കേണ്ടതായി വന്നു. ഇത് അമരാവതി സമരത്തിന്റെ ഒരു നേട്ടമാണ്. ഞാൻ നിരാഹാരവ്രതമനുഷ്ഠിച്ചതുകൊണ്ടുമാത്രമാണ് ഈ നേട്ടം ഉണ്ടായതെന്ന് കരുതുന്നില്ല. ഈ നേട്ടത്തിന്റെ പിറകിൽ കേരളത്തിലെ കർഷകരുടെയും മനുഷ്യസ്നേഹികളും ജനാധിപത്യവിശ്വാസികളും ആയ നാട്ടുകാരുടെയും മുഴുവൻ സംഘടിതശ്രമം കാണാൻ കഴിയും. കോൺഗ്രസ് ഉൾപ്പെടെയുള്ള എല്ലാ പാർട്ടികളിലെയും നിരവധി സുഹൃത്തുക്കൾ ഇതിനുവേണ്ടി പ്രവർത്തിച്ചു എന്നത് സത്യമാണ്. കേരളത്തിനകത്തും പുറത്തുമുള്ള പത്രങ്ങളും ഇതിൽ പ്രധാന പങ്ക് വഹിച്ചു. കാര്യമായി ആരാലും ശ്രദ്ധിക്കപ്പെടാതെ അമരാവതിയിലെ കാടുകളിൽ നരകയാതന അനുഭവിച്ചുകൊണ്ടിരുന്ന കർഷകരുടെ ദയനീയാവസ്ഥയിലേക്ക് ലോകശ്രദ്ധയാകർഷിക്കാനും അതുവഴി അവരോട് നീതി ചെയ്യാൻ ഗവൺമെന്റിനെ നിർബന്ധിക്കാനാവശ്യമായ ബഹുജനസമ്മർദം ചെലുത്താനും എന്റെ നിരാഹാരസമരം പ്രയോജനപ്പെട്ടിട്ടുണ്ട്. ഇക്കാര്യത്തിൽ അത് മാത്രമാണ് എന്റെ എളിയസേവനമെന്ന് ഞാൻ കരുതുന്നു.

ചുരുളി-കീരിത്തോട്

1963 നവംബർ, ഡിസംബറിൽ ചുരുളി-കീരിത്തോട്ടിൽനിന്ന് 4000-ത്തിൽപ്പരം കുടുംബങ്ങളെ കുടി ഒഴിപ്പിച്ചു. അമരാവതിസംഭവത്തി

നുശേഷം നടന്ന ഏറ്റവും ദാരുണമായ കുടിയിറക്കായിരുന്നു ഇത്. അതിനുമുമ്പ് ഒറ്റപ്പെട്ട കുടിയിറക്കലുകൾ നടന്നിട്ടില്ലെന്നില്ല. വിമോചനസമരത്തിനുശേഷം ഒറ്റപ്പെട്ട കുടി ഒഴിപ്പിക്കലുകൾ തടയാൻ വേണ്ടിയായിരുന്നു അമരാവതിയിൽ നടത്തിയ സമരം. നിരാഹാരം കൊണ്ട് അഭയാർത്ഥികൾക്ക് കുറെ ആശ്വാസം ലഭിച്ചു. കുടിയൊഴിപ്പിക്കൽ പലയിടത്തും നടന്നു. സർക്കാർ നടത്തുന്ന അനാവശ്യമായ കുടിയൊഴിപ്പിക്കലുകൾ തടയാൻ അമരാവതിയിൽ കഴിഞ്ഞില്ലെങ്കിലും ചുരുളി-കീരിത്തോട്ടിൽ അതിനുള്ള ശക്തിയായ ശ്രമങ്ങൾ മലനാട് കർഷകയൂണിയന്റെ നേതൃത്വത്തിൽ ആരംഭിച്ചു. അമരാവതിയിലെ കുടി ഒഴിപ്പിക്കൽ പ്രോജക്ടിന്റെ ജലസംഭരണപ്രദേശത്തിന്റെ ആവശ്യത്തിനായിരുന്നുവെങ്കിൽ കീരിത്തോട്ടിലേത് വനസംരക്ഷണത്തിന്റെ പേരിലായിരുന്നു. വനസംരക്ഷണത്തിന് കീരിത്തോട്ടിൽ നിന്ന് ആളുകളെ കുടിഒഴിപ്പിക്കാൻ ഗവൺമെന്റ് തീരുമാനിച്ചു.

കീരിത്തോട്ടിൽനിന്ന് ആളുകളെ ഒഴിപ്പിക്കാനുള്ള ശ്രമങ്ങൾ ഉടനടി നടക്കുമെന്ന് അവിടത്തെ കൃഷിക്കാർ അറിയാനിടയായി. എം എസ് പിക്കാർ കൂട്ടംകൂട്ടമായി അവിടേക്ക് ചെന്നു. ഉയർന്ന പൊലീസ് ഉദ്യോഗസ്ഥന്മാർ അവിടെ താവളമടിച്ചു. മലനാട് കർഷകയൂണിയന്റെ ആൾക്കാരും അവിടെത്തന്നെ താമസിച്ചു. ഒരു വമ്പിച്ച സമരത്തിന്റെ ഒരുക്കങ്ങൾ തുടങ്ങി. എന്തിന്റെ പേരിലായാലും കുറെക്കാലമായി കൃഷിചെയ്ത് ജീവിക്കുന്ന പാവപ്പെട്ട കർഷകരെ ജീവിക്കാനുള്ള വകകൊടുക്കാതെ കുടി ഒഴിപ്പിച്ചത് മര്യാദയായില്ല. കണ്ണിൽ ചോരയില്ലാതെ അവരുടെ കൃഷി മുഴുവൻ നശിപ്പിച്ചു. അമരാവതിയിൽ കുടിയിറക്കിന് സ്വീകരിച്ച നയം തന്നെയാണ് ചുരുളി-കീരിത്തോട്ടിലും സ്വീകരിച്ചത്; കഠിനാധ്വാനം ചെയ്യുന്നവനെ മർദിച്ച് തകർക്കുകയെന്ന മനുഷ്യത്വരഹിതമായ നയം തന്നെ.

ഗവൺമെന്റിന്റെ മർദനത്തെ ന്യായീകരിക്കാൻ കേരളത്തിലെ ബൂർഷ്വാപത്രങ്ങൾ വനസംരക്ഷണത്തിന്റെ ആവശ്യകതയെപ്പറ്റി മുഖപ്രസംഗങ്ങൾ എഴുതി. വനം സംരക്ഷിക്കേണ്ടത് ആവശ്യമാണ്. എന്നാൽ ആർക്കുവേണ്ടിയാണ് ഈ വനസംരക്ഷണം? മനുഷ്യനുവേണ്ടി മനുഷ്യനെ കൊന്നൊടുക്കി വനസംരക്ഷണമെന്ന് പറഞ്ഞാൽ ഈ നാട്ടിലെ ജീവിക്കാനാവശ്യമായ ജോലിയും വീടുമുള്ള മനുഷ്യന്റെ സംരക്ഷണത്തിനെന്നു മാത്രം അർഥം. അങ്ങനെ ജീവിതസൗകര്യമുള്ള ഒരു വിഭാഗത്തിന്റെ സംരക്ഷണത്തിന് മറ്റൊരു വിഭാഗത്തെ നശിപ്പിക്കണമെന്നോ? വനങ്ങൾ സംരക്ഷിക്കപ്പെടണം. അതിന് ഒഴിപ്പിക്കൽ ആവശ്യമാണെങ്കിൽ അതും അനുവദിക്കാം. പക്ഷേ അവിടെ താമസിക്കുന്ന പാവപ്പെട്ട മനുഷ്യർക്ക് പുനരധിവാസത്തിന് സൗകര്യം ഉണ്ടാക്കിക്കൊടുത്തശേഷം അവരെ വനത്തിൽനിന്ന് നീക്കം ചെയ്യുന്നതിന് ആർക്കും എതിരില്ല. ആരും തടസവും നിൽക്കില്ല. പലപ്പോഴും സംഭവിക്കുക ഇങ്ങനെ ഒഴിപ്പിച്ചെടുക്കുന്ന സ്ഥലം വൻകിടക്കാർ കൈവശത്തിലെടുക്കുക എന്നതാണ്. ഫലത്തിൽ സാധുക്കളുടെ കൈവശത്തിലിരുന്ന ഭൂമി വൻകിടക്കാരന്റേതായി മാറും. അവനായിരിക്കും കുടിയിറക്കിന്റെ ചുക്കാൻ പിടിക്കുന്നതും.

കീരിത്തോട് എന്ന സ്ഥലം ഒരു കാലത്തും വനത്തിലെ ഒരു

'പോക്കറ്റ്' ആയിരുന്നിട്ടില്ല. ആ സ്ഥലം സന്ദർശിക്കുന്ന ആർക്കും അത് മനസ്സിലാക്കാൻ കഴിയും. കൂടാതെ അതൊരു വർഗീയ പ്രശ്നമാക്കാൻ പോലും ചിലർ ശ്രമിച്ചു. ആർ ശങ്കറും പി ടി ചാക്കോയും തമ്മിലുള്ള മൽസരം അതിന്റെ മൂർധന്യത്തിലെത്തിയ കാലമായിരുന്നു അത്. 'പീച്ചി സംഭവ'മെന്ന കുപ്രസിദ്ധമായ പ്രശ്നത്തിന്റെ പേരിൽ ചാക്കോയ്ക്ക് രാജി വയ്ക്കേണ്ടിവന്നു. ചാക്കോയുടെ പിന്നിൽ കോട്ടയത്തെ കോൺഗ്രസ് എം എൽ എമാരിൽ ഒരു വിഭാഗവും അണിനിരന്നു. കീരിത്തോട് പ്രശ്നത്തെ ആ നിലയ്ക്ക് ആ ഗ്രൂപ്പുകൾ തമ്മിലുള്ള മൽസരമാക്കി ചിത്രീകരിക്കുവാനുള്ള ശ്രമം ഒരു വശത്ത് നടന്നു. രാഷ്ട്രീയമായ മുതലെടുപ്പുകൾക്കുവേണ്ടി രണ്ട് കൂട്ടരും എന്തുതന്നെ പറഞ്ഞാലും, കുടിഒഴിപ്പിക്കലിന്റെ പ്രശ്നത്തിലും അതിന്റെ പൊതുനയത്തിന്റെ കാര്യത്തിലും രണ്ടുപേരും തമ്മിൽ അടിസ്ഥാനപരമായ വ്യത്യാസം ഇല്ലെന്ന് തീർച്ചയാണ്. അമരാവതി പ്രശ്നത്തിന്റെ കാര്യത്തിൽ ചാക്കോ അനുവർത്തിച്ച നയം തന്നെയാണ് ചുരുളി-കീരിത്തോട്ടിൽ ശങ്കറും അനുവർത്തിച്ചത്. പ്രക്ഷോഭത്തിന്റെ ശക്തികൊണ്ട് അമരാവതി പ്രശ്നം പരിഹരിക്കാൻ അവസാനം ചാക്കോക്ക് വരേണ്ടിവന്നെന്നുമാത്രം. എന്നിട്ടും അന്നവിടെ നൽകിയ ഉറപ്പുകൾ പൂർണമായും പാലിക്കപ്പെട്ടില്ല. അത് പാലിക്കപ്പെടാതെ പോയതിന്റെ ഉത്തരവാദിത്വത്തിൽനിന്ന് പൂർണമായും ഒഴിഞ്ഞു നിൽക്കാൻ ചാക്കോയ്ക്ക് കഴിയില്ല. മാത്രവുമല്ല, കാർഷികബന്ധബില്ലിന് ചാക്കോ കൊണ്ടുവന്ന ഭേദഗതികൾ അതിന്റെ അന്തഃസത്തയെത്തന്നെ തകർക്കുന്ന തരത്തിലുള്ളവയായിരുന്നു. കോൺഗ്രസ് ഗവൺമെന്റ് കൊണ്ടുവന്ന ഭേദഗതികളുടെ ഉത്തരവാദിത്വം ചാക്കോയ്ക്കാണെന്നല്ല; പക്ഷേ അതിന്റെ ഉത്തരവാദിത്വത്തിൽനിന്ന് മന്ത്രിസഭയിലെ കരുത്തനും ആഭ്യന്തരവകുപ്പ് കൈകാര്യം ചെയ്തയാളുമായ ചാക്കോയ്ക്ക് ഒഴിഞ്ഞു നിൽക്കാനാവില്ല എന്നേ പറഞ്ഞതിനർഥമുള്ളു.

പറഞ്ഞുവന്നത്, ചുരുളി-കീരിത്തോട്ടിലെ കുടിയിറക്കുപ്രശ്നത്തിൽ ശങ്കർ-ചാക്കോ മൽസരത്തിന്റെ പ്രചാരണത്തെപ്പറ്റിയാണല്ലോ. ഈഴവന് എതിരായി ക്രിസ്ത്യാനി നടത്തുന്ന ഒരു പണിയാണിതെന്നും അവിടെ കുടിയേറിപ്പാർത്തവർ മുഴുവൻ ക്രിസ്ത്യാനികളാണെന്നുമുള്ള വാദം ആരും വിശ്വസിക്കില്ല. അമരാവതിയിലും കുടിയേറിപ്പാർത്തവർ അധികവും ക്രിസ്ത്യാനികൾ ആയിരുന്നല്ലോ. അത് നടന്നത് ചാക്കോയുടെ ഭരണകാലത്തുമാണ്. എന്നാൽ സമരത്തെ ദുർബലമാക്കുന്നതിൽ ഈ പ്രചാരണം കുറെ ഒക്കെ വിജയിച്ചു എന്നതിൽ തർക്കമില്ല.

ഏതായിരുന്നാലും ഒരു സുപ്രഭാതത്തിൽ കുടി ഒഴിപ്പിക്കാൻ പൊലീസ്രംഗത്തു വന്നു. വാർത്ത പരന്നതോടെ കർഷകർ കീരിത്തോട്ടിൽ സമ്മേളിച്ചു. പൊതുയോഗവും പ്രകടനങ്ങളും നടത്തി. മത്തായി മാഞ്ഞൂരാൻ, വെല്ലിങ്ടൻ തുടങ്ങിയ നേതാക്കൾ സ്ഥലത്തുതന്നെയുണ്ടായിരുന്നു. ഗവൺമെന്റിന്റെ കർഷകർക്കെതിരായ നയത്തെ ശക്തിയായി വിമർശിച്ചുകൊണ്ട് അവർ പ്രസംഗിച്ചു. പൊലീസുകാർ വളഞ്ഞ് ആക്രമിച്ചു. മാഞ്ഞൂരാനെയും മറ്റ് പ്രമുഖ നേതാക്കളെയും പൊലീസ് അറസ്റ്റ് ചെയ്തു. കൃഷിക്കാരും കോപിച്ചു. സംഘട്ടനസാധ്യതയുണ്ടെന്ന് തോന്നിയപ്പോൾ പൊലീസ് ലാത്തിച്ചാർജ് നടത്തി. ഒരു നരവേട്ടതന്നെയായി

രുന്നു അത്. കണ്ണിൽ കണ്ടവരെയെല്ലാം ഓടിച്ചിട്ടുതല്ലി. അന്നവിടെ മർദ നമേറ്റവരിൽ പലരും ഇന്നും നിത്യരോഗികളായി കഴിയുന്നുണ്ട്. പൊലീസ് വെടിവയ്പും നടത്തി. കുറെപ്പേർ മരിച്ചു എന്നാണ് പറയപ്പെടുന്നത്. ഗവൺമെന്റും പൊലീസും അത് നിഷേധിക്കുന്നു. ഞാനവിടെ ചെന്ന സമയത്ത് അന്വേഷിച്ചപ്പോഴും അന്നവിടെ ഉണ്ടായിരുന്ന ചിലരെപ്പറ്റി യാതൊരുവിവരവും ഇല്ലായിരുന്നു. അവർ മരിച്ചതായി വേണം കണക്കാ ക്കാൻ. അവിടെ ഏതാനും ദിവസത്തേക്കുതന്നെ പൊലീസ് നിയന്ത്രണ ത്തിലായിരുന്നു. പുറമെ നിന്നാരെയും അങ്ങോട്ടു കടത്തിവിട്ടില്ല; പത്ര പ്രവർത്തകരെപ്പോലും. ആ നിലയ്ക്ക് എന്തെല്ലാം സംഭവിച്ചിരിക്കുമെ ന്നാർക്കറിയാം? ഒളിക്കാനൊന്നുമില്ലെങ്കിൽ ഇത്രമാത്രം നിയന്ത്രണം ഏർപ്പെടുത്തിയതെന്തിന്? ഉത്തരമില്ല. അതെന്തായിരുന്നാലും വീടുകൾ നശിപ്പിച്ചു. കടകൾക്കെല്ലാം തീവെച്ചു. വിളകൾ നശിപ്പിച്ചു. കണ്ണിൽ കണ്ടതെല്ലാം തല്ലിത്തകർക്കുകയോ തീ വയ്ക്കുകയോ ചെയ്തു. കീരി ത്തോട്ടിൽ ഉണ്ടായിരുന്നവരിൽ മിക്കവർക്കും മർദനമേറ്റു. ഭീകരമായ അന്തരീക്ഷത്തിൽ കുടിയൊഴിപ്പിക്കലുകൾ തുടർന്ന് നടത്തി. രാജ്യ ത്തിന്റെ പല ഭാഗത്തുനിന്നും എം എസ് പിക്കാരെ അങ്ങോട്ടുവരുത്തി. ഇതൊക്കെ നിഷേധിക്കപ്പെടാത്ത കാര്യങ്ങളാണ്.

ഈ സംഭവങ്ങൾ നടന്നുകൊണ്ടിരുന്നപ്പോൾ ഞാൻ ഡൽഹിയി ലായിരുന്നു. വ്യക്തമായ വിവരം അവിടെ ലഭിച്ചുമില്ല.

കീരിത്തോട്ടിൽ കുടിയിറക്കു നടക്കുന്നതായ വിവരം അറിഞ്ഞപ്പോൾ ഞാൻ വ്യസനിച്ചു. അമരാവതി സത്യഗ്രഹത്തിന്റെ അവസാനം നൽകിയ എല്ലാ ഉറപ്പുകളും ഗവൺമെന്റ് അവഗണിക്കുകയാണ്. ജനങ്ങളാണി തിന് മറുപടി പറയേണ്ടത്. പാർട്ടിയിലാണെങ്കിൽ അഭിപ്രായവ്യത്യാസ ങ്ങൾ നിലവിലുള്ള കാലം. ഞാൻ അമരാവതിയിൽ ചെയ്തതിനെപ്പറ്റി പോലും ചിലർക്ക് തൃപ്തിയുണ്ടായിരുന്നില്ല. സമരവിരുദ്ധസഖാക്കൾക്ക് പ്രമാണിത്തം ഉള്ള കാലമായിരുന്നു അത്. ഞാൻ പ്രവർത്തിക്കുന്നത് പാർട്ടിയോടാലോചിക്കാതെ വ്യക്തിപ്രഭാവത്തിനായി സ്വന്തം നിലക്കാ ണെന്നവർ പ്രചാരണം ആരംഭിച്ചിരിക്കുന്നു. അങ്ങനെ മാനസികമായി ഞാൻ വല്ലാതെ വിഷമിച്ചിരിക്കുന്ന കാലം. എന്റെ പ്രവർത്തനരംഗം ഒരു പരിധിവരെ ഡൽഹിയിലാണ്. ഇവിടെ എന്റെ സാന്നിധ്യം ആവശ്യമാ ണെങ്കിൽ പാർട്ടി എന്നെ വിളിക്കും എന്ന ഉറപ്പോടെ ഞാൻ നിശബ്ദനാ യിരുന്നു. കീരിത്തോട്ടിലെ സംഭവങ്ങളെപ്പറ്റി വിശദമായി എന്നെ അറി യിക്കണമെന്ന് ആവശ്യപ്പെട്ടുകൊണ്ട് കർഷകസംഘം നേതാക്കൾക്ക് സന്ദേശമയച്ചു. അമരാവതി എന്റെ മുൻപിലുണ്ട്. കുടിയിറക്കിന്റെ ഭീക രതകൾ എനിക്കറിയാം. അതുകൊണ്ട് എന്റെ മനസ്സാകെ അസ്വസ്ഥമാ യിരുന്നു. ഡൽഹിയിലാണെങ്കിൽ ഒരുപാട് ജോലികൾ ചെയ്യാനുണ്ട്. കേര ളത്തിലേക്ക് പുറപ്പെടാതിരിക്കുന്നതെങ്ങനെ? എന്തെങ്കിലും സന്ദേശം ഉട നെത്തും അതനുസരിച്ച് പ്രവർത്തിക്കാം എന്ന് കരുതി ഞാനെന്റെ മറ്റ് ജോലികളിൽ മുഴുകി. ഒരു ദിവസം വൈകിട്ട് തിരുവനന്തപുരത്തെ പാർട്ടി ഓഫീസിൽനിന്ന് എന്നെ വിളിച്ചു. കീരിത്തോട്ടിലെ സംഭവങ്ങൾ ഗുരുത രമാവുകയാണെന്നും ഞാനുടനെ കേരളത്തിലെത്തണമെന്നുമായിരുന്നു സന്ദേശം. ഞാൻ സഖാവ് ഇ എം എസുമായി ഫോണിൽ ഉടൻതന്നെ

സംസാരിച്ചു. എന്റെ സാന്നിധ്യം അവിടെ ആവശ്യമാണെന്ന് അദ്ദേഹവും പറഞ്ഞു. പിറ്റേന്ന് കേരളത്തിലേക്ക് പുറപ്പെടാൻ വേണ്ട ഒരുക്കങ്ങൾ രാത്രി തന്നെ ചെയ്തു.

പിറ്റേന്നു തന്നെ ഞാൻ കൊച്ചിയിലെത്തി. പുറപ്പെടുന്നതിനുമുമ്പ് കർഷകസംഘത്തിനും പാർട്ടി ആപ്പീസിലേക്കും കോട്ടയം ജില്ലാ സെക്രട്ടറിക്കും കമ്പിയടിച്ചു. ഞാൻ കൊച്ചിയിലെത്തുമ്പോൾ സഖാക്കൾ പന്തളം പി ആർ, കെ ടി ജേക്കബ്, ഗോപാലകൃഷ്ണമേനോൻ തുടങ്ങിയവർ വിമാനത്താവളത്തിൽ കാത്തുനിൽക്കുന്നുണ്ടായിരുന്നു. ഞാനവരുമായി സംസാരിച്ചു. ചുരുളി-കീരിത്തോട്ടിൽ നടന്ന സംഭവങ്ങൾ അവരെന്നോട് വിശദമായി പറഞ്ഞു. ഞങ്ങൾ നേരെ മൂവാറ്റുപുഴയ്ക്ക് തിരിച്ചു. അവിടെനിന്ന് കീരിത്തോട്ടിലേക്ക് പോകാനായിരുന്നു പരിപാടി.

ഞങ്ങൾ അവിടെ എത്തുമ്പോഴേക്ക് മനുഷ്യത്വരഹിതമായ ക്രൂരതയോടെ കുറെ കർഷകരെ ഭയപ്പെടുത്തി കുടിയിറക്കിക്കഴിഞ്ഞിരുന്നു. എം എസ് പി വീടുതോറും കയറിയിറങ്ങി നടന്നിരുന്നു. 24 മണിക്കൂറിനകം ഇറങ്ങിത്തന്നില്ലെങ്കിൽ എല്ലാവിധ സാധനങ്ങളോടും കൂടി വീടിന് തീവയ്ക്കുമെന്നാണവരുടെ ഭീഷണി. അതിൽപ്പെട്ട് പലരും ഇറങ്ങി. ഇറങ്ങാത്ത സ്ഥലങ്ങളിൽ തങ്ങളുടെ ഭീഷണി അവർ നടപ്പാക്കി. നിർദാക്ഷിണ്യം അവരുടെ ആഹാരസാധനങ്ങളായ-ഒരു വർഷം കഴിക്കാനുള്ള വകയാണവ-നെല്ല്, കപ്പ തുടങ്ങിയ വസ്തുക്കളുൾപ്പെടെ തീവച്ച് നശിപ്പിച്ചു. പൊലീസ് രാജ് അവിടെ നടന്നു. അവർ എന്തുചെയ്യും? ജനങ്ങൾ ഭയന്നുവിറച്ചു. അമരാവതിയിലെക്കാളും ഭീകരമായിട്ടായിരുന്നു ഇവിടത്തെ കുടിയിറക്ക്.

ഞാനാദ്യം പറഞ്ഞിരുന്നതുപോലെ പത്രക്കാരെപ്പോലും അവിടേക്ക് കടത്തിവിട്ടില്ല. അവിടെ എന്തുനടക്കുന്നു എന്നത് ബാഹ്യലോകത്തിന് തികച്ചും അജ്ഞാതമായിരുന്നു. ഇത്തരം വാർത്തകൾ പത്രങ്ങളിൽ വന്നതോടെ പലയിടത്തും, പ്രത്യേകിച്ച് കോട്ടയം ജില്ലയിൽ, പ്രതിഷേധപ്രകടനങ്ങൾ നടന്നു; ഫാദർ വടക്കൻ ചില പ്രസ്താവനകൾ പുറപ്പെടുവിച്ചു; കമ്യൂണിസ്റ്റ് പാർട്ടിയുൾപ്പെടെയുള്ള പ്രതിപക്ഷ പാർട്ടികളും ഇതിനെ എതിർത്തുകൊണ്ട് പ്രസ്താവനകൾ ഇറക്കി. അമരാവതിയിൽ സംഭവിച്ചതുപോലെ കോട്ടയം ജില്ലയിലെ കോൺഗ്രസുകാരും കുടിയിറക്കിനെ എതിർത്തിരുന്നു. കെ ടി പിയുടെയും മലനാട് കർഷകയൂണിയന്റെയും നേതൃത്വത്തിൽ ഒരു ജാഥ കീരിത്തോട്ടിലേക്ക് പുറപ്പെട്ടു. ബി വെല്ലിങ്ടനായിരുന്നു നേതാവ്. ഞങ്ങൾ കീരിത്തോട്ടിലേക്ക് പ്രവേശിക്കാൻ തീരുമാനിച്ചതിന്റെ തലേന്ന് കീരിത്തോട്ടിന് സമീപം ഒരു യോഗം ചേർന്നു. ആ യോഗത്തിൽ ഞാൻ പ്രസംഗിച്ചു. ധീരരായി ഉറച്ചുനിന്ന് പോരാടുക മാത്രമേ വഴിയുള്ളു എന്ന് ഞാനവരോട് പറഞ്ഞു. ഗവൺമെന്റിന്റെ ഒരു ഉറപ്പിനും വലിയ വിലയൊന്നുമില്ല. അതുകൊണ്ട് നമുക്ക് ഉറപ്പല്ല ആവശ്യം; ഒഴിപ്പിക്കാതിരിക്കലാണ്; അത് നടപ്പാക്കുകയാണാവശ്യം. ഒഴിപ്പിക്കണമെന്നുണ്ടെങ്കിൽ പകരം ഭൂമി തന്നേ മതിയാവൂ. അതുവരെ ഒഴിപ്പിക്കലിനെ ധീരമായി ചെറുക്കണം.

ഞങ്ങൾ കീരിത്തോട്ടിലേക്ക് യാത്ര തുടർന്നു. നിരോധനം ഉണ്ടല്ലോ. ആ നിലയ്ക്ക് ഞങ്ങളെ അറസ്റ്റ് ചെയ്യുമെന്നാണ് വിചാരിച്ചത്.

അതൊന്നും സംഭവിച്ചില്ല. നാലോ അഞ്ചോ കോൺസ്റ്റബിൾമാർ ഞങ്ങളോടൊത്ത് വരാമെന്നു പറഞ്ഞു. ഞങ്ങളതിനെ എതിർത്തു. എങ്കിലും പൊലീസ് ഞങ്ങളുടെ പിന്നാലെ നടന്നിരുന്നു. ഞങ്ങൾ കീരിത്തോട്ടിലെത്തി. അപ്പോഴവിടെ ആരും ഉണ്ടായിരുന്നില്ല. ഒരു പൊലീസ് ക്യാമ്പ് മാത്രം ഉണ്ടായിരുന്നു. ഞങ്ങളവിടെ ചുറ്റിനടന്നുനോക്കി. തല്ലിത്തകർത്തിട്ട കടകൾ കണ്ടു. കണ്ണാടിച്ചില്ലുകൾ തുടങ്ങി കത്താത്ത സാധനങ്ങൾ മാത്രം അവിടെ അവശേഷിച്ചിരുന്നു. കുടിപാർപ്പുകാർ നിവൃത്തിയില്ലാതെ കുടിലുകൾ ഉപേക്ഷിച്ചു പോയിരുന്നു. ഒഴിയാൻ വിസമ്മതിച്ചു നിന്നവരുടെയാകാം, കുടിലും കുടിലിലെ സാധനങ്ങളും കത്തിക്കരിഞ്ഞ നിലയിൽ കണ്ടു. നശിപ്പിക്കപ്പെട്ട കാർഷികവിളകൾ കണ്ടു. ഞങ്ങൾ കുന്നും മലയും കയറിയിറങ്ങി. പത്ത് മൈലോളം സഞ്ചരിച്ചു.

ചുരുളിയിൽ കുടിയൊഴിപ്പിക്കൽ അവസാനിച്ചിരുന്നില്ല. അതിനാൽ അവിടെ ഏതാനും ആളുകളെ കണ്ടു. കുടിയൊഴിപ്പിക്കലിന്റെ അവസാനഘട്ടം. അവരോട് ഒന്നുരണ്ട് ദിവസത്തിനകം ഒഴിയാനാവശ്യപ്പെട്ടിരുന്നു. എല്ലായിടത്തും പൊലീസ് റോന്തു ചുറ്റുന്നു. രാത്രി ഞങ്ങൾ ഒരു വീട്ടിലെത്തി. അവർക്ക് ഞങ്ങൾ വരുന്നതറിയാമായിരുന്നു. ധാരാളം നെല്ലും കപ്പയും ചേനയും വാഴക്കുലകളും അവരുടെ കയ്യിലുണ്ടായിരുന്നു. പക്ഷേ എല്ലാംകൂടി എന്താണ് ചെയ്യുക? ആരാണിത് വാങ്ങുക? അവ കടത്തി എങ്ങോട്ടെങ്കിലും കൊണ്ടുപോകാനും ഒരു മാർഗവും ഉണ്ടായിരുന്നില്ല. അവർ പിറ്റേന്ന് ഒഴിഞ്ഞുകൊടുക്കണമെന്നാണ് ആവശ്യപ്പെട്ടിരിക്കുന്നത്. ഒഴിഞ്ഞില്ലെങ്കിൽ കുടിലും അതിലുള്ള സകല സാധനങ്ങളും തീ വയ്ക്കപ്പെടും. എന്ത് ചെയ്യണം? എങ്ങോട്ട് പോകണം? എവിടെയാണ് അവർ നാളെ താമസിക്കുക? നാട്ടിലുണ്ടായിരുന്ന അൽപ്പം ഭൂമി നാട്ടിലൊരു ജന്മിക്ക് വിറ്റാണല്ലോ ഇവിടെ സ്ഥലം വാങ്ങിയതുതന്നെ. സർക്കാർ എവിടെയോ ഒരേക്കർ സ്ഥലം ഒന്നുമില്ലാത്തവർക്ക് നൽകുമെന്ന് പറയുന്നുണ്ട്. കിട്ടുമോ? ഉണ്ടെങ്കിൽ അതെവിടെയായിരിക്കും? കൃഷിക്ക് പറ്റിയതാണോ? ഇങ്ങനെയെല്ലാമുള്ള ചിന്തകളിൽപ്പെട്ട് അവർ വിങ്ങിവിങ്ങിക്കരഞ്ഞു. ജീവിതത്തിൽ എല്ലാവിധ ആശയും നഷ്ടപ്പെട്ട കുറെ മനുഷ്യജീവികൾ, സ്ത്രീകൾ വാവിട്ട് കരഞ്ഞുകൊണ്ടിരുന്നു. അവരുടെ കഥ ഓർക്കാൻ വയ്യ.

പിറ്റേന്ന് രാവിലെ കെ ടി ജേക്കബും ഗോപാലകൃഷ്ണമേനോനും തിരിച്ചുപോയി. ഞാനും പന്തളം പി ആറും കൂടി യാത്ര തുടർന്നു. വലിയ മലകൾ കയറി ഇറങ്ങി. ചിലപ്പോൾ കുന്നുകൾ ഇറങ്ങി ചെന്നാലേ ഒരു വീട്ടിൽനിന്ന് അടുത്ത വീട്ടിലേക്ക് എത്താൻ പറ്റൂ. രണ്ടും രണ്ട് കുന്നിന്റെ മുകളിലാവും. ഞങ്ങൾ വീടുകളിൽ കയറി ഇറങ്ങി. അവിടത്തെ ആളുകളുമായി സംസാരിച്ചു. അവരുടെ വീടുകളിൽനിന്ന് ആഹാരം കഴിച്ചു. ആഹാരമെന്നു പറഞ്ഞാൽ മിക്ക വീടുകളിലും കപ്പ പുഴുങ്ങിയതാണ്. അതും തിന്ന് അവരെ ആശ്വസിപ്പിച്ചുകൊണ്ട് ഞങ്ങൾ യാത്ര തുടർന്നു. കഷ്ടപ്പാട് നിറഞ്ഞതും ക്ഷീണിപ്പിക്കുന്നതുമാണ് ഇത്തരം യാത്രകൾ. ശരീരത്തിന് ക്ഷീണമുണ്ടാവുന്നു എങ്കിലും മനസ്സിൽ ആനന്ദമാണ്. കർഷകകുടുംബങ്ങളുമായി സംസാരിക്കുമ്പോഴേ പൊതുപ്രവർത്തനത്തിന്റെ ഗുണം അറിയൂ. ആ പാവങ്ങളുടെ അനിശ്ചിതമായ, ഉറപ്പില്ലാത്ത ജീവി

തകഥകൾ ഹൃദയവേദനയുണ്ടാക്കുന്നതാണ്. ആരാണ് എപ്പോഴാണ് ഇറക്കിവിടാൻ വരുക? അതും തന്റെ വസ്തുക്കൾ ഒന്നും എടുക്കാൻപോലും അനുവദിക്കാതെ താൻ കെട്ടിപ്പടുത്ത വീട് തന്റെ മുമ്പിൽവച്ച് തീ കത്തിക്കുക. അത്തരം നീചകൃത്യങ്ങൾ അമരാവതി കൊണ്ട് അവസാനിപ്പിക്കണമെന്ന് കരുതിയാണ് ഞാനവിടെ നിരാഹാരം ഇരുന്നത്. എന്നിട്ടും ചുരുളി-കീരിത്തോട്ടിൽ അതാവർത്തിച്ചിരിക്കുന്നു.

ഞങ്ങൾ മൂന്ന് ദിവസം ചുരുളി-കീരിത്തോട് പ്രദേശങ്ങളിൽ സഞ്ചരിച്ചു. ആ മൂന്നു ദിവസങ്ങളിൽ രംഗം ശാന്തമായിരുന്നു. ഒരു യുദ്ധഭൂമിപോലെ ശൂന്യമായിരുന്നു ചിലേടങ്ങളെങ്കിൽ വളരെ ഭയപ്പെട്ടു കഴിയുന്ന ജനങ്ങൾ മറ്റ് ചിലേടങ്ങളിൽ ഉണ്ടായിരുന്നു. ഞങ്ങൾ അവിടം വിട്ടതോടെ കുടിയിറക്കിന്റെ വേഗത വർധിച്ചു. അവർ അതിനുള്ള ഒരുക്കങ്ങൾ കൂട്ടുകയായിരുന്നു. കൃഷിക്കാർ സമാഹരിച്ച് വച്ചിരുന്ന നെല്ലും തേങ്ങയുമെങ്കിലും അവർക്ക് പൊലീസ് കൊടുത്തയച്ചിരുന്നുവെങ്കിൽ കുറെക്കാലമെങ്കിലും അവർക്ക് സുഖമായി കഴിയാൻ സാധിക്കുമായിരുന്നു. എന്നാൽ അതിനുള്ള സന്മനസ്സുപോലും ഗവൺമെന്റ് കാണിച്ചില്ല. പാവപ്പെട്ട അവരുടെ അവസ്ഥ ഇതായിരുന്നു.

ഇന്നും ഓർമയിൽ തങ്ങിനിൽക്കുന്ന ഒരനുഭവം പറയാം. ഞങ്ങൾ ഒരു കുന്നിന്റെ മുകളിൽ ചെന്നു. അവിടെ ഉണ്ടായിരുന്ന രണ്ട് കുടിലുകളിലും സ്ത്രീകൾ മാത്രമേ ഉണ്ടായിരുന്നുള്ളു. ഒരു കുടിലിൽ ഗർഭിണിയായ ഒരു സ്ത്രീയും അവരുടെ സഹോദരിയും കുട്ടികളും മാത്രമാണുണ്ടായിരുന്നത്. രണ്ടാമത്തെ കുടിലിൽ ഒരു സ്ത്രീയും അവരുടെ ഒരു കുട്ടിയും. ഞങ്ങളെ പൊലീസ് അനുഗമിച്ചിരുന്ന കാര്യം ആദ്യമേ പറഞ്ഞല്ലോ. ആ പൊലീസുകാരെ കണ്ടപ്പോൾ സ്ത്രീകൾ ഭയന്നു. തങ്ങളുടെ ഭർത്താക്കന്മാർ മരിച്ചുപോയി എന്ന ധാരണയിൽ അവർ കരഞ്ഞു തുടങ്ങി. ഞങ്ങളുടെ കയ്യിലുണ്ടായിരുന്ന പത്രത്തിലെ വാർത്ത വായിച്ച് അവർ മൂവാറ്റുപുഴ സബ്ജയിലിലുണ്ടെന്ന് പറഞ്ഞ് ബോധ്യപ്പെടുത്തിയപ്പോൾ അവർ ഏതാണ്ട് സാധാരണനിലയിലായി. കുറച്ചുകഴിഞ്ഞപ്പോൾ ഒരു കൊച്ചുകുട്ടിയുമായി ഒരു സ്ത്രീ കയറി വന്നു. അവരുടെ കയ്യിൽ ഒരു പെട്ടിയും ക്രിസ്തുവിന്റെ ഒരു ഫോട്ടോയും ഉണ്ടായിരുന്നു. അവരെല്ലാം രാത്രികാലങ്ങളിൽ ഒന്നിച്ചാണ് കഴിയുക. കാട്ടുമൃഗങ്ങളെയും പൊലീസിനെയും അവർ ഒരുപോലെ ഭയപ്പെട്ടിരുന്നു. ഭയം അകറ്റാനായി അവർ ഒന്നിച്ചുകഴിയും. വീടുകളിലുള്ള പുരുഷന്മാർ മിക്കവരും പൊലീസ് കസ്റ്റഡിയിലായിരുന്നു. ദുഃഖം കടിച്ചിറക്കിക്കൊണ്ട് ഒരുവിധത്തിൽ അവർ ദിവസങ്ങൾ തള്ളിനീക്കി. കുട്ടികൾ പൊലീസിനെ കണ്ടാൽ വാവിട്ട് നിലവിളിച്ചിരുന്നു. ഇതൊക്കെയായിരുന്നു അവിടത്തെ സ്ഥിതി.

ആളുകളെ വാഴത്തോപ്പ് എന്ന സ്ഥലത്തേക്കാണ് മാറ്റിയത്. അവിടെയുള്ള ഭൂമി പകുതിയിലധികവും ഒന്നിനും കൊള്ളാത്തതായിരുന്നു. അവിടെ ഭൂമി കിട്ടിയ കൃഷിക്കാരിൽ ഭൂരിഭാഗവും പിന്നീട് അവിടെ ഉപേക്ഷിച്ചുപോവുകയുണ്ടായി. ഞങ്ങൾ വാഴത്തോപ്പിലെത്തി. അവിടത്തെ ദയനീയസ്ഥിതി കണ്ടു. ഒന്നിനും കൊള്ളാത്ത സ്ഥലം കിട്ടിയിട്ട് കർഷകർ എന്തുചെയ്യാനാണ്? ഞങ്ങളവിടെ ഒരു പൊതുയോഗം നടത്താൻ തീരുമാനിച്ചു. അന്ന് വൈകിട്ട് വാഴത്തോപ്പിൽ ചേർന്ന യോഗത്തിൽവച്ച്

പൊലീസ് മർദനത്തിലും കുടിയിറക്കുന്നതിൽ കാണിച്ചുവരുന്ന കൊള്ളരുതായ്മകളിലും പ്രതിഷേധിക്കാൻ ഒരു നിരാഹാരസത്യഗ്രഹം ആരംഭിക്കുന്നതാണെന്ന് പ്രഖ്യാപിച്ചു. ഞങ്ങൾ രണ്ടാളും ഒന്നിച്ച് നിരാഹാരവ്രതം ആരംഭിച്ചാൽ പ്രചാരണത്തിനും മറ്റ് കാര്യങ്ങളുടെ നടത്തിപ്പിനും ആളില്ലാതെ വരുമെന്ന് പന്തളം അഭിപ്രായപ്പെട്ടതനുസരിച്ച് ഞാൻ മാത്രം നിരാഹാരമനുഷ്ഠിച്ചാൽ മതി എന്ന് പിന്നീട് തീരുമാനിച്ചു.

അമരാവതി സംഭവങ്ങൾക്കുശേഷം ഞാൻ നിരാഹാരവ്രതം അനുഷ്ഠിക്കുകയില്ലെന്ന് പാർട്ടിക്ക് വാക്കുകൊടുത്തിരുന്നു. നിരാഹാരവ്രതത്തിലാണെങ്കിൽ എനിക്ക് വലിയ വിശ്വാസവുമില്ല. അതൊരു ശരിയായ സമരരീതിയുമല്ല. ബഹുജനസംഘടനാശക്തിയുടെ അഭാവത്തെ മാത്രമാണത് കാണിക്കുന്നത്. ഒരു സമരമാർഗം എന്ന നിലയിൽ അതിന്റെ പ്രാധാന്യം താരതമ്യേന വളരെ ചെറുതാണ്. എന്നാൽ ചില പ്രത്യേക സാഹചര്യങ്ങളിൽ മറ്റ് സമരമാർഗങ്ങൾ അപ്രായോഗികമാവുമ്പോൾ, സംഘടനയുടെ അഭാവത്തിൽ ജനങ്ങളുടെയും ഗവൺമെന്റിന്റെയും ശ്രദ്ധയാകർഷിക്കാൻ നിരാഹാരവ്രതത്തിന് കഴിയുമെന്ന് ഞാൻ വിശ്വസിക്കുന്നു. അതുകൊണ്ടാണ് മറ്റ് മാർഗങ്ങൾ ഇല്ലെന്ന് വ്യക്തമായപ്പോൾ ഞാൻ ചുരുളി-കീരിത്തോട്ടിൽ നിരാഹാരസത്യഗ്രഹം നടത്താൻ തീരുമാനിച്ചത്.

അടുത്ത ദിവസം നിരാഹാരവ്രതം ആരംഭിച്ചു. പല സ്ഥലത്ത് നിന്നും കൃഷിക്കാർ വരാൻ തുടങ്ങി. പിറ്റേന്ന് രാവിലെ ഒരു സംഘം പൊലീസുകാർ വന്ന് എന്നെ അറസ്റ്റ് ചെയ്ത് തൊടുപുഴ മജിസ്ട്രേട്ടിന്റെ മുമ്പിൽ ഹാജരാക്കി. ഉടനെ വിസ്തരിച്ചു. ശിക്ഷിച്ചു. മൂവാറ്റുപുഴ സബ്ജയിലിലേക്ക് വിട്ടു. അവിടെ കീരിത്തോട്ടിലെ സമരവീരന്മാരായ കർഷകരും അവരുടെ നേതാക്കന്മാരായ മാഞ്ഞൂരാനെപ്പോലുള്ളവരും ഉണ്ടായിരുന്നു. അതിന്റെ പിറ്റേദിവസം വെല്ലിങ്ടൻ തുടങ്ങിയ മറ്റ് കർഷകയൂണിയൻ നേതാക്കളെ അറസ്റ്റ് ചെയ്ത് പാലാ ജയിലിലേക്കയച്ചു. പലയിടത്തും അറസ്റ്റിലും ഗവൺമെന്റുനയത്തിലും പ്രതിഷേധിച്ച് പ്രകടനങ്ങളും പൊതുയോഗങ്ങളും നടന്നു.

ഞാൻ ജയിലിൽ നിരാഹാരം തുടർന്നു. മൂവാറ്റുപുഴയിൽ ദിവസേന പ്രകടനങ്ങളും പൊതുയോഗങ്ങളും നടന്നു. അതിന്റെ ഒക്കെ ഫലമായി എന്നെ മോചിപ്പിക്കാൻ ഗവൺമെന്റ് നിർബന്ധിതമായി. സഖാവ് ഇ എം എസ് മൂവാറ്റുപുഴയിലെത്തി. ഫാദർ വടക്കനെപ്പോലുള്ള കർഷകത്തൊഴിലാളി യൂണിയൻ നേതാക്കളുമെത്തി. ഫാദർ വടക്കൻ അമരാവതിക്കാലം മുതൽ കുടിയേറ്റ കൃഷിക്കാരോടുള്ള ഗവൺമെന്റിന്റെ നയത്തിൽ പ്രതിഷേധം ഉള്ള ആളായിരുന്നു. ഫാദർ കൊട്ടിയൂർ പ്രക്ഷോഭത്തിന്റെ മുൻപന്തിയിലുണ്ടായിരുന്നു. എവിടെയൊക്കെ കർഷകരുടെ പ്രക്ഷോഭങ്ങൾ ഉണ്ടോ, അവിടെയൊക്കെ ഫാദർ വടക്കനെ കാണാം. ചുരുളി-കീരിത്തോട്ടിലും പ്രക്ഷോഭങ്ങൾക്ക് രൂപം നൽകുന്നതിലും കർഷകരെ സംഘടിപ്പിക്കുന്നതിലും ഫാദർ വടക്കൻ ആരംഭം മുതൽക്കേ രംഗത്തുണ്ടായിരുന്നു.

സഖാവ് ഇ എം എസും മറ്റും വന്ന് എന്നോട് നിരാഹാരം അവസാനിപ്പിക്കാൻ അഭ്യർഥിച്ചു. കൃഷിക്കാരുടെ പ്രശ്നങ്ങൾക്ക് പരിഹാരം കാണാൻ മറ്റ് മാർഗങ്ങളിലൂടെയുള്ള സമരം തുടരുമെന്ന ഉറപ്പും നൽകി.

അവരുടെ അഭ്യർഥന അനുസരിച്ച് ഞാൻ നിരാഹാരം പിൻവലിച്ചു. കർഷകർക്ക് ഗവൺമെന്റ് നൽകിയ ഭൂമി ഉപയോഗശൂന്യമായിരുന്നു. അവർ അവിടം ഉപേക്ഷിച്ചുപോയി.

അവരെ ഇറക്കിവിട്ട ഭൂമിയിൽത്തന്നെ അധിവസിപ്പിക്കണമെന്ന ആഗ്രഹം അന്ന് നടന്നില്ല. എങ്കിലും നാടിന്റെ നാനാഭാഗത്തും ചിന്നിച്ചിതറി ജീവിക്കുകയും അലഞ്ഞുതിരിയുകയും ചെയ്തിരുന്ന ആയിരത്തിലധികം വരുന്ന ആ കുടുംബങ്ങളെ ഇറക്കിവിട്ട ഭൂമിയിൽതന്നെ നാല് വർഷത്തിനുശേഷം പുനരധിവസിപ്പിക്കാൻ കഴിഞ്ഞു; 1967-ൽ അധികാരത്തിൽ വന്ന ഇ എം എസിന്റെ നേതൃത്വത്തിലുള്ള ഗവൺമെന്റ് ആ കൃത്യം നിർവഹിച്ചു. അവരെ ഇറക്കിവിടാനെത്തിയ അതേ ഉദ്യോഗസ്ഥന്മാരും പൊലീസും ചേർന്ന് അവരെ പുനരധിവസിപ്പിക്കാനുള്ള ഒരുക്കങ്ങൾ ചെയ്തു. അവർക്കെല്ലാം മൂന്ന് ഏക്കർ ഭൂമി വീതം തിരിച്ചു നൽകി. അവരെ പുനരധിവസിപ്പിക്കാൻ ഇ എം എസിന്റെ നേതൃത്വത്തിലുള്ള മന്ത്രിസഭ തീരുമാനിച്ചപ്പോൾ താൽക്കാലികമായ ആശ്വാസം തോന്നി. കൃഷിക്കാരന്റെ ശാശ്വതമോചനത്തെപ്പറ്റി ധാരണയില്ലാത്തൊരു ഗവൺമെന്റ് ഇത് അട്ടിമറിക്കാനും മതിയെന്നുള്ള ഭയം പിൽക്കാലത്ത് അനുഭവപ്പെട്ടു.

പുനരധിവാസകർമത്തിൽ മന്ത്രിമാരുൾപ്പെടെ ഗവൺമെന്റിലെ പ്രധാനികൾ എല്ലാം ഉണ്ടായിരുന്നു. കർഷകന് ആനുകൂല്യം ചെയ്യാനും അവരെ ഇറക്കിവിടാനും പൊലീസിനും ഉദ്യോഗസ്ഥന്മാർക്കും കഴിയും. അതെല്ലാം അധികാരത്തിലിരിക്കുന്ന ഗവൺമെന്റിന്റെ നയപരിപാടികളെ ആശ്രയിച്ചാണ് ഇരിക്കുന്നതെന്നുമാത്രം.

പാർട്ടിയിലെ പിളർപ്പും കർഷകസംഘത്തിന്റെ പ്രവർത്തനത്തിലുണ്ടായ മാന്ദ്യവുംമൂലം 1963-ലെ ചുരുളി-കീരിത്തോട് സംഭവങ്ങൾക്കുശേഷം കർഷകരംഗത്തെ പ്രവർത്തനങ്ങൾ നിർജീവമായി. ശങ്കർ-ചാക്കോ ഗ്രൂപ്പുകൾ തമ്മിലുള്ള വൈരം മൂത്തുവന്നു. ചാക്കോ നിര്യാതനായെങ്കിലും കേരള കോൺഗ്രസിന്റെ രൂപീകരണവും ശങ്കർ മന്ത്രിസഭയുടെ പതനവും നടന്നു. പ്രസിഡന്റുഭരണം നടപ്പിലായി. ഗവൺമെന്റിന്റെ ആഭിമുഖ്യത്തിൽ കാര്യമായ ഒഴിപ്പിക്കലുകൾ നടന്നില്ലെങ്കിലും ജന്മിമാരും ഭൂസ്വാമിമാരും ഒഴിപ്പിക്കലുകൾ നടത്തി. അവരെ നിയന്ത്രിക്കാൻ ആരുമില്ലാതായി.

കർഷകസംഘത്തിന്റെയും പാർട്ടിയുടെയും പുനഃസംഘടന നടന്നു. എല്ലാവിധ സമരങ്ങളെയും എതിർത്തിരുന്ന നേതാക്കൾ കർഷകസംഘത്തിൽ നിന്നുമാറി. ഒരു പുതിയ ചിന്തയും നയവും രൂപീകൃതമായി. പ്രവർത്തനങ്ങൾ ഉഷാറായി വന്നു. അതോടെ 1967-ലെ തിരഞ്ഞെടുപ്പും. തിരഞ്ഞെടുപ്പിനുശേഷം പുതിയ ഗവൺമെന്റും അധികാരത്തിൽ വന്നു.

കാർഷികബന്ധഭേദഗതിബിൽ

1957-ൽ അധികാരത്തിൽവന്ന കമ്യൂണിസ്റ്റ് ഗവൺമെന്റ് കാർഷികരംഗത്ത് സമൂലമായ പരിവർത്തനം വരുത്താനും കുടിഒഴിപ്പിക്കലുകൾ തടയാനും വേണ്ടി ഒരു കാർഷികബില്ലിന് രൂപം നൽകിയ കാര്യം ആദ്യം പറഞ്ഞുവല്ലോ. അത് നടപ്പാക്കാനാരംഭിക്കുന്നതിനുമുൻപുതന്നെ--അ

തിന് അംഗീകാരം ലഭിക്കുന്നതിനുമുൻപായിത്തന്നെ--വിമോചനസമരമുണ്ടായി. ഗവൺമെന്റ് നീക്കം ചെയ്യപ്പെട്ടു. പിന്തിരിപ്പൻ ശക്തിയുടെ വിജയം അതിനെത്തുടർന്നുവന്ന ഗവൺമെന്റിലും സ്വാധീനം ചെലുത്തുകയാൽ അവരതിന് ഒരു ഭേദഗതി അവതരിപ്പിച്ചു. ആദ്യബില്ലിന്റെ അന്തഃസത്തയെത്തന്നെ തകർക്കുന്നവയായിരുന്നു അവർ വരുത്തിയ ഭേദഗതികൾ. തന്മൂലം മിച്ചഭൂമി ഇല്ലാതായി. പരിധി കൽപ്പിച്ചിരുന്നെങ്കിലും അതുകൊണ്ട് പ്രയോജനമില്ലാതായി. കൈമാറ്റങ്ങൾ യഥേഷ്ടം നടന്നു. എല്ലാകുടുംബങ്ങളും പരിധിക്കുപുറമേയുള്ളവ തോട്ടങ്ങളാക്കി. തോട്ടങ്ങളെ പൂർണമായും ഭേദഗതിമൂലം പരിധിയിൽനിന്ന് ഒഴിവാക്കിയിരുന്നു. തെങ്ങ്, റബ്ബർ, ഏലം, കാപ്പി തുടങ്ങിയവ വച്ചുപിടിപ്പിച്ച് തോട്ടങ്ങളുണ്ടാക്കി. തോട്ടങ്ങളുടെ നിർവചനത്തിൽ ഈ ഭൂമിയെല്ലാംപെട്ടില്ലെങ്കിലും അങ്ങിങ്ങ് ഓരോ റബ്ബർവച്ച് ജന്മിമാർ തങ്ങളുടെ ഭൂമിയെല്ലാം തോട്ടങ്ങളാക്കി. വസ്തുക്കൾ ഭാഗം നടത്തി പലരുടെയും പേരിലാക്കി. ഇങ്ങനെയെല്ലാം മിച്ചഭൂമി ഇല്ലാതാക്കി.

കുടിഒഴിപ്പിക്കലാണെങ്കിൽ ഇഷ്ടംപോലെ നടന്നു. ഉപയോഗശൂന്യമായ ഏതെങ്കിലും അഞ്ച് സെന്റ് ഭൂമിക്ക് പകരമായി നല്ലഭൂമിയിൽനിന്ന് കുടിഒഴിപ്പിക്കലുകൾ നടന്നു. കുടികിടപ്പുകാർ പലപ്രകാരത്തിൽ ഉപദ്രവിക്കപ്പെട്ടു. ഗവൺമെന്റുതന്നെ അമരാവതിയിലും ചുരുളി-കീരിത്തോട്ടിലും കുടിയിറക്കൽ നടത്തിയപ്പോൾ ജന്മിമാർ തങ്ങളുടെ ഇഷ്ടംപോലെ പ്രവർത്തിച്ചുതുടങ്ങി. ഏറ്റവും കൂടുതൽ കഷ്ടപ്പാട് അനുഭവിക്കേണ്ടിവന്നത് കുട്ടനാട്ടിലും പാലക്കാട്ടുമുള്ള കർഷകതൊഴിലാളികളാണ്.

ഇങ്ങനെ കാർഷികബന്ധബില്ലുകൊണ്ട് ഉദ്ദേശിച്ച പ്രയോജനം ഒരു തരത്തിലും ലഭ്യമായില്ല. കേരളത്തിലെ കാർഷികരംഗത്ത് ഫലപ്രദമായി പ്രവർത്തിച്ചുവന്നിരുന്ന കർഷകസംഘമാണെങ്കിൽ ഇക്കാലത്ത് ആലസ്യത്തിൽ ആണ്ടുകിടക്കുകയായിരുന്നു. വർഗസമരത്തിന്റെ പാതയിൽനിന്ന് ഒഴിഞ്ഞുനിൽക്കുകയായിരുന്നു. ചരിത്രപരമായ കാരണങ്ങൾ എന്തൊക്കെപ്പറഞ്ഞാലും കാർഷികപരിഷ്കരണ നടപടികൾ പൂർത്തിയാക്കാതിരുന്നതിന്റെയും അവയുടെ സത്തയെ തകർക്കുന്ന ഭേദഗതികൾ പാസാക്കിയെടുക്കാൻ പിന്തിരിപ്പൻ താൽപര്യങ്ങൾക്ക് കഴിഞ്ഞതിന്റെയും മുഖ്യമായ കാരണം കർഷകപ്രസ്ഥാനത്തിന്റെ ആലസ്യവും സമരവിമുഖതയുമാണ്. അൽപംകൂടി തുറന്നുചിന്തിച്ചാൽ, കാർഷികപരിഷ്കരണ നടപടികളെ തടുത്തുനിർത്തുന്ന നിക്ഷിപ്തതാൽപര്യങ്ങളെയും നിയമം നടപ്പിൽ വരുത്തുന്നതിലുള്ള അപര്യാപ്തതകളെയും ചെറുത്തുതോൽപ്പിക്കാൻ കരുത്തുള്ള ഒരു കർഷകപ്രസ്ഥാനത്തിന്റെ അഭാവം. ആ കടമ നിർവഹിക്കുന്നതിൽ കർഷകപ്രസ്ഥാനം പരാജയപ്പെട്ടു.

കമ്യൂണിസ്റ്റ് പ്രസ്ഥാനത്തിന്റെ പിളർപ്പിനുശേഷം കർഷകത്തൊഴിലാളികളെ ഒരു കൊടിക്കീഴിൽ അണിനിരത്താൻ പാർട്ടിക്ക് കഴിഞ്ഞു. കർഷകസംഘത്തിന്റെ പ്രവർത്തനങ്ങളിലും ഒരു പുതിയ ചൈതന്യം രൂപംകൊണ്ടു. ഒരു ദശാബ്ദത്തിനുശേഷം പുതിയ പരിവർത്തനങ്ങൾക്കുവേണ്ടിയുള്ള ശബ്ദം ഉയർന്നുവന്നു. ഇതിനിടെ തിരഞ്ഞെടുപ്പുവന്നു. ഇ എം എസിന്റെ നേതൃത്വത്തിലുള്ള ഗവൺമെന്റ് അധികാരത്തിൽ വന്നു.

ഒരു പതിറ്റാണ്ടുകൊണ്ട് കേരളത്തിൽ വന്ന വ്യതിയാനങ്ങളും

കോൺഗ്രസ് ഗവൺമെന്റ് വരുത്തിയ കർഷകദ്രോഹകരമായ വകുപ്പുകളും എല്ലാം കണക്കിലെടുത്തുകൊണ്ട് ഒരു ഭൂപരിഷ്കരണഭേദഗതിബിൽ ഗവൺമെന്റ് തയ്യാറാക്കി. സഖാവ് കെ ആർ ഗൗരിയമ്മയാണ് റവന്യൂ വകുപ്പിന്റെ ചാർജ് വഹിച്ചിരുന്നത്. 57-ലെ കാർഷികബന്ധബിൽ അവതരിപ്പിക്കുന്ന കാലത്തും റവന്യൂമന്ത്രി ഗൗരിയമ്മതന്നെയായിരുന്നു. ജന്മിത്വസമ്പ്രദായത്തെ പരിപൂർണമായി അവസാനിപ്പിച്ച് പാട്ടക്കാരെയും വാരക്കാരെയും കുടികിടപ്പുകാരെയും കൃഷിഭൂമിയുടെയും കുടികിടപ്പിന്റെയും പൂർണ അവകാശികളാക്കുന്ന ഒരു നിയമമാണ് 1969-ലെ കേരള ഭൂപരിഷ്കരണനിയമം. ഭൂസ്വത്ത് അതിരില്ലാതെ അനുഭവിക്കാൻ ഒരു പിടി ഭൂസ്വാമികളെ അനുവദിക്കുന്ന സമ്പ്രദായത്തിന് വിരാമമിടാനുള്ള അടിത്തറ പാകുകയാണ് ഈ ബില്ലുകൊണ്ട് ഉദ്ദേശിക്കുന്നത്.

അക്കാലത്ത് ഞാനായിരുന്നു കമ്യൂണിസ്റ്റ് പാർട്ടി (മാർക്സിസ്റ്റ്)യുടെ കേരള സെക്രട്ടറി. ഭൂപരിഷ്കാരത്തിന് നേതൃത്വം നൽകുന്നതിന് എല്ലാവിധശ്രമങ്ങളും ഞാൻ ചെയ്തു. ബില്ലിന്റെ കരട് ഗവൺമെന്റ് കേന്ദ്രത്തിനയച്ചുകൊടുത്തു. എന്നാൽ അതവിടെ വച്ചു താമസിപ്പിക്കുകയാണുണ്ടായത്. എങ്ങനെയെല്ലാം ബില്ലിനെ പരാജയപ്പെടുത്താമോ ആ മാർഗങ്ങളെല്ലാം പിന്തിരിപ്പൻ താൽപര്യക്കാർ സ്വീകരിച്ചു. ഒടുവിൽ ഗവൺമെന്റും കർഷക സംഘം-കർഷകത്തൊഴിലാളി വിഭാഗങ്ങളും പ്രക്ഷോഭത്തിനു തയ്യാറായി. കരട് തിരിച്ചയച്ചില്ലെങ്കിലും നിയമനിർമാണനടപടികളുമായി മുന്നോട്ടുപോകുവാൻ ഗവൺമെന്റ് തീരുമാനമെടുക്കുന്ന സാഹചര്യം ഉണ്ടായപ്പോഴാണ് കേന്ദ്രം കരട് തിരിച്ചയച്ചത്.

ഗവൺമെന്റ് നിയമസഭയിൽ ബിൽ അവതരിപ്പിച്ചു. രാജവാഴ്ചയ്ക്ക് അറുതി വന്നിട്ടും നാടുവാഴിത്തത്തിനും ജന്മിത്വത്തിനും യാതൊരു ഇളക്കവും ഇവിടെ ഉണ്ടായില്ല. ഭൂമി ജന്മിമാരുടെ കൈവശം തന്നെ ഇരുന്നു. കൃഷിഭൂമി കർഷകന് എന്ന തത്ത്വം അരനൂറ്റാണ്ട് മുമ്പ് മുതൽതന്നെ ഇന്ത്യയിൽ അംഗീകരിക്കപ്പെട്ടു വന്നിരുന്നു. പക്ഷേ അതൊക്കെ പ്രമേയങ്ങളിലും അഭിപ്രായപ്രകടനങ്ങളിലും ഒതുങ്ങിനിന്നതേയുള്ളൂ. വടക്കേ മലബാറിലെ കാർഷികവിപ്ലവം ജന്മിതാൽപര്യക്കാരും വർഗീയ ഭ്രാന്തന്മാരും ഗവൺമെന്റുംകൂടി വർഗീയലഹളയാക്കി മാറ്റി. ജന്മിത്വത്തിനെതിരായിട്ടാണ് അത് രൂപംകൊണ്ടത്. പക്ഷേ അതിന് വർഗീയച്ഛായ നൽകുന്നതിൽ ആരംഭത്തിൽ തന്നെ ജന്മിവർഗം വിജയിച്ചു. പഞ്ചാബിലും തെലങ്കാനയിലും മലബാറിലെ കണ്ണൂർ ജില്ലയിലും എല്ലാം കർഷകപ്രക്ഷോഭങ്ങൾ നടന്നു. പുന്നപ്ര-വയലാറിലും അതുതന്നെയാണ് നടന്നത്. ഓരോന്നിനും എന്തെങ്കിലും പേര് നൽകി അടിച്ചമർത്തുന്നതിൽ പിന്തിരിപ്പൻ താൽപര്യങ്ങൾ വിജയിച്ചു. ഏറ്റവും രൂക്ഷമായ സമരം തെലങ്കാനയിലേതായിരുന്നു. അവിടെ കാർഷികവിപ്ലവം മുതലാളിത്തത്തിനെതിരെ ശക്തിയായി ആഞ്ഞടിച്ചു. അതൊരു കർഷകമുന്നേറ്റമാണെന്ന് അതിനെ എതിർക്കുകയും അടിച്ചമർത്തുകയും ചെയ്ത വിഭാഗത്തിന് തന്നെ സമ്മതിക്കേണ്ടിവന്നു. ബ്രിട്ടീഷ് രാജവാഴ്ചക്കാലത്ത് മാത്രമല്ല സ്വാതന്ത്ര്യത്തിനുശേഷവും കർഷകപ്രക്ഷോഭങ്ങളെ അടിച്ചമർത്തുന്നതിൽ മിക്കപ്പോഴും പിന്തിരിപ്പൻ താൽപര്യക്കാർ വിജയിച്ചു. കൂലിയുടെയോ ജോലിസമയത്തിന്റെയോ കാര്യത്തിൽ അൽപ്പസ്വൽപ്പം നേട്ടങ്ങളുണ്ടാക്കാൻ

കഴിഞ്ഞിട്ടുണ്ടായിരിക്കുമെന്നല്ലാതെ അടിസ്ഥാനമാറ്റങ്ങൾ ഒന്നുംതന്നെ വരുത്താൻ സാധിച്ചിരുന്നില്ല. അൽപ്പം പുരോഗമനപരമായ നിയമനിർമാണത്തിന് ആരെങ്കിലും ശ്രമിച്ചിട്ടുണ്ടെങ്കിൽ ആ മന്ത്രിസഭയെത്തന്നെ തകിടം മറിക്കുന്നതിൽ പിന്തിരിപ്പൻ താൽപര്യക്കാർ വിജയിച്ചു വന്നിരുന്നു.

ഈ പശ്ചാത്തലത്തിലാണ് കേരളനിയമസഭയിൽ ബില്ലവതരിപ്പിക്കപ്പെട്ടത്. ഭൂമിയുടെ പരിധി നിർണയിക്കുന്ന കാര്യത്തിലും കുടികിടപ്പിന്റെ കാര്യത്തിലും മിച്ചഭൂമിവിതരണത്തിന്റെ കാര്യത്തിലുമെല്ലാം വ്യക്തമായ നിർവചനം നിയമത്തിൽ ഉൾക്കൊള്ളിച്ചിരുന്നു. പരിധിക്കപ്പുറമുള്ള ഭൂമി പിടിച്ചെടുക്കാൻ കർക്കശനിയമങ്ങളാണ് വ്യവസ്ഥചെയ്തിരുന്നത്. നിയമം പാസായാൽ ഉടനെ മിച്ചഭൂമിയുടെ സ്റ്റേറ്റ്മെന്റ് ജന്മിമാർ നൽകണം. അവ നൽകാതിരിക്കുന്നവർക്ക് തടവുശിക്ഷയുൾപ്പെടെയുള്ള ശിക്ഷാവ്യവസ്ഥകൾ ബില്ലിൽ നിർദേശിച്ചിരുന്നു. നിയമം ഉപയോഗിച്ച് മിച്ചഭൂമി പിടിച്ചെടുത്ത് പാവപ്പെട്ട കർഷകർക്കും കർഷകത്തൊഴിലാളികൾക്കും വിതരണം ചെയ്യാനായിരുന്നു വ്യവസ്ഥ. ഏതാനും ആളുകളുടെ കൈയിൽ ഭൂസ്വത്തുക്കൾ കുമിഞ്ഞുകൂടുന്നത് ബിൽ വ്യാപകമായും തടഞ്ഞിരുന്നു. പരിധിക്കപ്പുറമുള്ള ഭൂമി ഗവൺമെന്റിന്റേതായി മാറും. അത്തരം സംഗതികൾ കൈകാര്യം ചെയ്യാൻ ലാൻഡ് ട്രൈബ്യൂണലുകൾ രൂപീകരിക്കാനും വ്യവസ്ഥ ചെയ്തിരുന്നു.

കുടികിടപ്പുകാരന് സ്ഥിരാവകാശം നൽകുന്ന വ്യവസ്ഥയായിരുന്നു പ്രധാനപ്പെട്ട മറ്റൊന്ന്. മുൻനിയമങ്ങളിൽ കുടികിടപ്പ് ഒഴിപ്പിക്കാതിരിക്കുക എന്നുമാത്രമേ വ്യവസ്ഥ ഉണ്ടായിരുന്നുള്ളൂ. പുതിയ നിയമത്തിൽ കുടികിടപ്പുകാരന് അവന്റെ പുരയ്ക്കും അതിന് ചുറ്റുമുള്ള പത്തുസെന്റ് സ്ഥലത്തിനും അവകാശം നൽകപ്പെട്ടു. അവ കൊടുക്കാൻ ഉടമ ബാധ്യസ്ഥനാണ്. ഈ ഭൂമിക്ക് പ്രതിഫലം അതിലെ വിഭവങ്ങളുടെ മാർക്കറ്റുവിലയുടെ നാലിലൊന്നുമാത്രമായിരിക്കും എന്നും വ്യവസ്ഥ ചെയ്തിരുന്നു. ആ സംഖ്യയുടെ പകുതി ഗവൺമെന്റും പകുതി പന്ത്രണ്ട് തവണകളായി കുടികിടപ്പുകാരനും നൽകിയാൽ മതിയെന്നായിരുന്നു വ്യവസ്ഥ. ഉടമ പരിധിയിൽ കവിഞ്ഞ് ഭൂമിയുള്ള ആളാണെങ്കിൽ പ്രതിഫലസംഖ്യ വ്യവസ്ഥ നാലിലൊന്നിനു പകരം എട്ടിലൊന്ന് മാത്രം ആയിരിക്കും. കുടികിടപ്പുകാരന് ഇത്രമാത്രം സുരക്ഷിതത്വം നൽകുന്നൊരു വ്യവസ്ഥ ഭാരതത്തിലെന്നല്ല, കമ്യൂണിസ്റ്റിതര രാജ്യങ്ങളിൽ ആദ്യമായിട്ടായിരുന്നു ഏർപ്പെടുത്തിയത്. പാട്ട-വാരഭൂമികളിലും കൃഷിക്കാരന് ഗുണകരമായ വ്യവസ്ഥകളാണ് ഏർപ്പെടുത്തിയിരുന്നത്.

ഭൂപരിഷ്കരണ ഭേദഗതി ബില്ലിന്റെ ചില പ്രത്യേകതകൾ ചൂണ്ടിക്കാണിച്ചു എന്നല്ലാതെ നിയമത്തെക്കുറിച്ച് വിവരിക്കാൻ ഇവിടെ ഉദ്ദേശിക്കുന്നില്ല. കേരളത്തിലെ കാർഷികമേഖലയിൽ ഭരണഘടനയുടെ പരിമിതികൾക്കുള്ളിൽ നിന്നുകൊണ്ട് വരുത്താവുന്ന പരമാവധി മാറ്റങ്ങൾ വരുത്തുക എന്നതായിരുന്നു നിയമം കൊണ്ടുദ്ദേശിച്ചിരുന്നത്. ഭൂമിയിൽ പണിയെടുക്കുന്നവന് ഭൂമിയുടെ നിയന്ത്രണം കിട്ടുക എന്നതായിരുന്നു അതിന്റെ പ്രധാനലക്ഷ്യം. കുടികിടപ്പുകാരന് 10 സെന്റ് ഭൂമി ലഭിക്കാനുള്ള വ്യവസ്ഥ ഒരു പ്രക്ഷോഭത്തിലൂടെ ആണെങ്കിൽപോലും ഇന്ത്യയിലാദ്യമായി നേടി എടുക്കാൻ സാധിച്ചു എന്നത്, ഇന്ന് ചിന്തിക്കുമ്പോൾ,

ഈ നിയമംമൂലം ലഭിച്ച ഏറ്റവും വലിയ നേട്ടമായി അഭിമാനിക്കാം.

ബില്ല് നിയമസഭയിൽ അവതരിപ്പിച്ചപ്പോൾ അത് ഭരണഘടനാവിരുദ്ധവും ജനാധിപത്യവിരുദ്ധവുമാണെന്ന് കോൺഗ്രസ് ഉൾപ്പെടെയുള്ള പ്രതിപക്ഷം വാദിച്ചുതുടങ്ങി. പുരോഗമനപരമായ എല്ലാ വകുപ്പുകളെയും അവരെതിർത്തു. ഈ നാട്ടിൽ കലാപം സൃഷ്ടിക്കാനുള്ളതാണ് ഈ നിയമം എന്നുവരെ അവർ പറഞ്ഞു. ഇപ്പോൾ ഈ ബില്ല് നടപ്പാക്കി എന്ന് പറഞ്ഞ് കോൺഗ്രസ് നേതാക്കൾ അഭിമാനം കൊള്ളുന്നുണ്ടെങ്കിലും അന്നതിനെ നഖശിഖാന്തം എതിർക്കുകയാണുണ്ടായത്. പിന്തിരിപ്പൻ താൽപ്പര്യക്കാരും പ്രതിപക്ഷവും ചേർന്ന് ഗവൺമെന്റിനെ എതിർത്തു തുടങ്ങി. നിയമം പാസാക്കിയ ഉടനെ തന്നെ കോൺഗ്രസ് മുന്നണിയിലെ ഒരു വിഭാഗത്തെ കൂട്ടുപിടിച്ചുകൊണ്ട് ഐക്യമുന്നണി ഗവൺമെന്റിനെ തകർത്തു. എല്ലാവിധ പിന്തിരിപ്പൻ താൽപ്പര്യക്കാരും സന്തോഷിച്ചു. ഈ നിയമം ഇനി നടപ്പാവുകയില്ല എന്നു അവർ സന്തോഷിച്ചു. ഐക്യമുന്നണി മന്ത്രിസഭയിൽ പങ്കാളികളായിരുന്ന വലതുകമ്യൂണിസ്റ്റ് പാർട്ടിയും മുസ്ലിംലീഗും ബില്ലിനെ എതിർത്ത കേരളാകോൺഗ്രസും എല്ലാം ചേർന്ന് കോൺഗ്രസിന്റെ പിന്തുണയോടെ ഒരു ഗവൺമെന്റ് രൂപവൽക്കരിച്ചു.

അങ്ങനെ രണ്ടാമതും കമ്യൂണിസ്റ്റ് പാർട്ടിക്ക് നേതൃത്വമുള്ള മന്ത്രിസഭയെ സ്ഥാപിതതാൽപ്പര്യക്കാർ നിഷ്കാസനംചെയ്തു. രണ്ട് പ്രാവശ്യവും ഗവൺമെന്റിനെ താഴെ ഇറക്കാൻ കാരണമായതിൽ പ്രധാനം കാർഷികനിയമങ്ങൾ കൊണ്ടുവന്നു എന്നതായിരുന്നു. തങ്ങളുടെ താൽപര്യങ്ങൾക്ക് ഇളക്കം തട്ടുന്നു എന്ന് കാണുമ്പോൾ ജന്മിമാരും ഭൂസ്വാമിമാരും രംഗത്തിറങ്ങും. കാർഷികപരിവർത്തനത്തെ തടസ്സപ്പെടുത്തും. എന്നാൽ ഇത്തവണ കർഷകസംഘവും കർഷകത്തൊഴിലാളിയൂണിയനും നിർജീവമായിരിക്കാൻ തയ്യാറായിരുന്നില്ല. പ്രക്ഷോഭത്തിലൂടെ സ്വയം സംഘടിച്ച് നിയമം നടപ്പിൽ വരുത്തുന്നതിനെപ്പറ്റി അവർ ചിന്തിച്ചുതുടങ്ങി. കർഷകത്തൊഴിലാളികളാണെങ്കിൽ, ഞാനാദ്യം ചൂണ്ടിക്കാണിച്ചതുപോലെ ഈ രാജ്യത്തെ ഏറ്റവും വലിയ സംഘടിതതൊഴിലാളിവർഗമായി രൂപംപ്രാപിച്ചു കഴിഞ്ഞിരുന്നു.

ജന്മിത്വത്തിനെതിരായി നാട്ടിലുടനീളം ജനങ്ങൾ ഉണർന്നുകഴിഞ്ഞിരുന്നു. ജനങ്ങൾ അടങ്ങിയിരുന്നാൽ ഒന്നും നേടാൻ പോവുന്നില്ലെന്ന് അവർക്ക് ബോധ്യം വന്നിരുന്നു. നിയമം പാസാക്കിയതുകൊണ്ട് പ്രയോജനമില്ലെന്ന് അനുഭവം അവരെ പഠിപ്പിച്ചിരുന്നു. കോടതിയും പൊലീസും ഭരണഘടനയും എല്ലാം പിന്തിരിപ്പൻ താൽപര്യങ്ങൾ സംരക്ഷിക്കാനുള്ള ഉപാധികളാണെന്ന് അനുഭവം അവരെ ബോധവാന്മാരാക്കിയിരുന്നു. ഇടത്തരക്കാരനും തൊഴിലാളിക്കുമൊന്നും കോടതിയിൽ പോവാനോ വക്കീലന്മാർക്ക് വലിയ തുക ഫീസായി നൽകാനോ പണമില്ല. അക്കാരണം കൊണ്ടുതന്നെ അവന് അവിടെനിന്ന് രക്ഷ കിട്ടുകയുമില്ല. ഇതേപ്പറ്റിയൊക്കെ ആളുകൾക്ക് ബോധ്യമുണ്ടായിരുന്നു.

തങ്ങളുടെ ചിരകാല സ്വപ്നമായ നിയമം കർഷകർക്ക് നടപ്പിലായി കിട്ടണം. അരനൂറ്റാണ്ടിലധികമായി പൊള്ളയായ മുദ്രാവാക്യങ്ങൾ മാത്രമാണവർ കേട്ടുകൊണ്ടിരുന്നത്. 1930 മുതൽ കാർഷികപരിഷ്കാരത്തെ

പ്പറ്റി ചിന്തിച്ചു തുടങ്ങിയതാണ്. സ്വാതന്ത്ര്യം നേടിയിട്ട് കാൽനൂറ്റാണ്ട് പിന്നിട്ടുകഴിഞ്ഞു. ഇനിയും കാത്തിരിക്കാൻ ജനങ്ങൾ ഒട്ടും തയ്യാറായിരുന്നില്ല എന്നതാണ് സംഗതി. ഉദ്യോഗസ്ഥന്മാർ നിയമം നടപ്പിലാക്കുമെന്ന് കരുതി കാത്തിരിക്കുന്നതിലർഥമില്ലെന്ന് അനുഭവം അവരെ പഠിപ്പിച്ചിരുന്നു. സ്വതന്ത്രഭാരതം എന്തെല്ലാം നിയമങ്ങൾ പാസാക്കിയിട്ടുണ്ട്. അവയുടെ ഗുണങ്ങൾ സാധാരണക്കാരിലേക്ക് എത്തുകയുണ്ടായിട്ടില്ല; അതിന് ഭരണവർഗങ്ങൾ സമ്മതിച്ചിട്ടില്ല. ജനങ്ങൾക്ക് പൊറുതിമുട്ടിക്കഴിഞ്ഞിരുന്നു.

ഇതിന്റെ എല്ലാം പശ്ചാത്തലത്തിൽ ഭാവിപരിപാടികളെപ്പറ്റി ആലോചിക്കാനും കേരള ഭൂപരിഷ്കരണഭേദഗതി നിയമം എങ്ങനെ നടപ്പാക്കാമെന്നതിനെപ്പറ്റി ചിന്തിക്കാനും തീരുമാനങ്ങൾ എടുക്കാനുമായി കർഷക-കർഷകത്തൊഴിലാളികളും മറ്റ് പുരോഗമന പ്രസ്ഥാനങ്ങളിൽ പ്രവർത്തിക്കുന്നവരും 1969 ഡിസംബർ മധ്യത്തിൽ ആലപ്പുഴയിൽ ഒരു യോഗം ചേരാൻ തീരുമാനിച്ചു.

ആലപ്പുഴ സമ്മേളനം

കേരളത്തിലെ ഐക്യമുന്നണി ഗവൺമെന്റ് പാസാക്കിയ ഭൂപരിഷ്കരണഭേദഗതി നിയമം 1970 ജനുവരി 1 മുതൽ നടപ്പിൽ വന്നതായി കണക്കാക്കിക്കൊണ്ട് കുടികിടപ്പുകാരന്റെയും കൃഷിക്കാരന്റെയും അവകാശങ്ങൾ പിടിച്ചെടുക്കുമെന്ന് പ്രഖ്യാപിച്ച ആലപ്പുഴ സമ്മേളനം ആരംഭിച്ചത് 1969 ഡിസംബർ 13-ന് ആണ്. കേരളത്തിന്റെ വടക്കുനിന്നും തെക്കുനിന്നും ആരംഭിച്ച മൂന്ന് പ്രചാരണജാഥകൾ ഗ്രാമങ്ങൾതോറും കയറിഇറങ്ങി ആയിരക്കണക്കിന് മൈലുകൾ താണ്ടി, നൂറുകണക്കിന് യോഗങ്ങൾ നടത്തി ആലപ്പുഴ വന്നുചേർന്നു.

ജന്മിത്വത്തിനും നാടുവാഴിത്തത്തിനും എതിരെ സമരം ചെയ്ത് രക്തസാക്ഷിത്വം വരിച്ച കരിവെള്ളൂർ-കാവുമ്പായി രക്തസാക്ഷികളുടെ നാമധേയത്തിൽ ഉയർന്നുനിൽക്കുന്ന സമ്മേളനസ്ഥലത്ത് ഞാൻ പതാക ഉയർത്തിയതോടെ പ്രതിനിധിസമ്മേളനം ആരംഭിച്ചു. ജന്മിത്വത്തിനെതിരായി ദീർഘനാൾ സമരം നടത്തിയ പാരമ്പര്യമുള്ള വടക്കേ മലബാർ കൃഷിക്കാരും മലയോരകർഷകരും നെടുമങ്ങാട് പ്രദേശത്തെ ചെറുകിട കർഷകരും നിരണംപടയുടെ പേടിസ്വപ്നമായ കുട്ടനാടൻ കർഷകതൊഴിലാളികളും യുവജന-വിദ്യാർഥി പ്രതിനിധികളും കെ ടി പി, കെ എസ് പി, എസ് എസ് പി എന്നീ രാഷ്ട്രീയപാർട്ടികളുടെ പ്രതിനിധികളും ആയി രണ്ടായിരത്തോളം ആളുകൾ പ്രതിനിധികളായി സമ്മേളനത്തിൽ പങ്കെടുത്തിരുന്നു. സമ്മേളനസ്ഥലത്തെത്തിയപ്പോൾ അർധനഗ്നരായ കർഷകത്തൊഴിലാളികളും നിരന്തരമായ അധ്വാനം നിമിത്തം എല്ലുന്തി, കുഴിഞ്ഞ കണ്ണുള്ള, മറ്റ് തൊഴിലാളിവിഭാഗങ്ങളും ഉറ്റുനോക്കിയിരിക്കുന്നത് ഞാൻ കണ്ടു. ദരിദ്രരായ ഈ മനുഷ്യരുടെ കണ്ണുകളിൽ ഒരു കിടപ്പാടത്തിനും ഒരു തുണ്ടു കൃഷിഭൂമിക്കുമുള്ള ദാഹം പ്രകടമായിരുന്നു. ജീവിതത്തിന്റെ തൃഷ്ണയാർന്ന ഈ മുഖങ്ങൾ ഭാരതത്തിന്റെ എല്ലാ ഗ്രാമത്തിലും എത്രയെത്ര തവണ ഞാൻ കണ്ടിട്ടുണ്ട്; അപ്പോഴൊക്കെ എന്റെ ഹൃദയം ആർദ്രമാവുകയും കൂടുതൽ കൂടുതൽ കരുത്ത് എനിക്ക്

വരികയും ചെയ്തിട്ടുണ്ട്. ഇന്നല്ലെങ്കിൽ നാളെ ഈ മുഖങ്ങൾ പ്രകാശമാനമാവും എന്ന് എനിക്ക് ഉറപ്പുതോന്നി.

രക്തസാക്ഷിമണ്ഡപത്തിൽ പുഷ്പാർച്ചന നടത്തിയശേഷം സമ്മേളനപരിപാടികൾ ആരംഭിച്ചു. പ്രതിനിധി സമ്മേളനത്തിൽ ഞാൻ അധ്യക്ഷത വഹിച്ചു. സമ്മേളനം ബംഗാൾ റവന്യൂമന്ത്രിയും കമ്യൂണിസ്റ്റ് പാർട്ടി (മാർക്സിസ്റ്റ്) കേന്ദ്രക്കമ്മിറ്റിമെമ്പറുമായ ഹരേകൃഷ്ണ കോനാർ ഉദ്ഘാടനം ചെയ്തു. ബംഗാളിൽ ഒട്ടാകെ വർഗസമരം നടക്കുകയാണെന്നും ജന്മിമാർ കയ്യടക്കിവച്ചിരുന്ന കൃഷിഭൂമികൾ ചെറുകിടകർഷകരും കർഷകതൊഴിലാളികളും ചേർന്ന് കൈവശപ്പെടുത്തിയിരിക്കുകയാണെന്നും കോനാർ പറയുകയുണ്ടായി. അവിടത്തെ കൃഷിക്കാരന്റെ ഈ മുന്നേറ്റമാണ് നിയമസമാധാനനില അപകടത്തിലാണെന്ന് കോൺഗ്രസുകാരെക്കൊണ്ട് പറയിച്ചത്. പക്ഷേ എല്ലാവിധ എതിർപ്പുകളെയും അവഗണിച്ചുകൊണ്ട് അവിടത്തെ കർഷക-കർഷകത്തൊഴിലാളികൾ മുന്നേറുന്നുണ്ടെന്ന് സഖാവ് പ്രഖ്യാപിച്ചു.

ക്രിയാത്മകമായ ഒരു സമരപരിപാടി പ്രഖ്യാപിക്കാനാണ് നാമിവിടെ കുടിയിരിക്കുന്നതെന്ന് ഞാൻ ആമുഖമായി സൂചിപ്പിച്ചുകൊണ്ട് പ്രശ്നത്തിലേക്ക് കടന്നു. ഈ സമ്മേളനം എടുക്കുന്ന തീരുമാനങ്ങൾ നടപ്പിലാക്കുന്നതോടെ കേരളത്തിൽ കാർഷികരംഗത്ത് വമ്പിച്ചൊരു പരിവർത്തനം വരും. സംഘടിതമായ മുന്നേറ്റംകൊണ്ട് സ്വയം നടപ്പിലാക്കുകയല്ലാതെ അവകാശങ്ങൾ നേടാൻ വേറെ മാർഗങ്ങൾ ഒന്നുമില്ല. അതുകൊണ്ട് സമരത്തിലധിഷ്ഠിതമായ ഒരു പരിപാടിക്ക് രൂപം നൽകാൻ നമ്മൾ നിർബന്ധിതരായിത്തീർന്നിരിക്കുന്നു. ഇവിടെ അവതരിപ്പിക്കപ്പെടുന്ന അവകാശപ്രഖ്യാപനരേഖയുടെ പ്രാധാന്യം മനസ്സിലാക്കി ചർച്ച നടത്താനും തീരുമാനങ്ങൾ കൈക്കൊള്ളാനും പ്രതിനിധികളെ ക്ഷണിച്ചുകൊണ്ട് ചർച്ചയ്ക്കായി തയ്യാറാക്കിയ അവകാശപ്രഖ്യാപനരേഖ അവതരിപ്പിച്ചു.

അവിടെ ഇരുന്ന പ്രതിനിധികളിലെ കർഷകതൊഴിലാളികൾ ചെവിവട്ടം പിടിച്ചിരിക്കുന്നതായി കണ്ടു. അവരുടെ ഉള്ളിൽ നീണ്ടനാളത്തെ ദുഃഖത്തിന്റെ തീക്കനൽ എരിയുന്നത് എനിക്ക് കാണാൻ കഴിഞ്ഞു. ജീവിതത്തിന്റെ വലിയൊരു ഭാഗം ഈ മണ്ണിന്റെ മക്കളോടൊത്ത് കഴിഞ്ഞിട്ടുള്ള എനിക്ക് അവരുടെ ഉള്ളിൽ അലയടിച്ചുയരുന്ന വികാരങ്ങൾ ഒരു കണ്ണാടിയിലെന്നപോലെ വ്യക്തമായി കാണാൻകഴിഞ്ഞു.

കേരളനിയമസഭ പാസാക്കിയ ഭൂപരിഷ്കരണബില്ലിന് ഉടനടി അനുമതി നൽകി നിയമമാക്കി നടപ്പിൽവരുത്താനും പ്രസ്തുത നിയമത്തിന്റെ ആനുകൂല്യങ്ങൾ നേടി എടുക്കാനും കേരളത്തിലെ കൃഷിക്കാരും കുടികിടപ്പുകാരും കർഷകത്തൊഴിലാളികളും മറ്റ് സഹോദരസംഘടനകളുടെ സജീവപിന്തുണയോടെ ഒരു പ്രത്യക്ഷസമരത്തിനിറങ്ങുമെന്ന് പ്രഖ്യാപിക്കപ്പെട്ടു. ഈ പ്രത്യക്ഷസമരത്തിന് അനുകൂലമായും പ്രതികൂലമായും പ്രകടിപ്പിക്കപ്പെട്ട അഭിപ്രായങ്ങളെ സമ്മേളനം കണക്കിലെടുക്കുകയുണ്ടായി. ജന്മിത്വസമ്പ്രദായം അവസാനിപ്പിച്ച് കൃഷിഭൂമിയുടെയും കുടികിടപ്പിന്റെയും ജന്മാവകാശം പാട്ടക്കാർക്കും വാരക്കാർക്കും കുടികിടപ്പുകാർക്കും നൽകുന്ന മൗലികമായ ഒരു കാർഷിക പരിഷ്കരണത്തിനു

വേണ്ടി ദീർഘകാലമായി സമരംചെയ്യുന്ന ജനവിഭാഗങ്ങളാകെ ഈ പ്രത്യക്ഷസമരപ്രഖ്യാപനത്തെ അതിരറ്റ ആവേശത്തോടെ സ്വാഗതം ചെയ്യുകയാണുണ്ടായത്. സമരപ്രചരണാർഥം സംസ്ഥാനത്താകെ നടന്ന പ്രചാരണജാഥകൾക്ക് നൽകപ്പെട്ട അഭൂതപൂർവമായ സ്വീകരണങ്ങളും സമരം വിജയകരമായി നടത്താൻവേണ്ടി രാജ്യവ്യാപകമായി രൂപീകരിക്കപ്പെട്ട ആക്ഷൻ കൗൺസിലും മറ്റ് പ്രവർത്തനങ്ങളും കൂടക്കൂടെ വിവിധ ബഹുജനസംഘടനകളും രാഷ്ട്രീയപാർട്ടികളും ഈ പ്രത്യക്ഷസമരത്തിൽ പങ്കെടുക്കാൻ സന്നദ്ധത പ്രകടിപ്പിക്കുന്നതും ഈ പ്രക്ഷോഭത്തിനും പ്രത്യക്ഷസമരത്തിനും പിന്നിൽ അണിനിരക്കുന്ന ബഹുജനശക്തിയെ തികച്ചും വ്യക്തമാക്കി. സമരം വിജയിപ്പിക്കുന്നതിന് പിന്തുണ നൽകിയ ബഹുജനങ്ങളെയും സംഘടനകളെയും സമ്മേളനം അഭിനന്ദിക്കുകയുണ്ടായി.

കാർഷികപരിഷ്കരണ നടപടികളുടെ ശത്രുക്കൾ അവരുടെ തനിനിറം വീണ്ടും വെളിപ്പെടുത്തുന്ന അപവാദപ്രചാരണങ്ങൾ ഈ സമരത്തിനെതിരെ ആരംഭിച്ചുകഴിഞ്ഞിരുന്നു. ഇവർ പറയുന്നത് നിയമസഭ പാസാക്കിയ ഭൂപരിഷ്കരണനിയമം അന്യൂനമായി നടപ്പിൽ വരുത്താൻ പോവുകയാണെന്നും കൃഷിക്കാരും കർഷകതൊഴിലാളികളും അതിന്റെ വരവുംകാത്ത് കൈകെട്ടി ഇരുന്നാൽ മതിയെന്നുമാണ്. കാർഷികപരിഷ്കരണ നടപടികളെ ഇന്നേവരെ എതിർത്തുപോന്ന പിന്തിരിപ്പൻ താൽപ്പര്യങ്ങളുടെ വാദമുഖമാണിത്. ഭൂപരിഷ്കരണബില്ലിന്റെ ആനുകൂല്യങ്ങൾ നേടി എടുക്കാനുള്ള ഏത് പ്രത്യക്ഷനടപടികളും അനാവശ്യവും ചില ക്ഷുദ്രശക്തികളുടെ കുത്സിത പ്രവർത്തനങ്ങളുമാണെന്ന് ഇവർ നിരന്തരം വാദിച്ചു പോന്നു. ഇവിടത്തെ സ്ഥാപിതതാൽപ്പര്യക്കാരും അവരെ പ്രതിനിധീകരിക്കുന്ന കേരളമന്ത്രിസഭയും ഈ വിരുദ്ധപ്രവർത്തനങ്ങളിലും പ്രചാരണങ്ങളിലും ഒന്നിച്ചുചേർന്നിരുന്നു. കാർഷികപരിഷ്കാരനടപടികൾക്ക് ഇന്നേവരെ തുരങ്കംവച്ച കോൺഗ്രസിന് പങ്കാളിത്തമുള്ള ഒരു ഭരണത്തിൽനിന്ന് ഇതിലധികമൊന്നും പ്രതീക്ഷിക്കാൻ വകയില്ലല്ലോ.

ഇന്ത്യൻ ഭരണാധികാരികൾ കാർഷികപരിഷ്കാരനിയമങ്ങൾ നടപ്പിൽ വരുത്തുന്ന കാര്യത്തിൽ തികച്ചും പരാജയപ്പെട്ടിരിക്കുന്നുവെന്ന് കോൺഗ്രസുകാർപോലും സമ്മതിച്ചു കഴിഞ്ഞിട്ടുണ്ട്. കാർഷിക പരിഷ്കരണനടപടികൾ പരാജയപ്പെട്ടതുമൂലം ഗ്രാമങ്ങൾ പൊട്ടിത്തെറിയുടെ വക്കിലെത്തിയിരിക്കുകയാണെന്ന് കേന്ദ്ര ആഭ്യന്തരവകുപ്പിന്റെ ഒരു പഠനസംഘം അഭിപ്രായപ്പെട്ടത് ഇവിടെ സ്മരണീയമാണ്.

നടപ്പിൽ വന്നിടത്തോളം നിയമങ്ങളുടെ നടത്തിപ്പ് മറ്റാരെക്കാളും അനുഭവിച്ചറിഞ്ഞ ഈ നാട്ടിലെ കൃഷിക്കാർക്കും കുടികിടപ്പുകാർക്കും അവരെ പ്രതിനിധീകരിക്കുന്ന സംഘടനകൾക്കും ബോധ്യപ്പെട്ട ഒരു അനുഭവപാഠമുണ്ട്; നിയമത്തിന്റെ ഉദ്ദേശ്യലക്ഷ്യങ്ങൾ സഫലീകരിക്കണമെങ്കിൽ അതിനുവേണ്ടി പോരാടുകയും നിയമത്തെ പരാജയപ്പെടുത്താൻ പരിശ്രമിക്കുന്ന നിക്ഷിപ്തതാൽപ്പര്യങ്ങളെയും ഫലപ്രദമല്ലാത്ത ഗവൺമെന്റ് മെഷനറിയെയും എതിർത്ത് പരാജയപ്പെടുത്തിയാലേ കാർഷികപരിഷ്കരണനിയമങ്ങൾ വിജയകരമായി നടപ്പിൽ വരുത്താൻ കഴിയുകയുള്ളു എന്നുള്ള പാഠം. കാർഷിക പരിഷ്കരണനടപടികളുടെ

വിജയകരമായ നടത്തിപ്പിന് ആ ലക്ഷ്യം വച്ചുകൊണ്ടുള്ള പ്രത്യക്ഷനടപടികൾ അനിവാര്യമാണെന്ന് ഈ സമ്മേളനം ഒരിക്കൽകൂടി പ്രഖ്യാപിച്ചു.

കേരള ഭൂപരിഷ്കരണ ബിൽ കൃഷിക്കാർക്കും ഭൂരഹിതരായ കർഷകതൊഴിലാളികൾക്കും നൽകിയിട്ടുള്ള എല്ലാ അവകാശങ്ങളും 1970 ജനുവരി 1 മുതൽ നടപ്പിൽ വരുന്നതായി കണക്കാക്കുമെന്ന് സമ്മേളനം പ്രഖ്യാപിച്ചു.

പാട്ടവും വാരവും പാട്ടക്കുടിശ്ശികയും നൽകുന്ന നാടുവാഴിസമ്പ്രദായം അനുഭവിക്കാൻ മേലിൽ കൃഷിക്കാർ തയ്യാറില്ല. കേരളഭൂപരിഷ്കരണബില്ലിൽ വ്യവസ്ഥപ്പെടുത്തിയ പ്രതിഫലസംഖ്യ ജന്മിമാർക്ക് നൽകാൻ കൃഷിക്കാരും കുടികിടപ്പുകാരും തയ്യാറാണ്. അതിനാൽ ഈ വർഷത്തെ പാട്ടമോ വാരമോ കൃഷിക്കാരും കുടികിടപ്പുകാരും നൽകേണ്ടതില്ല.

ഓരോ കൈവശഭൂമിയും സ്വന്തം ജന്മാവകാശമുള്ള ഭൂമിയായി കണക്കാക്കാൻ ഓരോ കൃഷിക്കാരനും, ഓരോ കുടികിടപ്പിനും കേരള ഭൂപരിഷ്കരണനിയമത്തിലെ നിശ്ചയത്തിനനുസരിച്ച് ലഭിക്കേണ്ടുന്ന അളവിനുള്ള ഭൂമി സ്വന്തമായി അനുഭവിക്കാൻ ഓരോ കുടികിടപ്പുകാരനും തങ്ങളുടെ വരുതിയിൽപ്പെട്ട എല്ലാ സംഘടിതനടപടികളും കൈക്കൊള്ളുക. ബില്ലിലെ പരിധിക്കപ്പുറമുള്ള മിച്ചഭൂമി ഭൂരഹിതർക്ക് വിതരണം ചെയ്യാൻ ഭൂവുടമകളെയും ഗവൺമെന്റിനെയും നിർബന്ധിക്കുന്ന പ്രത്യക്ഷനടപടികൾ അത്തരം മിച്ചഭൂമികളിൽ നടത്തുക.

കൃഷിക്ക് ഉപകരിക്കുന്നതും വിതരണത്തിനുവേണ്ടി മുൻഗവൺമെന്റ് നീക്കിവച്ചതുമായ തരിശുഭൂമി ഭൂരഹിതർക്ക് വിതരണം ചെയ്യാൻ അടിയന്തരനടപടികൾ കൈക്കൊള്ളുന്നതിന് ഗവൺമെന്റിനെ നിർബന്ധിക്കുന്ന പ്രത്യക്ഷ നടപടികൾ അത്തരം ഗവൺമെന്റ് ഭൂമികളിൽ ആരംഭിക്കുക.

മേൽപറഞ്ഞ ഉദ്ദേശ്യലക്ഷ്യങ്ങളെ പരാജയപ്പെടുത്തുന്ന ഗവൺമെന്റ് നടപടികളെയും കോടതി നടപടികളെയും ജന്മിഗുണ്ടാ ആക്രമണങ്ങളെയും അത് അർഹിക്കുന്ന ഗൗരവത്തോടെ നേരിടാനും യോഗം തീരുമാനമെടുത്തു.

കാർഷികപരിഷ്കരണ നടപടികളുടെ ആനുകൂല്യങ്ങൾ നേടിയെടുക്കാൻ വേണ്ടി നടത്തുന്ന ഈ പ്രത്യക്ഷസമരം ആക്രമണങ്ങൾ അഴിച്ചുവിടാനും നിയമസമാധാനം തകർക്കാനുമാണെന്ന അപവാദപ്രചാരണത്തെ സമ്മേളനം തള്ളിക്കളഞ്ഞു. കാർഷികപരിഷ്കാരനിയമത്തിന്റെ ഉദ്ദേശ്യലക്ഷ്യങ്ങൾ പരാജയപ്പെടുത്താനും കൃഷിക്കാരനും കുടികിടപ്പുകാർക്കുമുള്ള ആനുകൂല്യങ്ങൾ തട്ടിപ്പറിക്കാനും ജന്മിമാരും അവരുടെ കൂലിപ്പടയുംകൂടി നടത്തുന്ന ആക്രമണങ്ങളാണ് നാട്ടിൽ അരാജകത്വവും കുഴപ്പങ്ങളും കുത്തിപ്പൊക്കിയിട്ടുള്ളത്. എക്കാലത്തും അതാണ് നടന്നിട്ടുള്ളത്. ഇന്നും അതുതന്നെ നടക്കുന്നു. സമ്മേളനം ആസൂത്രണം ചെയ്തത് ഭൂപരിഷ്കാരനിയമത്തിന്റെ ഉദ്ദേശ്യലക്ഷ്യങ്ങൾ സാധിച്ചെടുക്കാനും അതിനെതിരായ ശക്തികളെ പരാജയപ്പെടുത്താനും സമാധാനപരമായി ബഹുജനശക്തിയെ ആശ്രയിച്ച് നടത്തുന്ന നിയമവിധേയമായ പ്രത്യക്ഷനടപടികളാണ്. ബില്ലിലെ ആനുകൂല്യങ്ങൾ കൃഷിക്കാർക്കും

കുടികിടപ്പുകാർക്കും അനുവദിച്ചുകൊടുക്കാൻ സന്നദ്ധതയുള്ള ജന്മിമാർ കുടികിടപ്പുകാരും കൈവശക്കാരുമായി ആലോചിച്ച് തീർപ്പുണ്ടാക്കാൻ ഉചിതമായ കൂടിയാലോചനാസമിതികൾ എല്ലാ നിലവാരത്തിലും സംഘടിപ്പിക്കണമെന്ന് സമ്മേളനം തീരുമാനിച്ചു.

ന്യായവും സമാധാനപരവുമായ സമരത്തെ മർദനമുപയോഗിച്ച് അടിച്ചമർത്താനാണ് നിക്ഷിപ്ത താൽപര്യക്കാരും ഗവൺമെന്റും ശ്രമിക്കുന്നതെങ്കിൽ തുടർന്നുണ്ടാവുന്ന ഭവിഷ്യത്തുകൾക്ക് അവർ തന്നെ ഉത്തരവാദിത്വം ഏറ്റെടുക്കേണ്ടതാണ്.

അടുത്തു നടക്കാൻ പോവുന്നത് വർഷങ്ങൾക്കുമുമ്പ് കൃഷിക്കാർക്കും കുടികിടപ്പുകാർക്കും ലഭിക്കേണ്ട ദേശീയപ്രാധാന്യമുള്ള അവകാശങ്ങൾ നേടിയെടുക്കാനുള്ള ഒരു പ്രത്യക്ഷസമരമാണ്. ഈ സമരലക്ഷ്യം നമ്മുടെ രാജ്യത്തിന്റെ സർവതോമുഖമായ പുരോഗതിക്ക് അവശ്യം നേടേണ്ട ഒരു മൗലികലക്ഷ്യം നേടിയെടുക്കുക എന്നതാണ്. സമരത്തെ വിജയിപ്പിക്കാൻ ജനങ്ങൾ ഒന്നായി, വിശേഷിച്ചും കൃഷിക്കാരും കുടികിടപ്പുകാരും കർഷകതൊഴിലാളികളും ഒറ്റക്കെട്ടായി, സമരരംഗത്തിറങ്ങണമെന്ന് സമ്മേളനം ആഹ്വാനം ചെയ്തു. എല്ലാവിധ ജനവിഭാഗങ്ങളുടെയും സജീവമായ സഹകരണം ഉണ്ടാകുമെന്ന പ്രതീക്ഷ പ്രകടിപ്പിക്കുകയും അതിനായി അഭ്യർഥിക്കുകയും ചെയ്തു.

ആശംസാപ്രസംഗം നടത്തിയ കമ്യൂണിസ്റ്റ് പാർട്ടി (മാർക്സിസ്റ്റ്) ജനറൽ സെക്രട്ടറി സഖാവ് സുന്ദരയ്യ പറഞ്ഞു: "ഇവിടെ നാമെടുക്കുന്ന തീരുമാനങ്ങൾ നടപ്പാക്കുന്നതിനെ ആശ്രയിച്ചാണ് കേരളത്തിലെയും ഇന്ത്യയിലെയും നമ്മുടെ പ്രസ്ഥാനത്തിന്റെ മുമ്പോട്ടുള്ള പോക്ക് സ്ഥിതി ചെയ്യുന്നത്."

രണ്ടുദിവസം നീണ്ടുനിന്ന പ്രതിനിധിസമ്മേളനത്തിനുശേഷം 14-ാം തീയതി ഞായറാഴ്ച വൈകുന്നേരം ആലപ്പുഴയിൽ നടന്നത് കേരളം കണ്ടിട്ടുള്ളതിൽ വച്ച് ഏറ്റവും വലിയ കർഷക-കർഷകത്തൊഴിലാളിപ്രകടനവും സമ്മേളനവുമായിരുന്നു. മൂന്നുലക്ഷത്തിലധികം ആളുകൾ പ്രകടനത്തിലും അഞ്ച് ലക്ഷത്തോളമാളുകൾ പൊതുസമ്മേളനത്തിലും പങ്കെടുത്തു എന്ന് പ്രധാന പത്രങ്ങളെല്ലാം റിപ്പോർട്ട് ചെയ്യുകയുണ്ടായി. 1927-നു ശേഷം പല റാലികളിലും ഞാൻ പങ്കെടുത്തിട്ടുണ്ട്. പക്ഷേ പാടത്ത് പണിയെടുക്കുന്ന കർഷകത്തൊഴിലാളികൾ കുടുംബസമേതം ഇങ്ങനെ ഒരു പ്രകടനത്തിൽ പങ്കെടുക്കുന്നതു കണ്ടിട്ടില്ല. ആ പ്രകടനം നയിച്ചുകൊണ്ടിരുന്നപ്പോൾ കർഷകത്തൊഴിലാളികളുടെ ഉയിർത്തെഴുന്നേൽപ്പുകണ്ട് എന്റെ ഹൃദയം കുളിരണിഞ്ഞു. രാപ്പകൽ പാടത്ത് പണിയെടുക്കുന്ന തങ്ങളിതാ അവകാശങ്ങൾ നേടിയെടുക്കാനുള്ള സമരത്തിന് രംഗത്ത് വന്നിരിക്കുന്നു എന്ന് അവരുടെ മുഖം വിളിച്ചുപറയുന്നതായി തോന്നി. തെരുവുകൾ നിറഞ്ഞുകവിഞ്ഞ് ജനസഞ്ചയം ഒഴുകി നീങ്ങുന്നത് കണ്ടപ്പോൾ അത് പിന്നിട്ട ജീവിതത്തിന്റെ നേട്ടമായിത്തോന്നി. ഇവരോടൊത്താണല്ലോ പ്രവർത്തിക്കുന്നതെന്നോർത്ത് അഭിമാനം കൊണ്ടു. കേരളത്തിലെ കർഷകപ്രസ്ഥാനം ഉണർന്നെഴുന്നേൽക്കുകയാണെന്ന് തോന്നി.

പൊതുസമ്മേളനം എന്റെ അധ്യക്ഷതയിലാണ് ആരംഭിച്ചത്. ഭൂപരിഷ്കരണ ഭേദഗതിനിയമം 1970 ജനുവരി 1 മുതൽ എവിടെയെല്ലാം

നടപ്പിലാക്കാൻ കഴിയുമോ അവിടെയെല്ലാം നടപ്പാക്കുമെന്ന് സമ്മേളന തീരുമാനങ്ങൾ വിശദീകരിച്ചുകൊണ്ട് ഞാൻ പറയുകയുണ്ടായി. സഖാവ് ഇ എം എസ്, പി സുന്ദരയ്യ, ഹരേകൃഷ്ണകോനാർ തുടങ്ങിയവർ യോഗത്തിൽ പ്രസംഗിച്ചു. സഖാവ് കോനാർ ബംഗാളിലെ ജന്മിത്വം അവസാനിപ്പിക്കാൻ പാർട്ടിയും പാർട്ടിക്ക് മുൻതൂക്കമുള്ള ഗവൺമെന്റും എന്തെന്ത് നടപടികളാണ് സ്വീകരിച്ചതെന്ന് വിശദീകരിക്കുകയുണ്ടായി.

പൊതുയോഗത്തിൽ പ്രസംഗിച്ച വിവിധ കക്ഷികളുടെ നേതാക്കളും പറഞ്ഞത്, നിയമം പാസാക്കി കൈയുംകെട്ടി ഇരുന്നാൽ ഒരു നിയമവും നടപ്പിലാവില്ലെന്നാണ്. “നാടുവാഴിത്തത്തിനും ജന്മിത്വത്തിനും അറുതി വരണമെങ്കിൽ ജനങ്ങൾ ഉണർന്ന് പ്രവർത്തിച്ചെങ്കിലേ സാധ്യമാവൂ” —ഇ എം എസ് പ്രസ്താവിച്ചത് പൊതുവിൽ അംഗീകരിക്കപ്പെട്ടു. പട്ടിണി ഇല്ലാതാവണമെങ്കിൽ ഇന്നത്തെ കുത്തക മുതലാളിത്ത സമ്പദ്വ്യവസ്ഥ തകർത്തേ മതിയാവൂ. കാലാകാലങ്ങളായി പറമ്പിന്റെ മൂലയിൽ കുടിൽകെട്ടി താമസിക്കുന്ന കുടികിടപ്പുകാരന് കുടിയിറക്ക് ഭീഷണിയില്ലാതാവണമെങ്കിൽ അവന്റെ കുടിൽ ഇരിക്കുന്ന സ്ഥലം അവന്റേതാവണം. നിയമം വന്ന് നടപ്പിലാവാൻ നോക്കിയിരിക്കാതെ അവന്റെ കുടിലിനുചുറ്റും ബില്ലനുസരിച്ച് അവന് ലഭിക്കേണ്ട ഭൂമി വളച്ചുകെട്ടി സ്വന്തമാക്കാൻ എടുത്ത തീരുമാനം ലക്ഷക്കണക്കായ കർഷകത്തൊഴിലാളി കുടുംബങ്ങൾക്ക് ആവേശം നൽകിയെന്നതിൽ അഭിമാനത്തിന് വകയുണ്ട്. അങ്ങനെ ചരിത്രപ്രധാനമായ തീരുമാനങ്ങൾ എടുത്തുകൊണ്ട്, സമരത്തിന്റെ പാതയിലൂടെ മുന്നേറാൻ ആഹ്വാനം ചെയ്തുകൊണ്ട് ആലപ്പുഴ സമ്മേളനം അവസാനിച്ചു. കേരളത്തിന്റെ ചരിത്രത്തിൽ ഇത്രമാത്രം വിപ്ലവകരമായ തീരുമാനമെടുത്ത സമ്മേളനം ആദ്യത്തേതാണ്. അങ്ങിങ്ങ് ഒറ്റപ്പെട്ട തീരുമാനങ്ങളും മുന്നേറ്റങ്ങളും നടന്നിട്ടില്ലെന്നല്ല. കേരളവ്യാപകമായി അവകാശം സ്ഥാപിക്കാൻ ജനങ്ങൾ മുന്നിട്ടിറങ്ങുന്നത് ഇതാദ്യമാണ്. തീരുമാനങ്ങൾ നടപ്പിലാക്കാൻ ദൃഢവ്രതമെടുത്തുകൊണ്ട് പ്രതിനിധികൾ അവരവരുടെ നാടുകളിലേക്ക് മടങ്ങി.

പ്രചാരണപരിപാടി

ആലപ്പുഴ സമ്മേളനത്തിനുശേഷം നാടിന്റെ നാനാഭാഗങ്ങളിലും ജില്ലാ താലൂക്ക്, വില്ലേജ് നിലവാരങ്ങളിൽ സമരസമിതികൾ രൂപീകരിക്കപ്പെട്ടു. ജാഥകൾ, യോഗങ്ങൾ തുടങ്ങിയ പ്രചാരണപരിപാടികളിലൂടെ സമ്മേളനസന്ദേശം വീടുവീടാന്തരം എത്തിക്കുന്ന ശ്രമത്തിൽ പ്രവർത്തകർ വ്യാപൃതരായി. പ്രചാരണാർഥം ഞാൻ കേരളത്തിലുടനീളം പര്യടനം ആരംഭിച്ചു.

ഡിസംബർ 20-ന് കോഴിക്കോട്ട് നടത്തിയ വിശദീകരണയോഗത്തിൽ ഞാൻ പ്രസംഗിച്ചു. ആയിടെ കുറ്റ്യാടിയിൽ നടന്ന പൊലീസ് സ്റ്റേഷൻ ആക്രമണക്കേസിൽ യഥാർഥപ്രതികളെ അന്വേഷിക്കാതെ മാർക്സിസ്റ്റ് പാർട്ടി പ്രവർത്തകരെയും കർഷകസംഘം പ്രവർത്തകരെയും അറസ്റ്റ് ചെയ്തിരുന്നത് കർഷകസമ്മേളനതീരുമാനങ്ങളെ പരാജയപ്പെടുത്താനുള്ള ഗവൺമെന്റിന്റെ അടവാണെന്ന് ഞാൻ തുറന്നുകാട്ടി. അന്നുതന്നെ കോഴിക്കോടിനടുത്തുള്ള ഒന്നുരണ്ട് യോഗങ്ങളിലും

പ്രസംഗിച്ചു.

ഡിസംബർ 21-ന് കണ്ണപുരത്തും കരിവെള്ളൂരും രക്തസാക്ഷി ദിനാചരണത്തോടനുബന്ധിച്ച യോഗങ്ങളിൽ പ്രസംഗിച്ചു. മലബാർ, പ്രത്യേകിച്ചും വടക്കെ മലബാർ കർഷകസമരം നടത്തി പാരമ്പര്യമുള്ള നാടാണ്. മർദനത്തിനെതിരായി അണിനിരന്ന് പോരാടിയിട്ടുള്ളവരാണ് അവിടത്തെ കൃഷിക്കാർ. കരിവെള്ളൂരിന് അതിന്റേതായ ചരിത്രമുണ്ട്. കയ്യൂരും കരിവെള്ളൂരുമെല്ലാം ജന്മിത്വത്തിനെതിരായി സംഘടിച്ച് സമരം ചെയ്ത പാരമ്പര്യമുള്ള ജനങ്ങളാണുള്ളത്. തങ്ങളുടെ പ്രസ്ഥാനത്തിനുവേണ്ടി അവിടങ്ങളിൽ വളരെ പേർ വീരചരമമടഞ്ഞിട്ടുണ്ട്. അന്നത്തെ മർദനങ്ങളേറ്റ് ദുരിതമനുഭവിച്ച് കഴിയുന്നവർ അവിടങ്ങളിലിന്നും ധാരാളമാണ്.

അതിനടുത്ത ദിവസങ്ങളിലായി ഞാൻ കണ്ണൂർ, കോഴിക്കോട് ജില്ലകളിൽ പര്യടനം നടത്തി. നിരവധി പ്രവർത്തകയോഗങ്ങളിലും പൊതുയോഗങ്ങളിലും പ്രസംഗിച്ചു. എല്ലായിടത്തും തയ്യാറെടുപ്പുകൾ നടന്നുകൊണ്ടിരിക്കുന്നു. സാധാരണജനങ്ങളിൽ പുതിയൊരു ഉന്മേഷം കടന്നുവന്നതായി തോന്നി. വടക്കേ മലബാറിൽ പല സ്ഥലങ്ങളിലും കുടിയേറ്റ കർഷകർ ധാരാളമുണ്ട്. അവർ കൂട്ടത്തോടെ കർഷകപ്രസ്ഥാനത്തിലേക്ക് വന്നുകൊണ്ടിരുന്നു. എല്ലായിടത്തും ഉഷാറായ പ്രവർത്തനങ്ങൾ നടന്നുകൊണ്ടിരുന്നു.

തൃശൂർ ജില്ലയിൽ ഒന്നുരണ്ടിടത്ത് പ്രസംഗിച്ചശേഷം ഡിസംബർ 28-ന് ഞാൻ കൊച്ചിയിലെത്തി. ഇതിനിടെ മന്ത്രിമാരും ഗവൺമെന്റും പല പ്രസ്താവനകളും ഇറക്കിയിരുന്നു. എനിക്ക് അവരുടെ പ്രസ്താവനകൾക്ക് മറുപടി പറയേണ്ടിവന്നു. ഭൂപരിഷ്കരണം നടപ്പാക്കുന്നതിന് ഉദ്യോഗസ്ഥന്മാരുടെ നേതൃത്വത്തിൽ കമ്മിറ്റികൾ രൂപീകരിക്കുന്നതാണെന്ന് ഗവൺമെന്റ് ആവർത്തിച്ച് പറഞ്ഞിരുന്നു. അങ്ങനെയുള്ള കമ്മിറ്റികൾക്ക് യാതൊന്നും ഫലപ്രദമായി ചെയ്യാൻ കഴിയില്ലെന്ന് വ്യക്തമായി നാം അറിഞ്ഞുകഴിഞ്ഞവരാണ്. നിയമം ഉണ്ടായതുകൊണ്ട് മാത്രം പ്രയോജനമില്ല. 1957-ൽ അധികാരത്തിൽ വന്ന കമ്യൂണിസ്റ്റ് മന്ത്രിസഭ ഭൂപരിഷ്കരണനിയമം പാസാക്കിയിരുന്നു. പിന്നീട് വന്ന കോൺഗ്രസ് മന്ത്രിസഭ അതിന് ചില ഭേദഗതികൾ വരുത്തിക്കൊണ്ടാണെങ്കിലും അത് നടപ്പിൽ വരുത്തിയതായി പ്രഖ്യാപിച്ചു. എന്നിട്ട് അതിലെ നേട്ടങ്ങൾ ഒന്നും കൃഷിക്കാരന് വന്നുചേരാതിരിക്കാൻ എന്താണ് കാരണം? കോടതിയും നിയമങ്ങളും വ്യാഖ്യാനങ്ങളുമായി നാളുകൾ നീങ്ങി, കാര്യങ്ങൾ നടപ്പിലായില്ല.

ഈ യാഥാർഥ്യം ചൂണ്ടിക്കാണിച്ചുകൊണ്ട് ഗവൺമെന്റ് കമ്മിറ്റികൾക്ക് കാര്യമായൊന്നും ചെയ്യാൻ കഴിയില്ലെന്ന് ഞാൻ പറഞ്ഞു. ജന്മി കോടതിയും വ്യാഖ്യാനങ്ങളുമായി നീങ്ങും. അതിനാൽ ഭൂപരിഷ്കരണം നടപ്പാവണമെന്ന് ഗവൺമെന്റിനാഗ്രഹമുണ്ടെങ്കിൽ സമരസമിതിയുമായി സഹകരിക്കുകയാണ് വേണ്ടതെന്ന് ഞാൻ പറഞ്ഞു. അല്ലാതുള്ള ഗവൺമെന്റിന്റെ പ്രഖ്യാപനങ്ങൾ പിന്തിരിപ്പന്മാരെ സഹായിക്കുകയേ ഉള്ളൂ എന്നും ഞാൻ ചൂണ്ടിക്കാണിച്ചു. ഒന്നുമില്ലെങ്കിലും പൊലീസിനെ അയച്ച് മർദിക്കാതെയും കള്ളക്കേസുകൾ സൃഷ്ടിക്കാതെയും ഇരു

ന്നാലും മതി എന്ന് ഞാൻ പറഞ്ഞു. പ്രസ്താവന നടത്തിയതുകൊണ്ട് നിയമം നടപ്പാവില്ലെന്ന് മുഖ്യമന്ത്രി അച്യുതമേനോന്റെ പ്രസ്താവനയ്ക്ക് മറുപടിയായി ഞാൻ പറഞ്ഞു. ഞങ്ങൾ അക്രമത്തിന് തയ്യാറായിരിക്കുകയാണെന്ന പ്രസ്താവന തന്നെ സമരത്തെ അടിച്ചമർത്താൻ പോവുന്നു എന്നതിന്റെ മുന്നോടിയായി മാത്രമേ കണക്കാക്കാൻ കഴിയൂ എന്നും ഞാൻ പറഞ്ഞു.

ജനുവരി 1-ന് ഒരു പുതിയ സമരം ഇവിടെ ആരംഭിക്കും. കുടികിടപ്പുകാരൻ അവനവകാശപ്പെട്ട ഭൂമി വളച്ചുകെട്ടും. പാട്ടവും വാരവും നൽകില്ല. തരിശുഭൂമികളും പുറമ്പോക്ക് ഭൂമികളും പിടിച്ചെടുക്കും. ഭൂമിയിൽ തങ്ങൾക്കുള്ള അവകാശം കുടികിടപ്പുകാരും കർഷകത്തൊഴിലാളികളും ഉറപ്പിക്കാൻ പോവുന്നു. 22 വർഷത്തെ കാത്തിരിപ്പിനുശേഷം ഈ പുതിയ സമരരൂപം നടപ്പിലാക്കാൻ ഇവിടത്തെ അധ്വാനിക്കുന്ന ജനവിഭാഗം നിർബന്ധിതമായിരിക്കുകയാണ്. ഗവൺമെന്റിന് ഈ നിയമം നടപ്പായിക്കാണാൻ ആഗ്രഹമുണ്ടെങ്കിൽ ഇതിനോട് സഹകരിക്കണം. അതിന് വയ്യെങ്കിൽ ഇതിനെതിരായി പൊലീസിനെ കയറൂരി വിടാതിരിക്കുകയെങ്കിലും ചെയ്യണം. യുഗങ്ങളായി ഒരു തുണ്ട് ഭൂമി സ്വന്തമായിക്കാണാനുള്ള മർദിതലക്ഷങ്ങളുടെ മോഹം നടപ്പിൽ വരുന്നതിന് ഈ സമരം കൂടിയേ കഴിയൂ.

തുടർന്നുള്ള രണ്ട് ദിവസങ്ങളിൽ ഞാൻ എറണാകുളം, ആലപ്പുഴ ജില്ലകളിൽ സഞ്ചരിച്ചു. പല പ്രവർത്തകയോഗങ്ങളിലും പൊതുയോഗങ്ങളിലും പ്രസംഗിച്ചു. എല്ലായിടത്തും ജനങ്ങൾ ഉൽസാഹത്തോടെ പ്രവർത്തിക്കുന്നുണ്ടായിരുന്നു. പുതിയ സമരത്തിനുവേണ്ടിയുള്ള തയ്യാറെടുപ്പുകളാണ് എങ്ങും. കഴിഞ്ഞ ഒരു വ്യാഴവട്ടക്കാലമായി പ്രസ്ഥാനമാകെ വർഗസമരത്തിന്റെ മാർഗത്തിൽനിന്ന് ഒഴിഞ്ഞു നിൽക്കുകയും ആലസ്യത്തിൽ ആണ്ടുകഴിയുകയുമായിരുന്നു--അതിന്റെ കാരണങ്ങൾ എന്തുതന്നെയായാലും കാർഷിക പരിഷ്കാരനടപടികളെ തടുത്തു നിർത്തുന്ന നിക്ഷിപ്ത താൽപര്യങ്ങളെ ചെറുത്ത് തോൽപ്പിക്കാൻ കരുത്തുള്ള ഒരു പ്രസ്ഥാനം ഉയിർത്തെഴുന്നേറ്റ് വരുന്നതിന്റെ നാന്ദി എല്ലായിടത്തും കാണാൻ കഴിഞ്ഞു.

3

കുടികിടപ്പവകാശം സ്ഥാപിക്കുന്നു

ആയിരത്തി തൊള്ളായിരത്തി എഴുപത് ജനുവരി 1-ന് പ്രഭാതം കണ്ണുമിഴിച്ച് എഴുന്നേറ്റതുതന്നെ നാടിന്റെ നാനാഭാഗങ്ങളിൽ കുടികിടപ്പുകാർ തങ്ങളുടെ അവകാശം സ്ഥാപിക്കുന്നത് കണ്ടുകൊണ്ടാണ്. തങ്ങളുടെ വീടിന് ചുറ്റുമുള്ള പത്തുസെന്റ് ഭൂമി അവർ വേലി കെട്ടി തിരിച്ചു; തങ്ങളുടേതായിത്തീർന്ന സ്ഥലത്തുനിന്ന് വിഭവങ്ങൾ പറിച്ചെടുത്തു. ആലപ്പുഴ മാത്രം രണ്ടായിരത്തിലധികം പേർ തങ്ങളുടെ അവകാശം സ്ഥാപിച്ചു. മാർത്താണ്ഡം കായലിൽ ഇരുന്നൂറോളം പേർ കുടിലുകൾ വച്ചുകെട്ടി. ചേർത്തലയിൽ ഇരുന്നൂറിലധികം പേർ അവകാശം സ്ഥാപിച്ചു. ഇതുപോലെ കേരളത്തിന്റെ എല്ലാ ഭാഗത്തും സമരസമിതിയുടെ ആഭിമുഖ്യത്തിൽ പത്തുസെന്റ് സ്ഥലം കുടികിടപ്പുകാർ കൈവശപ്പെടുത്തി.

ചില സ്ഥലങ്ങളിൽ കൃഷിക്കാരും കർഷകത്തൊഴിലാളികളും അവർക്ക് പിന്തുണ നൽകുന്ന ആളുകളും ജാഥയായി സഞ്ചരിച്ചാണ് കുടികിടപ്പവകാശം സ്ഥാപിച്ചത്. മറ്റ് ചിലേടങ്ങളിൽ ജാഥയായി ഉടമയുടെ വീട്ടിൽചെന്ന് തങ്ങൾ അവകാശം സ്ഥാപിക്കുകയാണെന്നറിയിച്ചു. പല സ്ഥലങ്ങളിലും ഉടമയുടെ സഹകരണത്തോടെ പത്തുസെന്റ് തിരിച്ചെടുക്കുകയുണ്ടായി. ഓണംകേറാമൂലകളിൽപോലും കൃഷിക്കാരും കുടികിടപ്പുകാരും അവകാശപ്രഖ്യാപനം നടത്തുകയും അവകാശം സ്ഥാപിക്കുകയും ചെയ്തു. അങ്ങനെ കേരളത്തിലെല്ലായിടത്തും കൃഷിക്കാരും കുടികിടപ്പുകാരും തങ്ങളുടെ അവകാശം സ്ഥാപിച്ചെടുക്കുകവഴി ആലപ്പുഴ സമ്മേളനതീരുമാനങ്ങൾ നടപ്പാക്കാനാരംഭിച്ചു.

ആദ്യത്തെ മൂന്ന് ദിവസങ്ങളിലായി ഒന്നരലക്ഷത്തോളം പേർ കുടികിടപ്പവകാശം സ്ഥാപിച്ചു. ഗവൺമെന്റ് ഉദ്യോഗസ്ഥന്മാർ വന്ന് കുടികിടപ്പവകാശം സ്ഥാപിക്കുമെന്ന ഗവൺമെന്റ് നയം നടപ്പിലാവുകയാണെങ്കിൽ തന്നെ എത്ര കാലം കൊണ്ടാണിത് നടക്കുക? അത് നടക്കാൻ പോവുന്നില്ലതാനും. തങ്ങളുടെ ചിരകാലസ്വപ്നം ഒന്നരലക്ഷത്തോളം പേരുടെ കാര്യത്തിലെങ്കിലും നടപ്പായെന്നത് അഭിമാനിക്കത്തക്ക ഒരു നേട്ടമാണ്.

തുടർന്നുള്ള ദിവസങ്ങളിലും ആളുകൾ തങ്ങളുടെ അവകാശം സ്ഥാപിക്കാൻ ശ്രമിച്ചുകൊണ്ടിരുന്നു. മധ്യസ്ഥക്കമ്മിറ്റിയുടെ തീരുമാനം ഭൂവുടമ അംഗീകരിക്കുന്ന സംഭവങ്ങൾ ധാരാളമുണ്ടായി. ജന്മിമാർ തന്നെ മുന്നോട്ടു വന്ന് കുടികിടപ്പവകാശം നൽകിയ സംഭവങ്ങളും കുറവായിരുന്നില്ല. ഏതായാലും എതിർപ്പുകൾ വൻതോതിലുണ്ടായില്ല. അതുപോലെ ഗവൺമെന്റും മന്ത്രിമാരും ആവർത്തിച്ച് പറഞ്ഞിരുന്ന ഏറ്റുമുട്ടലുകൾ എങ്ങും തന്നെ ഉണ്ടായില്ല. തികച്ചും സമാധാനപരമായിട്ടായിരുന്നു കുടികിടപ്പവകാശം സ്ഥാപിക്കപ്പെട്ടത്. നിയമസമാധാനനില തകരാറാകും, ഏതാണ്ടൊരു ആഭ്യന്തരസമരം തന്നെ ഉണ്ടാകും എന്നുള്ള ഗവൺമെന്റിന്റെ പ്രസ്താവനയുടെ പൊള്ളത്തരം വ്യക്തമായി. എന്നാൽ സംഗതികൾ അങ്ങനെ വിടാൻ അവർ തയ്യാറില്ലായിരുന്നു. ജന്മികൾ ഗുണ്ടകളെ നിയോഗിക്കാത്തിടങ്ങളിൽ സർക്കാർ പൊലീസിനെയും സി ആർ പിയെയും അയച്ചു; അങ്ങനെ തങ്ങളുടെ പ്രസ്താവനകൾ ശരിയാണെന്ന് തെളിയിക്കാനുള്ള ചുമതല സർക്കാർ ഏറ്റെടുത്തു.

യാത്ര

കുടികിടപ്പവകാശം പിടിച്ചെടുത്ത സ്ഥലങ്ങൾ സന്ദർശിക്കാനും മർദനവിധേയരായവരെ നേരിൽകണ്ട് സംസാരിക്കാനും വേണ്ടി പതിനേഴു ദിവസം നീണ്ടുനിൽക്കുന്ന പര്യടനം ജനുവരി 10-ന് ഞാൻ ആരംഭിച്ചു.

ആദ്യം പോയത് പൊലീസിന്റെ അക്രമണത്തിന് വിധേയമായ ചേർത്തലയിലേക്കാണ്; സമരത്തിനിടയിൽ വധിക്കപ്പെട്ട തിലകപ്പന്റെ വസതിയിലേക്ക്. അവിടെ കൂടിയ ആളുകളിൽനിന്ന് കിരാതമായ ആ മർദനത്തിന്റെയും വധത്തിന്റെയും വിവരങ്ങൾ അറിഞ്ഞു. എന്നെ കണ്ടപ്പോൾ ആ വീട്ടിലെ അമ്മയും കുട്ടികളും വിങ്ങിപ്പൊട്ടിക്കരഞ്ഞു. ഞാനവരെ ആശ്വസിപ്പിച്ചു. തിലകപ്പൻ ഏത് കാര്യത്തിന്റെ വിജയത്തിനുവേണ്ടിയാണോ ആത്മാഹുതി ചെയ്തത്, ആ കാര്യങ്ങൾ പൂർണതയിലെത്തിക്കുംവരെ മറ്റു സഖാക്കൾ വിശ്രമിക്കുകയില്ലെന്ന് ഞാനവരോട് പറഞ്ഞു.

ആ പ്രദേശങ്ങളിൽ മിക്ക കടകളും അടച്ചിട്ടിരിക്കുന്നതാണ് കണ്ടത്. എല്ലാവരിലും ഭയം നിഴലിച്ചു നിൽക്കുന്നുണ്ടായിരുന്നു. പുന്നപ്ര-വയലാർ സമരത്തിൽ കുപ്രസിദ്ധനായ കുട്ടിയാട്ടു ശിവരാമപ്പണിക്കരുടെ ആൾക്കാർ താമസിക്കുന്ന സ്ഥലങ്ങളിൽ 340-ഓളം കർഷകകുടുംബങ്ങൾ താമസിക്കുന്നുണ്ട്. അവരെല്ലാവരും കുടികിടപ്പു കൈവശപ്പെടുത്തിയതായി അവരിൽ നിന്നറിഞ്ഞു. അവിടെ പൊലീസും സി ആർ പിയും തേർവാഴ്ച നടത്തുകയായിരുന്നു. അതിനടുത്തൊരിടത്ത് ഞാൻ ചെല്ലുന്നുണ്ടെന്നറിഞ്ഞ് ഒരു ചെറുയോഗം സംഘടിപ്പിച്ചു. അവിടെ വന്നു കൂടിയവർ മിക്കവരും സ്ത്രീകളായിരുന്നു. പുരുഷന്മാർ മിക്കവരും ഒളിവിലാണ്. മറ്റ് ചിലരുള്ളവർ ഭയന്ന് പുറത്തിറങ്ങാറില്ല. എവിടെയെങ്കിലും ആരെങ്കിലും നിൽക്കുന്നതു കണ്ടാലുടനെ പൊലീസ് അവരെ കൂട്ടിക്കൊണ്ടുപോവും. ചോദ്യം ചെയ്യലിന് എന്നാണ് പറയുന്നത്. നമ്മുടെ നാട്ടിൽ പൊലീസിന്റെ ചോദ്യംചെയ്യൽ എന്നു പറഞ്ഞാൽ കഠിനമായ മർദനം എന്നാണല്ലോ അർഥം. പൊലീസിനെ കണ്ടാൽ ആളുകൾ ഒളിച്ചോടുന്നതിൽ അൽഭുതപ്പെടാനില്ല.

അവിടെ കൂടിയ സ്ത്രീകളോട് വിയത്നാമിലെ ധീരവനിതകളുടെ

മാതൃക ഉയർത്തിക്കാട്ടിക്കൊണ്ട് ധൈര്യമായിരിക്കാൻ ഞാനാവശ്യപ്പെട്ടു. പേടിക്കുന്നവരെയാണ് പൊലീസ് കൂടുതൽ ഭീഷണിപ്പെടുത്തുക. ധീരതയോടെ നിങ്ങൾ നിൽക്കുക, കാര്യങ്ങൾ നേരെയാകും. ഒരു സി ആർ പിക്കും നിങ്ങളെ തൊടാൻ ധൈര്യം വരില്ല. എന്റെ പ്രസംഗം കഴിഞ്ഞപ്പോൾ എന്ത് ത്യാഗവും സഹിക്കാനും സമരങ്ങളിൽ ഉറച്ചുനിന്ന് പോരാടാനും തങ്ങൾ ഉറച്ചിരിക്കുകയാണെന്ന് അവർ പറഞ്ഞു. അതെന്നെ ആവേശഭരിതനാക്കി. പുന്നപ്ര-വയലാറിൽ ജനിച്ചുവളർന്ന ആ ധീരവനിതകളുടെ പേരിൽ അഭിമാനം തോന്നി.

പിന്നീട് നേരെ പോയത് കടകരപ്പള്ളി എന്ന സ്ഥലത്തേക്കായിരുന്നു. അവിടെയും യോഗത്തിൽ പങ്കെടുത്തവരിൽ അധികവും സ്ത്രീകളായിരുന്നു. പുരുഷന്മാർ ഒളിവിലാണ്. രാത്രിസമയത്ത് പൊലീസും ഗുണ്ടകളും വന്ന് ചീത്തപറയുകയും ഭീഷണിപ്പെടുത്തുകയും ചെയ്യുന്നു എന്ന് സ്ത്രീകൾ എന്നോട് പറഞ്ഞു. മടൽ തല്ലുന്ന കൈകൾ ഗുണ്ടകളെയും നേരിടാൻ സന്നദ്ധമായിരിക്കണമെന്ന് ഞാൻ പറഞ്ഞപ്പോൾ ആ അമ്മമാരുടെ മുഖത്ത് കണ്ണുനീരിനിടയിലും പുഞ്ചിരിവിടരുന്നത് കാണാൻ കഴിഞ്ഞു. സ്വന്തം വീടുകളിലേക്ക് മടങ്ങിച്ചെല്ലാനും അവിടെ വരുന്ന ഗുണ്ടകളെ നേരിട്ട് പുന്നപ്ര-വയലാറിന്റെ മാനംകാക്കാനും അവരോട് ഞാൻ ആവശ്യപ്പെട്ടു. ഇവിടെ അവരിൽ ചിലരുടെ വീടുകൾ ഞാൻ സന്ദർശിച്ചു. ചെറിയ ഓലപ്പുര. ഏതാനും മൺപാത്രങ്ങളല്ലാതെ വേറൊന്നുമില്ല. പട്ടിണികൊണ്ട് തളർന്ന കുഞ്ഞുങ്ങൾ. അവർക്ക് കീറിപ്പറിഞ്ഞ വസ്ത്രങ്ങളേ ധരിക്കാനുള്ളൂ. ഒന്ന് നനച്ചാൽ മാറി വേറൊന്നുടുക്കാനില്ല. ഒരു നേരത്തെ ആഹാരംപോലും ശരിക്ക് കഴിക്കാനില്ലാത്തതുകൊണ്ട് വസ്ത്രത്തിന്റെ കാര്യം ചിന്തിക്കാൻ സാധിക്കാറില്ല. എല്ലും തോലും മാത്രമായ മനുഷ്യജീവികൾ. പാൽ തുടങ്ങിയ വസ്തുക്കൾ അവർക്ക് സ്വപ്നം മാത്രമാണ്. 25 വർഷത്തെ സ്വാതന്ത്ര്യം അവർക്ക് സംഭാവന ചെയ്തത് ഇതാണ്.

അവിടെനിന്ന് ഉച്ചയോടെ ഒറ്റപ്പുന്നയിലെത്തി. സഖാവ് സീതിയുടെ വീട്ടിൽ വിശ്രമിക്കുന്നതിനിടയിൽ മുന്നൂറിൽപ്പരം സ്ത്രീകൾ എന്നെക്കാണാൻ അവിടെ എത്തി. അവർ രണ്ടാഴ്ചയായി അവിടങ്ങളിൽ നടന്നുവരുന്ന ഭീകരമായ മർദനത്തിന്റെ കഥ പറഞ്ഞു. വീടുകളിൽ സ്വൈരമായി കഴിയാൻ പൊലീസ് അനുവദിക്കുന്നില്ല. മർദനം ഭയന്ന് പുരുഷന്മാരെല്ലാം ഒളിവിലാണ്. ആഹാരത്തിനുപോലും വകയില്ല. പുരുഷന്മാരെന്തെങ്കിലും ജോലിക്ക് പോയെങ്കിലേ ആഹാരത്തിന് വകയുണ്ടാവൂ. തൊണ്ടുതല്ലാമെന്ന് വച്ചാൽ അത് വാങ്ങാൻപോലും പൊലീസ് അനുവദിക്കുന്നില്ല. ധീരതയോടെ എന്തിനെയും നേരിടുകയാണ് വേണ്ടതെന്നും സ്വന്തം വീടുകളിലെത്തി ധൈര്യമായിരിക്കണമെന്നും ഞാനവരോട് പറഞ്ഞു: "ഭയന്നോടുന്നവരുടെ അടുക്കലാണ് സി ആർ പി ധൈര്യം കാണിക്കുക. അതിനാൽ ഭയന്നോടാതെ തിരിഞ്ഞ് നിൽക്കുക, അവർ പിൻവാങ്ങിക്കൊള്ളും. നിങ്ങളുടെ ധീരതയ്ക്ക് മുമ്പിൽ ഉറച്ചുനിൽക്കാൻ പൊലീസിന് കഴിയില്ല" എന്ന് പറഞ്ഞതോടെ ധൈര്യമായി അവർ സ്വന്തം വീടുകളിലേക്കു മടങ്ങി. ഇനി അവരുടെ വീടുകളിൽ കയറിച്ചെല്ലാൻ പൊലീസ് ധൈര്യപ്പെടുകയില്ലെന്ന് എനിക്ക് തോന്നി.

ഞാൻ പോയ അടുത്ത സ്ഥലം തൈക്കാട്ടുശേരിയായിരുന്നു. വഴിയിൽ പല സ്ഥലത്തും പൊലീസ് വാനുകൾ കിടക്കുന്നത് കണ്ടു. ഒരു

ജന്മിയുടെ ചാവടിയിൽ പൊലീസ് ക്യാമ്പടിച്ചിരിക്കുന്നു. റോഡിന്റെ പടിഞ്ഞാറുവശം തൈക്കാട്ടുശേരിക്കായലിന്റെ അരികിൽ 150-ഓളം കർഷകത്തൊഴിലാളികൾ താമസിക്കുന്നുണ്ട്. അവിടെ ഇറങ്ങി അവരുടെ വീടുകളിലേക്ക് ചെന്നു. ആദ്യം പി സി കുഞ്ഞന്റെ വീട്ടുമുറ്റത്താണ് ചെന്നത്. വീട് തകർക്കപ്പെട്ട നിലയിൽത്തന്നെ കിടക്കുന്നു. പാത്രങ്ങൾ മുറ്റത്ത് തകർന്ന് കിടക്കുകയാണ്. അതിനടുത്തുള്ള മറ്റ് വീടുകളിലെ സ്ഥിതിയും ഇതുതന്നെയാണ്. എല്ലാ വീടുകളും ഗുണ്ടകൾ തകർത്തുകളഞ്ഞു. വീട്ടുപകരണങ്ങൾ തല്ലിത്തകർത്തു. വീട്ടുമൃഗങ്ങളെ മോഷ്ടിച്ചുകൊണ്ട് പോയിരിക്കുന്നു. കായലിന്റെ മറുകരയിൽ സ്ത്രീപുരുഷന്മാരും കുട്ടികളും കൂടി നിൽക്കുന്നത് കണ്ടു. അവർക്ക് സ്വന്തം വീട്ടിലേക്ക് വരാൻ നിവൃത്തിയില്ലാത്ത സ്ഥിതിയാണ്. പൊലീസും ഗുണ്ടകളും ഇപ്പോഴും ഇവിടെ വിഹരിക്കുന്നു. അവരുമായി സംസാരിക്കണമെന്ന് തോന്നിയതിനാൽ ഒരു വള്ളം കൊണ്ടുവരുവിച്ച് അതിൽ കയറി ഞാൻ അക്കരക്ക് തിരിച്ചു. വള്ളം കരയോടടുത്തപ്പോൾ അവർ മുദ്രാവാക്യങ്ങൾ മുഴക്കി ഞങ്ങളെ സ്വാഗതം ചെയ്തു. ഞാൻ കരയ്ക്കിറങ്ങി. ഉടുതുണിയൊഴിച്ച് മറ്റെല്ലാം നഷ്ടപ്പെട്ട ആ പാവപ്പെട്ടവർ എനിക്ക് ചുറ്റുംകൂടി നിന്നു. പൊലീസും ഗുണ്ടകളും കൂടി തങ്ങളെ മർദിക്കുകയും തങ്ങളുടെ വസ്തുവകകൾ നശിപ്പിക്കുകയും ചെയ്ത കഥകൾ പറഞ്ഞ് സ്ത്രീകൾ ഏങ്ങലടിച്ചു കരഞ്ഞു. പുരുഷന്മാരും കുഞ്ഞുങ്ങളും കണ്ണുംമിഴിച്ച് എന്റെ നേരെ നോക്കി നിൽക്കുകയാണ്. വളരെ നേരത്തേക്ക് അവരുടെ അടുത്ത് നിൽക്കാനല്ലാതെ എന്തെങ്കിലും സംസാരിക്കാൻപോലും എനിക്ക് കഴിഞ്ഞില്ല. ഇതിനുമുമ്പ് അമരാവതിയിലും ചുരുളി-കീരിത്തോട്ടിലും ഇങ്ങനെ കുടിലുകൾ തകർക്കപ്പെട്ട് എല്ലാം നഷ്ടപ്പെട്ട മനുഷ്യരെ കണ്ടിട്ടുണ്ട്. അതിന് മുമ്പ് കരിവെള്ളൂരും കയ്യൂരും കണ്ടിട്ടുണ്ട്. അങ്ങനെ എത്ര എത്ര സ്ഥലങ്ങളിൽ സർവസ്വവും നഷ്ടപ്പെട്ട മനുഷ്യരുടെ കഥകൾ നേരിൽ കണ്ടിരിക്കുന്നു! അതിലുമെത്രയോ കഥകൾ കേട്ടിരിക്കുന്നു! അവിടെ നിന്നപ്പോൾ ഇത്തരം സംഭവങ്ങൾ ഓർമയിൽ ഉയർന്നുവന്നു. തകർക്കപ്പെട്ട മനുഷ്യജീവിതങ്ങളുടെ കഥകൾ.

കൊച്ചുകുട്ടികളുടെ പുസ്തകങ്ങളും സ്ലേറ്റുകളും നശിപ്പിക്കപ്പെട്ടിരിക്കുന്നു. വീടുകളിൽ ഒന്നുപോലും ബാക്കിയില്ല. അൽപ്പം വിദ്യാഭ്യാസം സിദ്ധിച്ചവരുടെ സർട്ടിഫിക്കറ്റ് പുസ്തകങ്ങൾ വരെ അക്രമികൾ കീറിക്കളഞ്ഞിരിക്കുന്നു. ഇത് സഹിക്കാൻ കഴിയുന്നതായിരുന്നില്ല. ഒന്നുരണ്ട് ദിവസത്തിനകം അവരെയെല്ലാം അവരുടെ വീടുകളിൽ തന്നെ പുനരധിവസിപ്പിക്കാനാവശ്യമായ കാര്യങ്ങൾ ചെയ്യാൻ അവിടെ ഉണ്ടായിരുന്ന പാർട്ടി സഖാക്കളെ ചുമതലപ്പെടുത്തിയശേഷമാണ് ഞാൻ തിരിച്ചുപോന്നത്. അവർക്ക് നഷ്ടപ്പെട്ടതിന്റെ നൂറിലൊന്നുപോലും നേടിയെടുക്കാൻ കഴിയുമായിരുന്നില്ല. കായലിൽ ഒഴുകി നടക്കുന്ന ആഫ്രിക്കൻ പായലിനോടൊപ്പം കുട്ടികളുടെ പുസ്തകങ്ങളും വസ്ത്രങ്ങളും ഒഴുകി നടക്കുന്ന കാഴ്ച കണ്ടു. ഈ പൊലീസിനും ഗുണ്ടകൾക്കും കുട്ടികളില്ലേ? എങ്ങനെ ഇതൊക്കെ കായലിലേക്ക് വലിച്ചെറിയാൻ അവർക്ക് മനസ്സുവന്നു? എന്റെ ഹൃദയം നൊന്തു. മനസ്സ് വിഷാദഭരിതമായി. ജീവിതത്തിന്റെ വലിയൊരു ഭാഗം എന്നെപ്പോലെ കോടിക്കണക്കിനാളുകൾ കഷ്ടപ്പെട്ട് നേടിയെടുത്ത സ്വാതന്ത്ര്യം ഇതാണല്ലോ എന്നോർത്ത് വേദനിച്ചുകൊണ്ടാണ് ഞാൻ തിരിച്ച് കരയിൽ ഇറങ്ങിയത്.

പെരുമ്പളം കായലിൽ എത്തിയപ്പോൾ സഖാവ് വേലുപ്പിള്ളയുടെ ചായക്കട തകർത്തിരിക്കുന്നതു കണ്ടു. കുടികിടപ്പുകാരും കർഷകത്തൊഴിലാളികളും വന്നിരിക്കാറുള്ള ചായക്കടയായതിനാലാണ് അത് തകർത്തുകളഞ്ഞതത്രേ. ബഞ്ചുകളും ഗ്ലാസുകളും തകർത്തിട്ടിരിക്കുന്നു. വേലുപ്പിള്ളയെ അടിച്ചവശനാക്കിയിരുന്നു. ഇതെല്ലാം കണ്ട് ഞാൻ വികാരാധീനനായി. ഇത്തരം ഗുണ്ടാവാഴ്ചയ്ക്ക് ഒരവസാനം ഉണ്ടാക്കിയേ മതിയാവൂ എന്ന് മനസിലുറച്ചു. എന്ത് പറഞ്ഞാലും കണ്ടാലും മനസ്സിലാവാത്ത ഒരധികാരിവർഗമാണ് ഇവിടെ ഇന്നുള്ളത്. അവരുടെ കണ്ണ് തുറപ്പിക്കാതെ പറ്റില്ല.

അന്ന് യാത്രയിൽ കണ്ട കാര്യങ്ങൾ--പൊലീസും ഗുണ്ടകളും നടത്തിയ മർദനങ്ങളും ജനങ്ങളുടെ കണ്ണീരും എല്ലാം—എന്റെ ഹൃദയത്തെ നോവിച്ചു. വൈകുന്നേരം നടന്ന രണ്ട് യോഗങ്ങളിലും ഞാനത് വിവരിച്ചു. ഒരു യോഗം തെക്കൻഭാഗത്തായിരുന്നെങ്കിൽ മറ്റൊന്ന് തിലകപ്പന്റെ വീടിന് സമീപത്തായിരുന്നു. ഒളിവിൽ കഴിഞ്ഞിരുന്ന പുരുഷന്മാരിൽ ചിലരൊക്കെ പൊതുയോഗസ്ഥലത്തു വന്നിരുന്നു. സി ആർ പിയെയും ഗുണ്ടകളെയും ധീരമായി നേരിട്ടുകൊണ്ട് മുന്നേറാൻ ഞാൻ അവരോട് പറഞ്ഞു. വയലാർ സഖാക്കളുടെ നാട്ടിൽ അക്രമങ്ങളെ നേരിട്ടില്ലെങ്കിൽ പിന്നെ എവിടെയാണ് അതിനുള്ള ശക്തിയും ധൈര്യവും ലഭിക്കുക? അതുകൊണ്ട് വീടുകളിലേക്ക് മടങ്ങാനും അക്രമങ്ങളെ ധീരതയോടെ ചെറുത്തുനിൽക്കാനും ഞാൻ ആഹ്വാനം ചെയ്തു. ഭീഷണികൾക്ക് വഴങ്ങാതെ അവയെ എതിർത്ത് പരാജയപ്പെടുത്താൻ ഞാനവരോടഭ്യർഥിച്ചു.

അവിടെ കൂടിയ സഖാക്കൾ ധീരതയോടെ സ്വന്തം വീടുകളിലേക്ക് മടങ്ങുന്ന കാഴ്ച കണ്ടുകൊണ്ട് രാത്രി പത്തുമണിയോടെ ഞാൻ എറണാകുളത്തേക്ക് തിരിച്ചു. ധീരരായി വീട്ടിലേക്ക് മടങ്ങിയ സഖാക്കളെ തടയാൻ ഒരു ശക്തിക്കും കഴിയില്ലെന്ന് എനിക്കുറപ്പായിരുന്നു. കറുത്ത് നീണ്ടുകിടക്കുന്ന പാതയിലൂടെ വണ്ടി പാഞ്ഞുപോയി. ഇടയ്ക്കിടയ്ക്ക് പ്രകാശവൃത്തങ്ങൾ, പ്രകാശവൃത്തങ്ങളെ കടന്നുപോയപ്പോൾ മുഴുവൻ പ്രകാശമുള്ള വഴിത്താര എന്റെ മനസിൽ നിഴലിച്ചു. തണുത്ത കാറ്റ് ശക്തിയായി അടിച്ചുകൊണ്ടിരുന്നു. പുതിയ ഒരു ഉയിർത്തെഴുന്നേൽപ്പിന്റെ സംഗീതം അതിലടങ്ങിയിരിക്കുന്നതായി അനുഭവപ്പെട്ടു. ഞാൻ പുറത്തേക്ക് നോക്കിയിരുന്നു. ആകാശത്ത് ചുവന്ന നക്ഷത്രങ്ങൾ തെങ്ങോലകളുടെ ഇടയിൽകൂടി മറഞ്ഞ് മറഞ്ഞ് പോവുന്നു. വണ്ടി മുന്നോട്ട് കുതിച്ചുപായുകയാണ്. ദൂരേക്ക് തെളിഞ്ഞു കാണുന്ന വെളിച്ചത്തിൽ പാത വ്യക്തമായി കാണാം. ആ പാതയിലൂടെ മുന്നോട്ട് മുന്നോട്ട്!

എറണാകുളത്തുനിന്ന് ഞാൻ കണ്ണൂർക്കാണ് പോയത്. കണ്ണപുരത്തെത്തി. അവിടെ ഒരു യോഗമുണ്ടായിരുന്നു. പോകുന്ന വഴി പൊലീസ് തകർത്തുകളഞ്ഞ വീടുകൾ സന്ദർശിച്ചു--മർദനമേറ്റ് അനേകമാളുകൾ ആശുപത്രിയെ അഭയം പ്രാപിച്ചിരുന്നു. ആശുപത്രിയിലെത്തി അവരെ സന്ദർശിച്ചു. ചെറുകുന്നിൽ പൊതുയോഗം ഉണ്ടായിരുന്നു. കേരളത്തിൽ ഉടനീളം കുടികിടപ്പുകാരെയും കർഷകതൊഴിലാളികളെയും മർദിക്കുന്നതിലും വീടുകൾ തകർത്തുകളഞ്ഞതിലും പ്രതിഷേധിക്കാൻ ചേർന്ന യോഗമായിരുന്നു അത്. എന്റെ രണ്ടുമൂന്ന് ദിവസത്തെ യാത്രയ്ക്കിടയിൽ ഞാൻ കണ്ട കാര്യങ്ങൾ അവരോട് പറഞ്ഞു. കേരളത്തിൽ നടന്നുകൊ

ണ്ടിരിക്കുന്ന കാര്യങ്ങൾ കാണുകയും കേൾക്കുകയും ചെയ്യുന്ന ഒരാൾക്ക് ക്ഷോഭമുണ്ടാകാതെ വയ്യ എന്നും എന്ത് വിലകൊടുത്തും ഈ മർദനം അവസാനിപ്പിക്കണമെന്നും ഞാനവരോട് പറഞ്ഞു. വിവരങ്ങൾ വിശദീകരിച്ചുകൊണ്ട് പ്രസിഡന്റ് വി വി ഗിരിക്ക് ഒരു കത്ത് ഞാനെഴുതിയ കാര്യവും അടുത്ത പാർലമെന്റ് സമ്മേളിക്കുമ്പോൾ കേരളത്തിൽ നടന്നുകൊണ്ടിരിക്കുന്ന കിരാതമർദനത്തിനെതിരായി ശക്തിയായി ശബ്ദമുയർത്താൻ പോവുകയാണെന്നും അവരോട് പറഞ്ഞു. കഴിഞ്ഞ ഏതാനും ദിവസങ്ങളായി ചെറുകുന്നിലും പരിസരങ്ങളിലും നടന്ന മർദനങ്ങളാലോചിച്ചാൽ അവിടെ നടന്ന ഉജ്ജ്വലപ്രകടനത്തിലും അതിനുശേഷം നടന്ന യോഗത്തിലും ആവേശത്തോടെ ആളുകൾ പങ്കെടുത്തതിൽ അദ്ഭുതം തോന്നേണ്ടതാണ്. കടുത്ത മർദനം നടക്കുന്ന എത്രയെത്ര സ്ഥലങ്ങളിൽ ഞാൻ ഇതിനുമുമ്പ് പോയിട്ടുണ്ട്! അന്നൊക്കെ ആളുകൾ അതിനെ പ്രതിഷേധിക്കാൻ ധീരമായി മുന്നോട്ടു വരുന്നത് കണ്ടിട്ടുമുണ്ട്. അതിനാൽ ഈ പ്രകടനവും യോഗവും കണ്ടിട്ട് എനിക്ക് അദ്ഭുതം തോന്നിയില്ല.

ജനുവരി 15-ന് രാവിലെ കണ്ണൂരിലെത്തി ട്രാൻസ്പോർട്ട് തൊഴിലാളികളുടെ കൂട്ടസത്യഗ്രഹം ഉദ്ഘാടനം ചെയ്തു. സമരം നടത്തുന്ന പിയേഴ്സ് ലെസ്ലികമ്പനിയിലെ തൊഴിലാളികളോട് സംസാരിച്ചു. ഏരുപടിയിലെ സമ്മേളനത്തിന് ചെന്നപ്പോൾ ഒരു പ്രത്യേക സംഭവമുണ്ടായി. 1935 മുതൽ എന്നോടൊത്ത് പ്രവർത്തിച്ച 79 വയസ്സുള്ള ഒരു കർഷകക്കാരണവർ അവിടെ എന്നെ കാണാനെത്തിയിരുന്നു. നടക്കാൻ വയ്യാതിരുന്ന അദ്ദേഹത്തെ കാറിലാണ് കൊണ്ടുവന്നത്. ഞങ്ങൾ രണ്ടാളും തമ്മിൽ കണ്ടപ്പോൾ കെട്ടിപ്പിടിച്ചു. ആ ആശ്ലേഷത്തിൽ നിന്നപ്പോൾ സ്വാതന്ത്ര്യസമരത്തിലെ ഏടുകൾ മിന്നൽപിണർപോലെ എന്റെ മനസ്സിൽ ഉയർന്നുവന്നു. ജനങ്ങളുടെ നിലനിൽപ്പിനുവേണ്ടി നടത്തിയ എത്ര എത്ര സമരങ്ങൾ! ഒളിവിലും പുറത്തുമായി കഴിച്ചുകൂട്ടിയ ദിനങ്ങൾ! സഹോദരീസഹോദരന്മാരുടെ യാതനാഭരിതവും ദുഃഖപൂർണവുമായ ജീവിതത്തിന് ആശ്വാസം നൽകാനുള്ള തീവ്രയത്നത്തിന്റെ ഈ പാതയിൽ എന്നോടൊത്ത് ത്യാഗങ്ങൾ സഹിച്ച എന്നെക്കാൾ എത്രയോ മടങ്ങ് യാതനകൾ അനുഭവിച്ച ആളുകൾ അകാലത്തിൽ എന്നെ വിട്ടുപോയി. ഈ വൃദ്ധനെപ്പോലുള്ള എത്രയോ പേർ ആരോഗ്യം തകർന്ന് കിടന്നുപോയി. കുറെപ്പേർ സ്വാർഥതയുടെ പിടിയിലമർന്ന് മാർഗം വിട്ടുപോയി. അതിലുമെത്രയോ അധികം ആളുകൾ പുതുതായി പ്രസ്ഥാനത്തിലേക്ക് കടന്നുവന്നു. യാതനാപൂർണമായ ഈ യാത്ര ഇന്നും തുടരുകയാണ്. ഒരു നിമിഷം എല്ലാം ഞാനോർത്തുപോയി.

അവിടത്തെ സമ്മേളനത്തിനുശേഷം പിണറായിയിലെത്തി. ഭൂമി വളച്ചുകെട്ടിയ കുടികിടപ്പുകൾ കണ്ടു. ആ ഭാഗങ്ങളിൽ കുടികിടപ്പ് വളച്ചുകെട്ടിയതിന് കാര്യമായ എതിർപ്പൊന്നും ഉണ്ടായില്ല. അവിടെ നടന്ന പൊതുയോഗത്തിൽ ധാരാളം ആളുകൾ പങ്കെടുത്തു. അവിടെ യുവജന ഫെഡറേഷന്റെ ആപ്പീസ് ഉദ്ഘാടനം ചെയ്തു. ചുറുചുറുക്കുള്ള ചെറുപ്പക്കാർ ധാരാളം പ്രസ്ഥാനത്തിലേക്ക് വന്നുകൊണ്ടിരിക്കുകയാണ്.

ധർമടം, ചൊക്ലി, മാഹി, പാറാൽ തുടങ്ങിയ സ്ഥലങ്ങളിലും പൊതുയോഗങ്ങൾ ഉണ്ടായിരുന്നു. അവിടങ്ങളിലെല്ലാം കുടികിടപ്പുകാർ തങ്ങൾക്കവകാശപ്പെട്ട പത്തുസെന്റ് വളച്ചുകെട്ടിയിരുന്നു. നിരവധി വീടു

കൾ ഞാൻ കയറി ഇറങ്ങി. പാവപ്പെട്ട കർഷകത്തൊഴിലാളികളുടെ പ്രശ്നങ്ങൾ അവരുമായി ചർച്ചചെയ്തു. ഈ ദരിദ്രലക്ഷങ്ങളോടൊത്തു കഴിയുകയും അവരുമായി സംസാരിക്കുകയും ചെയ്യുമ്പോഴാണ് ഞാൻ ഞാനായിത്തീരുന്നത്. അവരുടെ വീടുകളിൽ താമസിച്ചും അവരുടെ പ്രശ്നങ്ങൾക്കുവേണ്ടി സമരരംഗത്തിറങ്ങിയും തങ്ങളുടെ അവകാശം സ്ഥാപിക്കാൻ അവരെ സംഘടിപ്പിച്ചും തുടങ്ങിയപ്പോൾ മുതൽക്കാണല്ലോ എന്റെ പൊതുപ്രവർത്തനം ആരംഭിക്കുന്നത്. രോഗവും പ്രായവും വിശ്രമത്തിനാവശ്യപ്പെടുമ്പോഴും അതൊക്കെ അവഗണിച്ച് സമരരംഗത്തേക്ക് ഓടി വരുന്നത് ഈ ദരിദ്രലക്ഷങ്ങളുടെ യാതന കാണുമ്പോഴാണ്. അവരുടെ സുഖവും ദുഃഖവും എന്റേതുമാണ്.

മുറ്റത്തുനിൽക്കുന്ന വാഴയും തെങ്ങും എല്ലാം തങ്ങളുടേതായിത്തീർന്നതിൽ അവർ അഭിമാനം കൊള്ളുന്നതായി എനിക്ക് കാണാൻ കഴിഞ്ഞു. കുടികിടപ്പുകാരുടെ അനേകകാലമായുള്ള മോഹം സാധിച്ചിരിക്കുന്നു. അവരുടെ കണ്ണിലും ചുണ്ടിലും അതിന്റെ പുഞ്ചിരി കാണാൻ കഴിഞ്ഞു. ഇനി അവരുടെ മുറ്റത്ത് പച്ചക്കറിച്ചെടികൾ നടാം. "ആരോട് ചോദിച്ചിട്ടാണെടാ ഇത് നട്ടതെ"ന്ന് ഭൂവുടമ വന്ന് ചോദിക്കില്ല. അവന്റെ മുറ്റത്തുനിന്ന് വാഴക്കുല വെട്ടിക്കൊണ്ടുപോവുമ്പോൾ "കരയാതെ മക്കളെ കൽപ്പിച്ചു തമ്പുരാൻ" എന്ന് ഒരു മലയപ്പുലയനും ഇനി പറയേണ്ടിവരില്ല. ഒരു കുടികിടപ്പുകാരനെ സംബന്ധിച്ചിടത്തോളം അവന്റെ ഏറ്റവും വലിയ മോഹമാണ് നേടിക്കഴിഞ്ഞത്. അതിന്റെ ആഹ്ലാദം ഞാൻ പോയ വീടുകളിലെല്ലാം നിറഞ്ഞുകണ്ടു.

കണ്ണൂരിലെ മൂന്ന് ദിവസത്തെ സന്ദർശനത്തിനുശേഷം രാത്രി വണ്ടിക്ക് എറണാകുളത്തേക്ക് മടങ്ങേണ്ടതായി വന്നു. എറണാകുളത്ത് ചില സ്ഥലങ്ങളിൽ കഠിനമായ മർദനം നടക്കുന്നതായ വാർത്തവന്നു.

എറണാകുളത്തു മർദനം നടന്ന സ്ഥലങ്ങളിലൂടെ ഞാൻ സഞ്ചരിച്ചു. മർദനമേറ്റ സഖാക്കളുമായി ഞാൻ സംസാരിച്ചു. അവരെ ആശ്വസിപ്പിച്ചു. ചില സഖാക്കൾ തളർന്നിരുന്നതിനാൽ ആശുപത്രിയിൽ ആക്കിയിരുന്നു. അവരെ ആശുപത്രിയിൽ ചെന്നു കണ്ടു. മർദനം നടന്ന സ്ഥലങ്ങളിലും കുടികിടപ്പുകാർ ധീരമായി തങ്ങളുടെ അവകാശം സ്ഥാപിച്ചിരിക്കുന്നതാണ് കണ്ടത്. അവർ സ്വന്തം ഭൂമിയിൽ ഉറച്ചുനിൽക്കുന്നു. കർഷകസംഘം പ്രവർത്തകർ എങ്ങും ചുറ്റിസഞ്ചരിച്ച് നിർദേശങ്ങൾ നൽകുന്നു. മർദനമേറ്റവർക്ക് വേണ്ട പരിചരണം നൽകാൻ ആവശ്യമായ നിർദേശങ്ങൾ നൽകിയശേഷം ഞാൻ പാലക്കാട്ടേക്ക് തിരിച്ചു. വഴിക്ക് പല സ്ഥലത്തും ഇറങ്ങി അവിടങ്ങളിലെ വിവരങ്ങൾ ചോദിച്ചറിഞ്ഞു.

പാലക്കാട് ജില്ലയിലുടനീളം ഞാൻ സന്ദർശനം നടത്തി. പാലക്കാട് ജില്ലയിൽ പര്യടനം നടത്തുക എനിക്കെന്നും ഇഷ്ടമുള്ള കാര്യമാണ്. കർഷകരുടെ നാടാണത്. കുന്നുകൾക്കിടയിൽ പരന്നു കാണുന്ന പാടങ്ങളിൽ പണിയെടുക്കുന്ന ഇടത്തരം കൃഷിക്കാരും കർഷകത്തൊഴിലാളികളും താമസിക്കുന്ന നാട്, കേരളത്തിന്റെ ഒരു നെല്ലറ, വണ്ടി കടന്നുപോവുന്ന വഴിയുടെ ഇരുവശങ്ങളിലും നെൽപ്പാടങ്ങൾ. അവിടെ പണിയെടുക്കുന്ന കർഷകരുടെ കുടിലുകൾ ഇടയ്ക്കിടെ വയലോരത്ത് കാണാം. അവരെല്ലാം പത്ത് സെന്റ് വളച്ചെടുത്ത് വേലികെട്ടിയിരിക്കുന്നതു കാണാം.

പറളിയിലേക്കാണ് ഞാൻ ആദ്യം ചെന്നത്. കുടികിടപ്പുകാർ പിടി

ച്ചെടുത്ത സ്ഥലങ്ങൾ സന്ദർശിച്ചു. പറളിയിലെ യോഗത്തിൽ പങ്കെടുത്തവരധികവും കൂലിപ്പണിക്കാരായ കുടികിടപ്പുകാരായിരുന്നു. മർദനങ്ങളെ അതിജീവിച്ചുകൊണ്ട് ധീരമായി മുന്നേറാൻ ഞാനവരോട് പറഞ്ഞു. മറ്റ് പല സ്ഥലങ്ങളിൽനിന്നും കുടികിടപ്പുകാരെ മർദിക്കുന്നതായ വാർത്തകൾ വന്നുകൊണ്ടിരുന്നു. ചില സ്ഥലങ്ങളിൽ കുടികിടപ്പുകാരെ ഇറക്കിവിട്ടശേഷം പുരകത്തിച്ചു കളയുക എന്ന ഭീകരപ്രവൃത്തിയും പൊലീസ് ചെയ്തിരുന്നു. പൊലീസിന്റെ മർദനങ്ങൾ നടന്ന ചില സ്ഥലങ്ങൾ സന്ദർശിച്ചശേഷം ഒറ്റപ്പാലത്തെത്തി.

ഒറ്റപ്പാലത്ത് നടന്ന സമ്മേളനത്തിൽ ധാരാളം കർഷകത്തൊഴിലാളി സ്ത്രീകൾ സംബന്ധിച്ചു. അവരിൽ വളരെ പേരുടെ കയ്യിൽ കൈക്കുഞ്ഞുങ്ങളുണ്ടായിരുന്നു. പ്രകടനത്തിൽ അവർ കാണിച്ച ആവേശം കണ്ടുനിന്നവരിലേക്കും വ്യാപിക്കുന്നത് കാണാമായിരുന്നു. അവിടത്തെ പൊതുയോഗത്തിൽവച്ച് സ്ത്രീകളോട് മുന്നണിപ്പടയാളികളായി വരാൻ ഞാനാവശ്യപ്പെട്ടു. സ്ത്രീകൾ സമരത്തിന്റെ മുന്നണിയിൽ ധീരമായി നിന്നാൽ സി ആർ പിക്ക് പിൻമടങ്ങേണ്ടിവരുമെന്ന കാര്യം ഞാനവരെ ഓർമപ്പെടുത്തി.

ഞങ്ങളുടെ കാർ സഞ്ചരിച്ചതിനിരുവശവും ഉണ്ടായിരുന്ന കുടിലുകളിൽനിന്ന് കർഷകത്തൊഴിലാളി സ്ത്രീകളും കുട്ടികളും പുറത്തു വന്നു നിന്ന് ഞങ്ങളെ അഭിവാദ്യം ചെയ്തു. ഇതെന്നെ കോരിത്തരിപ്പിച്ചു. പല സ്ഥലത്തും വണ്ടിനിറുത്തി ഇറങ്ങി അവരോട് കുശലം പറഞ്ഞു.

രണ്ട് ദിവസത്തെ പാലക്കാട്ടുജില്ലയിലെ പര്യടനത്തിനുശേഷം മലപ്പുറത്തേക്കു തിരിച്ചു. പുലാമന്തോൾ പുഴ കടന്നു. ഈ പുഴ മന്ദം മന്ദം ഒഴുകുന്നത് കാണാൻ സുഖമുണ്ട്. പുഴ കടന്നാൽ പെരിന്തൽമണ്ണ താലൂക്കാണ്. പെരിന്തൽമണ്ണയിലേക്ക് പ്രവേശിച്ചപ്പോൾ ചുറ്റുപാടുമുള്ള പാടങ്ങളിൽ ചെങ്കൊടി ഉയർത്തിയിരിക്കുന്നത് കണ്ടു. അവിടെയുള്ള പാട്ടക്കാരും വാരകൃഷിക്കാരും തങ്ങളുടെ അവകാശം സ്ഥാപിച്ചതിന്റെ ലക്ഷണമാണിതെന്ന് കൂടെയുണ്ടായിരുന്ന പി വി കുഞ്ഞിക്കണ്ണൻ പറഞ്ഞു. ആ പ്രദേശങ്ങൾ കമ്യൂണിസ്റ്റ് പാർട്ടി(മാർക്സിസ്റ്റ്)ക്ക് സ്വാധീനശക്തിയുള്ള മേഖലകളാണ്. അവിടത്തെ കൃഷിക്കാർ അതുകൊണ്ട് സംഘടിതരാണുതാനും. ആ പ്രദേശത്തെ ആയിരത്തിൽപ്പരം കൃഷിക്കാർ തങ്ങളിനി പാട്ടവും വാരവും നൽകുന്നതല്ലെന്ന് ജന്മിമാരെ എഴുതി അറിയിച്ചുകഴിഞ്ഞു. ഇരുവശങ്ങളിലും പാറിക്കളിച്ചിരുന്ന ചെങ്കൊടികളുടെ നടുവിലൂടെ കാറ് കടന്നുപോയപ്പോൾ വഴിയുടെ ഇടതുവശത്തുള്ള ഒരു ചെറു വീടിനുനേരെ കുഞ്ഞിക്കണ്ണൻ വിരൽചൂണ്ടി. ഇ എം എസ് വളരെക്കാലം ഒളിവിൽ താമസിച്ചതാണ് ആ വീട്.

അങ്ങാടിപ്പുറത്തിന് സമീപംവച്ച് സ. ഇമ്പിച്ചിബാവയും ഞങ്ങളോടൊപ്പം ചേർന്നു. ആ പ്രദേശങ്ങളിൽ റോഡിനിരുവശവും താമസിക്കുന്നത് ഇടത്തരം മുസ്ലിം കർഷകരാണ്. ഉച്ചയ്ക്ക് മലപ്പുറം കളക്ടറേറ്റിനു മുൻപിലെത്തിയപ്പോൾ കണ്ടത് എം എസ് പിക്കാർ വാനിലേക്ക് ചാടിക്കയറുന്നതാണ്. തോക്കും ലാത്തിയുമായി അവരെയും കൊണ്ട് വാൻ പാഞ്ഞുപോയി. 1921-ൽ മലബാറിലെ 'മാപ്പിളലഹള'ക്കാലത്ത് അതിനെ അടിച്ചമർത്താൻവേണ്ടി ബ്രിട്ടീഷുകാർ മലപ്പുറത്ത് സ്ഥാപിച്ചതാണ് എം എസ് പി. പിന്നീട് കർഷകത്തൊഴിലാളികളും വ്യവസായത്തൊഴിലാളികളും എന്നുവേണ്ട ആരൊക്കെ അവകാശങ്ങൾക്കുവേണ്ടി എവിടെ

യൊക്കെ ശബ്ദമുയർത്തിയിട്ടുണ്ടോ അവിടെയൊക്കെ മർദനങ്ങളുമായി എം എസ് പി പാഞ്ഞെത്തിയിട്ടുണ്ട്. തിരൂരിലും അങ്ങാടിപ്പുറത്തും എന്നല്ല എല്ലായിടത്തും തങ്ങളുടെ അവകാശങ്ങൾ സ്ഥാപിക്കാൻ ശ്രമിക്കുന്ന കർഷകത്തൊഴിലാളികളുടെയും കുടികിടപ്പുകാരുടെയും സമരത്തെ അടിച്ചമർത്താൻ 48 വർഷത്തിനുശേഷം ഇന്നും അവരെ നിയോഗിച്ചിരിക്കുന്നു. അവരാകട്ടെ തങ്ങളുടെ 'തൊഴിൽ' വിദഗ്ധമായി നിർവഹിക്കുന്നുമുണ്ട്.

മലപ്പുറത്തെ പാർട്ടി ആപ്പീസിന് മുൻപിലെത്തിയപ്പോൾ കണ്ട കാഴ്ച ദയനീയമായിരുന്നു. നിലമ്പൂർ കോവിലകം ഭൂമികളിൽ നിന്നിറക്കിവിടപ്പെട്ട മുസ്ലിം കർഷകത്തൊഴിലാളികളും അവരുടെ സ്ത്രീകളും കുട്ടികളും അവിടം നിറയെ ഉണ്ടായിരുന്നു. അവർ എന്റെ ചുറ്റും ഓടിക്കൂടി. തങ്ങളെ പൊലീസ് നിഷ്കരുണം ഇറക്കിവിട്ടെന്ന് അവർ എന്നോടു പറഞ്ഞു.

അവർ ഏറനാട്ട് താലൂക്കിലെ ചുങ്കത്തറ പഞ്ചായത്തിൽ ആയിരം ഏക്കർ വിസ്തൃതിയുള്ള തലപ്പാലപ്പെട്ടി എന്ന സ്ഥലത്ത് കുടിയേറിപ്പാർത്തവരായിരുന്നു. 72 കുടുംബങ്ങളുണ്ടായിരുന്നു. മലബാർപ്രദേശത്തെ സാധാരണ കർഷകരെപ്പോലെ ഇവർക്കും അവകാശത്തെ സംബന്ധിച്ച രേഖകൾ ഒന്നും ഇല്ലായിരുന്നു. വർഷങ്ങളായി അവിടെ താമസിക്കുന്നു. താമസിക്കുന്ന സ്ഥലം കൈവശമാണ്. അവിടെയുള്ള എല്ലാ വൃക്ഷങ്ങളും വിളകളും അവർ വച്ചുണ്ടാക്കിയതാണ്. അങ്ങനെയായിരിക്കെ ജന്മിയിൽനിന്ന് ആ സ്ഥലം ബിർള വിലയ്ക്കുവാങ്ങി. ക്ലിയർഫെല്ലിങ്ങിന് കൊടുത്ത സ്ഥലമാണെന്ന് പറഞ്ഞുകൊണ്ട് അവരെ അവിടെനിന്ന് കുടിയിറക്കിയിരിക്കുന്നു. നോട്ടീസ് നൽകുക, പകരം ഭൂമി നൽകുക തുടങ്ങി കുടി ഒഴിപ്പിക്കലിനുള്ള നിബന്ധനകൾ പാലിച്ചില്ലെന്നതോ പോകട്ടെ ഇറക്കിവിട്ട കഥയാണ് ദയനീയം. 1970 ജനുവരി 6-ന് വൈകുന്നേരം പൊലീസ് ഏതാനും ഫോറസ്റ്റുദ്യോഗസ്ഥന്മാരോടുകൂടി അവിടെ എത്തി. വീടുകളിൽ ഉള്ളവരെയെല്ലാം മുറ്റത്തിറക്കി നിർത്തി. അവരുടെ വസ്ത്രങ്ങൾപോലും എടുക്കാനനുവദിക്കാതെ പുരയ്ക്ക് തീകൊളുത്തി. ദീർഘമായി നടത്തിയ കർഷകസമരങ്ങൾക്കുശേഷവും സ്വതന്ത്രഭാരതത്തിലെ നമ്മുടെ പൊലീസ് കുടിയിറക്ക് നടത്തുന്നതിങ്ങനെയാണ്. അമരാവതിയിലും ചുരുളി-കീരിത്തോട്ടിലുമെല്ലാം മുൻപ് ഏതാണ്ടിതുപോലെ പ്രവർത്തിച്ചിട്ടുണ്ട്. അമരാവതി സമരത്തിൽ ഗവൺമെന്റ് നൽകിയ ഉറപ്പ് ഇനി അങ്ങനെ ഉണ്ടാവില്ലെന്നാണ്. അഞ്ചെട്ടു കൊല്ലത്തിനുശേഷം വീണ്ടും അതാവർത്തിക്കുകയാണ്.

അവരിൽനിന്ന് വിവരങ്ങൾ കേട്ടശേഷം ഞാനുടനെ കളക്ടറേറ്റിലേക്ക് തിരിച്ചു. ഇമ്പിച്ചിബാവയും കുഞ്ഞിക്കണ്ണനും എന്നോടൊത്തുപോന്നു. അവരുടെ പ്രശ്നങ്ങൾക്കു ഉടനടി പരിഹാരം ഉണ്ടാക്കണമെന്ന് ഞങ്ങൾ ആവശ്യപ്പെട്ടു. കളക്ടറുടെ മറുപടി തൃപ്തികരമായിരുന്നില്ല. ഞങ്ങൾ ഉടനെ തിരിച്ച് പാർട്ടി ആപ്പീസിലെത്തി. അവരെയെല്ലാം മുറ്റത്ത് വിളിച്ചുകൂട്ടി. തലക്കെട്ടുകെട്ടിയ മുസ്ലിം വൃദ്ധന്മാരും തട്ടമിട്ട മുസ്ലിം വനിതകളും കുട്ടികളും എല്ലാം മുറ്റത്ത് വന്നിരുന്നു. സ്ത്രീകളിൽ പലരുടെയും തോളിൽ മുലകുടിക്കുന്ന കുഞ്ഞുങ്ങൾ തളർന്നുകിടന്നിരുന്നു. ഹൃദയം അലിയിക്കുന്ന ഒരു കാഴ്ചയാണത്. അവരോട് ഞാൻ കാര്യങ്ങൾ പറഞ്ഞു. കളക്ടറിൽനിന്നുള്ള മറുപടി തൃപ്തികരമല്ല എന്ന കാര്യം പറഞ്ഞു;

"നിങ്ങളാരും ഇവിടെ ഇരുന്നതുകൊണ്ട് പരിഹാരമുണ്ടാവില്ല. സമരംകൊണ്ടുമാത്രമേ അവകാശങ്ങൾ നേടാനൊക്കൂ. മര്യാദയുടെ ഭാഷ ഈ ഗവൺമെന്റിന് മനസ്സിലാവില്ല. അതുകൊണ്ട് നിങ്ങളെല്ലാം നിങ്ങളുടെ വീട്ടിലേക്ക് മടങ്ങിപ്പോവണം. കത്തിച്ചുകളഞ്ഞ പുരയുടെ സ്ഥാനത്ത് പുതിയത് വയ്ക്കണം. അതിനുവേണ്ട സഹായങ്ങൾ ഇവിടത്തെ പാർട്ടി പ്രവർത്തകർ ചെയ്തുതരും. നിങ്ങൾ നിങ്ങളുടെ മണ്ണിൽ ഉറച്ചുനിൽക്കണം. വെടിവച്ചു കൊന്നാൽപോലും സ്വന്തംമണ്ണിൽ നിന്ന് ഇറങ്ങില്ലെന്ന് ഉറപ്പിച്ചു പറയണം. ജനങ്ങൾ നിങ്ങളുടെ പിന്നിലുണ്ട്. അതിനാൽ നിങ്ങൾ ഇന്നുതന്നെ സ്വന്തം മണ്ണിലേക്ക് മടങ്ങണം."

ഞാനിത്രയും അവരോട് പറഞ്ഞതോടെ അവർ ഉത്സാഹഭരിതരായി. തങ്ങൾ കഷ്ടപ്പെട്ട് നേടിയെടുത്തത് തകർക്കാൻ അനുവദിക്കില്ലെന്ന ഭാവം അവരുടെ മുഖത്ത് ദൃശ്യമായി. വീടും സർവവും നഷ്ടപ്പെട്ട 60 മുസ്ലിം കുടുംബങ്ങളും 10 ഹിന്ദുകുടുംബങ്ങളും 2 കുലാല കുടുംബങ്ങളും ഉൾപ്പെട്ട ആ കർഷകസമൂഹം അന്ന് വൈകിട്ടുതന്നെ തലപ്പാലപ്പെട്ടിയിലേക്ക് തിരിച്ചുപോയി.

മലപ്പുറത്തുനിന്ന് ഞാൻ പോയത് വണ്ടൂർക്കാണ് ടി ബിയുടെ മുന്നിലെത്തിയപ്പോൾ നാലുവശത്തുനിന്ന് ജാഥകൾ വരുന്നുണ്ടായിരുന്നു. ജാഥയോടൊത്ത് മൈതാനത്തെത്തി. കുഞ്ഞാലിയെപ്പറ്റി കരളലിയിക്കുന്ന ഒരു ഗാനം ഒരാൾ പാടി. കുഞ്ഞാലിയെപ്പോലുള്ള എത്രയെത്ര പ്രവർത്തകരെ ജന്മിമാരും അവരുടെ പിന്തിരിപ്പൻ കൂട്ടാളികളും കൂടി വകവരുത്തിയിട്ടുണ്ട്! ആ പ്രദേശങ്ങളിലെ കർഷകപ്രസ്ഥാനത്തിന്റെ ജീവനാഡിയായിരുന്നു കുഞ്ഞാലി. വർഷങ്ങൾക്കുമുൻപ് ജനാബ് അബ്ദുൾ റഹ്മാൻ സാഹിബുമൊത്ത് വണ്ടൂരിൽവന്ന് പ്രസംഗിച്ച കഥ അനുസ്മരിച്ചുകൊണ്ടാണ് ഞാൻ സംസാരിച്ചത്. തലപ്പാലപ്പെട്ടിയിലെ കർഷകരുടെ കഥ ഞാനവരോട് പറഞ്ഞു. 20 വർഷം കോൺഗ്രസുകാരനായി പ്രവർത്തിച്ച അബ്ദുൾ റഹ്മാനായിരുന്നു അധ്യക്ഷൻ. വണ്ടൂരിൽ അടുത്തകാലത്ത് നടന്ന കർഷകത്തൊഴിലാളി മർദനത്തെപ്പറ്റിയും അതിൽ മനംനൊന്ത് കോൺഗ്രസ് വിട്ടതിനെപ്പറ്റിയും അധ്യക്ഷൻ വിസ്തരിച്ചു പറഞ്ഞു. ഇമ്പിച്ചിബാവയും പി വി കുഞ്ഞിക്കണ്ണനും പ്രസംഗിച്ചു. യോഗം കഴിഞ്ഞപ്പോൾ രാത്രി രണ്ടുമണി കഴിഞ്ഞിരുന്നു. ഞങ്ങൾ പെരിന്തൽമണ്ണയിലേക്ക് തിരിച്ചു. രാവിലെ പെരിന്തൽമണ്ണയിൽ ഒരു പ്രവർത്തകയോഗമുണ്ടായിരുന്നു. വൈകുന്നേരം പുറത്തൂരെത്തി. അവിടെ കർഷകത്തൊഴിലാളികളിലധികവും മുഹമ്മദീയരും ഈഴവരും വേട്ടുവരും ആണ്. കർഷകത്തൊഴിലാളികളും ചെറുകിട കർഷകരും ഉണർന്നുകഴിഞ്ഞിരുന്നു. 65 രൂപയിൽനിന്ന് തൊണ്ടുവില 50 ആക്കുക; പിരികൂലി വർധിപ്പിക്കുക, കുഴിയിൽനിന്ന് കൂലികൂടാതെ തൊണ്ടെടുക്കുന്ന സമ്പ്രദായം അവസാനിപ്പിക്കുക തുടങ്ങിയ അവകാശങ്ങൾ പലതും വെട്ടം, പുറത്തൂർ, പൊന്നാനി, ഇഴുവന്തുരുത്തി തുടങ്ങിയ സ്ഥലങ്ങളിൽ നേടിയെടുക്കേണ്ടതായിട്ടുണ്ട്. ഭൂനിയമത്തിൽ പറഞ്ഞ അവകാശം കുടികിടപ്പുകാർ സ്ഥാപിക്കുന്നതിനെതിരെ ജന്മിമാർ കേസുകൊടുത്താൽ പത്തുസെന്റിന് പുറത്തുള്ള സ്ഥലത്തുനിന്ന് തേങ്ങയിട്ട് ആ ആദായം കൊണ്ട് കേസുനടത്താനും തങ്ങളുടെ അവകാശങ്ങൾ നേടിയെടുക്കാനായി നിരന്തരം സമരം ചെയ്യാനും അവിടെ കൂടിയ കർഷകത്തൊഴിലാളികളോട് ഞാനാവശ്യപ്പെട്ടു. പി വി കുഞ്ഞി

ക്കണ്ണനും അയ്യപ്പനും മറ്റ് സ്ഥലങ്ങളിലെ സഖാക്കൾ നടത്തിവരുന്ന സമരത്തെപ്പറ്റി അവരോട് പറഞ്ഞു.

അവിടത്തെ സമ്മേളനം കഴിഞ്ഞ് ഭാരതപ്പുഴയിലെ ചമ്രവട്ടം കടവുകടന്ന് പൊന്നാനിയിലേക്ക് പോയി. രാത്രി 12 മണി കഴിഞ്ഞിരുന്നെങ്കിലും വലിയൊരു ജനസമൂഹം അവിടെക്കൂടിയിരുന്നു. ഏറനാട്ടിലെ തകർന്നുവീഴുന്ന ജന്മിത്വത്തിനെതിരെ അധ്വാനിക്കുന്ന കർഷകജനതയുടെ ആവേശകരമായ മുന്നേറ്റമാണ് മലപ്പുറം ജില്ലയിലാകമാനം എനിക്ക് കാണാൻ കഴിഞ്ഞത്. ഒരു പുതിയ ഉണർവും എന്തും നേരിടാനുള്ള തന്റേടവും അവിടത്തെ ജനങ്ങളിൽ നാമ്പെടുത്തു വരുന്നതായി തോന്നി. കുടികിടപ്പ് വളച്ചുകെട്ടൽ സമരം അതിനുള്ള ആവേശം അവർക്ക് നൽകിയിരിക്കുന്നു.

മലപ്പുറത്തോട് വിടപറഞ്ഞ് ഞാൻ കോഴിക്കോട് ജില്ലയിലെത്തി. ആദ്യം ചെയ്തത് ചില സ്ഥലങ്ങൾ സന്ദർശിക്കുകയും പ്രവർത്തകയോഗങ്ങളിൽ പങ്കെടുക്കുകയുമായിരുന്നു. പ്രവർത്തകരോട് ഞാൻ പറഞ്ഞത് വളച്ചുകെട്ടിയ പത്തുസെന്റിലെ ആദായം എടുക്കുന്നതിൽനിന്ന് തടയപ്പെടുകയോ കേസുകളിൽ കുടുങ്ങുകയോ ചെയ്യുന്നവർക്ക് സംരക്ഷണം നൽകുന്നതിൽ പ്രത്യേകം ശ്രദ്ധിക്കണം എന്നാണ്. കോഴിക്കോട് ജില്ലയിലൂടെ ഒരോട്ട പ്രദക്ഷിണം നടത്തി. നാലഞ്ച് പൊതുയോഗങ്ങളിൽ പങ്കെടുത്തു. കർഷകസംഘം പ്രവർത്തകർ എല്ലായിടത്തും ജാഗ്രതയായി പ്രവർത്തിക്കുന്നത് കണ്ടു.

കോഴിക്കോട് നിന്ന് ജനുവരി 25-ന് കർഷകസമരങ്ങളുടെ ഭൂമി എന്ന് വിളിക്കാവുന്ന കണ്ണൂർ ജില്ലയിലെത്തി. കണ്ണൂർ പാർട്ടി ആപ്പീസിൽനിന്ന് നേരെ എടക്കാട് മണ്ഡലത്തിൽപ്പെട്ട മുഴപ്പാലയിലേക്ക് പോയി. ധാരാളം കർഷകരുമായി നേരിട്ട് സംസാരിച്ചു. ഞങ്ങൾ താമസിക്കുന്ന ഭൂമിയിൽ അവകാശം ലഭിക്കുക എന്ന തലമുറകളായിട്ടുള്ള അവരുടെ ആഗ്രഹം സഫലമായതിൽ അവരഭിമാനം കൊള്ളുന്നുണ്ടായിരുന്നു.

മുഴപ്പാലയിലെ പൊതുയോഗത്തിനുശേഷം കാഞ്ഞിരോട്ടേക്കാണ് പോയത്. പതിനായിരത്തോളം ഏക്കർ ഭൂമിയുടെ ഉടമയായ ജോർജ് തോമസ് കൊട്ടുകാപ്പിള്ളിയെയും ഒരു ലക്ഷത്തോളം ഏക്കർ ഭൂമിയുടെ ഉടമയായ കൊയപ്പത്തൊടി മുഹമ്മദുകുട്ടിയെയും പോലുള്ള വൻകിട ഭൂവുടമകളുടെ ഭൂമിയിൽ അവകാശങ്ങൾ സ്ഥാപിച്ചെടുക്കുകയാണ് ആദ്യം വേണ്ടതെന്ന് അവിടെ കൂടിയ പ്രവർത്തകരോട് ഞാൻ പറഞ്ഞു. അവിടെനിന്ന് വാരത്തേക്കുപോയി. വഴിക്ക് കുടുക്കിമെട്ട, ചതുരക്കിണർ തുടങ്ങിയ സ്ഥലങ്ങളിൽ ചെറുസ്വീകരണങ്ങൾ ഉണ്ടായിരുന്നു. അവിടങ്ങളിലെ കാര്യങ്ങൾ അവരോടൊക്കെ ചോദിച്ച് മനസ്സിലാക്കി. വാരത്തെ യോഗം കഴിഞ്ഞ് എളയാവൂരിലെത്തി. ഏത് നിയമവും നടപ്പാക്കുന്നതിന് ജനങ്ങൾ മുൻകൈ എടുത്തെങ്കിലേ സാധിക്കൂ. ഈ നാട്ടിൽ ഭൂനിയമം നടപ്പിലാവണമെങ്കിൽ ഏത് പരിതഃസ്ഥിതിയെ നേരിട്ടുകൊണ്ടും കൃഷിക്കാർ തങ്ങളുടെ ഭൂമിയിൽ ഉറച്ചുനിന്നേ പറ്റൂ. ഒരു ജന്മിക്കും പൊലീസിനും അവരെ പരാജയപ്പെടുത്താൻ കഴിയില്ല. അതുകൊണ്ട് ഉറച്ചുനിന്ന് പോരാടാൻ ഞാനവരെ ഉപദേശിച്ചു. ഈ അടുത്തകാലത്തായി വൻകിട ഭൂവുടമകൾ തങ്ങളും കൃഷിക്കാരാണെന്ന പേരിൽ സംഘടിച്ചിട്ടുണ്ട്. സ്ഥാനത്തും അസ്ഥാനത്തും തങ്ങളാണ് കൃഷിക്കാരെന്ന് അവർ ആവർത്തിച്ച് പറയുന്നുണ്ട്. ഭൂമിയിൽ കൃഷി നടത്തുന്നതാരോ അവരെ

മാത്രമേ നാം കൃഷിക്കാരായി കണക്കാക്കുന്നുള്ളു. അവരാവണം കൃഷി ഭൂമിയുടെ ഉടമസ്ഥർ. ആ ലക്ഷ്യം നേടുംവരെയും നാം സമരത്തിൽനിന്ന് പിൻവാങ്ങുകയുമില്ല. അതുകൊണ്ട് തങ്ങൾ കൃഷി നടത്തുന്ന ഭൂമിയിൽ ഉറച്ചുനിന്ന് പോരാടാൻ ഞാനവരെ ഉപദേശിച്ചു. അതോടൊപ്പം വർഗശ ത്രുക്കൾ പുതിയ മുഖംമൂടിയുമണിഞ്ഞ് വരുന്നുണ്ട്. അവരെ എതിർക്കു കയും ഒറ്റപ്പെടുത്തുകയും ചെയ്യേണ്ടത് ജനങ്ങളുടെ കടമയാണ്.

എടക്കാട് പഞ്ചായത്തിലെ തോട്ടട, മുഴപ്പിലങ്ങാട് പഞ്ചായത്തിലെ ആഡൂര് തുടങ്ങിയ സ്ഥലങ്ങളിൽ കൂടിയ പ്രവർത്തകയോഗങ്ങളിലും അവിടങ്ങളിൽ തന്നെ നടന്ന ചില പൊതുസമ്മേളങ്ങളിലും പങ്കെടുത്ത ശേഷം പെരളശേരി പഞ്ചായത്തിലെ മണലൂരിലെത്തി. അവിടത്തെ കുടി കിടപ്പ് സ്ഥലങ്ങൾ സന്ദർശിച്ചശേഷം കൂത്തുപറമ്പിലെത്തി. വഴിക്ക് തന്നെ പൊലീസും ഗുണ്ടകളും കൂടി അവിടെ സൃഷ്ടിച്ചിരിക്കുന്ന ഭീകരാന്തരീ ക്ഷത്തെപ്പറ്റി അറിഞ്ഞിരുന്നു. സി ആർ പിയുടെ വാനുകൾ പരക്കം പാഞ്ഞുനടക്കുന്നത് കാണാൻ കഴിഞ്ഞു. അങ്ങിങ്ങായി ചില കറുത്ത കൊടികൾ തൂക്കിയിരുന്നു. 48 കാലം മുതൽ തന്നെ കമ്യൂണിസ്റ്റ് പാർട്ടിക്ക് സ്വാധീനമുള്ള മേഖലയാണ് അവിടം. അന്നത്തെ ഒളിപ്പോര് സങ്കേതങ്ങ ളിലൊന്നായ പെരളിമലയിലെ യോഗത്തിനുശേഷം മുഴക്കുന്നിലേക്ക് പോയി.

ആ പ്രദേശത്ത് ഞാനെത്തുമ്പോൾ എന്നെ അപായപ്പെടുത്താനുള്ള പരിപാടിയിട്ടിട്ടുണ്ടെന്നുള്ള വാർത്ത രാവിലെ മുതൽതന്നെ അവിടങ്ങ ളിൽ പരന്നു. വഴിനീളെ ആളുകൾ. ഭയത്തിന്റെ അന്തരീക്ഷമാണ് കണ്ട ത്. സി ആർ പിയുടെ പരക്കം പാച്ചിൽ ആ വാർത്തയ്ക്ക് വിശ്വാസ്യത നൽകി. വലിയ ഒരു ജനക്കൂട്ടം മുഴക്കുന്നിലെ യോഗത്തിനു വന്നിരുന്നു. അതിൽ വലിയൊരുഭാഗം കൈക്കുഞ്ഞുങ്ങളുമായി വന്ന അമ്മമാരാണ്. അവിടങ്ങളിലെ കർഷകത്തൊഴിലാളികൾ സ്വാതന്ത്ര്യസമരത്തിലും അതി നുശേഷം കമ്യൂണിസ്റ്റ് പാർട്ടിയുടെ പിന്നിലും ഉറച്ചുനിന്നവരാണ്. യാത നകൾ ധാരാളം സഹിച്ചവരാണ്. അവരുടെ ഇടയ്ക്കുണ്ടോ ഭീഷണി കൾക്കു വല്ല വിലയും? വടക്കേ മലബാറിലെ കർഷകസമരങ്ങൾ സ്വാത ന്ത്ര്യസമരകാലത്ത് തന്നെ ഇന്ത്യയുടെ മുഴുവൻ ശ്രദ്ധ പിടിച്ചെടുത്തിട്ടു ള്ളതാണ്. വാശി, നൂരി, മുക്കാൽ, വച്ചുകാണൽ, ശീലക്കാശ്, കങ്കാണി തുടങ്ങിയ അക്രമപ്പിരിവുകൾ നിർത്തലാക്കാൻവേണ്ടി 1940-കളിൽ വടക്കെ മലബാറിൽ എത്രയെത്ര സമരങ്ങൾ നടന്നിട്ടുണ്ട്! അന്നുതന്നെ കർഷകസംഘത്തിന്റെ പ്രവർത്തനം അവിടങ്ങളിൽ വ്യാപകമായ തോതിൽ ഉണ്ടായിരുന്നു. മോറാഴ, മട്ടന്നൂർ സംഭവങ്ങളും കയ്യൂർ സംഭവവും ഭാരതത്തിൽ മുഴുവൻ അറിയപ്പെട്ടവയാണല്ലോ. ഗതിമുട്ടിയ കർഷകർ സംഘടിച്ചപ്പോൾ ജന്മിയും പൊലീസും ചേർന്ന് നടത്തിയ കിരാതമർദനങ്ങളുടെ കഥയാണ് അവയെല്ലാം. അതെല്ലാം സഹിച്ച് മുന്നേ റിയ കർഷകരുടെ ഭീഷണി കണ്ട് പേടിച്ചോടിപ്പോവുന്നു!

കക്കയങ്ങാട്ടു കവലമുതൽ ഇരിട്ടിവരെയുള്ള ദൃശ്യം ഒരിക്കലും മറ ക്കില്ല. റോഡിനിരുവശവും ഏതാനും വാരകൾ ഇടവിട്ട് എന്തിനും തയ്യാ റായ സഖാക്കൾ നിന്നിരുന്നു. അവരുടെ ധീരത കണ്ടതോടെ ഗുണ്ടകൾ തല പുറത്തുകാണിക്കാതെ എല്ലായിടത്തുനിന്നും പിൻവലിഞ്ഞിരുന്നു. എങ്കിലും ഇരിട്ടിയിലെ യോഗം അലങ്കോലപ്പെടുത്താൻ ഗുണ്ടകളും സി ആർ പിയും കൂടി ശ്രമിക്കാതിരുന്നില്ല. എന്തൊക്കെയോ സംഭവിക്കുമെന്ന

വാർത്ത പരന്നതിനാൽ കടകൾ അടച്ചിരുന്നു. സന്ധ്യയ്ക്കുതന്നെ സ്ട്രീറ്റ് ലൈറ്റുകൾ അണച്ചിരുന്നു. ഏതാനും സഖാക്കളെ പൊലീസ് കസ്റ്റഡിയിൽ എടുത്തിരുന്നു. യോഗം അലങ്കോലപ്പെടുത്തുമെന്ന് പ്രഖ്യാപിക്കുന്നവരെയല്ല പാർട്ടി സഖാക്കളെയാണ് പൊലീസ് കസ്റ്റഡിയിലെടുത്തത്. ഗുണ്ടകൾക്ക് പ്രവർത്തിക്കാൻ പരമാവധി സഹായം അങ്ങനെ പൊലീസും ചെയ്തു കൊടുത്തു. പക്ഷേ അവരുടെ കണക്കുകൂട്ടലുകളെയെല്ലാം തെറ്റിച്ചുകൊണ്ട് ഒരു വമ്പിച്ച ജനക്കൂട്ടം സമ്മേളനത്തിന് എത്തിച്ചേർന്നിരുന്നു. പാർട്ടി സഖാക്കളും അനുഭാവികളും ചേർന്ന് ഒരു കോട്ടപോലെ സ്റ്റേജും പരിസരവും കാത്തുസൂക്ഷിച്ചു. സമ്മേളനസ്ഥലത്തും യാത്രയ്ക്കിടയിലും യാതൊരലങ്കോലവും ഉണ്ടായില്ല. യോഗം ഭംഗിയായി നടന്നു.

മട്ടന്നൂരിൽ ഞാനെത്തുകയില്ലെന്നും യോഗം നടക്കില്ലെന്നും ഗുണ്ടകൾ നേരത്തെ പ്രഖ്യാപിച്ചിരുന്നു. അക്രമങ്ങൾ സൃഷ്ടിക്കാനും യോഗം അലങ്കോലപ്പെടുത്താനും അവർ വിദഗ്ധമായി പരിപാടികൾ ആസൂത്രണം ചെയ്തിരുന്നു. അങ്ങനെയുള്ള ഒരു അന്തരീക്ഷമാണവിടെ ഉള്ളതെന്ന് വഴിക്കുതന്നെ സഖാക്കൾ എന്നോട് പറഞ്ഞിരുന്നു. നിരവധി മർദനങ്ങളെ അതിജീവിച്ചുകൊണ്ട് ആദ്യം കോൺഗ്രസ് പ്രസ്ഥാനവും പിന്നീട് കമ്യൂണിസ്റ്റ് പ്രസ്ഥാനവും കണ്ണൂരിൽ കെട്ടിപ്പടുക്കാൻ യത്നിച്ച എനിക്ക് അത്തരം ഭീഷണികൾ ഒരു പ്രശ്നമായിരുന്നില്ല. ഗുരുവായൂർ സത്യഗ്രഹകാലത്തും മറ്റും എനിക്കേറ്റ മർദനങ്ങൾക്ക് കണക്കുണ്ടോ. അത്തരം മർദനങ്ങൾ എനിക്ക് കൂടുതൽ കരുത്ത നൽകുകയാണ് ചെയ്തത്. അതുകൊണ്ട് മട്ടന്നൂരിൽ പോവുകയും അവിടത്തെ സമ്മേളനങ്ങളിൽ പങ്കെടുക്കുകയും ചെയ്യുന്നത് എനിക്കൊരു പ്രശ്നമായിത്തന്നെ തോന്നിയില്ല.

ആയിരക്കണക്കിനാളുകൾ, പങ്കെടുത്ത ഉഗ്രൻ പ്രകടനമാണ് അവിടെ സഖാക്കൾ നടത്തിയത്. കരുത്തുറ്റ ആ പ്രകടനം നടന്നതോടെ എനിക്ക് കരിങ്കൊടി കാണിക്കുമെന്ന് പ്രഖ്യാപിച്ചിരുന്നവർ എവിടെ ഒളിച്ചു എന്നറിഞ്ഞുകൂടാ. അവിടെ കണ്ട ആവേശകരമായ പ്രകടനം, എന്ത് വില കൊടുത്തും തങ്ങൾ പടുത്തുയർത്തിയ പ്രസ്ഥാനത്തെ നിലനിർത്തും, കൃഷിക്കാരന്റെയും കുടികിടപ്പുകാരന്റെയും അവകാശങ്ങൾ സംരക്ഷിക്കും എന്നുള്ള ബഹുജനങ്ങളുടെ ഉഗ്രമായ പ്രഖ്യാപനമായിരുന്നു. കള്ളപ്രചാരണങ്ങളെയും ഭീഷണികളെയും അതിജീവിക്കാനും ത്യാഗങ്ങൾ സഹിച്ചുകൊണ്ട് ജന്മിത്വത്തിനും ആക്രമണങ്ങൾക്കുമെതിരെ പടപൊരുതാനും ഞാനവരോടാവശ്യപ്പെട്ടു.

കണ്ണൂർ ജില്ല എന്നും കർഷകസമരങ്ങളുടെ മുന്നണിപ്പടയാളികളുടെ നാടാണ്. അവിടെ സന്ദർശിക്കുമ്പോഴൊക്കെ ഞാൻ ആവേശഭരിതനാകാറുണ്ട്. കർഷകസമരത്തിനിടയ്ക്ക് അവിടെ രക്തസാക്ഷിത്വം വരിച്ചവർ നിരവധിയാണ്. തങ്ങളുടെ മൗലികാവശ്യങ്ങൾ നേടിയെടുക്കാൻ വേണ്ടി അവിടത്തെ കർഷകർ ജന്മിത്വത്തിനെതിരെ എത്രയെത്ര സമരങ്ങളാണ് നടത്തിയിരിക്കുന്നത്! കൊലക്കയർ കഴുത്തിൽ വീണപ്പോഴും "ഇങ്കിലാബ് സിന്ദാബാദ്" എന്ന് വിളിച്ച കയ്യൂർ സഖാക്കളെ ആർക്ക് മറക്കാൻ കഴിയും. വെടിവച്ച് കൊല്ലപ്പെട്ട പാടിക്കുന്ന് രക്തസാക്ഷികളുടെ സ്മാരകമന്ദിരത്തിൽ പോയതിനുശേഷമേ ഞാൻ കണ്ണൂരിലേക്ക് മടങ്ങിയുള്ളൂ.

പാർലമെന്റ് സമ്മേളനത്തിൽ പങ്കെടുക്കേണ്ടതിനാൽ ഞാൻ

ഡൽഹിക്കുപോയി. അവിടെവച്ച് പ്രധാനമന്ത്രിയെയും പ്രസിഡന്റിനെയും കണ്ട് കേരള ഭൂപരിഷ്കരണ ബില്ലിനെപ്പറ്റി സംസാരിച്ചു. ഇവിടത്തെ കൃഷിക്കാരുടെ പ്രശ്നങ്ങൾ വിവരിച്ചുകൊടുത്തു.

1970 മെയ്മാസം ആദ്യം ഞാൻ വീണ്ടും കേരളത്തിലെത്തി. കർഷകത്തൊഴിലാളി യൂണിയൻ വാർഷികത്തിൽ പങ്കെടുക്കാൻ കോട്ടയത്തേക്ക് തിരിച്ചു. സമ്മേളനം നടക്കുന്ന സ്ഥലമായ ചങ്ങനാശേരിയിലെത്തിയത് കർഷകത്തൊഴിലാളി മർദനം നടന്ന സ്ഥലങ്ങൾ സന്ദർശിച്ച ശേഷമാണ്. കോട്ടയം ജില്ലയിലെ കർഷകസംഘത്തിന് സ്വാധീനമുള്ള സ്ഥലങ്ങളിലെല്ലാം കുടികിടപ്പുകാർ 10 സെന്റ് വളച്ചുകെട്ടിയിരുന്നു. ചില സ്ഥലങ്ങളിലൊക്കെ ഇടത്തരക്കാർ 10 സെന്റ് നൽകി പ്രശ്നം പരിഹരിച്ചു. ഒറ്റപ്പെട്ട ചില സ്ഥലങ്ങളിൽ ഏറ്റുമുട്ടലുകളും മർദനങ്ങളും നടന്നിരുന്നു. സമ്മേളനം ഇത്തരം സംഭവങ്ങളെല്ലാം പരിഗണിച്ചു. സമ്മേളനാനന്തരം വലിയ പ്രകടനവും പൊതുസമ്മേളനവും നടന്നു. പൊതുസമ്മേളനത്തിൽ ഞാൻ പ്രസംഗിക്കുകയുണ്ടായി. കാർഷികപരിഷ്കരണം നടപ്പിലാക്കണമെങ്കിൽ കർഷകത്തൊഴിലാളികൾ രംഗത്തിറങ്ങി സമരം സംഘടിപ്പിക്കണമെന്ന് ഞാനവരോട് പറഞ്ഞു. ഇവിടെ കൃഷിക്കാരും കുടികിടപ്പുകാരും 10 സെന്റ് കൈവശപ്പെടുത്തിയതുകൊണ്ടാണ് അത്രയും കിട്ടിയത്. ആരും അത്രയും ഭൂമി സ്വമേധയാ നൽകുകയോ ഗവൺമെന്റ് മെഷിനറി ഉപയോഗിച്ചു നൽകുകയോ അല്ല ഉണ്ടായത്. തരിശുഭൂമി കയ്യടക്കി കൃഷി ചെയ്യാൻ കർഷകത്തൊഴിലാളികളും ഭൂരഹിതരും തയ്യാറാകണമെന്ന് അഭ്യർഥിച്ചു.

തിരുവനന്തപുരത്തേക്ക് പോകുംവഴി കൊല്ലം ജില്ലയിലെ ചില പ്രദേശങ്ങളിലും ആറ്റിങ്ങൽ, നെടുമങ്ങാട് തുടങ്ങിയ സ്ഥലങ്ങളിലും പോയി. എല്ലായിടത്തും കുടികിടപ്പുകാർ തങ്ങൾക്കവകാശപ്പെട്ട സ്ഥലം കൈവശപ്പെടുത്തിയതായി കണ്ടു.

അങ്ങനെ ആലപ്പുഴ സമ്മേളനതീരുമാനത്തിലെ പ്രധാനപ്പെട്ട ഒരു കാര്യം ഏതാണ്ട് പൂർണമായും നടപ്പിലായി. കുടികിടപ്പവകാശം സ്ഥാപിക്കലാണത്. എല്ലാ ജില്ലകളിലെയും പര്യടനത്തിൽ നിന്നൊരു കാര്യം എനിക്ക് മനസ്സിലായി. അനേകകാലമായുള്ള കൃഷിക്കാരന്റെ മോഹം-സ്വന്തം പുരയിരിക്കുന്ന സ്ഥലം തന്റേതാക്കുക എന്നത് കുറെയെങ്കിലും സാധിച്ചിരിക്കുന്നു. ചിലേടത്തെല്ലാം പൊലീസ് മർദനങ്ങളും കേസും ഉണ്ടായെങ്കിലും സമ്മേളനതീരുമാനം ഏതാണ്ട് കേരളത്തിലെല്ലായിടത്തും നടപ്പായി. എന്നെ സംബന്ധിച്ച് പറഞ്ഞാൽ, ഈ പര്യടനം ജനങ്ങളുമായി കൂടുതൽ അടുത്തിടപെടാനും സഹായിച്ചു. അവരുടെ ഇടയിൽനിന്ന് അവരിലൊരാളായി പ്രവർത്തിക്കുമ്പോഴാണല്ലോ ഞാൻ ഞാനായിത്തീരുന്നത്. എന്തുകൊണ്ടുനോക്കിയാലും കേരളത്തിലെ കാർഷിക പരിഷ്കരണത്തിനുവേണ്ടിയുള്ള സമരത്തിലെ ഒരു നാഴികക്കല്ലാണ് ആലപ്പുഴസമ്മേളനം.

ബില്ലിന് വീണ്ടും ഭേദഗതി

ഐക്യമുന്നണി മന്ത്രിസഭ പാസാക്കിയ ബില്ലിന് ഏതാനും ഭേദഗതികൾ വരുത്തണമെന്ന് കേന്ദ്രം നിർദേശിച്ചതനുസരിച്ച് ചില ഭേദഗതികൾ വരുത്താൻ അച്ച്യുതമേനോൻ മന്ത്രിസഭ തയ്യാറായി. നിർദേശിക്കപ്പെട്ട ഭേദഗതികൾ ബില്ലിന്റെ അന്തഃസത്തയെ തകർക്കുന്നവയായിരുന്നു.

അവയിൽ കുടികിടപ്പുകാരനെ ഒഴിപ്പിക്കാൻ നിരവധി പഴുതുകൾ ഉണ്ടായിരുന്നു. അതിനാൽ കർഷകസംഘം അതിനെ സർവശക്തിയും ഉപയോഗിച്ച് എതിർക്കാൻ തീരുമാനിച്ചു. ഇത്തരം ഭേദഗതികളെ എതിർത്തുകൊണ്ട് നിയമസഭയ്ക്കു മുൻപിൽ പ്രകടനം നടത്താൻ സംഘം തീരുമാനിച്ചു.

1971 ഏപ്രിൽ 19-ന്—അന്നാണ് നിയമസഭയിൽ ഭേദഗതി ചർച്ചക്കെടുത്തത്--തിരുവനന്തപുരത്ത് വലിയ പ്രകടനം നടന്നു. തിരുവനന്തപുരം മുതൽ തൃശൂർവരെയുള്ള ഏഴു ജില്ലകളിൽനിന്ന് വന്നവരാണ് പ്രകടനത്തിൽ പങ്കെടുത്തത്. ഒറ്റമുണ്ടുമാത്രം ധരിച്ച പാവപ്പെട്ട ഹരിജനങ്ങളും ഇതര കർഷകതൊഴിലുകളിൽ ഏർപ്പെട്ടവരുമായിരുന്നു പ്രകടനക്കാർ. എന്നോടൊപ്പം അച്യുതാനന്ദൻ, പി കെ കുഞ്ഞച്ചൻ, അഴീക്കോടൻ രാഘവൻ, സുശീല, പൂത്തലത്ത് നാരായണൻ, വി ശ്രീധർ തുടങ്ങിയവർ പ്രകടനത്തിന് നേതൃത്വം നൽകി. 11 മണിയോടെ പ്രകടനം സെക്രട്ടേറിയറ്റ് നടയിലെത്തിച്ചേർന്നു. നിയമസഭയിൽനിന്ന് മാർക്സിസ്റ്റ് പാർട്ടിയിലെ എം എൽ എമാർ സഖാവ് ഗൗരിയമ്മയുടെ നേതൃത്വത്തിൽ പുറത്തുവന്ന് ജാഥയെ സ്വാഗതം ചെയ്തു.

കർഷകത്തൊഴിലാളികൾ സംഘടിതശക്തിയിലൂടെ നേടിയെടുത്ത അവകാശങ്ങൾ നിലനിർത്താനും കൂടുതൽ അവകാശങ്ങൾക്കുവേണ്ടി പോരാടാനും ഞാൻ പ്രകടനക്കാരോട് പറഞ്ഞു. ഇപ്പോൾ അവതരിപ്പിക്കപ്പെട്ട ഭേദഗതികൾ കർഷകദ്രോഹകരമാണ്. കൃഷിക്കാരന് എന്നും ട്രൈബ്യൂണലും കോടതിയുമായി സഞ്ചരിക്കേണ്ടിവരുന്ന സ്ഥിതിയാണ് ഉണ്ടാകാൻ പോകുന്നത്. തൊഴിലാളിക്കും കർഷകനും അവന്റെ സംഘടിതശക്തിയിലൂടെ മാത്രമേ എന്തെങ്കിലും നേടി എടുക്കാനൊക്കൂ. അതുകൊണ്ട് ദീർഘമായ സമരത്തിന് തയ്യാറെടുക്കാൻ ഞാനവരോട് ആവശ്യപ്പെട്ടു.

പ്രകടനത്തിൽ പങ്കെടുത്തവരെ അഭിവാദ്യം ചെയ്തുകൊണ്ട് വി കെ കൃഷ്ണമേനോൻ പറഞ്ഞത് സംഘടിക്കാനും സമരം ചെയ്യാനുമുള്ള അവകാശം മൗലികമാണെന്നാണ്. കഴിഞ്ഞ രണ്ട് നൂറ്റാണ്ടുകാലമായുള്ള സമരങ്ങളുടെ ഫലമായാണ് സംഘടിക്കാനുള്ള സ്വാതന്ത്ര്യം തൊഴിലാളികൾ നേടി എടുത്തത്. ഭരണഘടനയിൽ വ്യക്തമായി രേഖപ്പെടുത്തിയിട്ടുള്ള ആ അവകാശങ്ങൾക്കെതിരായുള്ള ഏത് നീക്കത്തെയും കക്ഷി പരിഗണന കൂടാതെ എതിർക്കുക തന്നെ വേണമെന്നദ്ദേഹം ആവശ്യപ്പെട്ടു.

"എ കെ ഗോപാലന്റെ തേങ്ങാവിപ്ലവ"മെന്ന് പറഞ്ഞാക്ഷേപിച്ചവർപോലും സംഘടിതശക്തികൊണ്ടുള്ള സമ്മർദം കൊണ്ടേ കുടികിടപ്പുകാരന്റെ അവകാശം ഭാഗികമായെങ്കിലും നേടാനൊക്കൂ എന്ന് സമ്മതിക്കുന്നുണ്ടെന്നും അതുകൊണ്ട് കൂടുതൽ കരുത്തോടെ സമരവുമായി മുന്നോട്ടു പോകണമെന്നും സഖാവ് ഗൗരിയമ്മ പ്രകടനത്തെ അഭിസംബോധന ചെയ്തുകൊണ്ട് പറഞ്ഞു. അച്യുതാനന്ദൻ, ബി വെല്ലിങ്ടൺ, ജോൺ മാഞ്ഞൂരാൻ, തലവടി ഉമ്മൻ എന്നിവരും സംസാരിക്കുകയുണ്ടായി.

കർഷക പ്രക്ഷോഭങ്ങൾക്കിടയ്ക്ക് അനേകമാളുകൾ വധിക്കപ്പെടുകയുണ്ടായി. ആറാട്ടുപുഴയിൽ നടന്ന വെടിവയ്പിൽ ഒരു സ്ത്രീ ഉൾപ്പെടെ രണ്ട് പേർ കൊല്ലപ്പെട്ടു. കുട്ടനാട്ടിൽ സഹദേവനെ ജന്മിമാർ വെടിവച്ച് കൊന്നു. എല്ലാ സംഘട്ടനങ്ങളിലും കൂടി കൊല്ലപ്പെട്ടവർ 15

പേർ വരും. അതിലുമെത്രയോ അധികം പേർ മർദനവിധേയരായി മരിച്ച തുപോലെ കഴിയുന്നുണ്ട്. അത്രയ്ക്ക് വ്യാപകമായ മർദനങ്ങൾ കഴിഞ്ഞ ഒരു വർഷത്തെ സമരങ്ങൾക്കിടയ്ക്ക് നടന്നു.

1971 മെയ് ആദ്യവാരത്തിൽ കർഷകസമരത്തിനിടയ്ക്ക് വധിക്കപ്പെട്ട സെയ്താലിക്കുട്ടിയുടെ ചരമവാർഷികദിനത്തിൽ പങ്കെടുക്കാൻ പാലക്കാട്ടേക്ക് പോയി. ഇത്തരത്തിലുള്ള കനത്ത നഷ്ടങ്ങൾ വന്നുവെങ്കിലും കുടികിടപ്പ് രംഗത്ത് വിപ്ലവകരമായ മാറ്റങ്ങൾ വരുത്താൻ കഴിഞ്ഞു എന്നത് ചാരിതാർഥ്യജനകമാണ്. 'തേങ്ങാവിപ്ലവം' 'വേലികെട്ട് വിപ്ലവം' എന്നൊക്കെ പറഞ്ഞ് പരിഹസിച്ചവർപോലും ഇന്നൊരുകാര്യം അംഗീകരിക്കും; ഒറ്റയടിക്ക് കേരളത്തിൽ നല്ലൊരു വിഭാഗം കുടികിടപ്പുകാർ തങ്ങളുടെ അവകാശം സ്ഥാപിച്ചു എന്ന കാര്യം; കേരളത്തിലിന്നുവരെ ഒരു കാർഷികസമരത്തിനും കഴിയാത്ത നേട്ടവുമാണത്.

സെയ്താലിക്കുട്ടിയുടെ ചരമവാർഷികദിനത്തിൽ പ്രസംഗിച്ചപ്പോഴും ഒരു കാര്യം തറപ്പിച്ചു പറയാനാണ് ഞാൻ ശ്രമിച്ചത്. ഒരു പുതിയ സമരത്തിന് തയ്യാറാവുക, ഉള്ള ഭൂമിയിൽ ഉറച്ചുനിൽക്കാൻ ആഗ്രഹിക്കുന്ന കർഷകരും മിനിമം കൂലി നേടിയെടുക്കാനാഗ്രഹിക്കുന്ന കർഷകത്തൊഴിലാളികളും മിച്ചഭൂമി ലഭിക്കാൻ അർഹതയുള്ള ഭൂരഹിതരും ഹരിജനങ്ങളും ഈ സമരമുന്നണിയുടെ ഭാഗങ്ങളാണ്. അവർ കെട്ടിപ്പടുക്കുന്ന ഐക്യത്തിലൂടെ മാത്രമേ, അവർ ഒന്നിച്ച് നടത്തുന്ന സമരത്തിലൂടെ മാത്രമേ അവരുടെ ലക്ഷ്യങ്ങൾ നേടാനാവൂ. ഭൂപരിധിയും മിനിമം കൂലിയും മൗലികാവകാശത്തിന്റെ പേരും പറഞ്ഞ് ഇന്ന് കോടതികൾ തുരങ്കം വയ്ക്കപ്പെട്ടുകൊണ്ടിരിക്കുകയാണ്. മൗലികാവകാശം എന്നതുകൊണ്ട് നമ്മുടെ കോടതികൾ ഉദ്ദേശിക്കുന്നത് ചൂഷകനുള്ള അവകാശങ്ങൾ എന്നാണ്. കോടതിവിധികളെ ചൊല്ലി ആണയിടുന്ന ഒരു ഗവൺമെന്റിന് വിപ്ലവകരമായി ഒന്നും പ്രവർത്തിക്കാനാവില്ല. പൊലീസും കോടതിയുമൊക്കെ പണിയെടുക്കുന്നവന്റെ ഭാഗത്തു നിൽക്കുന്ന വ്യവസ്ഥ വന്നുചേരാൻ സമരമല്ലാതെ മറ്റൊരു മാർഗവും ഇല്ല.

അതിനുശേഷം തൃശൂർ, എറണാകുളം, ആലപ്പുഴ എന്നീ ജില്ലകളിൽ ഒരു പര്യടനം നടത്തിയിട്ടാണ് ഞാൻ തിരുവനന്തപുരത്ത് തിരിച്ചെത്തിയത്.

ഞാറക്കാട്ടെ കുടിയിറക്ക്

1971 ആഗസ്ത് 21-ന് ഹൈറേഞ്ചിലുള്ള ഞാറക്കാട്ടുനിന്ന് 450 കർഷകകുടുംബങ്ങളെ കുടിയിറക്കുകയുണ്ടായി. ഭീകരമായ ആ കുടിയിറക്കിന്റെ വാർത്തകൾ അറിഞ്ഞ് ഞാൻ ഡൽഹിയിൽ നിന്ന് കേരളത്തിലെത്തി. ഞാൻ അവിടം സന്ദർശിക്കുമ്പോൾ കുടിയിറക്കപ്പെട്ടവർ വഴിയരികിൽ കെട്ടിയ ഷെഡ്ഡുകളിൽ താമസിക്കുകയാണ്. കുടിയിറക്കിൽ പ്രതിഷേധമുള്ള എല്ലാ നല്ലയാളുകളും പാർട്ടി പ്രവർത്തകരും ചേർന്ന് കെട്ടിയുണ്ടാക്കിയവയാണ് ആ ഷെഡ്ഡുകൾ. നല്ല മഴക്കാലം. കിടക്കാനോ ഇരിക്കാനോ പോലും അവിടെ സൗകര്യങ്ങൾ ഇല്ല. കർഷകസംഘം വളണ്ടിയർമാർ രാപകലില്ലാതെ അവർക്ക് സൗകര്യങ്ങൾ ചെയ്തുകൊടുക്കാൻ വേണ്ടി കഷ്ടപ്പെടുന്നുണ്ടെങ്കിലും ഹൈറേഞ്ചിലെ കൊടുംതണുപ്പുള്ള കാലാവസ്ഥയും മഴയും അവരെ രോഗികളാക്കി.

യാതൊരുവിധ താമസസൗകര്യങ്ങളും പകരം നൽകാതെ ആ പാവ

പ്പെട്ട കൃഷിക്കാരെ ഇറക്കിവിട്ടതിന്റെ കഥ ഒരു വൃദ്ധ എന്നോട് പറഞ്ഞപ്പോൾ അവരുടെ കണ്ണുകൾ നിറഞ്ഞൊഴുകി. വർഷങ്ങളായി അവർ വളർത്തിവന്ന കാർഷികവിളകൾ പൊലീസ് വെട്ടിനശിപ്പിച്ചു. കപ്പയും ചേനയുമൊക്കെ ചുവടോടെ പിഴുതുകളഞ്ഞു. വീടുകൾ ഇടിച്ചുനിരത്തി. നമ്മുടെ നാട്ടിൽ പൊലീസ് നടത്തുന്ന കുടിയൊഴിപ്പിക്കൽ അപരിഷ്കൃതമാണ്; പൈശാചികമാണ്. അവരെ മാത്രം അതിന് കുറ്റം പറഞ്ഞിട്ട് കാര്യമില്ല. കുടിയിറക്കപ്പെട്ടവരുടെ വാസസ്ഥലങ്ങൾ സന്ദർശിക്കുന്നത് എന്നും വേദനാകരമാണ്. വസ്ത്രം, താമസസൗകര്യങ്ങൾ, ആഹാരം ഇവയൊന്നും വേണ്ടത്രയില്ലാതെ ഒരു ഷെഡ്ഡിൽ തിങ്ങിക്കൂടിക്കഴിയൽ, ഇങ്ങനെയുള്ള പ്രതികൂലസാഹചര്യങ്ങൾ സൃഷ്ടിക്കുന്ന രോഗങ്ങൾ--ആ ജീവിതം ഹൃദയമുള്ളവരെ കരയിക്കും. ഒച്ചപ്പാടുകൾ സൃഷ്ടിക്കുമ്പോൾ മാത്രമേ അവർക്ക് സൗജന്യറേഷനെങ്കിലും നൽകാൻ അധികൃതർ കണ്ണു തുറക്കാറുള്ളു. ഏതെങ്കിലും ആവശ്യത്തിന് കുടിയിറക്ക് വേണ്ടിവന്നാൽതന്നെ അതിന് വ്യക്തമായ ചില ഏർപ്പാടുകൾ വേണമെന്ന് ഞാൻ വാദിക്കാൻ തുടങ്ങിയിട്ട് കാലം ഏറെയായി.

ഞാറക്കാട്ട് നിന്ന് കുടിയിറക്കാനുള്ള കാരണം എന്തെന്ന് എത്ര തിരക്കിയിട്ടും എനിക്ക് മനസ്സിലാക്കാൻ സാധിച്ചില്ലെന്നും അതിനാൽ കുടിയിറക്കപ്പെട്ടവർക്ക് അവിടെ തന്നെ താമസിക്കാൻ ഞങ്ങളാൽ കഴിയുന്ന സഹായമെല്ലാം ചെയ്യാമെന്നും ഞാനവരോട് പറഞ്ഞു. കേരളത്തിൽ കുടിഒഴിപ്പിക്കൽ നടത്തുന്ന ഭരണക്കാർക്ക് ഗൂഡല്ലൂരിലെ കുടിഒഴിപ്പിക്കലിനെതിരായി സംസാരിക്കാൻ തന്നെ ധാർമികമായി അവകാശമില്ല. ഇവിടത്തെ പ്രശ്നം പരിഹരിക്കുന്നതിന് സഹായകരമായ വിധത്തിൽ പ്രവർത്തിക്കുന്ന എല്ലാ രാഷ്ട്രീയകക്ഷികളുടെയും സഹകരണം കർഷകസംഘം പ്രവർത്തകർ തേടിക്കൊണ്ടിരിക്കുന്നു. "നിങ്ങളെ പുനരധിവസിപ്പിക്കുന്നതിന് എന്തെല്ലാം സമ്മർദങ്ങൾ ഉപയോഗിക്കാമോ അതെല്ലാം ഞങ്ങൾ ഉപയോഗിക്കും" എന്ന് ഞാനവർക്ക് ഉറപ്പുനൽകി.

അവിടെനിന്ന് തൊടുപുഴയ്ക്ക് തിരിച്ചു. വഴിക്ക് കാളിയാർ പാലത്തിന് സമീപം 15-20 വർഷങ്ങളായി പുറമ്പോക്ക് ഭൂമിയിൽ താമസിച്ചിരുന്ന കുടികിടപ്പുകാരുടെ വീടുകളും കടകളും പൊലീസും അധികാരികളും ചേർന്ന് തകർത്തിട്ടിരിക്കുന്നത് കണ്ടു. പ്ലാവ്, തെങ്ങ് തുടങ്ങിയ ഫലവൃക്ഷങ്ങൾ വെട്ടി നശിപ്പിച്ചിരിക്കുകയാണ്. മരച്ചീനി, വാഴ തുടങ്ങിയവ പിഴുത് കളഞ്ഞിരിക്കുന്നു. വീട്ടുപകരണങ്ങൾ മുറ്റത്താകെ തകർന്നു കിടക്കുകയാണ്. ഞാനവിടെ ചുറ്റിനടന്ന് എല്ലാം കണ്ടു.

വൈകിട്ട് തൊടുപുഴ ടൗണിൽ ഞാറക്കാട്-കാളിയാർ ഭാഗങ്ങളിലെ കുടിയിറക്കുകളിൽ പ്രതിഷേധിച്ചുകൊണ്ടുള്ള പ്രകടനവും നടന്നു. പൊതുയോഗത്തിൽ ഞാനന്ന് കണ്ടതും കേട്ടതുമായ കാര്യങ്ങൾ വിസ്തരിച്ച് പറഞ്ഞു. ഇതെല്ലാം കൈയുംകെട്ടി നോക്കിയിരിക്കാതെ ധീരമായി സംഘടിച്ച് മുന്നേറി സ്വന്തം രക്ഷാനിര കെട്ടിപ്പടുക്കുകയും അവകാശങ്ങൾ സ്ഥാപിച്ചെടുക്കുകയും ചെയ്യുക എന്നതല്ലാതെ വേറെ കുറുക്കുവഴികൾ യാതൊന്നുമില്ല. കാര്യം പറഞ്ഞാൽ മനസ്സിലാകാത്ത നെറികെട്ട ഗവൺമെന്റാണിവിടെ അധികാരത്തിലിരിക്കുന്നതെന്ന യാഥാർഥ്യം മനസിലാക്കി പ്രവർത്തിക്കാൻ ഞാനവരോട് പറഞ്ഞു. എനിക്ക് പുറമെ പി പി എസ്തോസും എ പി വർക്കിയും പ്രസംഗിക്കുകയുണ്ടായി.

കർഷകസംഘം സംസ്ഥാനസമ്മേളനം

കേരള കർഷകസംഘത്തിന്റെ 9-ാം സംസ്ഥാനസമ്മേളനം 1971 സപ്തംബർ 5-ന് കോഴിക്കോട്ടു നടന്നു. ഒരു വർഷക്കാലത്തിനിടയ്ക്ക് കേരളത്തിൽ നടന്ന ഭൂസമരങ്ങളെ അവലോകനം ചെയ്യുകയും കൃഷിക്കാരുടെ അവകാശങ്ങൾ പിടിച്ചുപറ്റാൻ വേണ്ടിയുള്ള ഭാവിസമരങ്ങൾക്ക് രൂപം നൽകുകയുമാണ് കർഷകസംഘത്തിന് പ്രധാനമായും ചെയ്യാനുണ്ടായിരുന്നത്. പലതുകൊണ്ടും പ്രധാനപ്പെട്ട ഒന്നായിരുന്നു കോഴിക്കോട് സമ്മേളനം. നിരവധി കർഷകസമരങ്ങൾക്ക് നേതൃത്വം വഹിച്ച സഖാവ് എ വി കുഞ്ഞമ്പു പതാക ഉയർത്തിയതോടെ സമ്മേളനപരിപാടികൾ ആരംഭിച്ചു. ടി കെ രാമകൃഷ്ണന്റെ അധ്യക്ഷതയിലാരംഭിച്ച പ്രതിനിധി സമ്മേളനം ഞാനാണ് ഉദ്ഘാടനം ചെയ്തത്.

കൃഷിഭൂമി കർഷകന്, ഒഴിപ്പിക്കൽ തടയുക തുടങ്ങിയ മുദ്രാവാക്യങ്ങൾ ഇന്ന് ഇന്ത്യയിലെ ഭരണാധികാരിവർഗങ്ങൾ ഏറ്റുവിളിക്കാൻ തുടങ്ങിയിരിക്കുകയാണ്. കമ്മിറ്റി രൂപീകരണം, ചർച്ചാസമ്മേളനങ്ങൾ തുടങ്ങിയവ അവർ ആരംഭിച്ചുകഴിഞ്ഞിരിക്കുന്നു. ഇതെല്ലാം കൃഷിക്കാരുടെ ഇടയിൽ വ്യാമോഹം സൃഷ്ടിക്കാൻ വേണ്ടി നടത്തുന്ന പരിപാടികളാണ്. കാർഷികരംഗത്ത് സമൂലമായ പരിവർത്തനവും പുരോഗതിയും ഉണ്ടായിട്ടുണ്ടെന്ന് പ്രചരിപ്പിച്ച് കർഷകരുടെ സംഘടിതബോധത്തെയും സമരശക്തിയെയും തളർത്തുകയും നശിപ്പിക്കുകയും വർഷങ്ങളായി കർഷകർ ഉയർത്തിവരുന്ന മുദ്രാവാക്യങ്ങളുടെ അന്തഃസത്തയെ ചോർത്തിക്കളയുകയുമാണ് അവരുടെ ഉദ്ദേശ്യം.

82 ശതമാനം കൃഷിക്കാർക്കും സ്ഥിരാവകാശം ലഭിച്ചിട്ടില്ലെന്ന് കേന്ദ്ര ആഭ്യന്തരമന്ത്രി കാര്യാലയം പ്രസിദ്ധീകരിച്ച റിപ്പോർട്ടിൽ പറയുന്നുണ്ട്. ഇതിൽനിന്നുതന്നെ അവരുടെ കള്ളപ്രചാരണത്തിന്റെ പൊള്ളത്തരം വ്യക്തമാകുന്നു. കർഷകതൊഴിലാളികളുടെ മിനിമം കൂലി, ജോലിസമയം തുടങ്ങിയ കാര്യങ്ങൾക്ക് നിയമം പാസായി എങ്കിലും അത് ഇന്നും ഏട്ടിലെ പശുമാത്രമാണ്. തമിഴ്നാട്ടിലിന്നും ഒരു ലിറ്റർ നെല്ല് കൂലികൊടുക്കുന്ന സ്ഥലങ്ങളുണ്ട്. ഇവർ കൊട്ടിഘോഷിക്കുന്ന ഹരിതവിപ്ലവം ഈ നാട്ടിലെ ധനികകൃഷിക്കാരെ കൂടുതൽ ധനികരാക്കുകയും കർഷകത്തൊഴിലാളികളുടെ തൊഴിൽ നഷ്ടപ്പെടുത്തുകയുമാണ് ചെയ്തിരിക്കുന്നത്. ഭാരതത്തിലെ ഉൾനാടുകൾ ഒരു പൊട്ടിത്തെറിയുടെ വക്കിലെത്തിയിട്ടുണ്ടെന്ന യാഥാർഥ്യം മനസിലാക്കിയ ഇവർ ദരിദ്രകർഷകരുടെ മുദ്രാവാക്യങ്ങൾ ഏറ്റുവിളിച്ചുകൊണ്ട് ധനികരെയും ജന്മികളെയും സഹായിക്കുകയാണ്.

ഗൂഡല്ലൂരും ഞാറക്കാട്ടും നടക്കുന്നത് ഒന്നുതന്നെയാണ്. ഗൂഡല്ലൂരിലെ കർഷകരെ എന്തിനാണ് ഒഴിപ്പിക്കുന്നത് എന്ന് നമ്മുടെ റവന്യൂ മന്ത്രി ബേബിജോൺ ചോദിച്ചതിന് ഞാറക്കാട്ടെ കൃഷിക്കാരെ ഒഴിപ്പിച്ചതെന്തിനാണെന്ന് കരുണാനിധി ഒരു മറുചോദ്യം ചോദിച്ചിരിക്കുകയാണ്. ഗൂഡല്ലൂരിലും ഞാറക്കാട്ടും ഠാനയിലും എല്ലാം നടക്കുന്നത് ഒന്നുതന്നെയാണ് എന്നാണെനിക്ക് പറയാനുള്ളത്. കൃഷിക്കാർക്കെതിരായ ജന്മി-ബൂർഷ്വാ ഭരണകൂടത്തിന്റെ ആക്രമണം.

രണ്ടുദിവസം നീണ്ടുനിന്ന ചർച്ചയിൽ പങ്കെടുത്തുകൊണ്ട് സഖാക്കൾ ഇ എം എസ്, കെ ആർ ഗൗരി, കുഞ്ഞമ്പു, അച്യുതാനന്ദൻ, ടി

കെ രാമകൃഷ്ണൻ തുടങ്ങിയവർ സംസാരിച്ചു. ചാത്തുണ്ണിമാസ്റ്റർ റിപ്പോർട്ട വതരിപ്പിച്ചു. ഞാറക്കാട്ടും ഗൂഡല്ലൂരും കർഷകരുടെ മേൽ നടക്കുന്ന മർദ നങ്ങളിലും കുടിയിറക്കുകളിലും ഉൽക്കണ്ഠ പ്രകടിപ്പിക്കുകയും ഉടനടി ആശ്വാസനടപടികൾ കൈക്കൊള്ളാൻ ബന്ധപ്പെട്ട ഗവൺമെന്റുകളോട് അഭ്യർഥിക്കുകയും ചെയ്യുന്ന പ്രമേയങ്ങൾ പാസാക്കി. സപ്തംബർ-15 കുടിഒഴിപ്പിക്കൽ വിരുദ്ധദിനമായി ആചരിക്കാൻ ആഹ്വാനം ചെയ്യുന്ന പ്രമേയവും അംഗീകരിച്ചു. സമ്മേളനാവസരത്തിൽ വമ്പിച്ച പ്രകടനവും പൊതുയോഗവും ഉണ്ടായിരുന്നു.

ഗൂഡല്ലൂരിൽ

കോഴിക്കോട്ടെ കർഷകസംഘം സമ്മേളനം കഴിഞ്ഞ് അഖിലേന്ത്യാ കിസാൻ സഭാസമ്മേളനത്തിൽ പങ്കെടുക്കാൻ പഞ്ചാബിലേക്കു പോവുന്നവഴി ഞാൻ ഗൂഡല്ലൂർ സന്ദർശിച്ചു. ഗൂഡല്ലൂരിൽ നിന്ന് മലയാളികളായ കൃഷിക്കാരെ ഒഴിപ്പിക്കാൻ പോകുന്നതായി വാർത്തകൾ വരികയും കേരളത്തിലെ ജനങ്ങളും പത്രങ്ങളും ഗവൺമെന്റും എല്ലാം അതിനെതിരായി സ്വരമുയർത്തുകയും ചെയ്തിരിക്കുന്നു. കോഴിക്കോട്ടുവച്ച് ഗൂഡല്ലൂരിലെ കർഷകരുടെ പ്രശ്നങ്ങൾ പരിഹരിക്കാനാവശ്യപ്പെട്ടുകൊണ്ട് ഞാൻ കരുണാനിധിക്കെഴുതി. ഗൂഡല്ലൂരിൽ കർഷകരെ ഒഴിപ്പിക്കുന്നില്ലെന്നും അത് രാഷ്ട്രീയക്കാരുടെ പ്രചാരണമാണെന്നുമുള്ള കരുണാനിധിയുടെ പ്രസ്താവന വസ്തുതകൾക്ക് നിരക്കാത്തതാണെന്ന് ആ കത്തിൽ ഞാൻ ചൂണ്ടിക്കാണിച്ചു. ഗൂഡല്ലൂരിലെ യഥാർഥ സ്ഥിതി അന്വേഷിക്കാൻ ഒരു ഉദ്യോഗസ്ഥനെ നിയമിച്ചാൽ ഞാൻ നേരിട്ട് ഹാജരായി തെളിവ് നൽകാമെന്നും കുടിയൊഴിപ്പിക്കൽ നിർത്തിവയ്ക്കണമെന്നും കൈവശക്കാർക്ക് പട്ടയം നൽകണമെന്നും കുടിഒഴിപ്പിക്കപ്പെട്ടവർക്ക് പുനരധിവാസ സൗകര്യങ്ങൾ നൽകണമെന്നും ഒക്കെ ഞാൻ ആ കത്തിൽ ആവശ്യപ്പെട്ടിരുന്നു. അവിടെ കുടിയിറക്കിന് വിധേയരായ 185 കുടുംബങ്ങളുടെ പട്ടികയും അതോടൊപ്പം കരുണാനിധിക്ക് അയച്ചുകൊടുത്തിരുന്നു.

ഗൂഡല്ലൂരിൽ എത്തിയ ഉടനെ കുടിയിറക്ക് നടന്ന സ്ഥലങ്ങളിലെല്ലാം സഖാവ് രമണിയോടൊത്ത് ഞാൻ ചുറ്റിസഞ്ചരിച്ചു. കുടിയിറക്കപ്പെട്ട ആളുകളെ നേരിൽ കണ്ട് സംസാരിച്ച് വസ്തുതകൾ ശേഖരിച്ചു. അനേകവർഷങ്ങളായി തരിശുഭൂമികളിൽ കുടിയേറിപ്പാർത്ത് വളരെ ക്ലേശിച്ച് അവിടം കൃഷിഭൂമിയാക്കി മാറ്റിയതിന്റെ കദനം നിറഞ്ഞ കഥ അവർ വിശദീകരിച്ചു.

മഞ്ഞും മഴയും മലമ്പനിയും എല്ലാം സഹിച്ച് ആഹാരത്തിനു പോലും വിഷമിച്ച് കെട്ടിപ്പടുത്തുകൊണ്ടു വന്നതാണ് ഫലഭൂയിഷ്ഠമായ ഇന്നത്തെ ഭൂമി. ഏരുമാട്ടിൽ നിന്ന് രണ്ടുവർഷം മുൻപ് കുറെ മലയാളി കൃഷിക്കാരെ കുടിയിറക്കിയതാണ്. അതിനെതിരായി പ്രക്ഷോഭം ഉയർന്നുവന്നതിനാൽ അന്നത് നിർത്തിവയ്ക്കാൻ ഗവൺമെന്റ് നിർബന്ധിതമായി. ഇത്തവണ ഇരുന്നൂറോളം കർഷകകുടുംബങ്ങളെയാണ് കുടിയിറക്കിയത്. ഗൂഡല്ലൂർ കേരളത്തോട് ചേർക്കണമെന്ന വാദക്കാർ ഭാഷയുടെ പേരിൽ സമരത്തെ ക്ഷീണിപ്പിച്ച് ഗവൺമെന്റ് നടപടിയെ സഹായിക്കുകയാണിവിടെ ചെയ്യുന്നത്. അവർ ഭൂപ്രശ്നത്തെ ഭാഷാപ്രശ്നമാക്കി വഴി തെറ്റിക്കുന്നു. അതിന്റെ തണലിൽ അവർ പലതും നടത്തുകയാണിവിടെ.

ഒന്നുരണ്ട് പൊതുയോഗങ്ങളിലും ഞാൻ പങ്കെടുത്തു. അവരോട് പ്രക്ഷോഭം കൂടുതൽ ശക്തമാക്കാനും പ്രശ്നത്തിന് ശാശ്വതപരിഹാരം കണ്ടെത്തുന്നതുവരെ സമരം തുടരാനും ആവശ്യപ്പെട്ടു. ഇത്തരം കുടിയിറക്കുകൾ തമിഴ്നാട്ടിൽ മാത്രമല്ല കേരളത്തിലും ഇന്ത്യയിലെല്ലായിടത്തും നടക്കുന്നുണ്ട്. ഇന്ത്യയിൽ അങ്ങോളമിങ്ങോളം നടക്കുന്ന സമരങ്ങളുടെ ഭാഗമെന്ന നിലയിൽ ജാതിമതങ്ങൾക്കും കക്ഷിരാഷ്ട്രീയത്തിനും അതീതമായി തങ്ങളുടെ സമരത്തെ കാണണമെന്ന് ഗൂഡല്ലൂരിലെ കർഷകരോട് അഭ്യർഥിച്ചുകൊണ്ട് കേരള കർഷകസംഘം പാസാക്കിയ പ്രമേയം ഞാനവർക്ക് വിശദീകരിച്ചുകൊടുത്തു.

സഖാവ് രമണി തമിഴ്നാട് മുഴുവൻ ഗൂഡല്ലൂരിലെ കൃഷിക്കാരുടെ പ്രശ്നങ്ങളെ സംബന്ധിച്ച് പ്രചാരണം നടത്താമെന്നും ഗവൺമെന്റ് നടത്തിവരുന്ന കള്ളപ്രചാരണങ്ങളുടെ പൊള്ളത്തരങ്ങൾ വിശദീകരിക്കാമെന്നും അവർക്ക് ഉറപ്പ് കൊടുത്തു. ഇവിടെ നടക്കുന്ന കർഷകസമരത്തിന് കമ്യൂണിസ്റ്റ് പാർട്ടി (മാർക്സിസ്റ്റ്) തമിഴ്നാട് ഘടകത്തിന്റെ പേരിലും സി ഐ ടി യുവിന്റെ പേരിലും സകലവിധമായ പിന്തുണയും വാഗ്ദാനം ചെയ്യുകയും ചെയ്തു.

ഗൂഡല്ലൂരിൽ നിന്ന് മഹാരാഷ്ട്ര കിസാൻ സമ്മേളനത്തിൽ പങ്കെടുക്കാൻ മുംബൈയിലെത്തി. സപ്തംബർ 18, 19 തീയതികളിൽ അവിടെ നടന്ന സമ്മേളനത്തിൽ പങ്കെടുത്തശേഷം ഡൽഹിയിലെത്തിയപ്പോൾ കേട്ടത് ചുരുളി-കീരിത്തോട്ടിൽ പൈശാചികമായ കുടിയിറക്ക് നടക്കുന്നതായിട്ടാണ്. ഞാറക്കാട്ടെ കർഷകരെ വീണ്ടും പൊലീസ് കഠിനമായി മർദിച്ചതായും വാർത്ത വന്നു. 23 മുതൽ അഖിലേന്ത്യാ കിസാൻ സമ്മേളനത്തിന്റെ 21-ാം സമ്മേളനം ജലന്ധറിൽ വച്ചു നടക്കാൻ പോകുന്നു. അതിന്റെ പ്രസിഡന്റായ എനിക്ക് അതിൽ പങ്കെടുക്കാതെ നിവൃത്തിയില്ലായിരുന്നു. അതിനാൽ കുടിയൊഴിപ്പിക്കലിലും പൊലീസ് മർദനത്തിലും ശക്തിയായി പ്രതിഷേധിച്ചുകൊണ്ടും അടിയന്തരനടപടികൾ സ്വീകരിക്കാൻ ആവശ്യപ്പെട്ടുകൊണ്ടും കേരള ഗവൺമെന്റിന് ഞാൻ എഴുതി. കേരളത്തിലെ കർഷകസംഘത്തോട് ആവശ്യമായ നടപടികൾ സ്വീകരിക്കാനും കുടിഒഴിപ്പിക്കലിനെതിരായി ശക്തിയായ സമരം സംഘടിപ്പിക്കാനും ആവശ്യപ്പെട്ടു. അതിനുശേഷം കർഷകസംഘം സമ്മേളനത്തിൽ പങ്കെടുക്കാൻ ഞാൻ ജലന്ധറിലേക്ക് പോയി.

കർഷകത്തൊഴിലാളി സമ്മേളനം

അഖിലേന്ത്യാ കിസാൻ സമ്മേളനം കഴിഞ്ഞ ഉടൻതന്നെ ഞാൻ കേരളത്തിലേക്ക് മടങ്ങി. കേരളത്തിലെത്തിയ ഉടനെ കർഷകത്തൊഴിലാളി സമ്മേളനം നടക്കുന്ന ആലപ്പുഴയിലേക്കാണ് പോയത്. 1971 ഒക്ടോബർ 1-നാണ് സമ്മേളനം ആരംഭിച്ചത്. അടുത്ത് വരാൻ പോവുന്ന കർഷകസമരങ്ങളുടെ മുന്നോടി എന്ന നിലയ്ക്ക് ഈ സമ്മേളനത്തിന് പ്രത്യേക പ്രാധാന്യമുണ്ടായിരുന്നു. കുടികിടപ്പുവളച്ചുകെട്ടൽ സമരത്തിനിടയിൽ വീരചരമമടഞ്ഞ സഹദേവന്റെ ഭാര്യ കമലാക്ഷിയാണ് സമ്മേളനനഗരിയിൽ പതാക ഉയർത്തിയത്. നാനൂറിലധികം പ്രതിനിധികൾ സമ്മേളനത്തിൽ പങ്കെടുത്തു. പ്രതിനിധി സമ്മേളനം ഉദ്ഘാടനം ചെയ്തത് സഖാവ് ഇ എം എസ് ആയിരുന്നു. കാർഷികവ്യവസായമേഖലകളിലെ കുത്തകവർഗത്തിനെതിരായി ജനങ്ങളെ ആകമാനം അണിനിരത്തുക

എന്ന സുപ്രധാനമായ കടമകൂടി ഏറ്റെടുക്കാൻ തക്കവണ്ണം കർഷക ത്തൊഴിലാളിപ്രസ്ഥാനത്തെ ശക്തമാക്കാൻ ഇ എം എസ് ആഹ്വാനം ചെയ്തു.

പ്രതിനിധികളെ അഭിവാദ്യം ചെയ്തുകൊണ്ട് കഴിഞ്ഞ കാലങ്ങ ളിൽ ഈ നാട്ടിലെ ജനാധിപത്യപ്രസ്ഥാനങ്ങൾ ഉയർത്തിയിട്ടുള്ളതും വ്യാപകമായി അംഗീകാരം നേടിക്കഴിഞ്ഞിട്ടുള്ളതുമായ മുദ്രാവാക്യങ്ങൾ ഭരണാധികാരികളെക്കൊണ്ട് നടപ്പിലാക്കിക്കുന്നതിനുള്ള ശക്തിയായ സമ രങ്ങളാണ് ഇന്നാവശ്യമെന്നും പുതിയ അവകാശങ്ങൾക്കുവേണ്ടി സമരം തുടരുന്നതോടൊപ്പം നേടിയെടുത്ത അവകാശങ്ങൾ നിലനിർത്താനും ഒഴി പ്പിക്കപ്പെട്ട ഭൂമിയിൽ തിരികെ കയറാനും ശ്രമിക്കുകയാണ് വേണ്ടതെന്നും ഞാൻ പറഞ്ഞു. വെറുതെ കളക്ടറേറ്റിനു മുമ്പിൽ കുറെനേരം ഇരുന്ന് സത്യഗ്രഹം അനുഷ്ഠിച്ചതുകൊണ്ട് പറയത്തക്ക പ്രയോജനമൊന്നുമില്ല. കുടിഒഴിപ്പിക്കലും പൊലീസ് മർദനവും അവസാനിപ്പിക്കാൻ ഗവൺമെന്റ് നിർബന്ധിതമാകാൻ ഉപകരിക്കുന്ന സമരപരിപാടികൾ ആവിഷ്കരി ക്കാനും നടപ്പിലാക്കാനും ഞാൻ നിർദേശിച്ചു.

ജീവിതസൂചികക്കനുസരണമായി കൂലി വർധനവ് നൽകുക, തൊഴി ലില്ലായ്മ അനുഭവപ്പെടുന്ന ഈ അവസരത്തിൽ യന്ത്രവൽക്കരണം നിർത്തിവയ്ക്കുക, കൊയ്ത്തിനു ആറിലൊന്ന് പതം നേടുക, കൊയ്ത്ത് പാടത്തുതന്നെ കറ്റവയ്ക്കുക; മിച്ചഭൂമി കമ്മിറ്റികളിൽ കർഷകത്തൊഴി ലാളിക്ക് പ്രാതിനിധ്യം നൽകുക; പലിശയില്ലാത്ത കാർഷികവായ്പകൾ അനുവദിക്കുക; കർഷകത്തൊഴിലാളിക്ക് വീട് വയ്ക്കാൻ ധനസഹായം നൽകുക തുടങ്ങിയ ആവശ്യങ്ങൾ ഉൾക്കൊള്ളുന്ന അവകാശ പ്രഖ്യാ പനരേഖ അംഗീകരിച്ചു.

ആലപ്പുഴനിന്ന് ഞാൻ നേരെ ചുരുളി-കീരിത്തോട്ടിലേക്ക് പോയി. അവിടെ കുടിയിറക്കപ്പെട്ടവരുടെ അവസ്ഥ ദയനീയമായിരുന്നു. അടുത്ത കാലത്ത് പൊലീസ് നടത്തിവരുന്ന കുടിയിറക്കിന്റെ മാതൃകയാണ് അവ രിവിടെയും സ്വീകരിച്ചത്. താൽക്കാലിക ഷെഡ്ഡുകളിൽ ആളുകൾ താമ സിച്ചിരുന്നു. കർഷകസംഘത്തിന്റെയും പാർട്ടിയുടെയും പ്രവർത്തകർ തങ്ങളാലാവുന്ന സഹായമെല്ലാം അവർക്ക് ചെയ്തുകൊടുത്തിരുന്നു. കാലാകാലങ്ങളായി അവർ പടുത്തുയർത്തിയ എല്ലാ ചമയങ്ങളും നശി പ്പിക്കപ്പെട്ടിരിക്കുകയാണ്. സർക്കാരിന്റെ നയം മാറ്റുന്നതുവരെ സമരരം ഗത്ത് ഉറച്ചുനിൽക്കാൻ ഞാനവിടെ ഉണ്ടായിരുന്നവരോട് പറഞ്ഞു. എന്തെങ്കിലും നിസ്സാരകാര്യങ്ങൾ പറഞ്ഞ് കുടിഒഴിപ്പിക്കൽ നടത്തുക ഒരു നയമായി സ്വീകരിച്ചിരിക്കുകയാണ് സർക്കാരെന്ന് തോന്നുന്നു. പ്രതി ഷേധസ്വരം ഉയർന്നുവരുമ്പോൾ തൽക്കാലം നിർത്തും. കുടിയിറക്കപ്പെ ട്ടവർ പുനരധിവസിച്ചുകഴിയുമ്പോൾ വീണ്ടും സർക്കാർ കുടിഒഴിപ്പിക്ക ലുമായി രംഗത്തുവരും. സാധുകൃഷിക്കാരന്റെ ബുദ്ധിമുട്ട് മണിമാളിക യിലിരിക്കുന്നവർക്ക് മനസ്സിലാവുകയില്ല.

അവിടെനിന്ന് ഞാൻ ഞാറക്കാട്ടേക്ക് പോയി. അവിടത്തെ കൃഷി ക്കാരെ പൊലീസ് നിഷ്കരുണം മർദിച്ചിരിക്കുകയാണ്. അതിഭയങ്കരമായ മർദനമായിരുന്നു അവിടെ നടന്നത്. കുടിയിറക്കപ്പെട്ട് ജീവിതമാർഗമൊ ന്നുമില്ലാതെ കഴിയുന്നവരെ മർദിച്ചാലെന്തുചെയ്യും? പൊലീസിനെ കയ റൂരിവിട്ടിരിക്കുകയാണ്. മർദനത്തെക്കുറിച്ച് എന്ത് പരാതിപറഞ്ഞാലും നിഷേധിച്ചുകൊണ്ടുള്ള ഒരു പത്രക്കുറിപ്പ് വരും. യാതന സഹിക്കുന്ന

മനുഷ്യന്റെ വേദനകൾ മന്ത്രിക്കസേരയിലിരിക്കുന്നവർക്ക് മനസ്സിലാവി ല്ലേ? ഞാൻ മർദനമേറ്റ പലരെയും കണ്ട് സംസാരിച്ചു. ഗവൺമെന്റിന്റെ ഇത്തരം നടപടിക്കെല്ലാമെതിരായി സമരരംഗത്ത് ഉറച്ചുനിൽക്കാൻ ഞാന വരോടുപറഞ്ഞു.

തുടർന്നുള്ള രണ്ടാഴ്ച ഞാൻ വീണ്ടും ജില്ലാ പര്യടനങ്ങൾ നട ത്തി. കുടിയിറക്കപ്പെടുകയും മർദനമേൽക്കുകയും ചെയ്തവരെ കണ്ട് സംസാരിച്ചു. പ്രതിഷേധയോഗങ്ങളിൽ സംബന്ധിച്ചു. കേരളത്തിൽ പൊലീസ് മർദനം ഒരു നിത്യസംഭവമായിരിക്കുകയാണ്. എവിടെ ചെന്നാലും പൊലീസിന്റെ കിരാതമർദനങ്ങളുടെ കഥകളെ കേൾക്കാനു ള്ളു. പ്രവർത്തകയോഗങ്ങളിലും പൊതുയോഗങ്ങളിലും പങ്കെടുത്തു കൊണ്ട് രണ്ടാഴ്ച ഞാൻ ചുറ്റിനടന്നു.

നീണ്ടൂർ കൊലപാതകം

1971 ഡിസംബർ 27-ന് കോട്ടയത്തിനടുത്തുള്ള നീണ്ടൂരിൽ പാട ത്തുവച്ച് പ്രാലേൽ മത്തായി എന്ന കർഷകമുതലാളിയും സംഘവും ചേർന്ന് നടത്തിയതാണ് നീണ്ടൂരിലെ കൊലപാതകം. ആറുമണിക്കൂർ ജോലി. മൂന്നര രൂപ കൂലി എന്ന കണക്കിൽ പാടത്ത് കൃഷിപ്പണി നട ന്നുവരികയായിരുന്നു. അങ്ങനെ സമാധാനപരമായ കാർഷികരംഗത്ത് നിലമുടമ കരുതിക്കൂട്ടി കുഴപ്പങ്ങൾ സൃഷ്ടിക്കുകയാണ് ചെയ്തത്.

സംഭവദിവസം ഉച്ചയ്ക്കുശേഷം സ. അലി കൊടിയുയർത്തി ജോലിസമയം കഴിഞ്ഞതായി മറ്റുള്ളവരെ അറിയിച്ചു. ഈ സമയത്ത് "ജോലിസമയം തീർന്നു എന്നുപറയാൻ നീയാരാടാ" എന്ന് ചോദിച്ചു കൊണ്ട് മത്തായിയുടെ ഗുണ്ടകൾ സ. അലിയുടെ മേൽചാടിവീണു. കൊടി ഉയർത്തിയതിനാൽ പണി നിർത്തി മറ്റ് സഖാക്കളും കയറി വരു ന്നുണ്ടായിരുന്നു. ഗുണ്ടകൾ അവരുടെ മേലും ചാടിവീണു. പ്രതീക്ഷി ക്കാത്ത സമയത്ത് പിന്നിൽനിന്നുള്ള ആക്രമണമായിരുന്നതിനാൽ സഖാ ക്കൾ തികച്ചും നിസ്സഹായരായി. ഗുണ്ടകളുടെ കുത്തേറ്റ് വാവ (48), ഗോപി (25), അലി എന്ന് വിളിക്കുന്ന കൃഷ്ണൻകുട്ടി (22) എന്നിവർ വയൽവരമ്പിൽത്തന്നെ വീണുമരിച്ചു. ഏഴ് സ്ത്രീതൊഴിലാളികൾ മാര കമായ പരിക്കോടെ ആശുപത്രിയിലാക്കപ്പെട്ടു. ഒരു കൈവശ കൃഷിക്കാ രനായ തൊമ്മന്റെ നിലം ഒഴിപ്പിക്കാൻ ജന്മി പ്രാലേൽ മത്തായി നട ത്തിയ ശ്രമത്തിന്റെ ഫലമാണിത്.

നീണ്ടൂരെ ആക്രമണങ്ങളിലും കൊലപാതകങ്ങളിലും പ്രതിഷേ ധിച്ച് പിറ്റേന്ന് കോട്ടയം, ആലപ്പുഴ ജില്ലകളിലെ കർഷകത്തൊഴിലാളി കൾ ഒന്നടങ്കം പണിമുടക്കി. ജില്ലകളിലാകമാനം പ്രതിഷേധയോഗങ്ങൾ നടന്നു. ഇ എം എസ്, കുഞ്ഞച്ചൻ, ടി കെ രാമകൃഷ്ണൻ, അച്യുതാന ന്ദൻ തുടങ്ങി പാർട്ടിയുടെയും കർഷകത്തൊഴിലാളി യൂണിയന്റെയും നേതാക്കൾ സ്ഥലത്ത് പാഞ്ഞെത്തി. മൃതശരീരങ്ങൾ ആശുപത്രി യിൽനിന്ന് ഏറ്റുവാങ്ങിക്കൊണ്ട് ശവസംസ്കാരത്തിനു പോകുംവഴി അത് അലങ്കോലപ്പെടുത്താൻ ജന്മിമാരും കൂട്ടാളികളും ശ്രമിക്കുകയുണ്ടായി. പാർട്ടി പ്രവർത്തകർ വളരെയധികം നിയന്ത്രണം പാലിച്ചതുകൊണ്ടാണ് കൂടുതൽ അനിഷ്ടസംഭവങ്ങൾ ഉണ്ടാകാതിരുന്നത്.

സംഭവങ്ങൾ നടന്ന് മൂന്നു ദിവസങ്ങൾക്കുശേഷം മാത്രമേ എനിക്ക് നീണ്ടൂരിൽ എത്തിച്ചേരാൻ കഴിഞ്ഞുള്ളൂ. നീണ്ടൂരിലെത്തിയ ഉടനെ രക്ത

സാക്ഷികളുടെ വീടുകൾ സന്ദർശിക്കാനാണ് ഞാൻ പോയത്. എന്നോടൊത്ത് സഖാവ് പി രാമമൂർത്തി, ടി കെ രാമകൃഷ്ണൻ, സുശീല എന്നിവരും ഉണ്ടായിരുന്നു. ഞാൻ വീട്ടിലേക്ക് കയറിച്ചെന്നയുടനെ ഗോപിയുടെ വൃദ്ധമാതാവ് പൊട്ടിക്കരഞ്ഞു. അവരുടെ സങ്കടം എന്തുപറഞ്ഞാണ് ആശ്വസിപ്പിക്കുക?

കർഷകപ്രസ്ഥാനം ശക്തിപ്പെടുന്നിടത്തെല്ലാം വിറളിയെടുത്ത ജന്മിമാർ കൊലയും കൊള്ളിവയ്പും നടത്തുകയാണ്. നീണ്ടൂരിൽനടന്നത് ഒരു സംഘട്ടനമാണെന്ന് ഗവൺമെന്റും അവരുടെ വക്താക്കളായ കുത്തകപത്രങ്ങളും ചിത്രീകരിച്ചു. മർദനം നടത്തുന്നവരെയും മർദനമേറ്റവരെയും ഒരേപോലെ ചിത്രീകരിക്കുന്ന രീതി തികച്ചും വൃത്തികെട്ടതാണ്; അന്തസ്സില്ലാത്തതാണ്. മർദനമേറ്റവരും മരിച്ചവരും മുറിവേറ്റവരുമെല്ലാം ഒരു ഭാഗത്തുള്ളവർ മാത്രമാവുമ്പോൾ, മറുഭാഗത്തുള്ളവർക്ക് ഒരു പോറൽപോലും ഏൽക്കാതിരിക്കുമ്പോൾ, അതെങ്ങനെ സംഘട്ടനമാവും? എന്നിട്ടും പത്രങ്ങളും ഗവൺമെന്റും നാണമില്ലാതെ അതൊരു സംഘട്ടനമാണെന്ന് പറഞ്ഞു. ഇത്തരം സംഭവങ്ങൾ പശ്ചിമബംഗാളിലും ധാരാളമുണ്ടായിട്ടുണ്ട്. ബിഹാറിൽ 150 സാന്താൾ വർഗക്കാരെ കൊന്നതും ഇതുപോലെ തന്നെയാണ്.

ഞങ്ങൾ വന്നതറിഞ്ഞ് അവിടെ ഓടിക്കൂടിയ കർഷകതൊഴിലാളികൾ ജന്മിത്വത്തിനെതിരായി എന്തും ചെയ്യാൻ തയ്യാറുള്ളവരായാണ് കണ്ടത്. ഇത്തരം അക്രമസംഭവങ്ങൾ നോക്കിനിന്ന് കാണുകമാത്രം ചെയ്താൽ പോരാ. ആത്മരക്ഷയ്ക്കുവേണ്ടി സംഘടിക്കുകയും പോരാടുകയും ചെയ്യണമെന്നും മർദനമേൽക്കുന്നവർ മാത്രമായി കർഷകർ ഇരുന്നാൽ പോരെന്നും ഞാനവരോട് പറഞ്ഞു. രക്തസാക്ഷിമണ്ഡപത്തിൽ പുഷ്പാർച്ചന നടത്തിയശേഷം പരിക്കേറ്റ് കോട്ടയം മെഡിക്കൽ കോളജ് ആശുപത്രിയിൽ ചികിത്സയിൽ കഴിയുന്ന സ്ത്രീ തൊഴിലാളികളെ സന്ദർശിക്കാൻ ഞങ്ങൾ അങ്ങോട്ട് പോയി.

അന്ന് വൈകിട്ട് നീണ്ടൂരിൽ ഒരു പ്രതിഷേധയോഗം ഉണ്ടായിരുന്നു. ആയിരക്കണക്കിന് ഹരിജനങ്ങൾ ഉൾപ്പെട്ട കർഷകതൊഴിലാളികൾ പങ്കെടുത്ത പ്രകടനം ഇത്തരം മർദനങ്ങൾ കൊണ്ടും കൊലപാതകങ്ങൾകൊണ്ടും അവകാശസമരങ്ങളെ അടിച്ചമർത്താനാവില്ലെന്ന് വിളിച്ച് പറയുന്നതായിരുന്നു. റാലിയെ അഭിസംബോധന ചെയ്തുകൊണ്ട് ഞാൻ പറഞ്ഞത്, ജന്മിമാരുടെ ഇത്തരം കടന്നാക്രമണത്തെ പരാജയപ്പെടുത്താൻ ചെറുത്തുനിൽപ്പ് പ്രസ്ഥാനം സംഘടിപ്പിക്കണം എന്നാണ്. കർഷകത്തൊഴിലാളികളുടെ ഒറ്റപ്പെട്ട കൊലപാതകങ്ങൾ ഇല്ലാതാക്കാൻ എങ്കിൽ മാത്രമേ കഴിയൂ. സഖാവ് രാമമൂർത്തി പറഞ്ഞത്, ഇത്തരം കൊലപാതകങ്ങളെ കയ്യും കെട്ടി നോക്കിനിൽക്കാൻ ഇനി തയ്യാറില്ലെന്നും എന്ത് വിലകൊടുത്തും തൊഴിലാളി താൽപര്യം സംരക്ഷിക്കുകതന്നെ ചെയ്യുമെന്നുമാണ്.

നീണ്ടൂരിൽനിന്ന് എറണാകുളത്തെത്തിയപ്പോൾ എനിക്ക് ഏതാനും ദിവസത്തെ വിശ്രമം കൂടിയേ കഴിയൂ എന്ന് ഡോക്ടർമാർ വിധിച്ചു. ഞാൻ മുഹമ്മയിൽ വിശ്രമിക്കുന്നതിനിടയിലാണ് തലശ്ശേരിയിൽ വർഗീയലഹള പൊട്ടിപ്പുറപ്പെട്ടത്. ലഹള പടരുന്നത് കണ്ടപ്പോൾ ഞാൻ തലശ്ശേരിയിലേക്ക് തിരിച്ചു. മതത്തിന്റെ പേരിൽ അവിടെ നടന്ന അക്രമങ്ങളും കൊള്ളിവയ്പുകളും നേരിൽ കണ്ടു. മതത്തിന്റെ പേരിൽ നടക്കുന്ന അക്ര

മങ്ങളുടെ പൊള്ളത്തരങ്ങൾ ചൂണ്ടിക്കാണിച്ചുകൊണ്ടും അടിയന്തരമായി നടത്തേണ്ട ദുരിതാശ്വാസ പ്രവർത്തനങ്ങൾ വിശദീകരിച്ചുകൊണ്ടും ഒരു പ്രസ്താവന ഞാൻ പുറപ്പെടുവിച്ചു. അവിടെ പാർട്ടി പ്രവർത്തകർ ദുരിതാശ്വാസപ്രവർത്തനങ്ങൾ അസൂയാർഹമായ രീതിയിൽ നടത്തുന്നുണ്ടായിരുന്നു. അവർ നടത്തിയ പ്രചാരണ പരിപാടി, ലഹള പടർന്നു പിടിക്കാതിരിക്കാൻ സഹായിച്ചു. സ്ഥിതിഗതികൾ നിയന്ത്രണാധീനമാക്കുന്നതിലും സാധാരണ സ്ഥിതി പുനഃസ്ഥാപിക്കുന്നതിലും പാർട്ടി പ്രവർത്തകർ വഹിച്ച പങ്ക് നിസ്തുലമാണ്.

തിരിച്ച് മുഹമ്മയിലെത്തി. പക്ഷേ അധികദിവസം വിശ്രമിക്കാൻ എനിക്ക് കഴിഞ്ഞില്ല. കാലടിക്കടുത്തുള്ള കാരയ്ക്കാട്ട് നിന്ന് കുടിയിറക്കപ്പെട്ട ആളുകൾ വിഷമിക്കുന്നതായി അറിഞ്ഞ് ഞാനവിടേക്കുപോയി. സർക്കാർ അവിടെയും കുടിയിറക്ക് നടത്തിയിരിക്കുകയാണ്. അവർ അതിനെതിരായി സത്യഗ്രഹം ആരംഭിച്ചുകഴിഞ്ഞിരുന്നു. വൃദ്ധരും കുട്ടികളുമെല്ലാം വഴിവക്കത്തിരിക്കുകയാണ്. ആരെങ്കിലും എന്തെങ്കിലും കൊടുത്താൽ അതവിടെ ഇരുന്നുകഴിക്കും. ഞാറക്കാട്ടുനിന്നും കുടിയിറക്കപ്പെട്ടവർ വഴിയരുകിലിരുന്ന് ചട്ടിയിൽ വല്ലതും ചൂടാക്കി കഴിക്കുന്ന രംഗം ഞാൻ മുൻപ് കണ്ടിട്ടുണ്ട്.

അഭയാർഥികളെ കൃത്രിമമായി സൃഷ്ടിച്ചെടുക്കുകയാണ് ഇവിടെ. ഗവൺമെന്റാഭിമുഖ്യത്തിലാണ് അത് നടക്കുന്നതും. ജോലിയുണ്ടെങ്കിൽപോലും ഒരു നേരത്തെ ആഹാരത്തിന് ശരിക്ക് മാർഗമില്ലാത്തവരെ തെരുവീഥിയിലേക്ക് വലിച്ചെറിയുന്ന വ്യവസ്ഥയാണ് ഇവിടെ നിലനിൽക്കുന്നത്. അച്യുതമേനോൻ ഗവൺമെന്റ് അധികാരത്തിൽ വന്നതിനുശേഷം നടത്തിയ കുടിയിറക്കുകൾക്ക് കയ്യും കണക്കും ഇല്ല. മുൻപ് അധികാരത്തിലിരുന്ന കോൺഗ്രസ് ഗവൺമെന്റുകൾപോലും ഇത്രയധികം കുടിഒഴിപ്പിക്കലുകൾ നടത്തിയിട്ടില്ല.

മിച്ചഭൂമിസമരത്തിന്റെ നാന്ദി

മിച്ചഭൂമി വിതരണം ചെയ്യുക, കർഷകത്തൊഴിലാളി സംരക്ഷണ നിയമം പാസാക്കുക തുടങ്ങിയ അവകാശങ്ങൾ നേടിയെടുക്കാൻ വേണ്ടി ആരംഭിക്കാൻ പോവുന്ന പരിപാടികൾക്ക് തുടക്കം കുറിച്ചുകൊണ്ട് കർഷകത്തൊഴിലാളികൾ 1972 മാർച്ച് 1-ന് സംസ്ഥാനവ്യാപകമായി സത്യഗ്രഹം നടത്തി. ജില്ലാ, താലൂക്ക് ആപ്പീസുകൾക്കും സെക്രട്ടേറിയറ്റിനും മുൻപിൽ നടന്ന സത്യഗ്രഹത്തിൽ അരലക്ഷത്തോളം ആളുകൾ പങ്കെടുത്തു.

അന്ന് പുനലൂരിനടുത്ത് ചന്ദ്രപ്പേട്ട എന്ന സ്ഥലത്ത് ഗവൺമെന്റ് ഭൂമിയിൽ താമസിക്കുന്ന ഭൂരഹിതരും കർഷകത്തൊഴിലാളികളുമായ അനേകം കുടുംബങ്ങളെ വീടുകളിൽനിന്ന് ഇറക്കിവിടുകയും വീടുകൾക്ക് തീവയ്ക്കുകയും അവരെ മർദിക്കുകയും ചെയ്തു. ഒരുവശത്ത് ഭൂമിക്ക് വേണ്ടി ദാഹിക്കുന്ന മനുഷ്യർ സമരം ചെയ്യുമ്പോൾ മറുവശത്ത് അനേകംപേരെ ഭൂരഹിതരും ഭവനരഹിതരുമാക്കുന്ന പ്രവൃത്തിയാണ് ഗവൺമെന്റ് ചെയ്തുകൊണ്ടിരിക്കുന്നത്.

മാർച്ച് മധ്യത്തോടെ കർഷകസംഘം ഫണ്ട് ഏറ്റുവാങ്ങുന്നതിനും വരാൻപോവുന്ന ബഹുജനസമരത്തിന്റെ പ്രചാരണത്തിനുമായി ആലപ്പുഴ, എറണാകുളം, ഇടുക്കി, കോട്ടയം, കൊല്ലം എന്നീ ജില്ലകളിൽ പര്യടനം നടത്തി. എല്ലാ സ്ഥലങ്ങളിലും തങ്ങളുടെ അവകാശങ്ങൾ സ്ഥാപി

ച്ചെടുക്കാൻ മുന്നിട്ടിറങ്ങുന്ന കർഷക-കർഷകത്തൊഴിലാളി വിഭാഗങ്ങളുടെ മുന്നേറ്റം കാണാൻ കഴിഞ്ഞു. പ്രത്യേകിച്ചും ഹൈറേഞ്ചിൽ കുടിയിറക്കിന് വിധേയരായ കർഷകർ സംഘടിച്ചിരിക്കുന്നു. തങ്ങൾ വർഷങ്ങളായി കൈവശപ്പെടുത്തി കൃഷിചെയ്തുകൊണ്ടിരിക്കുന്ന ഭൂമി തങ്ങളുടേതാക്കിമാറ്റാൻ നടത്തുന്ന പ്രക്ഷോഭങ്ങളിൽ സജീവമായി പങ്കെടുക്കുമെന്ന് അവിടങ്ങളിൽ കൂടിയ പ്രവർത്തകയോഗങ്ങളിൽ അവർ പറഞ്ഞു.

ഞാൻ പങ്കെടുത്ത പൊതുയോഗങ്ങളിൽ, മെയ് മാസത്തിൽ എറണാകുളത്തു നടക്കാൻ പോവുന്ന മഹാസമ്മേളനം എന്തിനുവേണ്ടിയാണെന്ന് പറഞ്ഞു. കർഷകസംഘവും കർഷകത്തൊഴിലാളി യൂണിയനും ചേർന്നാണ് എറണാകുളം സമ്മേളനം നടത്തുക. സഹകരിക്കാൻ തയ്യാറുള്ള വ്യക്തികളുടെയും രാഷ്ട്രീയകക്ഷികളുടെയും കൂടി സഹകരണം തേടിക്കൊണ്ടായിരിക്കും സമ്മേളനവും സമരപരിപാടികളും നടത്തുക. എറണാകുളം സമ്മേളനം ആലപ്പുഴ സമ്മേളനത്തിന്റെ തുടർച്ചയാണ്. രണ്ടേക്കർ വരെ ഭൂമിയുള്ളവർക്ക് ചുമത്തിയിരിക്കുന്ന നികുതി കൊടുക്കാതിരിക്കുകയും ജപ്തി വന്നാൽ അതിനെ ചെറുക്കുകയും ചെയ്യണമെന്ന് ഞാനവരോട് പറഞ്ഞു.

ഇത്തവണത്തെ സമരപരിപാടിക്ക് ചില പ്രത്യേകതകൾ ഉണ്ട്. മിച്ചഭൂമികൾ ഏതെല്ലാമെന്ന് മുൻകൂട്ടി കണ്ടുപിടിക്കും. അവ പരസ്യമായി പ്രഖ്യാപിക്കും. അങ്ങനെ പ്രഖ്യാപിക്കപ്പെടുന്ന സ്ഥലങ്ങളിൽ വളണ്ടിയർമാർ കയറും. ഭൂമി കൈവശപ്പെടുത്തും. അവിടെ കുടിലുകൾവച്ച് താമസിക്കും. എന്നിരുന്നാലും അങ്ങനെയുള്ള ഭൂമി വിതരണം ചെയ്യാനുള്ള നടപടികൾ ഗവൺമെന്റുകൾ സ്വീകരിച്ചാൽ ഭൂരഹിതർക്ക് വിതരണം ചെയ്യാനായി ഭൂമി ഗവൺമെന്റിന് വിട്ടുകൊടുക്കുന്നതാണ്. അങ്ങനെയുള്ള സമരപരിപാടികളെപ്പറ്റി ആലോചിക്കാനും പരിപാടികൾ ആസൂത്രണം ചെയ്യാനുമാണ് എറണാകുളം സമ്മേളനം ചേരുക. അതിൽ പങ്കെടുത്ത് പരിപാടികൾ വിജയിപ്പിക്കണം. ഈ ആശയങ്ങൾ നാടിന്റെ എല്ലാ മൂലകളിലും എത്തിക്കാനായി പ്രചാരണജാഥകൾ സംഘടിപ്പിക്കുന്നുണ്ട്. ഗ്രാമങ്ങൾതോറും കർഷകസംഘം പ്രവർത്തകർ വരും. സമരത്തിലൂടെ നേടിയെടുക്കേണ്ട കാര്യങ്ങളെപ്പറ്റി അവർ പറയും. നിങ്ങൾ അവരുമായി സഹകരിച്ച് പരിപാടികൾ വിജയിപ്പിക്കണം—എന്നെല്ലാം ഞാൻ സഞ്ചരിച്ച സ്ഥലങ്ങളിൽ നടന്ന സമ്മേളനങ്ങളിൽ പറഞ്ഞു.

നമ്മുടെ നാട്ടിലെ കർഷകത്തൊഴിലാളികളുടെയും ഇടത്തരം കൃഷിക്കാരുടെയും വികാരങ്ങൾ മനസിലാക്കാൻ എനിക്കിത്തവണത്തെ സന്ദർശനങ്ങളും പ്രവർത്തകയോഗങ്ങളും പ്രയോജനപ്പെട്ടു. നികുതികൾകൊണ്ട്, വിലവർധനകൊണ്ട് ഒരു നേരത്തെ ആഹാരത്തിനുപോലും മാർഗമില്ലാത്തവരാണ് കർഷകത്തൊഴിലാളികളിൽ അധികംപേരും. ശരിക്ക് നാണം മറയ്ക്കാനുള്ള വസ്ത്രങ്ങൾപോലും പലർക്കും ഇല്ലെന്നതാണ് സത്യം. കിടക്കാൻ ഓലകൊണ്ട് മറച്ച കൊച്ചുകുടിലുകളാണ് അവർക്കുള്ളത്. ഒരു കീറപ്പായയിലാണ് എല്ലാ കുട്ടികളും കൂടി കിടന്നുറങ്ങുന്നത്.

കുട്ടികളുടെ തലയിൽ എണ്ണതേക്കാത്തതുകൊണ്ട് തലമുടിയുടെ നിറം ചെമ്പിച്ചിരിക്കുന്നു. പ്രാഥമിക വിദ്യാഭ്യാസം പോലും അവർക്ക് നൽകാനുള്ള പരിതഃസ്ഥിതി ഇല്ല. പ്രാഥമിക വിദ്യാഭ്യാസം സൗജന്യമാണെങ്കിലും പ്രായമായവരെല്ലാം ജോലിക്ക് പോവുന്നതിനാൽ വീടുകാവ

ലിനും ഇളയകുട്ടികളെ നോക്കാനും മൂത്ത കുട്ടികളെ നിർത്തേണ്ടിവരുന്നു. 10 വയസ്സിന് മുമ്പുതന്നെ സ്വന്തം ആഹാരത്തിനു വക തേടാൻ ആ കുട്ടികൾ നിർബന്ധിതരാവുന്നു. 10 വയസ്സിന് മുമ്പായിത്തന്നെ അടുത്തുള്ള സമ്പന്നരുടെ വീടുകളിലെ മുറ്റം അടിക്കുക, ആടുമാടുകൾക്ക് പുല്ല് മുതലായവ ശേഖരിക്കുക തുടങ്ങിയ ജോലികൾ അവർ ചെയ്തു തുടങ്ങുന്നു. പട്ടിണിയും വസ്ത്രക്ഷാമവും അതിനവരെ നിർബന്ധിതരാക്കുന്നു.

എല്ലാറ്റിനും പുറമെ, ഏറിയ കാലവും ജോലിയുമില്ല. നമ്മുടെ നാട്ടിലെ കാലാവസ്ഥയുടെ പ്രത്യേകതകൊണ്ട് ചില കാലങ്ങളിൽ മാത്രമേ കാർഷിക ജോലികൾ കാണുകയുള്ളു. കേരളത്തിലെ ഭൂരിഭാഗം കർഷകത്തൊഴിലാളികളുടെയും അവസ്ഥ ഇതാണ്. കർഷകത്തൊഴിലാളികളുടെ മാത്രമല്ല നാട്ടിൻപുറത്തുള്ള കാർഷികേതര തൊഴിലാളികളുടെയും മറ്റ് സാധാരണക്കാരുടെയും നില ഏതാണ്ടിതുതന്നെയാണ്.

മലയോരകർഷകരാണെങ്കിൽ ഏത് സമയത്തും കുടിയിറക്ക് ഭയപ്പെട്ടുകൊണ്ടാണ് കഴിയുന്നത്. വർഷങ്ങളായി കൈവശപ്പെടുത്തി രാപ്പകൽ പണിയെടുത്ത്, കാട്ടുമൃഗങ്ങളോട് മല്ലടിച്ച്, പട്ടിണി കിടന്ന് വളർത്തിയ ഫലവൃക്ഷങ്ങളും കൃഷിഭൂമിയും നശിപ്പിക്കപ്പെട്ട് ഏത് ദിവസമാണ് തങ്ങൾ തെരുവിലേക്ക് വലിച്ചെറിയപ്പെടുക എന്നതാണ് അവരെ അലട്ടുന്ന ഭയം. ഞാറക്കാട്ടും കാരക്കാട്ടും ചുരുളി-കീരിത്തോട്ടിലും ഒക്കെ ഈയിടെ നടന്ന കുടിയിറക്കുകൾ അവരുടെ മുമ്പിലുണ്ട്. ഭയന്ന് കഴിയുന്ന ആ മലയോരകർഷകരെ ആശ്വസിപ്പിക്കാനും സംഘടിച്ച് നിന്നാൽ ആരും ഇറക്കിവിടാൻ പോവുന്നില്ലെന്ന വിശ്വാസം അവരിൽ പകരാനും എന്റെ സന്ദർശനം ഉപകരിച്ചു എന്നാണ് എനിക്ക് തോന്നുന്നത്.

എറണാകുളത്ത് നടക്കുന്ന അവകാശ സമരപ്രഖ്യാപനസമ്മേളനത്തിന്റെ പ്രചാരണാർഥം കേരളത്തിന്റെ നാല് കേന്ദ്രങ്ങളിൽനിന്ന് ആരംഭിക്കുന്ന വാഹനപ്രചാരണജാഥ ഏപ്രിൽ 23-ന് ആരംഭിച്ചു. എം പി നാരായണൻ നമ്പ്യാരുടെ നേതൃത്വത്തിലുള്ള ജാഥ മഞ്ചേശ്വരത്ത് വച്ച് ചാത്തുണ്ണി മാസ്റ്റർ ഉദ്ഘാടനം ചെയ്തു. ഇമ്പിച്ചിബാവയുടെ നേതൃത്വത്തിൽ ഊർങ്ങാട്ടിരിയിൽനിന്ന് ആരംഭിച്ച ജാഥ അഴീക്കോടൻ രാഘവൻ ഉദ്ഘാടനം ചെയ്തു. പി കെ കുഞ്ഞച്ചന്റെ നേതൃത്വത്തിൽ വയലാറിൽ നിന്നാരംഭിച്ച ജാഥ ഉദ്ഘാടനം ചെയ്തത് സി എച്ച് കണാരനാണ്. എം പരമേശ്വരൻ നായർ, ബി. വെല്ലിങ്ടൺ എന്നിവരുടെ നേതൃത്വത്തിൽ പാറശ്ശാല നിന്ന് ആരംഭിച്ച ജാഥ പി വി കുഞ്ഞിക്കണ്ണനും ഉദ്ഘാടനം ചെയ്തു. ജാഥ ആരംഭിക്കുന്നതിന് മുമ്പുതന്നെ എല്ലാ താലൂക്കുകളിലും വില്ലേജുകളിലും സമ്മേളനം വിജയിപ്പിക്കാനും പ്രചാരണജാഥക്ക് സ്വീകരണങ്ങൾ നൽകാനുമായി വിവിധ രാഷ്ട്രീയ പാർട്ടികളുടെയും പൗരമുഖ്യന്മാരുടെയും നേതൃത്വത്തിൽ കമ്മിറ്റികൾ രൂപീകരിച്ച് പ്രവർത്തനം ആരംഭിച്ചു.

ഏപ്രിൽ 25 മുതൽ മെയ് 5 വരെ സമരപ്രചാരണ ജാഥകളോടൊത്ത് കണ്ണൂർ, കോഴിക്കോട്, പാലക്കാട്, തൃശൂർ, എറണാകുളം ജില്ലകളിൽ ഞാൻ പര്യടനം നടത്തി. പ്രചാരണം എല്ലാ ഗ്രാമങ്ങളിലും എത്തിക്കാൻ പ്രവർത്തകർ പ്രത്യേകം ശ്രദ്ധിച്ചു. എറണാകുളം സമ്മേളനത്തിന്റെ പ്രാധാന്യം കണക്കിലെടുത്തുകൊണ്ട്, കാർഷിക രംഗത്ത് വിപ്ലവകരമായ പരിവർത്തനം വരുത്താൻ ലാക്കാക്കിയുള്ള സമരപരിപാടികളാണ്

ആസൂത്രണം ചെയ്യുന്നതെന്നും അത് വിജയപ്രദമാക്കാൻ എല്ലാവരും മുന്നിട്ടിറങ്ങണമെന്നും ഞാൻ പ്രസംഗിച്ചിടത്തൊക്കെ ആഹ്വാനം ചെയ്തു. കർഷകരുടെ ഇടയിൽനിന്ന് ആവേശകരമായ സ്വീകരണമാണ് എല്ലായിടത്തും കിട്ടിക്കൊണ്ടിരുന്നത്. പ്രചാരണജാഥകൾ മെയ് 6-ന് സമാപിച്ചു.

6-ാം തീയതി ഞാൻ എറണാകുളത്ത് ഒരു പത്രസമ്മേളനം നടത്തി. കേരള ഭൂപരിഷ്കരണനിയമത്തിന് സംരക്ഷണം നൽകുന്നതിനായി പ്രസ്തുത നിയമം ഭരണഘടനയുടെ ഒമ്പതാം ഷെഡ്യൂളിൽപ്പെടുത്തികിട്ടുന്നതിന് പാർലമെന്റിൽ ധർണ്ണ നടത്താൻ തീരുമാനിച്ചിരിക്കുകയാണെന്ന് പത്രക്കാരോട് പറഞ്ഞു. എറണാകുളത്തെ സമ്മേളനം കഴിഞ്ഞാലുടനെ ഞാൻ അതിനായി ദൽഹിക്ക് പോകുന്നുണ്ട്. ഈ ആവശ്യം ഉന്നയിച്ചുകൊണ്ടുള്ള ഒരു മെമ്മോറാണ്ടം തയ്യാറാക്കിയിട്ടുണ്ടെന്നും കഴിയുന്നിടത്തോളം എം പിമാരെക്കൊണ്ട് അതിലൊപ്പിടുവിച്ച ശേഷം കേന്ദ്രഗവൺമെന്റിന് സമർപ്പിക്കാനാണ് പരിപാടിയെന്നും ഞാനവരോട് പറഞ്ഞു. മധ്യവേനലവധി കഴിഞ്ഞ് കോടതി തുറന്നാലുടനെ സുപ്രീംകോടതി വിധിയുടെ പേരും പറഞ്ഞ് കൃഷിക്കാരെയും കർഷകത്തൊഴിലാളികളെയും കോടതി കയറ്റും. അതൊഴിവാക്കാൻ നിയമം ഭരണഘടനയുടെ ഒൻപതാം ഷെഡ്യൂളിൽ പെടുത്തുക മാത്രമേ പരിഹാരമുള്ളു.

പിറ്റേന്ന് ആരംഭിക്കാൻ ഉദ്ദേശിക്കുന്ന കർഷക-കർഷകത്തൊഴിലാളികളുടെ അവകാശ പ്രഖ്യാപന സമ്മേളനത്തെപ്പറ്റിയും പത്രസമ്മേളനത്തിൽ പറഞ്ഞു. പത്രസമ്മേളനത്തിനുശേഷം സമരസമിതിയുടെ ഒരു യോഗം ചേർന്ന് സമ്മേളനത്തിന്റെ പരിപാടികൾക്ക് രൂപം നൽകി.

4

മിച്ചഭൂമി പിടിച്ചെടുക്കുന്നു

രാവിലെ പ്രതിനിധി സമ്മേളനസ്ഥലത്ത് ചെന്നപ്പോൾ കണ്ടത് കേരളത്തിന്റെ നാനാഭാഗങ്ങളിൽ നിന്ന് എത്തിച്ചേർന്ന 3000ത്തിലധികം പ്രതിനിധികൾ അവിടെ തിങ്ങിക്കൂടിയിരിക്കുന്നതാണ്. പത്തിന് പ്രതിനിധി സമ്മേളനം ആരംഭിച്ചു. എന്റെ അധ്യക്ഷതയിലാണ് പരിപാടികൾ ആരംഭിച്ചത്. കേരളത്തിലെ കുടികിടപ്പുകാർ എവിടെയെല്ലാം സംഘടിതരായിരിക്കുന്നുവോ അവിടെ മാത്രമേ അവരുടെ അവകാശങ്ങൾ സംരക്ഷിക്കാൻ കഴിഞ്ഞിട്ടുള്ളു എന്ന് ഞാനവരോട് പറഞ്ഞു. പല സ്ഥലത്തും ഭൂമിക്ക് പരിധി നിശ്ചയിച്ചുകൊണ്ടുള്ള നിയമങ്ങൾ ഉണ്ടാക്കുന്നുണ്ട്. പക്ഷേ ഒരിടത്തും കൃഷിക്കാർക്കും കർഷകത്തൊഴിലാളികൾക്കും ഭൂമി കിട്ടുന്നില്ല. ഭൂരിപക്ഷം ജന്മിമാരും ഗവൺമെന്റിന് കണക്കുകൾ പോലും കൊടുക്കുന്നില്ല. കേരളത്തിൽ രണ്ടരവർഷം കഴിഞ്ഞു ഭൂനിയമം പാസാക്കിയിട്ട്. കണക്കുപോലും നൽകിയിട്ടില്ലാത്ത ജന്മിമാരുടെ വീട്ടുപടിക്കൽ സത്യഗ്രഹം നടത്തിയതുകൊണ്ടോ അഭ്യർഥന പുറപ്പെടുവിച്ചതുകൊണ്ടോ ഭൂമി കിട്ടാൻ പോവുന്നില്ല. അതുകൊണ്ട് ഇനിയെങ്കിലും ബാക്കി ഭൂമി കൈമാറ്റം ചെയ്യാതിരിക്കാനും മിച്ചഭൂമി പിടിച്ചെടുത്ത് വിതരണം നടത്താനും ഉള്ള പരിപാടികൾ ആസൂത്രണം ചെയ്യാനാണ് നാമിവിടെ കൂടിയിരിക്കുന്നത്. അതിനുള്ള പരിപാടികൾക്ക് രൂപം നൽകുന്ന ചർച്ച സജീവവും വിജയപ്രദവുമാക്കണമെന്ന് ഞാൻ അഭ്യർഥിച്ചു.

നിത്യോപയോഗ സാധനങ്ങളുടെ വിലക്കയറ്റം തടയുക, കാർഷിക കടങ്ങൾക്ക് മോറട്ടോറിയം പ്രഖ്യാപിക്കുക, പാട്ടബാക്കി റദ്ദ് ചെയ്യുക, പ്രതിഫലം കൊടുക്കാതെ ജന്മിത്വം അവസാനിപ്പിക്കുക, കർഷകത്തൊഴിലാളി രക്ഷാനിയമം പാസാക്കുക തുടങ്ങിയ പ്രശ്നങ്ങൾ പരിഹരിച്ചു കിട്ടാനുള്ള ഒരു സംയുക്തസമരം ആരംഭിക്കാൻ സമ്മേളനം തീരുമാനിച്ചു. ഈ പ്രശ്നങ്ങൾ പരിഹരിച്ചു കിട്ടുന്നതിന് പ്രാദേശിക നിലവാരത്തിലോ സംസ്ഥാന നിലവാരത്തിലോ ഉള്ളതായ വിവിധ രൂപങ്ങളിലുള്ള ബഹുജനസമരങ്ങൾ സംഘടിപ്പിക്കാനും അവയെ ഏകോപിപ്പിച്ച് വിപുലമായ ഒരു ബഹുജനപ്രസ്ഥാനം സൃഷ്ടിക്കാനുമുള്ള പ്രായോഗിക നട

പടികൾ സ്വീകരിക്കുന്നതിനുവേണ്ടി ഫാദർ വടക്കൻ പ്രസിഡന്റായുള്ള ഒരു സമിതി രൂപീകരിക്കപ്പെട്ടു.

വിവിധ രൂപങ്ങളിലുള്ള ഈ സമരങ്ങളിൽ പ്രധാനപ്പെട്ട ഒന്നായിരിക്കും മിച്ചഭൂമിക്കുവേണ്ടിയുള്ള സമരം. മിച്ചഭൂമി എടുത്ത് വിതരണം നടത്തുമെന്ന് ഗവൺമെന്റ് പ്രഖ്യാപിച്ചിട്ടുണ്ടെങ്കിലും മിച്ചഭൂമിയുടെ കണക്കുപോലും വാങ്ങാൻ ഇതുവരെ ഗവൺമെന്റിന് കഴിഞ്ഞിട്ടില്ല. ഭൂവുടമകളാണെങ്കിൽ വ്യാജനിർമിത രേഖകളോടെ തങ്ങളുടെ കൈവശം ഭൂമിയില്ലെന്ന നിലപാടെടുക്കുകയും ചെയ്യുന്നു. കേരളത്തിലെ ഭരണകക്ഷികളാണെങ്കിൽ നാട്ടിൻപുറങ്ങളിലെ പട്ടിണിപ്പാവങ്ങളുടെ സംഘടിതസമരം മുഖേന മിച്ചഭൂമി പിടിച്ചെടുത്ത് വിതരണം ചെയ്യുന്നതിനു പകരം ജനകീയ കമ്മിറ്റികൾ മുഖേന ഭൂമി വിതരണം നടത്തുമെന്ന പുതിയ പ്രഖ്യാപനത്തിന്റെ മറവിൽ കുറെക്കൂടി ഭൂമി കൈമാറിയും മറ്റും പരിധി വ്യവസ്ഥ മറികടക്കാൻ ഭൂവുടമകൾക്ക് അവസരം കൊടുക്കുകയാണ് ചെയ്തിരിക്കുന്നത്. അതുകൊണ്ട് 1969-ൽ നിയമസഭ അംഗീകരിച്ച ഭൂപരിഷ്കരണ ഭേദഗതി നിയമത്തിൽ പറയുന്നതുപോലെ 1963 മുതൽ നടന്ന എല്ലാ മിച്ചഭൂമി കൈമാറ്റങ്ങളും റദ്ദായതായി കണക്കാക്കി മിച്ചഭൂമി മുഴുവൻ പിടിച്ചെടുത്ത് ന്യായമായ തോതിൽ ഗവൺമെന്റിനെക്കൊണ്ട് വിതരണം നടത്തിക്കാൻവേണ്ടി സമരസമിതി വളണ്ടിയർമാർ 1972 മെയ് 25 മുതൽ മിച്ചഭൂമിയിൽ പ്രവേശിക്കുന്നതാണെന്നും സമ്മേളനം തീരുമാനിച്ചു. അതുപോലെതന്നെ ദുർവഹമായ നികുതികൾ പിൻവലിക്കാനായി സംസ്ഥാനത്തിലെ ജില്ലാതലസ്ഥാനങ്ങളിൽ കളക്ടറാപ്പീസുകളും അല്ലാത്ത സ്ഥലങ്ങളിൽ ആർ ഡി ഒ ആപ്പീസുകളും സമരസേനാനികൾ പിക്കറ്റുചെയ്യണമെന്നും തീരുമാനിച്ചു.

1967-നു ശേഷം നടന്ന ഭൂമിക്കൈമാറ്റങ്ങളൊന്നും തന്നെ സാധുവല്ലെന്നും അതുകൊണ്ട് അത്തരം മാറ്റങ്ങളെ അംഗീകരിക്കാതെ മുമ്പുണ്ടായിരുന്ന ഭൂവുടമാബന്ധങ്ങളുടെ രേഖകളെ അടിസ്ഥാനപ്പെടുത്തിക്കൊണ്ടായിരിക്കും സമരസമിതി മിച്ചഭൂമിയുടെ കണക്ക് പ്രഖ്യാപിക്കുന്നതെന്നും സമ്മേളനത്തിലെ ചർച്ചകൾക്കിടയിൽ സഖാവ് ഇ എം എസ് ചൂണ്ടിക്കാട്ടി. ചർച്ചയിൽ ഹരേകൃഷ്ണകോനാർ, ഫാദർ വടക്കൻ, ഗൗരിയമ്മ, പെണ്ണമ്മജേക്കബ് തുടങ്ങി 50 ഓളം പേർ പങ്കെടുത്തു.

അന്ന് വൈകുന്നേരം എറണാകുളം നഗരത്തിൽ നടന്ന ആവേശകരമായ പ്രകടനത്തോടും പൊതുസമ്മേളനത്തോടും കൂടിയാണ് പരിപാടികൾ സമാപിച്ചത്. തൃശൂർ, കോട്ടയം, ആലപ്പുഴ, ഇടുക്കി, എറണാകുളം എന്നീ അഞ്ച് ജില്ലകളിൽ നിന്ന് മാത്രമായി സംഘടിപ്പിക്കപ്പെട്ട പ്രകടനത്തിൽ ജീവിതത്തിന്റെ എല്ലാ തുറകളിൽനിന്ന് വന്ന ആളുകൾ പങ്കെടുത്തു. കുട്ടനാട്ടിൽ നിന്നുവന്ന കർഷകത്തൊഴിലാളികളിൽ ഒരു വലിയ പങ്ക് കൈക്കുഞ്ഞുങ്ങളുമായി വന്ന സ്ത്രീകളായിരുന്നു. ഇടുക്കിയിൽ നിന്നുവന്ന ആളുകളിൽ നല്ലൊരു പങ്ക് പാളത്തൊപ്പി ധരിച്ച അർദ്ധനഗ്നരായ വൃദ്ധന്മാരായിരുന്നു. എന്ത് ത്യാഗം സഹിച്ചും തരിശായി കിടക്കുന്ന ഭൂമികൾ തങ്ങൾ കൈയടക്കും, ജന്മിമാരുടെ അനീതികൾക്കറുതി വരുത്തും, മിച്ചഭൂമി പിടിച്ചെടുത്ത് വിതരണത്തിനായി സർക്കാരിന് വിട്ടുകൊടുക്കും എന്നൊക്കെയുള്ള മുദ്രാവാക്യങ്ങൾ അവർ വിളിച്ചു.

പൊതു സമ്മേളനത്തിൽ സമരസമിതി കൺവീനറായ ഫാദർ വടക്കനാണ് അധ്യക്ഷത വഹിച്ചത്. സമ്മേളനം എടുത്ത തീരുമാനങ്ങൾ വിശദീകരിച്ചുകൊണ്ട് ഞാൻ പ്രസംഗിച്ചു. യോഗത്തിൽ ഇ എം എസ്,

ഹരേകൃഷ്ണകോനാർ തുടങ്ങിയവരും പ്രസംഗിച്ചു. എല്ലാവരും ഈ സമരത്തിന്റെ പ്രാധാന്യത്തെപ്പറ്റി പറഞ്ഞു. ഈ സമരം നമ്മുടെ കാർഷിക മേഖലയിൽ ഒരു പരിവർത്തനം വരുത്താൻ സഹായകമാവണം. ഇന്ത്യയിലെ ജനങ്ങൾക്കിതൊരു മാതൃകയായിത്തീരണം, കമ്യൂണിസ്റ്റ് പാർട്ടി (മാർക്സിസ്റ്റ്)ക്ക് പുറമേ കെ എസ് പി, കെ ടി പി തുടങ്ങിയ രാഷ്ട്രീയ പാർട്ടികളും ഒരു കക്ഷിയിലുംപെടാത്ത അനേകം ആളുകളും സമരരംഗത്തേക്ക് വരാൻ തയ്യാറായി. ഒരു പുതിയ സമരത്തിനായി കേരളം അണിഞ്ഞൊരുങ്ങി.

സമരപ്രചാരണം

എറണാകുളം സമ്മേളനത്തിനുശേഷം ജില്ല, താലൂക്ക്, പഞ്ചായത്ത് നിലവാരങ്ങളിൽ സമരസമിതികൾ രൂപീകരിക്കപ്പെട്ടു. സമരസമിതിയുടെ ആഭിമുഖ്യത്തിൽ പ്രവർത്തകയോഗങ്ങളും പൊതുയോഗങ്ങളും ആരംഭിച്ചു. സമരസമിതി നേതാക്കൾ രാജ്യവ്യാപകമായ പ്രചാരണ പരിപാടികളിൽ ഏർപ്പെട്ടുകൊണ്ടിരുന്നു. ഞാൻ ദൽഹിയിലെത്തി കേന്ദ്ര ഗവൺമെന്റിന് ഒരു മെമ്മോറാണ്ടം സമർപ്പിച്ചു. കേരള ഭൂപരിഷ്കരണ നിയമം 9-ാം ഷെഡ്യൂളിൽപെടുത്തണമെന്ന് അതിൽ ആവശ്യപ്പെട്ടിരുന്നു. പാർലമെന്റിനകത്തും ഈ ആവശ്യം ഞാൻ ഉന്നയിച്ചു. അതിനുശേഷം കേരളത്തിലെ സമരപ്രചാരണത്തിനായി പര്യടനം ആരംഭിച്ചു. എറണാകുളം, കോട്ടയം, ആലപ്പുഴ എന്നീ ജില്ലകളിലെ സമരസമിതി യോഗങ്ങളിലും പ്രവർത്തകയോഗങ്ങളിലും പങ്കെടുത്തു. സമരസമിതി നടത്തിയ പൊതുയോഗങ്ങളിൽ പ്രസംഗിച്ചു. തൃശൂരും പാലക്കാട്ടും പൊതുയോഗങ്ങളിൽ പ്രസംഗിച്ചു. അവിടത്തെ യോഗങ്ങളിൽ പ്രസിഡന്റായ ഫാദർ വടക്കനും ഉണ്ടായിരുന്നു. പാലക്കാട്ടെ പൊതുയോഗത്തിൽ താൻ കമ്യൂണിസ്റ്റുകാരുമായി സഹകരിച്ച് പ്രവർത്തിക്കാനിടയായ സാഹചര്യം വിവരിച്ചുകൊണ്ടാണ് ഫാദർ വടക്കൻ പ്രസംഗിച്ചത്.

മെയ് 23-ന് എറണാകുളത്തുള്ള മാരുതി ഹോട്ടലിൽ സമരസമിതിയുടെ യോഗം ചേർന്ന് സമരത്തിന് വ്യക്തമായ രൂപം നൽകി. 24-ന് എല്ലാ വില്ലേജുകളിലും പന്തം കൊളുത്തി പ്രകടനം നടത്താൻ തീരുമാനിക്കപ്പെട്ടു. കേരളത്തിലെ എല്ലാ ജില്ലകളിലും ഓരോ നിശ്ചിത സ്ഥലത്ത് 25-ന് പ്രവേശിക്കാനാണ് തീരുമാനം. അന്ന് 11 സ്ഥലങ്ങളിലായി പതിമൂവായിരത്തിലധികം ഏക്കർ സ്ഥലം പിടിച്ചെടുക്കും. 11 സ്ഥലങ്ങളുടെയും വിവരം അന്നുതന്നെ പ്രസിദ്ധപ്പെടുത്തി. തിരുവനന്തപുരത്ത് തിരുവിതാംകൂർ രാജകുടുംബ വക മുടവൻമുകൾ കൊട്ടാരത്തിൽ എന്റെ നേതൃത്വത്തിലുള്ള സന്നദ്ധഭടന്മാരാണ് പ്രവേശിക്കുക എന്ന് തീരുമാനിക്കപ്പെട്ടു. എറണാകുളത്തു പറവൂർ താലൂക്കിലെ വടക്കേ കരയിൽ മാണി വർക്കിയുടെ മിച്ചഭൂമിയിൽ സമരസമിതി പ്രസിഡന്റ് ഫാദർ വടക്കന്റെ നേതൃത്വത്തിലുള്ള സന്നദ്ധഭടന്മാരായിരിക്കും പ്രവേശിക്കുക. കണ്ണൂർ ജില്ലയിൽ മാത്രം 9,000ത്തോളം ഏക്കർ മിച്ചഭൂമിയുള്ള ജോർജ് തോമസ് കൊട്ടുകാപ്പള്ളിയുടെ വക ചീമേനി എസ്റ്റേറ്റിൽ പ്രവേശിക്കുന്നത് എ വി കുഞ്ഞമ്പുവിന്റെ നേതൃത്വത്തിലുള്ള സന്നദ്ധഭടന്മാരായിരിക്കും.

ഇങ്ങനെ 11 ജില്ലകളിലും മിച്ചഭൂമി ഏതെന്നും എത്ര ഏക്കർ വരുമെന്നും, ആരുടെ നേതൃത്വത്തിലായിരിക്കും അവിടെ ഭൂമി പിടിച്ചെടുക്കൽ നടക്കുക എന്നും മുൻകൂട്ടി പ്രഖ്യാപിക്കപ്പെട്ടു. സമരസമിതി യോഗത്തിനുശേഷം വിളിച്ചുകൂട്ടിയ ഒരു പത്രസമ്മേളനത്തിൽ ഞങ്ങൾ ഇത് വിശ

ദീകരിച്ചു. എനിക്ക് പുറമെ ഫാദർ വടക്കനും സി എച്ച് കണാരനും പത്ര സമ്മേളനത്തിൽ പങ്കെടുത്തു. ഞങ്ങൾ പ്രവർത്തനങ്ങളുടെ ഏകദേശ രൂപവും വിശദീകരിച്ചുകൊടുത്തു.

വളണ്ടിയർമാർ പ്രവേശിക്കുന്ന മിച്ചഭൂമി കൈമാറ്റം ചെയ്യാതിരിക്കുക എന്ന ലക്ഷ്യം സാധിക്കാൻ ചില താൽക്കാലിക പരിപാടികളും ആസൂത്രണം ചെയ്തു. ഗവൺമെന്റ് ജനശ്രദ്ധ തിരിക്കാനായി നടത്തുന്ന പ്രസ്താവനകളെ ഞങ്ങൾ അപലപിച്ചു. ഗവർണറുടെ നയപ്രഖ്യാപനത്തിൽ 50,000 ഏക്കർ മിച്ചഭൂമി ഉണ്ടെന്നു പറഞ്ഞിരുന്നു. എന്നാൽ റവന്യുമന്ത്രി പറയുന്നത് 283 ഏക്കർ മാത്രമേ ഉള്ളു എന്നാണ്. മാർച്ച് 31-നു മുമ്പ് മിച്ചഭൂമിയുടെ കണക്ക് നൽകാത്തവർക്ക് 200 രൂപ പിഴ ശിക്ഷ നൽകാനും അതുകഴിഞ്ഞും നൽകുന്നില്ലെങ്കിൽ ദിവസം തോറും 50 രൂപ വീതം പിഴ ഈടാക്കാനും നിയമത്തിൽ വ്യവസ്ഥയുണ്ട്. നൽകിയ കണക്ക് തെറ്റാണെങ്കിൽ 1,000 രൂപ പിഴ ഈടാക്കാം. എന്നാൽ ആരുടെ പേരിലും നടപടി സ്വീകരിക്കാൻ ഗവൺമെന്റിന് കഴിഞ്ഞിട്ടില്ല.

ആയിരക്കണക്കിന് ഏക്കർ തോട്ടങ്ങളും ഭൂമിയും കൈവശം വച്ചനുഭവിക്കുന്ന കൊട്ടുകാപ്പള്ളി, മുരിക്കൻ തുടങ്ങിയവരുടെ നിലങ്ങളിൽ പ്രവേശിക്കാനാണ് ആദ്യതീരുമാനം. ജനാധിപത്യവ്യവസ്ഥയോടും നിയമങ്ങളോടും ജനങ്ങളോടും കാണിക്കുന്ന ബഹുമാനമാണ് ഞങ്ങളുടെ നടപടിയെന്ന് ഞങ്ങൾ വിശദീകരിച്ചു.

മിച്ചഭൂമിയിൽ സമരവളണ്ടിയർമാർ പ്രവേശിക്കുന്ന ദിവസം മുതൽക്ക് എല്ലാ ദിവസങ്ങളിലും ആ സമരത്തിന്റെ ഭാഗമായി കളക്ടറേറ്റുകളും ആർ ഡി ഒ ആപ്പീസുകളും പിക്കറ്റുചെയ്യാനും സമരസമിതി തീരുമാനിച്ചു.

അക്രമനികുതികൾ പിൻവലിക്കുക, ജന്മിത്വം അവസാനിപ്പിക്കുക, 25,000 രൂപവരെയുള്ള നഷ്ടപരിഹാരം സർക്കാർ നൽകുക, കർഷകത്തൊഴിലാളി സംരക്ഷണനിയമം ഭരണഘടനയുടെ 9-ാം ഷെഡ്യൂളിൽപ്പെടുത്തുക തുടങ്ങിയ ആവശ്യങ്ങൾ നേടാനാണ് ഈ സമരം. ഓരോ സ്ഥലത്തെയും പിക്കറ്റിങ്ങിന് വിവിധ പാർട്ടി നേതാക്കളും എം എൽ എ മാരും നേതൃത്വം നൽകും. ആദ്യദിവസത്തെ സമരനേതാക്കളുടെ പേരും പ്രസിദ്ധീകരണത്തിനു നൽകി.

മിച്ചഭൂമി സമരം ആരംഭിക്കുന്നതിന്റെ തലേദിവസം ഞാൻ തിരുവനന്തപുരത്തെത്തി. അന്ന് വൈകിട്ട് സമരസമിതിയുടെ ആഭിമുഖ്യത്തിൽ ഒരു പൊതു സമ്മേളനം നടത്തി. സമരത്തിന്റെ ഉദ്ദേശ്യം വിശദീകരിച്ചുകൊണ്ട് ഞാൻ പ്രസംഗിച്ചു. സമരം തികച്ചും സമാധാനപരമായിരിക്കുമെന്നും പൊലീസിനെ അയച്ച് രംഗം വഷളാക്കാതിരുന്നാൽ മാത്രം മതിയെന്നും ഞാൻ ഗവൺമെന്റിനോട് അഭ്യർഥിച്ചു.

മുടവൻമുകൾ കൊട്ടാരത്തിലേക്ക്

മെയ് 25-ന് രാവില 7 മണിക്ക് ആയിരക്കണക്കിനാളുകൾ പങ്കെടുത്ത ഒരു ജാഥയായിട്ടാണ് 27 സന്നദ്ധഭടന്മാർ എന്റെ നേതൃത്വത്തിൽ പുത്തരിക്കണ്ടം മൈതാനത്തുനിന്ന് യാത്രതിരിച്ചത്. ജാഥയിൽ സഖാക്കൾ അഴീക്കോടൻ രാഘവൻ, വി. ശ്രീധർ, പുത്തലത്ത് നാരായണൻ, അവണാകുഴി സദാശിവൻ, അനിരുദ്ധൻ, സിറ്റി കൗൺസിലർമാർ തുടങ്ങിയവരെല്ലാം ഉണ്ടായിരുന്നു.

ചാല, കിള്ളിപ്പാലം, കരമന എന്നിവിടങ്ങളിലൂടെ നടന്നാണ്

ഞങ്ങൾ മുടവൻമുകൾ കൊട്ടാരവളപ്പിലെത്തിയത്. റോഡിനിരുവശവും നൂറുകണക്കിന് ജനങ്ങൾ അഭിവാദനങ്ങൾ അർപ്പിച്ചുകൊണ്ട് നിന്നിരുന്നു. ഏതാണ്ട് മൂന്ന് മൈൽ ദൂരം ഉണ്ട് കൊട്ടാരത്തിലേക്ക്. ആളുകൾ മുദ്രാവാക്യങ്ങൾ മുഴക്കിയും ജാഥാംഗങ്ങളെ പൂമാലകളണിയിച്ചും സ്വീകരണങ്ങൾ നൽകിയും അഭിവാദ്യം ചെയ്തുകൊണ്ടിരുന്നു. മുന്നോട്ട് പോകുന്തോറും ജാഥയുടെ നീളം കൂടിക്കൂടി വന്നു. ഏതാണ്ട് പതിനൊന്നര മണിയോടെ ആയിരക്കണക്കായ ജനങ്ങളുടെ അകമ്പടിയോടെ ഞങ്ങൾ കൊട്ടാരത്തിനടുത്തെത്തി. കൊട്ടാരത്തിന്റെ ഗേറ്റിനു മുമ്പിലും റോഡിലുമെല്ലാം ഉയർന്ന പൊലീസുദ്യോഗസ്ഥന്മാരുടെ നേതൃത്വത്തിൽ പൊലീസ് നിരന്നു കഴിഞ്ഞു. ഗേറ്റുകൾ പൂട്ടി അതിനുമുമ്പിൽ തോക്കുധാരികളായ പൊലീസുകാർ കാവൽനിന്നു. മതിൽചാടി ഞാനും മറ്റ് സന്നദ്ധഭടന്മാരും കൊട്ടാരവളപ്പിലേക്ക് കടന്നു. ഞങ്ങൾ മതിൽചാടി കൊട്ടാരവളപ്പിൽ പ്രവേശിക്കുമെന്ന് പൊലീസുകാർ പ്രതീക്ഷിച്ചില്ലെന്ന് തോന്നുന്നു; ഗേറ്റിന് മുമ്പിൽവെച്ച് തടയാമെന്ന് പ്രതീക്ഷിച്ച പൊലീസുദ്യോഗസ്ഥന്മാർ എന്ത് വേണമെന്നറിയാതെ അങ്ങോട്ടും ഇങ്ങോട്ടും ഓടുന്നത് കാണാമായിരുന്നു. ഞാനും സന്നദ്ധഭടന്മാരും കൊടിയുമായി കൊട്ടാരവളപ്പിൽ തന്നെ ഇരിപ്പുറപ്പിച്ചു. വളപ്പിന് പുറത്തുനിന്നുകൊണ്ട് ജാഥാംഗങ്ങളും ജനങ്ങളും മുദ്രാവാക്യം മുഴക്കിക്കൊണ്ടിരുന്നു. അൽപം കഴിഞ്ഞപ്പോൾ ഏതാനും പൊലീസുദ്യോഗസ്ഥന്മാർ വന്ന് എന്നോട് പറഞ്ഞു: "ഇവിടെ താങ്കൾ അതിക്രമിച്ച് കടന്നിരിക്കുന്നു. അതുകൊണ്ട് അറസ്റ്റ് ചെയ്തിരിക്കുന്നു" "അതിക്രമിച്ച് കടന്നതാണെന്ന് ആരാണ് തീരുമാനിച്ചത്? അറസ്റ്റ് ചെയ്യാൻ ഞാൻ സമ്മതിക്കില്ല" ഞാനവരോട് പറഞ്ഞു. അവർ പിൻവാങ്ങി എന്നോടൊത്ത് വന്നിരുന്ന വളണ്ടിയർമാരെ അവർ അറസ്റ്റ് ചെയ്ത് വളപ്പിൽ തന്നെ മറ്റൊരിടത്തേക്ക് നീക്കി നിർത്തി.

പൊലീസുദ്യോഗസ്ഥന്മാർ പലരുമായി ആലോചിക്കുന്നത് കാണാമായിരുന്നു. ആർ ഡി ഒ അടക്കമുള്ള ആപ്പീസർമാരെ വിളിച്ച് ഞാനിത്രയും കൂടി പറഞ്ഞു: "നിങ്ങൾക്കെന്നെ നീക്കം ചെയ്യണമെങ്കിൽ ബലം പ്രയോഗിക്കണം. അല്ലാതെ ഞാൻ ഇവിടെനിന്ന് അനങ്ങില്ല. അല്ലെങ്കിൽ നിങ്ങളെന്നെ അറസ്റ്റുചെയ്യാനുള്ള ഓർഡർ കൊണ്ടുവരൂ. ഞാനിവിടെ നിയമവിരുദ്ധമായിട്ടാണ് കയറി ഇരിക്കുന്നതെന്ന് നിങ്ങൾ പറയുന്നു. നിയമവിരുദ്ധമാണെന്ന് പറയാൻ ഇതാരുടെയെങ്കിലും സ്വകാര്യഭൂമിയാണോ? എങ്കിലവർ അതിനെ തടഞ്ഞുകൊണ്ടുള്ള ഓർഡർ കൊണ്ടുവരട്ടെ. ഇതാരുടെയും സ്വകാര്യ സ്വത്തല്ല. മനുഷ്യവാസമില്ലാത്ത ഭൂമിയാണ്. ഇവിടെ ഞാൻ കടക്കരുതെന്ന് പറയാൻ നിങ്ങളാരാണ്? നിങ്ങളുടെ ഭൂമിയാണോ ഇത്?" ഇങ്ങനെ ഞാനവരെ ചോദ്യം ചെയ്തു.

ആദ്യസംഘം പൊലീസ് പിൻവാങ്ങി. ഡി എസ് പിയുടെ നേതൃത്വത്തിൽ മറ്റൊരു സംഘം പൊലീസ് രംഗത്തെത്തി. അറസ്റ്റ് ചെയ്യാതിരിക്കാൻ നിവൃത്തിയില്ലെന്ന് ഡി എസ് പി എന്നോട് വീണ്ടും വന്ന് പറഞ്ഞു. അപ്പോഴും ഞാൻ പറഞ്ഞു: "നിങ്ങൾ നിയമവിരുദ്ധമായിട്ടാണ് പ്രവർത്തിക്കുന്നത്. ഞാൻ നിയമം ഉണ്ടാക്കുന്ന ആളാണ്. ഏത് വകുപ്പനുസരിച്ചാണ് എന്നെ അറസ്റ്റ് ചെയ്യുന്നതെന്ന് അറിയാതെ ഞാനിവിടെ നിന്നുവരില്ല. നിങ്ങൾക്ക് വേണമെങ്കിൽ ബലം പ്രയോഗിച്ച് എന്നെ കൊണ്ടുപോകാം."

"എങ്ങനെയാണ് ബലം പ്രയോഗിക്കുക" എന്ന് ഒരു പൊലീസുദ്യോഗസ്ഥൻ എന്നോട് ചോദിച്ചു.

"നിങ്ങൾ ആളുകളെ വെടിവെച്ച് കൊല്ലുന്നവരല്ലേ? എന്തുവേണ മെങ്കിലും ചെയ്യാം. പക്ഷേ ഞാനിവിടെ നിന്ന് അനങ്ങുകയില്ല. ഞാൻ നിയമവിരുദ്ധമായിട്ടൊന്നും ചെയ്തിട്ടില്ല. ഞാൻ ആരുടെയും സ്വത്ത് കൈയടക്കിയിട്ടില്ല. പിന്നെ ഞാനെന്തിനിവിടെ നിന്ന് പോകണം? ഞങ്ങൾ കയ്യേറ്റക്കാരല്ല. മധ്യസ്ഥരാണ്. ഞങ്ങളുടെ ലക്ഷ്യം ഈ മിച്ചഭൂമി ഗവൺമെന്റിനെ ഏൽപ്പിക്കുകയാണ്. ഏറ്റെടുക്കാനാളുണ്ടെങ്കിൽ ഇപ്പോൾതന്നെ ഇവിടെ നിന്നു മാറും. അല്ലെങ്കിൽ അതുവരെ ഇവിടെ ഇരിക്കും."

ഞാനിത്രയുമൊക്കെ പറഞ്ഞുകഴിഞ്ഞിട്ടും പൊലീസുദ്യോഗസ്ഥൻ നിയമവിരുദ്ധമാണ് ഈ പ്രവൃത്തി എന്ന് മാത്രം പറഞ്ഞു. ഏത് വകുപ്പ നുസരിച്ചാണ് നിയമവിരുദ്ധമാകുന്നതെന്ന് പറയാൻ അയാൾ തയ്യാറാ യില്ല.

"നിയമവിരുദ്ധമാണെന്ന് പറയാൻ നിങ്ങളാരാണ്"? അൽപം പരു ഷമായിത്തന്നെ ഞാൻ ചോദിച്ചു. "ഇവിടെ നിയമവിരുദ്ധമായി പ്രവർത്തി ച്ചിട്ടുള്ളത് തിരുവിതാംകൂർ മഹാരാജാവാണ്. നിങ്ങളാദ്യം മഹാരാജാ വിനെ അറസ്റ്റ് ചെയ്യൂ. മഹാരാജാവിന്റെ പേരിൽ കേസെടുക്കൂ. എന്നി ട്ടാകാം ബാക്കി കാര്യങ്ങൾ." ഞാനിത്രയുംകൂടി പറഞ്ഞു കഴിഞ്ഞപ്പോൾ അവരെല്ലാവരും ദൂരേക്ക് മാറി കൂടിയാലോചനകൾ ആരംഭിച്ചു. ചില രൊക്കെ പുറത്തുപോവുകയും തിരിച്ചുവരുകയും ചെയ്തുകൊണ്ടിരുന്നു. എന്തൊക്കെയോ ആലോചനകളും ഉത്തരവുകൾക്കുവേണ്ടി കാത്തിരി ക്കലുമാണവർ നടത്തിക്കൊണ്ടിരുന്നത് എന്നു തോന്നി.

ആ വെയിലത്ത് അങ്ങനെ ഇരുന്നപ്പോൾ എനിക്ക് ക്ഷീണം തോന്നി. സമീപത്തുണ്ടായിരുന്ന പത്രപ്രവർത്തകർ എനിക്കൊരു പുല്ലുപായ കൊണ്ടുവന്നുതന്നു. ഒരു വൃക്ഷത്തണലിൽ ആ പായവിരിച്ച് ഞാൻ ഒന്ന് കിടന്നു. ക്ഷീണം കൊണ്ട് ഒന്നു മയങ്ങി. വളരെ ദൂരം നടക്കുകയും ആഹാ രമൊന്നും ഉച്ചകഴിഞ്ഞിട്ടും കഴിക്കാതിരിക്കുകയും ചെയ്തതിനാലാവാം അത്രക്ക് ക്ഷീണം ഉണ്ടായത്. കൊട്ടാരവളപ്പിൽ പൊലീസുകാരും പത്ര പ്രവർത്തകരുമായി ധാരാളം ആളുകൾ ഉണ്ടായിരുന്നു. മതിലിനു പുറത്ത് രാവിലെ വന്ന ജാഥാംഗങ്ങൾ ഇടക്കിടെ മുദ്രാവാക്യങ്ങൾ മുഴക്കിക്കൊണ്ട് നിന്നിരുന്നു. സംഭവം കേട്ടറിഞ്ഞ് ധാരാളം ആളുകൾ മതിലിനു പുറത്ത് വന്നു കൂടിക്കൊണ്ടിരുന്നു. ആളുകൾ കൂടിക്കൂടി വന്നതിനാലാവാം കൂടു തൽ പൊലീസ് സ്ഥലത്ത് വന്നുചേർന്നു. തിരക്കിട്ട കൂടിയാലോചനകൾ അവർ നടത്തിക്കൊണ്ടിരുന്നു.

വൈകുന്നേരം നാലുമണി കഴിഞ്ഞപ്പോൾ ഡി എസ് പി, ഡി വൈ എസ് പി തുടങ്ങിയ ഉയർന്ന പൊലീസുദ്യോഗസ്ഥന്മാർ ചേർന്ന് ഒരു പൊലീസ് വാൻ ഞാൻ കിടന്നതിനു സമീപത്തേക്ക് കൊണ്ടുവന്നു. എന്നോട് വാനിൽ കയറാൻ അവർ ആവശ്യപ്പെട്ടു.

"ഞാൻ കയറുകയില്ല. നിങ്ങൾക്ക് എടുത്ത് മാറ്റാം. എടുക്കുന്നവർ കരുത്തുള്ളവരാകണം. എന്നെ എടുക്കുമ്പോൾ താഴെ ഇടരുത്" എന്ന് ഞാൻ പറഞ്ഞു. ഞാനവരുടെ ആവശ്യത്തിന് വഴങ്ങുന്നില്ലെന്ന് കണ്ട പ്പോൾ ആ പൊലീസുദ്യോഗസ്ഥന്മാർ ചേർന്ന് എന്നെ ബലം പ്രയോ ഗിച്ച് എടുത്ത് വാനിലേക്ക് കിടത്തി. നേരത്തെ തന്നെ അറസ്റ്റു ചെയ്ത് അവിടെ നിർത്തിയിരുന്ന മറ്റ് സന്നദ്ധഭടൻമാരെയും വാനിലേക്ക് കയറ്റി. പൊലീസ് വാൻ വഞ്ചിയൂർ പൊലീസ് സ്റ്റേഷനിലേക്ക് നീങ്ങി. കൊട്ടാര മതിലിന് പുറത്ത് കാത്തുനിന്നിരുന്ന ജനങ്ങൾ ഉച്ചത്തിൽ മുദ്രാവാക്യം

മുഴുക്കിക്കൊണ്ടിരുന്നു. അവിടെ ഉണ്ടായിരുന്ന ആളുകൾ ആവേശഭരിതരായിരുന്നു. അവരെ ശാന്തരാക്കി നിർത്താൻ പാർട്ടി പ്രവർത്തകർക്ക് നന്നേ പാടുപെടേണ്ടിവന്നു. എന്റെ അറസ്റ്റിൽ പ്രതിഷേധിച്ചുകൊണ്ട് ഒരു പ്രകടനം നടത്തിയ ശേഷമാണവർ പിരിഞ്ഞുപോയത്.

കോടതിയിൽ

അഞ്ച് മണിയോടെ എന്നെയും മറ്റ് സഖാക്കളെയും തിരുവനന്തപുരം സബ് മജിസ്ട്രേട്ട് കോടതിയിൽ ഹാജരാക്കി. പൊലീസ് ആക്ട് 47, 38 (2), 52 (E) സെക്ഷൻ അനുസരിച്ച് പൊലീസ് തയ്യാറാക്കിയ കുറ്റപത്രം വായിച്ച് കേൾപ്പിച്ചു.

എന്തെങ്കിലും പറയാനുണ്ടോ എന്ന് കോടതി ചോദിച്ചപ്പോൾ ഞാൻ കോടതി മുമ്പാകെ ഇങ്ങനെ പറഞ്ഞു: "മാർക്സിസ്റ്റ് പാർട്ടിയുടെ സമരമാണിത് എന്ന് ചിത്രീകരിക്കുന്നത് ശരിയല്ല. മാർക്സിസ്റ്റ് പാർട്ടിയും, കെ ടി പി, കെ എസ് പി എന്നീ രാഷ്ട്രീയ പാർട്ടികളും ഈ നാട്ടിലെ കർഷക-കർഷകത്തൊഴിലാളികളും ഒരു രാഷ്ട്രീയപാർട്ടിയിലും അംഗമല്ലാത്ത അനേകം ആളുകളും എല്ലാം ചേർന്നാണ് സമരം നടത്തുന്നത്. ഒരാൾ ഒരു കുറ്റം ചെയ്താൽ ഏത് സെക്ഷൻ അനുസരിച്ചാണ് കുറ്റം ചെയ്തിരിക്കുന്നത് എന്നു പറയണം. എന്നെ അറസ്റ്റുചെയ്യാൻ വന്ന പൊലീസുദ്യോഗസ്ഥൻമാരോട് ഞാൻ ചോദിച്ചു. ഏത് വകുപ്പനുസരിച്ചാണ് എന്നെ അറസ്റ്റുചെയ്യുന്നത് എന്ന്, ഞാൻ ചെയ്ത കുറ്റമെന്താണെന്നും. അവർക്ക് യാതൊന്നും എന്നോട് പറയുവാൻ ഉണ്ടായിരുന്നില്ല.

"ആഭ്യന്തരമന്ത്രി കരുണാകരൻ പറഞ്ഞിട്ടുണ്ടാവും എന്നെ അറസ്റ്റ് ചെയ്യണമെന്ന്. എന്നെ അവിടെ നിന്ന് വലിച്ചിഴച്ച് കൊണ്ടുവരികയാണ് ഉണ്ടായത്. കുറ്റം ചെയ്തിരിക്കുന്നത് യഥാർഥത്തിൽ ഭരണാധികാരികളാണ്. അവരുണ്ടാക്കിയ നിയമം അവർ ലംഘിച്ചിരിക്കുകയാണ്. പ്രസിഡന്റിന്റെ അനുമതി കിട്ടിയ നിയമം 1970 ജനുവരി 1 മുതൽ നടപ്പാക്കണമെന്ന് പറഞ്ഞിട്ടുകൂടിയും ഒരൊറ്റ സെന്റ് ഭൂമിപോലും ഏറ്റെടുത്ത് വിതരണം നടത്താത്ത ഭരണാധികാരികളാണ് കുറ്റം ചെയ്തവർ. അവരെയാണ് ശിക്ഷിക്കേണ്ടത്."

"കാർഷിക നിയമം 118, 119 വകുപ്പുകൾ പ്രകാരം എത്ര മിച്ചഭൂമിയുണ്ടെന്ന് ലിസ്റ്റ് കൊടുക്കാത്തവർക്ക് പിഴ ഇടാനും അവരെ ശിക്ഷിക്കാനും ഉള്ള അധികാരം നിയമത്തിൽ ഉള്ളതാണ്. എന്നിട്ടുകൂടി ഒരിഞ്ച് ഭൂമിപോലും പാവപ്പെട്ടവർക്ക് വിതരണം നടത്താത്ത ഗവൺമെന്റാണ് ഏറ്റവും അധികം കുറ്റം ചെയ്തിട്ടുള്ളത്; ശിക്ഷ അർഹിക്കുന്നതും."

"പൊലീസ് ആക്ട് അനുസരിച്ചാണ് ഞങ്ങളുടെ പേരിൽ ഇപ്പോൾ കുറ്റം ചുമത്തിയിരിക്കുന്നത്. അധികാരത്തിന്റെ അഹങ്കാരം കൊണ്ടാണിത്. ശിക്ഷിക്കേണ്ടത് ഞങ്ങളെയല്ല. മിച്ചഭൂമി കാണിച്ചുകൊടുത്ത് ഗവൺമെന്റ് അതേറ്റെടുക്കണമെന്ന് പറയുകയും അങ്ങനെ ഗവൺമെന്റിനെ സഹായിക്കുകയും ചെയ്യുന്നവരാണ് ഞങ്ങൾ. അതാണ് ഞങ്ങളുടെ പരിപാടി. ഞങ്ങൾ മിച്ചഭൂമി പിടിച്ചെടുത്ത് ഗവൺമെന്റിനെ ഏൽപ്പിക്കുന്നതാണെന്ന് അസന്ദിഗ്ധമായി പ്രഖ്യാപിച്ചിട്ടുണ്ട്. വിവരം ഗവൺമെന്റിനെ അറിയിക്കുകയും ചെയ്തിട്ടുണ്ട്. ഭൂനിയമം പാസാക്കി രണ്ടരവർഷമായിട്ടും സർക്കാരിന് ജന്മിമാരിൽ നിന്നെടുക്കാൻ കഴിയാത്ത മിച്ചഭൂമി ഞങ്ങൾ എടുത്തകൊടുക്കാമെന്നാണ് പരിപാടി. അത് കുറ്റമല്ല. മറിച്ച്

രാജ്യസ്നേഹമുള്ള ഒരു പൗരന്റെ കടമ മാത്രമാണ്. അതിനെ തടസപ്പെടുത്തുന്ന അധികാരികളാണ് കുറ്റക്കാർ."

ഞാനിത്രയും കോടതിയെ അറിയിച്ച ഉടനെ കുറ്റം ഞങ്ങൾ നിഷേധിച്ചിരിക്കുന്നതിനാൽ വിചാരണക്കായി ജൂൺ 5-ന് കേസ് അവധിക്ക് വച്ചുകൊണ്ടും ഞങ്ങളെ ജാമ്യത്തിൽ വിടാൻ അനുവദിച്ചുകൊണ്ടും കോടതി ഉത്തരവിട്ടു. ജാമ്യം ആവശ്യമില്ലെന്ന് ഞങ്ങൾ പറഞ്ഞു. എല്ലാവരെയും 5-ാം തീയതിവരെ റിമാന്റിൽ വെക്കാൻ കോടതി ഉത്തരവിട്ടു. എനിക്ക് മാത്രം ജയിലിൽ എ ക്ലാസോ ബി ക്ലാസോ നൽകാൻ കോടതി പ്രത്യേകം പറഞ്ഞിരുന്നു. എനിക്ക് ജയിലിൽ ഉയർന്ന ക്ലാസുകൾ ആവശ്യമില്ലെന്നും മറ്റ് സഖാക്കളുടെ കൂട്ടത്തിൽ ജയിലിലയച്ചാൽ മതിയെന്നും ഞാൻ കോടതിയെ അറിയിച്ചു. ഞാൻ ഉയർന്ന ക്ലാസുകൾ നിഷേധിക്കുന്നതിനാൽ എന്നെ ജാമ്യമില്ലാതെ തന്നെ പുറത്തുവിടാനും 5-ാം തീയതി ഹാജരായാൽ മതിയെന്നും മറ്റ് 27 പേരെ ജയിലിലയക്കാനും കോടതി ഉത്തരവിട്ടു. ഞാൻ മജിസ്ട്രേട്ടിന്റെ തീർപ്പുമായി യോജിച്ചില്ല. ഒരേ കുറ്റം ചെയ്തവരെന്ന നിലയിൽ ഒന്നുകിൽ എല്ലാവരെയും വിട്ടയക്കണം അല്ലെങ്കിലവരുടെ കൂട്ടത്തിൽ എന്നെയും ജയിലിലയക്കണം എന്ന് ഞാൻ മജിസ്ത്രേട്ടിനോട് ആവശ്യപ്പെട്ടു. മജിസ്ട്രേട്ട് എന്റെ ആവശ്യം നിരസിച്ചു കൊണ്ട് പുറത്തിറങ്ങിപ്പോവുകയാണുണ്ടായത്.

മറ്റ് 27 സഖാക്കളെ പൊലീസ് ജയിലിലേക്കയച്ചു. ഞാൻ കോടതിയിൽ തന്നെ ഇരിപ്പുറപ്പിച്ചു. ഒറ്റക്ക് പുറത്തുപോവാൻ ഞാൻ തയ്യാറില്ലായിരുന്നു. എല്ലാവരും ഒരേ 'തെറ്റാ'ണ് ചെയ്തിരിക്കുന്നതെന്നതിനാൽ കോടതിയിൽ നിന്ന് ഒരേ നീതി എല്ലാവർക്കും ലഭിക്കണമെന്നതായിരുന്നു എന്റെ വാദത്തിന്റെ പൊരുൾ. എനിക്ക് പ്രത്യേകമായ ആനുകൂല്യം ഒന്നും ആവശ്യമില്ലെന്നും മെഡിക്കൽ സൗകര്യങ്ങൾ നൽകണമെന്നും കാണിച്ചുകൊണ്ട് ഒരു പെറ്റീഷൻ ഞാൻ മജിസ്ട്രേട്ടിന് സമർപ്പിച്ചു.

സന്ധ്യയായതോടെ ഞാൻ കോടതിയിൽ ധർണ നടത്തുന്നതായ വാർത്തയറിഞ്ഞ് ധാരാളമാളുകൾ കോടതി പരിസരത്ത് വന്നുകൂടിക്കൊണ്ടിരുന്നു. ചില പൊലീസുകാരും കോടതി പരിസരത്ത് നിലയുറപ്പിച്ചിരുന്നു. രാത്രി പത്ത് മണി വരെ ആ നില തുടർന്നു. 10.50 ന് ഡി എസ് പിയുടെ നേതൃത്വത്തിൽ ഒരു സംഘം പൊലീസ് കോടതിയിൽ വീണ്ടും വന്നു. എന്നെ വീണ്ടും അറസ്റ്റ് ചെയ്തിരിക്കുന്നതായി ഒരു പൊലീസുദ്യോഗസ്ഥൻ വന്നറിയിച്ചു. അവരെന്നെ മജിസ്ട്രേട്ടിന്റെ മുമ്പിൽ ഹാജരാക്കി. കോടതിയിൽ ധർണ നടത്തി എന്ന കുറ്റമാണ് അപ്പോൾ എന്നിൽ ആരോപിച്ചത്. പിറ്റേന്ന് കാലത്ത് 11 മണിക്ക് എന്നെ കോടതിയിൽ ഹാജരാക്കാനും അതുവരെ കസ്റ്റഡിയിൽ വെക്കാനും മജിസ്ത്രേട്ട് ഉത്തരവിട്ടു.

ഇങ്ങനെ രാത്രി 11 മണിയോടെ എന്നെ തിരുവനന്തപുരം സെൻട്രൽ ജയിലിൽ ആക്കി. മജിസ്ട്രേട്ടിന്റെ വസതിയിലേക്ക് പുറപ്പെടുന്ന സമയത്ത് കോടതി പരിസരത്ത് കൂടി നിന്ന ജനക്കൂട്ടം മുദ്രാവാക്യങ്ങൾ മുഴുക്കുകയും എന്നെ കൊണ്ടുപോയതിനു ശേഷം പന്തംകൊളുത്തി പ്രകടനം നടത്തുകയും ചെയ്തു.

മറ്റ് സമരരംഗങ്ങൾ

തിരുവനന്തപുരം ജില്ലയിലെ ചിറയിൻകീഴ് താലൂക്കിലെ വർക്കലയിലെ മീസ് എന്ന സായ്പിന്റെ വക മിച്ചഭൂമിയായിരുന്നു തിരുവനന്ത

പുരം ജില്ലയിൽ പ്രവേശിക്കുമെന്നു ആദ്യം പ്രഖ്യാപിച്ച സ്ഥലം. ആ സ്ഥലം ഗവൺമെന്റ് ഏറ്റെടുത്തിരിക്കുകയാണെന്ന് തലേന്ന് പ്രഖ്യാപനമുണ്ടായി. എങ്കിലും എം. സത്യനേശൻ എം എൽ എയുടെ നേതൃത്വത്തിൽ സന്നദ്ധഭടന്മാർ മിച്ചഭൂമിയിലേക്ക് മാർച്ച് ചെയ്തു. അവിടെ ജില്ലാ കളക്ടറുടെ പി എ, ഡി വൈ എസ് പി തുടങ്ങിയവർ ഉണ്ടായിരുന്നു. അവർ ആ സ്ഥലം ഏറ്റെടുത്തുകൊണ്ടുള്ള ഉത്തരവ് വായിച്ചു. സാധുക്കൾക്ക് അത് വിതരണം നടത്താനുള്ള നടപടികൾ കഴിയുംവേഗം സ്വീകരിക്കുന്നതാണെന്ന് ഉറപ്പുനൽകുകയും ചെയ്തു. ഗവൺമെന്റ് ഇപ്പോഴെങ്കിലും ഇതിന് തയ്യാറായത് ജനമുന്നേറ്റത്തിന്റെ ഫലമാണെന്ന് പ്രഖ്യാപിച്ചുകൊണ്ട് ജാഥാംഗങ്ങൾ പിരിഞ്ഞു.

കർഷക-കർഷകത്തൊഴിലാളി സമരസമിതി പ്രസിഡന്റ് ഫാദർ വടക്കനാണ് എറണാകുളം ജില്ലയിലെ മിച്ചഭൂമി പിടിച്ചെടുക്കൽ സമരത്തിന് നേതൃത്വം കൊടുത്തത്. പറവൂർ താലൂക്കിലെ മാടപ്പറമ്പിൽ മാണി വർക്കിയുടെ 30 ഏക്കർ വരുന്ന മിച്ചഭൂമിയിലാണ് അവർ പ്രവേശിച്ചത്. കേരളത്തിൽ ഒരു ക്രൈസ്തവ പുരോഹിതൻ ഒരു ബഹുജനമുന്നേറ്റത്തിന് നേതൃത്വം വഹിച്ചുകൊണ്ട് ജയിൽശിക്ഷ വരിക്കുന്നത് ഇതാദ്യമായിരുന്നു. പറവൂർ ടൗണിൽ ഒരു പൊതുയോഗം ചേർന്ന ശേഷമാണ് ഫാദർ വടക്കന്റെ നേതൃത്വത്തിൽ ജാഥയായി സമരഭൂമിയിലേക്ക് തിരിച്ചത്. കമ്യൂണിസ്റ്റ് പാർട്ടി (മാർക്സിസ്റ്റ്) സെക്രട്ടറി സി എച്ച് കണാരൻ, ഇ. ബാലാനന്ദൻ എം എൽ എ, എം എം ലോറൻസ് തുടങ്ങിയവരും ജാഥയിലുണ്ടായിരുന്നു. സർക്കാർ നടപ്പിൽ വരുത്താത്ത നിയമം ത്വരിതഗതിയിൽ നടപ്പിലാക്കുന്നതിനായി മിച്ചഭൂമിയിലേക്ക് പ്രവേശിക്കുന്നു എന്ന് പ്രഖ്യാപിച്ചുകൊണ്ടാണ് അവർ ഭൂമിയിൽ പ്രവേശിച്ചത്. ആലുവ ഡി എസ് പിയുടെ നേതൃത്വത്തിലുള്ള പൊലീസ് സംഘം അവരെ അറസ്റ്റു ചെയ്ത് കോടതിയിൽ ഹാജരാക്കി. 15 രൂപ പിഴയോ 5 ദിവസത്തെ തടവോ പറവൂർ മജിസ്ട്രേട്ട് വിധിച്ചു. ആരും പിഴയടയ്ക്കാത്തതിനാൽ എല്ലാവരെയും ആലുവ ജയിലിലടച്ചു.

കണ്ണൂർ ജില്ലയിൽ ജോർജ് തോമസ് കൊട്ടുകാപ്പള്ളിയുടെ വക ചീമേനിയിലെ 9000-ത്തിലധികം ഏക്കർ വരുന്ന മിച്ചഭൂമിയിൽ എ വി കുഞ്ഞമ്പുവിന്റെ നേതൃത്വത്തിലുള്ള സന്നദ്ധഭടന്മാർ പ്രവേശിച്ചു. അവർ തൂമ്പകൊണ്ട് കിളക്കുകയും കപ്പ നടുകയും ചെയ്തു. എല്ലാവരെയും അറസ്റ്റ് ചെയ്ത് കോടതിയിൽ ഹാജരാക്കി.

കോഴിക്കോട് ജില്ലയിൽ പിയേഴ്സ് ലെസ്ലി കമ്പനി നിയമവിരുദ്ധമായി സ്വകാര്യമുതലാളിമാരിൽ നിന്നുവാങ്ങിയ തോട്ടക്കാട്ട് 370 ഏക്കർ മിച്ചഭൂമിയിൽ ഇ വി കുമാരന്റെ നേതൃത്വത്തിലുള്ള വളണ്ടിയർമാരാണ് പ്രവേശിച്ചത്. അവരെയും പൊലീസ് അറസ്റ്റ് ചെയ്ത് കോടതിയിൽ ഹാജരാക്കി. അവരും ജയിലിലേക്ക് പോയി.

കോട്ടയം ജില്ലയിൽ കടുത്തുരുത്തിക്കടുത്തുള്ള മാന്നാർ ബ്ലോക്കെന്നറിയപ്പെടുന്ന 150 ഏക്കർ മിച്ചഭൂമിയിൽ എം പി ദേവസ്യയുടെ നേതൃത്വത്തിലുള്ള സന്നദ്ധഭടന്മാരാണ് പ്രവേശിച്ചത്. ഈ സ്ഥലത്തിന്റെയും ഉടമ ആയിരക്കണക്കിന് ഏക്കർ മിച്ചഭൂമിയുടെ ഉടമയായ ജോർജ് തോമസ് കൊട്ടുകാപ്പള്ളിയാണ്. ഭൂമിയിൽ പ്രവേശിച്ചപ്പോൾ പൊലീസ് അവരെ അറസ്റ്റ് ചെയ്ത് കോടതിയിൽ ഹാജരാക്കി. കോടതി അവരെ ശിക്ഷിച്ചു. അവർ ജയിലിലായി.

ആലപ്പുഴയിൽ മുരിക്കന്റെ 3500 ഏക്കർ വരുന്ന മിച്ചഭൂമിയിൽ വി

എസ് അച്യുതാനന്ദന്റെ നേതൃത്വത്തിൽ സമരസഖാക്കൾ പ്രവേശിച്ചു. പൊലീസ് അവരെയും അറസ്റ്റ് ചെയ്ത് കോടതിയിൽ ഹാജരാക്കി. അവരും ശിക്ഷിക്കപ്പെട്ടു.

തൃശൂർ ജില്ലയിൽ പൈങ്കുളം വില്ലേജിൽ മിച്ചഭൂമിയിൽ ടി കെ രാമകൃഷ്ണൻ എം എൽ എയുടെ നേതൃത്വത്തിലാണ് പ്രവേശിച്ചത്. പൊലീസ് അവരെയും അറസ്റ്റ് ചെയ്ത് കോടതിയിൽ ഹാജരാക്കി.

പാലക്കാട് ആലത്തൂർ എം എൽ എ ആർ കൃഷ്ണന്റെ നേതൃത്വത്തിലുള്ള സന്നദ്ധഭടന്മാരും കൊല്ലം ജില്ലയിൽ സി പി കരുണാകരൻപിള്ളയുടെ നേതൃത്വത്തിലുള്ള സന്നദ്ധഭടന്മാരുമാണ് പ്രവേശിച്ചത്. മലപ്പുറത്ത് ഇമ്പിച്ചി ബാവയും ഇടുക്കിയിൽ ജോൺ മാഞ്ഞൂരാൻ എം എൽ എയും സന്നദ്ധഭടന്മാരെ നയിച്ചു. എല്ലാവരെയും പൊലീസ് അറസ്റ്റു ചെയ്യുകയും കോടതിയിൽ ഹാജരാക്കുകയും ചെയ്തു. കോടതികൾ അവരെയെല്ലാം വിവിധ കാലയളവുകളിലേക്ക് ശിക്ഷിച്ചു. എല്ലാവരും ജയിലിൽ പോയി.

അങ്ങനെ ആദ്യദിവസം എല്ലാ ജില്ലകളിലും സമരം ശക്തിയായി നടന്നു. ജാഥകളിൽ എല്ലായിടത്തും ആയിരക്കണക്കിനാളുകൾ പങ്കെടുത്തു. സമരം പൊതുവിൽ സമാധാനപരമായിരുന്നു. ഗവൺമെന്റ് മുൻകൂട്ടി പറഞ്ഞിരുന്നതുപോലെ നിയമസമാധാനനില ഒരിടത്തും തകരാറിലായില്ല.

പിറ്റേന്ന് കോടതിയിൽ

രാത്രി സെൻട്രൽ ജയിലിൽ കഴിച്ചുകൂട്ടിയ എന്നെ വീണ്ടും രാവിലെ 11 മണിക്ക് തിരുവനന്തപുരം സബ്മജിസ്ട്രേട്ട് കോടതിയിൽ ഹാജരാക്കി. കോടതിയിൽ ധർണനടത്തി, അവിടത്തെ പ്രവർത്തനങ്ങളെ തടസ്സപ്പെടുത്തി, പൊലീസിന്റെ നിർദേശങ്ങളെ അനുസരിച്ചില്ല എന്നിവയായിരുന്നു എന്റെ പേരിൽ ആരോപിക്കപ്പെട്ട കുറ്റം. മജിസ്ട്രേട്ട് എന്റെ പേരിലുള്ള കുറ്റം വായിച്ചശേഷം എനിക്കെന്തെങ്കിലും പറയാനുണ്ടോ എന്ന് ചോദിച്ചപ്പോൾ ഞാനിപ്രകാരം കോടതിയെ അറിയിച്ചു:

> ഞാൻ കോടതിയിൽ അനധികൃതമായി പ്രവേശിച്ചു എന്നു പറയുന്നത് സത്യവിരുദ്ധമാണ്. ഞാനവിടെ സ്വയം വന്നതല്ല. എനിക്കെതിരായിട്ടുള്ള ഒരാരോപണം ഞാൻ നിഷേധിക്കുന്നില്ല. 5 മണി മുതൽ 10.45 വരെ ഞാൻ കോടതിയിൽ ഉണ്ടായിരുന്നു എന്ന കാര്യം. അതുമാത്രമെ അതിൽ ശരിയായിട്ടുള്ളു. നോർത്ത് ഡിവിഷൻ ഇൻസ്പെക്ടർ സുകുമാരനാചാരി ഇവിടെ ബോധിപ്പിച്ച സംഗതികൾ ശരിയല്ല. ന്യായവുമല്ല. 5.10നു ശേഷം ഞാനിവിടെ ഒരു പൊലീസുകാരനെയും കണ്ടില്ല. ഏതാനും പൊലീസുകാർ മുറ്റത്ത് അവിടവിടെയായി നിന്നിരുന്നതല്ലാതെ ആരും എന്റെ അടുക്കൽ വന്നില്ല. എന്നോടൊന്നും പറഞ്ഞതുമില്ല. രാത്രി 10.45–ന് സുകുമാരനാചാരി എന്റെ അടുക്കൽ വന്ന് എന്നെ അറസ്റ്റ് ചെയ്തതായി പറഞ്ഞു. അതിനുമുമ്പ് ഒരു പൊലീസുകാരനോ കോടതിയിലെ ഏതെങ്കിലും ഉദ്യോഗസ്ഥനോ എന്നെ വന്നു കാണുകയോ എന്നോടിവിടെ നിന്ന് പോകണമെന്ന് പറയുകയോ ചെയ്തിട്ടില്ല. കോടതി അടയ്ക്കുന്നതിൽ ഏതെങ്കിലും അസൗകര്യം ഉണ്ടാക്കണമെന്നോ തടയണമെന്നോ യാതൊരുദ്ദേശ്യവും എനിക്കുണ്ടായി

രുന്നില്ല. ഞാനിവിടെ എന്തുകൊണ്ടാണിരിക്കേണ്ടിവന്നതെന്ന കാര്യം കോടതിക്ക് തന്നെ അറിയാവുന്നതാണ്.

എന്നെയും 27 പേരെയും കോടതിയിൽ കൊണ്ടുവന്നതിനുശേഷം ഞങ്ങൾ കുറ്റക്കാരാണോ എന്ന് കോടതി അന്വേഷിക്കുകയുണ്ടായി. കുറ്റക്കാരല്ലെന്ന് ഞങ്ങൾ വാദിക്കുകയും റിമാന്റിൽ വെക്കാൻ കൽപ്പനയാകുകയും ചെയ്തു. ജാമ്യത്തിൽ പോവുന്നുണ്ടോ എന്ന് കോടതി ചോദിച്ചപ്പോൾ മറ്റുള്ള സഖാക്കൾ പോകുന്നില്ലെന്ന് പറഞ്ഞു. എന്നെ സ്വന്തം ജാമ്യത്തിൽ വിടാമെന്നും കോടതി പറഞ്ഞു. ഞാനതിനിഷ്ടപ്പെടുന്നില്ലെന്ന് കോടതിയെ അറിയിച്ചു. അതിനുശേഷം വക്കീൽ മുഖാന്തിരം ഞാനൊരു ഹർജി സമർപ്പിക്കുകയുണ്ടായി. എന്നെയും മറ്റുള്ളവരെയും വ്യത്യസ്തമായിക്കാണരുതെന്നും എനിക്ക് പ്രത്യേക സൗകര്യങ്ങൾ ആവശ്യമില്ലെന്നും ആ ഹർജിയിൽ ഞാൻ പറഞ്ഞിരുന്നു. അൽപ്പം കഴിഞ്ഞപ്പോൾ അതിന് കിട്ടിയ മറുപടി എന്നെ ജാമ്യം കൂടാതെ തന്നെ വിട്ടിരിക്കുന്നു എന്നാണ്. ഞാൻ രണ്ടാമതും ഒരു ഹർജികൂടി തന്നു. എന്നെ മാത്രം അങ്ങനെ വിടുന്നത് ശരിയല്ലെന്നും ഒന്നുകിൽ എല്ലാവരെയും വിട്ടയക്കണമെന്നും അല്ലെങ്കിൽ പോകാൻ ഞാനുദ്ദേശിക്കുന്നില്ലെന്നും അവരോടൊപ്പം എന്നെയും റിമാന്റിൽ അയക്കണമെന്നും ഞാൻ ആ ഹർജിയിൽ ആവശ്യപ്പെട്ടിരുന്നു. മറുപടി കാത്തുകൊണ്ട് ഞാനിവിടെ ഇരുന്നു.

അങ്ങനെ ഇരിക്കുമ്പോഴാണ് 10.45-ന് ഇൻസ്പെക്ടർ പ്രത്യക്ഷപ്പെട്ട് അറസ്റ്റ് ചെയ്തിരിക്കുന്നതായി അറിയിച്ചതും മജിസ്ട്രേട്ടിന്റെ മുമ്പിൽ കൊണ്ടുവന്നതും. എന്നോട് കോടതിയിൽ നിന്ന് പുറത്തുപോവാൻ ആരും പറഞ്ഞില്ല. ഞാനിവിടെ സ്വയം വന്നതല്ല. പൊലീസുകാർ പിടിച്ചുവലിച്ച് കോടതിയിൽ കൊണ്ടുവന്നതാണ്. അല്ലാതെ അനധികൃതമായി ഞാൻ കോടതിക്കകത്ത് കയറിയതല്ല. ചില കാരണവശാൽ എന്റെ ഹർജികൾക്ക് മറുപടി കിട്ടുമെന്ന് കരുതി ഇരുന്നതാണ്. അത് കുറ്റമാണെങ്കിൽ എന്നെ ശിക്ഷിക്കാം. എന്റെ പേരിൽ ചുമത്തിയിരിക്കുന്ന കുറ്റങ്ങളെല്ലാം സത്യവിരുദ്ധവും നിയമത്തിന് നിരക്കാത്തതും അന്യായവുമാണ്. അതുകൊണ്ട് എന്റെ പേരിലുള്ള ചാർജുകൾ നിലനിൽക്കുന്നവയുമല്ല.

ഞാനിത്രയും പറഞ്ഞുകഴിഞ്ഞപ്പോൾ കേസ് തർക്കിക്കുന്നതിനാൽ വിചാരണക്ക് വെക്കുകയാണെന്നും എനിക്ക് ജാമ്യത്തിൽ പോകാവുന്നതാണെന്നും മജിസ്ട്രേട്ട് പറഞ്ഞു. ഞാനതിനുദ്ദേശിക്കുന്നില്ലെന്നു പറഞ്ഞപ്പോൾ ജൂൺ 5 വരെ റിമാണ്ടിൽവെക്കാനും അന്നത്തേക്ക് കേസ് അവധിവെച്ചുകൊണ്ടും ഉത്തരവായി. എന്റെ കേസ് ഞാൻ സ്വയം വാദിക്കുന്നതാണെന്ന് കോടതിയെ അറയിച്ചു. എനിക്കാവശ്യമാണെങ്കിൽ അഭിഭാഷകരുടെ സഹായം തേടാവുന്നതാണെന്ന് കോടതി എന്നോട് പറഞ്ഞു.

ഈ കോടതിയിൽ തന്നെ നടന്ന കേസാകയാലും ഈ കേസിലെ സാക്ഷികൾ ഈ കോടതിയിലെ ജീവനക്കാരാകയാലും കേസ് മറ്റേതെങ്കിലും കോടതിയിലേക്ക് മാറ്റണമെന്ന് എനിക്കഭിപ്രായമുണ്ടെങ്കിൽ മാറ്റാമെന്ന് കോടതി വീണ്ടും എന്നോട് പറഞ്ഞു. എനിക്കങ്ങനെ അഭിപ്രായമൊന്നും ഇല്ലെന്നും ഈ കോടതിയിൽ തന്നെ കേസ് നടത്തിയാൽ മതിയെന്നും കഴിയുമെന്നുണ്ടെങ്കിൽ ജൂൺ 5-നു മുമ്പ് ആയാൽ കൊള്ളാ

മെന്നും ഞാൻ കോടതിയോട് പറഞ്ഞു. ജൂൺ 5-നുമുമ്പ് സൗകര്യമില്ലാത്തതിനാൽ അന്നത്തേക്ക് കേസ് വെച്ചുകൊണ്ടും അതുവരെ എന്നെ റിമാണ്ടിൽവെക്കാനും കോടതി ഉത്തരവായി.

കേസ് വിചാരണക്കെടുത്ത സമയത്ത് കേസ് കേൾക്കുന്നതിനായി അഭിഭാഷകരും സുശീലയും പുത്തലത്ത് നാരായണനും ഉണ്ടായിരുന്നു. കോടതിക്ക് പുറത്ത് ഒരു ജനക്കൂട്ടം കേസ് കേൾക്കാനെത്തിയിരുന്നു. എന്നെ വീണ്ടും സെൻട്രൽ ജയിലിലേക്ക് കൊണ്ടുപോയി.

സമരം തുടരുന്നു

തുടർന്നുള്ള എല്ലാ ദിവസങ്ങളിലും പ്രഖ്യാപിക്കപ്പെട്ട സമരഭൂമികളിൽ സന്നദ്ധഭടന്മാർ കയറിക്കൊണ്ടിരുന്നു. കളക്ടറേറ്റുകളിലെയും ആർ ഡി ഒ ആപ്പീസുകളിലെയും പിക്കറ്റിങ്ങ് പരിപാടിയും തുടർന്നുകൊണ്ടിരുന്നു. എല്ലാറ്റിലും ജനങ്ങൾ ആവേശപൂർവം പങ്കെടുക്കുന്നതായ വാർത്തകളാണ് എനിക്ക് ജയിലിൽ കിട്ടിക്കൊണ്ടിരുന്നത്. ദിവസവും ആയിരിക്കണക്കിനാളുകൾ അറസ്റ്റ് ചെയ്യപ്പെടുകയും അവരെയെല്ലാം വിവിധ കാലയളവിലേക്ക് ശിക്ഷിക്കുകയും ചെയ്തുകൊണ്ടിരുന്നു.

എന്റെ കേസ് വിചാരണക്കെടുക്കുന്നതിനുമുമ്പായി തന്നെ തന്റെ ശിക്ഷാകാലാവധി കഴിഞ്ഞ് സമരസമിതി പ്രസിഡന്റായ ഫാദർ വടക്കൻ പുറത്തുവന്നു. അദ്ദേഹത്തിന്റെ അധ്യക്ഷതയിൽ സമരസമിതി യോഗം ചേർന്ന്, 1963 വരെയുള്ള മിച്ചഭൂമികൈമാറ്റം സാധുവാക്കിക്കൊണ്ടും പട്ടികജാതി-പട്ടികവർഗക്കാരെ പ്രതികൂലമായി ബാധിക്കുന്ന തരത്തിൽ കേരള ഭൂനിയമം ഭേദഗതി ചെയ്തു കൊണ്ടും ഗവൺമെന്റ് പുറപ്പെടുവിച്ച ഓർഡിനൻസ് പിൻവലിക്കണമെന്ന് ഗവൺമെന്റിനോട് അഭ്യർഥിച്ചു. ജൂൺ 7 മുതൽ സമരം രണ്ടാം ഘട്ടത്തിലേക്ക് പ്രവേശിക്കുകയാണെന്നും പുതിയ 12 സ്ഥലങ്ങളിൽക്കൂടി അന്ന് വളണ്ടിയർമാർ പ്രവേശിക്കുന്നതാണെന്നും പ്രഖ്യാപിക്കുകയും ചെയ്തു.

ജയിലിൽ നിന്ന് പുറത്തുവന്ന ഉടനെ ഫാദർ വടക്കൻ ഒരു പ്രസ്താവന പുറപ്പെടുവിച്ചു. അതിൽ ഇങ്ങനെ പറയുന്നു: "ആദ്യത്തെ അഞ്ചു ദിവസംകൊണ്ട് ഏതാണ്ട് 3,000 ത്തിലധികം സന്നദ്ധഭടന്മാർ അറസ്റ്റുവരിച്ചുകഴിഞ്ഞു. ഗവൺമെന്റിന്റെ ദൃഷ്ടിയിൽ മിച്ചഭൂമിയിൽ പ്രവേശിച്ചവരൊക്കെ ഒരേ കുറ്റമാണല്ലോ ചെയ്തത്. എന്നിട്ടും നമ്മുടെ ന്യായപീഠങ്ങൾ വിവിധ രീതിയിലാണ് അവരെ ശിക്ഷിച്ചത്. കോടതി പിരിയുംവരെയുള്ള നിസ്സാര ശിക്ഷ മുതൽ ഒരു മാസം തടവുവരെയുള്ള ശിക്ഷകളാണ് വിധിച്ചിരിക്കുന്നത്. ന്യായാധിപന്റെ മാനസികചേഷ്ടകൾക്കും ഭാവനാവിലാസങ്ങൾക്കും സ്വൈരവിഹാരം നൽകുന്ന ഒന്നാണല്ലോ ഇന്ത്യയിലെ നിയമസംഹിത. എക്സിക്യൂട്ടീവിന്റെ രാഷ്ട്രീയ ഉപജാപപ്രകാരം ജുഡീഷ്യറിയെ വികൃതമാക്കാനുതകുന്ന പല പാകപ്പിഴകളും ആ നിയമസംഹിതയിൽ സ്ഥലം പിടിച്ചിട്ടുണ്ട്. കക്ഷിഭേദമന്യേ ആളുകൾ പങ്കെടുത്തു വരുന്ന ഈ സമരത്തെ മാർക്സിസ്റ്റ് സമരമെന്ന് പറയുകയാണ് ഗവൺമെന്റ് ചെയ്യുന്നത്."

ഭൂസമരത്തിന്റെ വിവിധ പ്രശ്നങ്ങൾ വിശദീകരിച്ചുകൊണ്ടുള്ള ആ പ്രസ്താവന അവസാനിക്കുന്നത് ഇങ്ങനെയാണ്: "നിയമപ്രകാരമുള്ള രണ്ടര ലക്ഷത്തിലധികം ഏക്കർ വരുന്ന മിച്ചഭൂമി 26 മാസങ്ങളായി കയ്യടക്കിവെച്ചിരിക്കുന്ന ജൻമിമാർ ജയിലറകളിൽ കിടക്കുന്ന സമരസഖാക്കളെ നോക്കി പുച്ഛിച്ച് ചിരിക്കുകയാണ്. ആദ്യം നിയമം ലംഘിച്ചവരും ഇന്നും

ഈ നിയമം ലംഘിച്ചു കൊണ്ടിരിക്കുന്നവരുമായ ഭൂസ്വാമിമാർ അവരുടെ വസതികളിൽ വിഹരിക്കുമ്പോൾ നിയമലംഘകർക്ക് നീതിബോധം വരുത്താൻ മിച്ചഭൂമിയിൽ പ്രവേശിച്ച് ധർമയുദ്ധം മുഴക്കിയ ഞങ്ങൾ ഇരുമ്പഴികളിലും. ഇതെന്ത് നീതി! ഇതെന്ത് ന്യായം!"

രാജ്യത്തുടനീളം സമരം കൂടുതൽ വ്യാപകമാക്കാനും ശക്തിമത്താക്കാനുമുള്ള ശ്രമം തുടർന്നുകൊണ്ടിരുന്നു. അറസ്റ്റ് ചെയ്ത് ജയിലിൽ പോവുന്നതിലുമെത്രയോ അധികം പേർ പുതുതായി രംഗത്ത് വന്നുകൊണ്ടിരുന്നു. ഞങ്ങൾ കാണിച്ചുകൊടുത്ത ഭൂമികൾ മിച്ചഭൂമിയല്ലെന്നതിന് ഒരു തെളിവുപോലും ഗവൺമെന്റിന് ഹാജരാക്കാൻ കഴിഞ്ഞിട്ടില്ല. അങ്ങനെ ഗവൺമെന്റിന്റെ ഒരാരോപണം കഴമ്പില്ലാത്തതായി. സമരം നിയമസമാധാനനിലയെ തകർത്തുകളയുമെന്ന ഗവൺമെന്റിന്റെ പ്രസ്താവനകളിലും കഴമ്പൊന്നുമില്ലെന്ന് വ്യക്തമായി. സമരം തുടങ്ങി ആറ് ദിവസം കഴിഞ്ഞിട്ടും ഒരിടത്തുനിന്നും ക്രമസമാധാനനില തകരാറിലായെന്ന വാർത്ത ഉണ്ടായില്ല.

ഞാൻ വീണ്ടും കോടതിയിൽ

ജൂൺ 5-ന് എന്നെ വീണ്ടും കോടതിയിൽ ഹാജരാക്കി. പുറത്ത് സമരരംഗത്ത് കേരളത്തിലെ ധീരവനിതകളായിരുന്നു അന്ന് മിച്ചഭൂമിയിൽ പ്രവേശിച്ചതും സർക്കാർ ആപ്പീസുകൾ പിക്കറ്റുചെയ്തതും. കേരളത്തിലെ വനിതകൾ ഏതു കാലത്തും പുരുഷൻമാരോടൊപ്പം സമരരംഗത്തുറച്ച് നിന്നവരാണ്.

ജയിലിലെ രൂക്ഷമായ ജലക്ഷാമം ചൂണ്ടിക്കാണിച്ചുകൊണ്ട് മുഖ്യമന്ത്രി അച്യുതമേനോന് ഞാനൊരു കത്തെഴുതിയിരുന്നു. അതിനൊരു മറുപടി പോലും ലഭിക്കാതിരുന്നതിനാൽ ഞാനും മറ്റ് സഖാക്കളും അന്നൊരു സൂചനാ നിരാഹാരസത്യഗ്രഹത്തിലായിരുന്നു. കേസ് വിസ്താരം ആരംഭിക്കുന്നതിനു മുമ്പ് തന്നെ ഞാനിക്കാര്യം മജിസ്ട്രേട്ട് ശ്രീമതി സുജാതയോട് പറഞ്ഞു. എനിക്ക് ഒരു സോഡയോ അൽപ്പം പച്ചവെള്ളമോ വരുത്തിത്തരണമെന്ന് ആവശ്യപ്പെട്ടു. അവർ വരുത്തിത്തന്ന സോഡ കുടിച്ചതിനുശേഷമാണ് കോടതി നടപടികൾ ആരംഭിച്ചത്.

ഗവൺമെന്റ് ഭാഗം സാക്ഷിയായി തിരുവനന്തപുരം ഡിവിഷണൽ പൊലീസ് ഇൻസ്പെക്ടർ സുകുമാരനാചാരിയെയാണ് ആദ്യം വിസ്തരിച്ചത്. എന്റെ ചോദ്യങ്ങൾക്ക് സുകുമാരനാചാരി ഇങ്ങനെ ഉത്തരം പറഞ്ഞു:

◈ നിങ്ങൾ ഈ ജോലിയിലായിട്ട് എത്ര വർഷമായി?

➲ രണ്ടരക്കൊല്ലം

◈ ആളുകളെ അറസ്റ്റ് ചെയ്യുകയെന്നതല്ലാതെ മറ്റു ചുമതലകൾ?

➲ മറ്റു ചുമതലകളും ഉണ്ട്.

◈ ഇവിടെ കൊടുത്തിട്ടുള്ള ചാർജ് റിപ്പോർട്ട് നിങ്ങൾ തയ്യാറാക്കിയതാണോ, അതോ മറ്റു വല്ലവരും തയ്യാറാക്കിയതാണോ?

➲ ഞാൻ തന്നെ തയ്യാറാക്കിയതാണ്.

◈ 25-ാം തീയതി മിച്ചഭൂമി പിടിച്ചെടുക്കുമെന്ന് നേരത്തെ കൂട്ടി നിങ്ങൾക്കറിയാമായിരുന്നോ?

➲ 24-ാം തിയതി നടന്ന യോഗത്തിന്റെ ഫലമായി അറിയാമായിരുന്നു.

◈ ഭൂമി പിടിച്ചെടുക്കൽ നടപടി തടയുവാൻ നിങ്ങൾ എന്തു നടപടി

യാണ് എടുത്തത്?
➲ ആവശ്യമായ പൊലീസ് ബന്തവസ് ഏർപ്പെടുത്തിയിരുന്നു.
◈ മിച്ചഭൂമി പിടിച്ചെടുക്കുന്നതിനുള്ള ജാഥ നയിച്ചതാരാണ്?
➲ ഈ കേസിലെ 28-ാം പ്രതി.
◈ കുറ്റത്തിന് നേതൃത്വം നൽകുന്ന ആളെ ഒടുവിലത്തെ പ്രതിയാക്കുക എന്നത് സാധാരണ നടപടിയാണോ? ഈ കേസിന്റെ പ്രത്യേക കാരണം കൊണ്ട് അങ്ങനെ നിശ്ചയിച്ചതാണോ?
➲ പ്രത്യേക കാരണങ്ങളോ ഉദ്ദേശ്യങ്ങളോ അങ്ങനെ ചെയ്തതിന് പറയാനില്ല.
◈ ഭൂമി പിടിച്ചെടുക്കൽ തടയണമെന്ന് രാജാവ് നിങ്ങളോട് ആവശ്യപ്പെട്ടിട്ടുണ്ടോ?
➲ എഴുതി ആവശ്യപ്പെട്ടിട്ടില്ല.
◈ പിന്നെ എങ്ങനെയാണ് ആവശ്യപ്പെട്ടത്?
➲ ഞാൻ ഫോൺ ചെയ്തു ചോദിച്ചപ്പോൾ പറഞ്ഞതാണ്.
◈ രാജാവ് ആവശ്യപ്പെടാതെ തന്നെ രാജാവുമായി ബന്ധം പുലർത്തണമെന്ന് നിങ്ങൾ സ്വമേധയാ നിശ്ചയിച്ചതാണോ?
➲ ഞാൻ സ്വമേധയാ അന്വേഷിച്ചറിഞ്ഞ് ആവശ്യമായ ബന്തവസ് ഏർപ്പെടുത്തിയതാണ്.
◈ മിച്ചഭൂമിയിൽ പ്രവേശിച്ചപ്പോൾ നിങ്ങൾ എവിടെയായിരുന്നു?
➲ കൊട്ടാരവാതിലിനു സമീപം.
◈ ഭൂമിയിൽ പ്രവേശിച്ചപ്പോൾ നിങ്ങൾ എന്തുചെയ്തു?
➲ മതിൽചാടി ഭൂമി കൈയേറുന്നതു കണ്ടപ്പോൾ വിവരം ക്രൈം ബ്രാഞ്ച് അസിസ്റ്റന്റ് കമ്മീഷണറോട് പറഞ്ഞു. ഞാൻ അദ്ദേഹത്തോടൊപ്പം കൈയേറ്റക്കാരുടെ അടുത്ത് ചെല്ലുകയും ഉണ്ടായി.
◈ എന്നെ അറസ്റ്റ് ചെയ്തു എന്നും അവിടെ നിന്ന് മാറണമെന്നും നിങ്ങൾ എന്നോട് പറഞ്ഞുവോ?
➲ ഇല്ല.
◈ അസിസ്റ്റന്റ് കമ്മീഷണർ എന്നെ അറസ്റ്റ് ചെയ്തുവെന്ന് പറയുന്നത് നിങ്ങൾ കേട്ടോ?
➲ ഇല്ല.
◈ അസിസ്റ്റന്റ് കമ്മീഷണൽ എന്താണ് എന്നോട് പറഞ്ഞത്?
➲ ഭൂമി കയ്യേറുന്നത് കുറ്റകരമാണെന്നും അതുകൊണ്ടിവിടെ നിന്നു പോകണമെന്നും പറയുന്നത് കേട്ടു.
◈ അവിടെ ഞങ്ങൾ തമ്മിൽ നടന്ന സംഭാഷണം ഓർമയുണ്ടോ?
➲ ഉണ്ട്.
◈ അതെന്താണെന്ന് പറയാമോ?
➲ ഏത് നിയമം അനുസരിച്ചാണ് കുറ്റം ചെയ്തതെന്നും അറസ്റ്റ് ചെയ്യാൻ വാറണ്ട് ഉണ്ടോ എന്നും അസിസ്റ്റന്റ് കമ്മീഷണറോട് ചോദിക്കുന്നതു കേട്ടു.
◈ ഏതു നിയമപ്രകാരമാണെന്ന് അദ്ദേഹം പറയുകയോ എഴുതി തരികയൊ ചെയ്യുന്നത് കണ്ടോ?
➲ ഇല്ല.
◈ നിങ്ങൾ വൈകുന്നേരം വരെ എവിടെയായിരുന്നു?
➲ അവിടെത്തന്നെ ഉണ്ടായിരുന്നു.

◈ എന്നെ പൊക്കി എടുക്കാൻ അസിസ്റ്റന്റ് കമ്മീഷണർ പറഞ്ഞപ്പോൾ അതിനദ്ദേഹത്തെ സഹായിച്ചതല്ലാതെ എന്നോട് എന്തെങ്കിലും സംസാരിച്ചോ?

➲ ഇല്ല.

◈ നിങ്ങൾ എന്നെ അറസ്റ്റ് ചെയ്തു മാറ്റാതിരുന്നത് എന്തുകൊണ്ടാണ്?

➲ പൊലീസ് ആക്ട് 38 (2) പ്രകാരം അറസ്റ്റ് ചെയ്യാതെ തന്നെ നീക്കം ചെയ്യാവുന്നതാണ്.

◈ നിങ്ങൾക്ക് പൊലീസ് ആക്ട് മുഴുവൻ നിശ്ചയമുണ്ടോ?

➲ കുറേശ്ശെ അറിയാം.

◈ പൊലീസ് ആക്ട് 37-ാം വകുപ്പ് പ്രകാരം ഞങ്ങളെ അറസ്റ്റ് ചെയ്യുന്നതിനു നിങ്ങൾ മജിസ്ട്രേട്ട് കോടതിയിൽ അപേക്ഷ കൊടുക്കാതിരിക്കാൻ എന്താണ് കാരണം?

➲ പ്രത്യേകിച്ച് കാരണമൊന്നുമില്ല.

◈ ഭൂപരിഷ്കരണമെന്ന നിയമത്തെക്കുറിച്ച് നിങ്ങൾ കേട്ടിട്ടുണ്ടോ?

➲ ഉണ്ട്.

◈ അതനുസരിച്ച് മിച്ചഭൂമി ഗവൺമെന്റിന് നൽകാത്തവർ 118-ാം വകുപ്പുപ്രകാരം ശിക്ഷാർഹരാണെന്ന് നിങ്ങൾക്ക് അറിയാമോ?

➲ അറിയാം.

◈ അതനുസരിച്ച് ആരെയെങ്കിലും അറസ്റ്റ് ചെയ്തിട്ടുണ്ടോ?

➲ എന്റെ അധികാരപരിധിയിൽ ആരെയും അറസ്റ്റ് ചെയ്തിട്ടില്ല.

◈ ഭൂമി പതിച്ചുകൊടുക്കുന്ന നിയമത്തെപ്പറ്റി കേട്ടിട്ടുണ്ടോ?

➲ ഉണ്ട്.

◈ തങ്ങൾക്ക് അധികാരമില്ലാത്ത ഭൂമിയിൽ കയറി കുടിൽ വെച്ചിട്ടുള്ളവർക്ക് ഗവൺമെന്റ് തന്നെ ഭൂമിപതിച്ചുകൊടുക്കുന്നതായും പട്ടയമേള നടത്തുന്നതായും നിങ്ങൾക്കറിയാമോ?

➲ അറിയാം.

ഇൻസ്പെക്ടറുടെ ക്രോസ് ഞാൻ അവസാനിപ്പിച്ച ഉടനെ അസിസ്റ്റന്റ് കമ്മീഷണറെക്കൂടി സാക്ഷിയാക്കണമെന്ന് പബ്ലിക് പ്രോസിക്യൂട്ടർ ആവശ്യപ്പെട്ടു. ഞാനതിനെ എതിർത്തു. എന്തെന്നാൽ അസിസ്റ്റന്റ് കമ്മീഷണർക്കു പകരം ഇൻസ്പെക്ടറെ സാക്ഷിയാക്കിയതിനെ ഞാനാദ്യം തന്നെ എതിർത്തിരുന്നതാണ്. ആ സമയത്ത് കോടതിമുറിക്കുള്ളിലുണ്ടായിരുന്ന അസിസ്റ്റന്റ് കമ്മീഷണർ ഇറങ്ങി പുറത്തേക്ക് പോവുകയാണുണ്ടായത്. ഞാനെതിർത്തതിനാൽ അതേക്കുറിച്ചുള്ള വാദം കേൾക്കാൻ പിറ്റേദിവസത്തേക്ക് (6-ാം തീയതി) അവധിക്ക് വെച്ചു.

6-ാം തീയതി കോടതി കൂടിയപ്പോൾ അസിസ്റ്റന്റ് കമ്മീഷണറെയോ ഐ ജിയെത്തന്നെയോ സാക്ഷിയാക്കുന്നതിനെ ഞാനെതിർക്കുന്നില്ലെന്നും തരംപോലെ ആളുകളെ സാക്ഷിപ്പട്ടികയിൽ ഉൾപ്പെടുത്തുന്നതിനെയാണ് ഞാനെതിർക്കുന്നതെന്നും കോടതിയോട് പറഞ്ഞു. അത് അന്യായവും നിയമവിരുദ്ധവുമായ നടപടിയാണ്. ഒരാളുടെ വിചാരണക്കുശേഷം മറ്റൊരാളെ സാക്ഷിയാക്കുക എന്ന നടപടിക്രമത്തെ എതിർത്തു എന്നല്ലാതെ കോടതിക്ക് കമ്മീഷണറെ സാക്ഷിയാക്കണമെങ്കിൽ അതിനെ എതിർക്കുന്നില്ലെന്ന് ആദ്യം തന്നെ ഞാൻ കോടതിയെ അറിയിച്ചു.

കോടതി അനുവദിച്ചതനുസരിച്ച് പൊലീസ് അസിസ്റ്റന്റ് കമ്മീഷണർ ഒ അബ്ദുൾഖാദറെയാണ് പിന്നീട് വിസ്തരിച്ചത്. എന്റെ ക്രോസിൽ അബ്ദുൾഖാദർ ഇപ്രകാരം മറുപടി നൽകി.

◈ ഈ കേസിലെ പ്രതികളെ എല്ലാം നിങ്ങൾക്കറിയാമോ?
➲ അറിയാം.
◈ (ഒരു പ്രതിയെ ചൂണ്ടിക്കാണിച്ച്) ആ പ്രതിയുടെ പേരെന്താണ്?
➲ അറിയില്ല.
◈ ഇവിടെ നിൽക്കുന്ന ഞാനൊഴികെ മറ്റ് പ്രതികളുടെ പേർ നിങ്ങൾക്കറിയാമോ?
➲ ഓർമിക്കാൻ വിഷമമുണ്ട്.
◈ അപ്പോൾ ഞാനൊഴികെ ഇവിടെ നിൽക്കുന്ന പ്രതികളാരെയും നിങ്ങൾ അറിയില്ല, അല്ലേ?
➲ പ്രതികളെല്ലാവരും സേതുലക്ഷ്മീഭായി മഹാറാണിയുടെ വക കൊട്ടാരവളപ്പിൽ കുറ്റകരമായി പ്രവേശിച്ചതാണെന്നറിയാം.
◈ പ്രതികളെ ആരെയെങ്കിലും തിരിച്ചറിയാമോ എന്നാണ് ചോദിച്ചത്. ഇവിടെ ഇപ്പോൾ ഒരു ഐഡന്റിഫിക്കേഷൻ പരേഡ് നടത്തിയാൽ നിങ്ങൾക്ക് എന്നെയല്ലാതെ മറ്റാരെയെങ്കിലും തിരിച്ചറിയാമോ?
➲ പൂജപ്പുര കൗൺസിലർ മുരുകേശനെ അറിയാം.
◈ അപ്പോൾ എല്ലാ പ്രതികളെയും അറിയാമെന്ന് പറഞ്ഞത് ശരിയല്ല അല്ലേ?
➲ എല്ലാവരുടെയും പേർ അറിഞ്ഞുകൂടാ.
◈ പൊലീസ് ഐ ജി ശങ്കരവേലു 25-ാം തീയതി സാധാരണവേഷത്തിൽ കൊട്ടാരത്തിനടുത്ത് വന്നിരുന്നോ?
➲ അറിയില്ല.
◈ ഞങ്ങൾ മതിയിൽചാടി അകത്ത് കടക്കുന്നത് നിങ്ങൾ കണ്ടുവോ?
➲ മതിൽ ചാടിയശേഷം കൊട്ടാരവളപ്പിൽ നിൽക്കുന്നതു കണ്ടു.
◈ നിങ്ങൾ അപ്പോൾ എന്തുചെയ്തു?
➲ കുറ്റകരമായി പ്രവേശിച്ചതുകൊണ്ട് അവിടെനിന്ന് പുറത്തു പോകണമെന്ന് പറഞ്ഞു.
◈ പിന്നീടെന്തുണ്ടായി?
➲ കുറ്റം ചെയ്തിട്ടില്ലെന്നും എന്ത് കുറ്റമാണ് ചെയ്തതെന്ന് വ്യക്തമായി അറിയിക്കണമെന്നും ഇദ്ദേഹം പറഞ്ഞു.
◈ എന്ത് നിയമമനുസരിച്ചാണ് അറസ്റ്റ് ചെയ്യുന്നതെന്ന് നിങ്ങൾ എന്നെ അറിയിച്ചോ?
➲ പൊലീസ് ആക്ട് അനുസരിച്ച് നീക്കം ചെയ്യാൻ പോവുകയാണെന്ന് ഇദ്ദേഹത്തോട് പറയാൻ സർക്കിൾ ഇൻസ്പെക്ടറോട് ഞാൻ നിർദ്ദേശിച്ചിരുന്നു.
◈ സർക്കിൾ ഇൻസ്പെക്ടർ അങ്ങനെ പറയുന്നത് നിങ്ങൾ കേട്ടോ?
➲ ഇല്ല.
◈ നിങ്ങൾ എന്നെ അറസ്റ്റ് ചെയ്ത് കോടതിയിൽ ഹാജരാക്കാൻ നിർദ്ദേശം കൊടുത്തിരുന്നോ?
➲ ഇല്ല.

◈ അതെന്തുകൊണ്ടാണ്?
➲ പൊലീസ് ആക്ട് അനുസരിച്ച് അറസ്റ്റ് ചെയ്യാതെ തന്നെ ഇവിടെ നിന്ന് നീക്കം ചെയ്യാനാണ് നിർദേശിച്ചത്. കോടതിയിൽ ചാർജ് റിപ്പോർട്ട് കൊടുക്കാനും നിർദേശിച്ചിരുന്നു.
◈ കൊട്ടാരത്തിൽ നിന്ന് കോടതിയിലേക്ക് നീക്കം ചെയ്യണമെന്ന് നിങ്ങൾ നിർദേശിച്ചിരുന്നില്ലേ?
➲ അങ്ങനെയല്ല നിർദേശിച്ചത്.
◈ ഗവൺമെന്റിൽ നിന്നോ ഐ ജിയിൽ നിന്നോ ഇക്കാര്യത്തിൽ നിങ്ങൾക്ക് വല്ല നിർദേശവും കിട്ടിയിരുന്നോ?
➲ അത് പറയാൻ നിവൃത്തിയില്ല.
◈ കോടതിയോടും പറയാൻ നിവൃത്തിയില്ലേ?
➲ നിവൃത്തിയില്ല.
◈ കൊട്ടാരവക ഭൂമി ആരുടേതാണെന്ന് നിങ്ങൾക്കറിയാമോ?
➲ സേതുലക്ഷ്മീഭായിയുടെ വകയാണെന്നറിയാം.
◈ എങ്ങനെ അറിയാം?
➲ കൊട്ടാരം കാര്യസ്ഥനോട് ചോദിച്ചറിഞ്ഞതാണ്
◈ കാര്യസ്ഥന്റെ പേരെന്താണ്?
➲ കേരളവർമ.
◈ കാര്യസ്ഥൻ കേരളവർമ തന്റെ ഭൂമിക്ക് സംരക്ഷണം വേണമെന്ന് നിങ്ങളോട് അപേക്ഷിച്ചിട്ടുണ്ടോ?
➲ ഫോണിൽക്കൂടി ആവശ്യപ്പെട്ടിട്ടുണ്ട്.
◈ ആവശ്യപ്പെട്ടു എന്നതിന് രേഖകളുണ്ടോ?
➲ ഇല്ല.
◈ കൊട്ടാരം വക ഭൂമിയുടെ ഉടമസ്ഥനാരാണെന്ന് നിങ്ങൾ എപ്പോഴാണ് അന്വേഷിച്ചത്?
➲ രാത്രി 9–10 മണിയോടടുപ്പിച്ച് അവിടെ പോയി അന്വേഷിച്ചു.
◈ കൊട്ടാരം വക മിച്ചഭൂമി പിടിച്ചെടുക്കുമെന്ന പ്രഖ്യാപനമുണ്ടായ പൊതുയോഗത്തെക്കുറിച്ച് നിങ്ങൾക്ക് റിപ്പോർട്ട് കിട്ടിയോ?
➲ കിട്ടി.
◈ സമാധാനപരമായി പിടിച്ചെടുക്കുമെന്നാണോ കലാപങ്ങൾ എന്തെങ്കിലും ഉണ്ടാകുമെന്നാണോ നിങ്ങൾക്ക് റിപ്പോർട്ട്?
➲ ഇത് സംബന്ധിച്ച് സ്പെഷൽ ബ്രാഞ്ചിന്റെ റിപ്പോർട്ടിന്റെ വിശദ വിവരങ്ങൾ വെളിപ്പെടുത്താൻ നിവൃത്തിയില്ല.
◈ സ്പെഷൽ ബ്രാഞ്ച് റിപ്പോർട്ട് നിങ്ങൾക്കെപ്പോഴാണ് കിട്ടിയത്?
➲ 25–ാം തിയതി.
◈ പൊതുയോഗ വിവരമറിഞ്ഞതുകൊണ്ടാണോ നിങ്ങൾ കൊട്ടാരത്തിൽ പോയി അന്വേഷിച്ചത്?
➲ അതെ.

മറ്റ് സാക്ഷികളെ വിസ്തരിക്കാനായി കേസ് പിറ്റേദിവസത്തേക്ക് അവധിക്ക് വെച്ചു.

7–ാം തീയതി കോടതി കൂടിയപ്പോൾ കൊട്ടാരം മാനേജർ എം. ഗോപാലപിള്ളയെയാണ് വിസ്തരിച്ചത്. എന്റെ ചോദ്യങ്ങൾക്കുത്തരമായി ഗോപാലപിള്ള ഇങ്ങനെ മൊഴി നൽകി:

മഹാരാജാവിന് ധാരാളം ഭൂമിയുണ്ട്. പല ജന്മിമാരും മിച്ചഭൂമി ഗവൺ

മെന്റിനെ ഏൽപ്പിച്ചിട്ടില്ലെന്ന് അറിയാം. മഹാരാജാവിനോടോ മഹാറാണി യോടെ എന്തെങ്കിലും വിരോധം കൊണ്ടല്ല നിങ്ങൾ ഭൂമി കൈയേറിയതെ ന്നറിയാം. നിങ്ങൾ ഭൂമി കൈയേറിയതുകൊണ്ട് എനിക്ക് പ്രത്യേകിച്ച് ബുദ്ധിമുട്ടുകൾ ഒന്നും അനുഭവപ്പെട്ടിരുന്നില്ല. എനിക്ക് എഴുപത്തെട്ടര സെന്റ് ഭൂമി മാത്രമെ സ്വന്തമായിട്ടുള്ളു. കൂടുതൽ ഭൂമി കിട്ടുന്നതിന് സന്തോ ഷമേയുള്ളു. ഭൂമി പിടിച്ചെടുക്കൽ പരിപാടിയെപ്പറ്റി തലേദിവസം തന്നെ അറിവ് കിട്ടി. കൊട്ടാരം കാര്യസ്ഥനായ കേരളവർമരാജ ഫോണിൽ പൊലീ സിനെ വിളിച്ച് സംരക്ഷണം ആവശ്യപ്പെടുകയാണുണ്ടായത്. തനിക്ക് 150 രൂപ മാത്രമേ ശമ്പളമായി ലഭിക്കുന്നുള്ളു.

മുഖ്യമന്ത്രി അച്യുതമേനോൻ, റവന്യൂമന്ത്രി ബേബിജോൺ, റവന്യൂ ബോർഡ് മെമ്പർ അനന്തകൃഷ്ണൻ എന്നിവരെ പ്രതിഭാഗം സാക്ഷികളായി വിസ്തരിക്കണമെന്ന് ഞാൻ കോടതിയെ അറിയിച്ചു. അവർക്ക് സമൻസ് അയക്കാൻ കോടതി ഉത്തരവായി.

ഭൂമി കൈയേറ്റക്കസിനോടൊപ്പം കോടതിയിൽ ധർണ നടത്തിയ കേസും വിചാരണക്കായി വന്നു. സബ്മജിസ്ട്രേട്ട് കോടതിയിലെ ബഞ്ചു ക്ലാർക്കായ രവീന്ദ്രൻനായരെയാണ് ആദ്യം വിസ്തരിച്ചത്. എന്റെ ചോദ്യ ങ്ങൾക്ക് മറുപടിയായി സാക്ഷി ഇപ്രകാരം മൊഴി കൊടുത്തു.

25-ാം തിയതി പ്രതികളെ വൈകുന്നേരം കോടതിയിൽ കൊണ്ടു വന്നപ്പോൾ ഉണ്ടായിരുന്നു. അഞ്ച് മണിക്ക് ശേഷം മജിസ്ട്രേട്ട് പോയി ക്കഴിഞ്ഞശേഷവും കോടതിയിലുണ്ടായിരുന്നു. അഞ്ച് മണിക്കുശേഷം ഏതാനും അഡ്വക്കേറ്റുമാരും മറ്റു ചിലരും കോടതി ഹാളിൽ ഉണ്ടായിരു ന്നു. ഏഴ് ഏഴര മണിയോടെ തന്റെ ജോലികൾ തീർത്ത് താൻ പോകാ നെഴുന്നേറ്റു. എ കെ ജി അവിടെ ഇരുന്നതുമൂലം കോടതി പൂട്ടാൻ നിവൃ ത്തിയില്ലെന്ന് താൻ മജിസ്ട്രേട്ടിനോട് രേഖാമൂലം പരാതിപ്പെടുകയുണ്ടാ യി. ഭൂമി പിടിച്ചെടുത്ത കേസിൽ എ കെ ജിയോടൊപ്പം മറ്റ് പ്രതിക ളെയും ഒന്നുകിൽ പുറത്തുവിടുകയോ അല്ലാത്തപക്ഷം തുല്യ പരിഗണ നയോടെ റിമാന്റിൽ കഴിയുന്നതിന് അനുവദിക്കുകയോ ചെയ്യാനാവശ്യ പ്പെട്ടുകൊണ്ട് കോടതി പിരിഞ്ഞശേഷം മജിസ്ട്രേട്ടിന് പരാതികൊടുത്ത വിവരം പിറ്റേന്നാണറിഞ്ഞതെന്നും സാക്ഷികൾ പറഞ്ഞു.

ആ കേസിലും സുകുമാരനാആചാരിയെ ഞാൻ ക്രോസ് ചെയ്തു. എന്റെ ചോദ്യങ്ങൾക്കുത്തരമായി ആചാരി ഇങ്ങനെ പറഞ്ഞു: 25-ാം തിയതി രാത്രി 10 മണിക്ക് ശേഷം താൻ കോടതിയിൽ വന്നു. അപ്പോഴും ഇവിടെ എ കെ ജിക്ക് പുറമെ മറ്റ് ചിലരും ഉണ്ടായിരുന്നു. അവരവിടെ ഇരിക്കുന്നത് കുറ്റകരമാണോ എന്ന് തനിക്കറിഞ്ഞുകൂടാ. അന്നവിടെ ഉണ്ടായിരുന്ന മറ്റുള്ളവരോട് പുറത്തു പോകണമെന്ന് ഞാൻ പറഞ്ഞി ല്ല. ബഞ്ചുക്ലാർക്കിന്റെ പരാതിയുടെ അടിസ്ഥാനത്തിൽ എ കെ ജിയോട് പുറത്ത് പോവാനാശ്യപ്പെടണമെന്നും അനുസരിച്ചില്ലെങ്കിൽ നീക്കം ചെയ്യ ണമെന്നും വഞ്ചിയൂർ ഇൻസ്പെക്ടറോട് മജിസ്ട്രേട്ട് ആവശ്യപ്പെട്ടിരു ന്നു. സബ് ഇൻസ്പെക്ടർ വിവരം അറിയിച്ചതനുസരിച്ചാണ് താൻ കോട തിയിൽ വന്നത്.

മജിസ്ട്രേട്ട് കോടതിയിലെ ശിപായി ആയ മാധവൻനായരെയും വിസ്തരിക്കുകയുണ്ടായി.

ജൂൺ 3-ന് കോടതി ചേർന്നപ്പോൾ കോടതി കൈയേറ്റക്കേസിനു വേണ്ടി അസിസ്റ്റന്റ് പബ്ലിക് പ്രോസിക്യൂട്ടർ മുസ്തഫ വാദം നടത്തി. എന്നെ എന്റെ സമ്മതമില്ലാതെ തന്നെ മുടവൻമുകൾ കൊട്ടാരത്തിൽനിന്ന്

പൊലീസ് അഞ്ച് മണിയോടെ കോടതിയിൽ കൊണ്ടുവന്നതാണെന്നും അതിനാൽ പൊലീസിന്റെ ചാർജ് ഷീറ്റിൽ പറയുന്ന കോടതിക്കയ്യേറ്റം നിലനിൽക്കുകയില്ലെന്നും എ പി പി സമ്മതിക്കുകയാണ് ഉണ്ടായത്. കോടതിയിൽ നിന്ന് പുറത്തു പോവണമെന്ന് പൊലീസ് ഇൻസ്പെക്ടർ നിയമാനുസൃതം ആവശ്യപ്പെട്ടപ്പോൾ അത് നിരസിച്ചതിനാൽ പൊലീസ് ആക്ട് 52-ാം വകുപ്പനുസരിച്ച് നിയമാനുസൃതം നിർദേശ ലംഘനത്തിന് എന്നെ ശിക്ഷിക്കണമെന്ന് എ പി പി കോടതിയോട് പറഞ്ഞു.

കോടതിയിൽ അനധികൃതമായി ഞാൻ പ്രവേശിക്കുകയോ അവിടെ ഇരുന്ന് കോടതി നടപടികളെ തടസപ്പെടുത്തുകയോ ചെയ്തിട്ടില്ലെന്ന് എന്റെ പേരിലുള്ള കുറ്റാരോപണങ്ങൾ നിഷേധിച്ചുകൊണ്ട് ഞാൻ കോടതിയോട് പറഞ്ഞു. വൈകിട്ട് അഞ്ച് മണിക്ക് ശേഷം എന്നെ വീണ്ടും കോടതിയിൽവെച്ച് അറസ്റ്റ് ചെയ്യുന്നതുവരെ പൊലീസ് ഇൻസ്പെക്ടർ എന്നോട് പറയുകയോ ഞാനത് ലംഘിക്കുകയോ ചെയ്തിട്ടില്ല. പൊലീസിനുവേണ്ടിയുള്ള മൂന്നാം സാക്ഷി കോടതി ശിപായി മാധവൻ നായർ പറഞ്ഞതുപോലെ രാത്രി പൊലീസ് ഇൻസ്പെക്ടർ വന്നപ്പോൾ ഞാൻ യാതൊരു എതിർപ്പും കൂടാതെ പൊലീസിനോടൊപ്പം പോവുകയാണുണ്ടായത്.

കൊട്ടാരംവക മിച്ചഭൂമി പിടിച്ചതിന് എന്നെയും 27 വളണ്ടിയർമാരെയും ബലമായി പൊലീസ് പിടിച്ച് ഇവിടെ കൊണ്ടുവരികയാണുണ്ടായത്. കോടതിയിൽവെച്ച് എനിക്കും മറ്റു സഖാക്കൾക്കും ജാമ്യം അനുവദിക്കുകയുണ്ടായെങ്കിലും ഞങ്ങൾ അത് നിരസിച്ചു. അന്ന് വൈകുന്നേരം മന്ത്രി കരുണാകരൻ ഒരു പത്രസമ്മേളനത്തിൽ പറഞ്ഞത്, ജാമ്യം നിരസിച്ച എന്നെ റിമാന്റിൽ വെച്ചിരിക്കുന്നു എന്നാണ്. എന്നാൽ എനിക്കും മറ്റു സഖാക്കൾക്കും ജയിലിൽ രണ്ടുതരം പെരുമാറ്റസൗകര്യങ്ങൾ ആയിരിക്കരുതെന്ന് കാണിച്ച് ഞാൻ മജിസ്ട്രേട്ടിന് നൽകിയ പെറ്റീഷന് മറുപടിയായി എന്നെ ജാമ്യമില്ലാതെതന്നെ വിട്ടയച്ചുകൊണ്ട് ഉത്തരവാകുകയാണ് ഉണ്ടായത്. എന്നാൽ വിടുകയാണെങ്കിൽ എല്ലാവരെയും ഒരുപോലെ വിട്ടയക്കണമെന്നും അല്ലെങ്കിൽ എല്ലാവരെയും ഒരുപോലെ റിമാന്റിൽ വെക്കണമെന്നും കാണിച്ച് ഞാൻ വീണ്ടും മജിസ്ട്രേട്ടിനോട് അപേക്ഷിക്കുകയാണ് ഉണ്ടായത്.

ഈ അപേക്ഷക്കുള്ള മറുപടി പ്രതീക്ഷിച്ചുകൊണ്ടാണ് ഞാൻ കോടതിയിൽ ഇരുന്നത്. ഈ കാര്യം കോടതിക്കും പൊലീസിനും ഗവൺമെന്റിനും പത്രങ്ങൾക്കും എല്ലാം അറിവുള്ള കാര്യമാണ്. ഞാൻ കോടതിയിൽ ഇരുന്നത് ഒരു കുറ്റമാണെങ്കിൽ അതിനു നൽകുന്ന ഏതു ശിക്ഷയും അനുഭവിക്കാൻ ഞാൻ തയ്യാറാണ്. എനിക്ക് പൊലീസിനെയോ ശിക്ഷകളെയോ ലേശവും ഭയമില്ല. ആരുടെയും കാരുണ്യവും എനിക്കാവശ്യമില്ല. 42 കൊല്ലം മുമ്പ് ബ്രിട്ടീഷുകാർ എനിക്കെതിരെ ഇത്തരം വൃത്തികെട്ട കുറ്റം ചുമത്തി എന്നെ കള്ളക്കേസുകളിൽ കുരുക്കിയിട്ടുണ്ട്. സ്വാതന്ത്ര്യത്തിനുവേണ്ടി മറ്റാരുടെയും പിന്നിലല്ലാതെ പൊരുതിയിട്ടുള്ള എനിക്കെതിരെ സ്വാതന്ത്ര്യത്തിനുശേഷം കാൽനൂറ്റാണ്ടുകഴിഞ്ഞിട്ടും അബദ്ധജടിലവും സത്യവിരുദ്ധവുമായ കള്ളക്കേസുകൾ ഉണ്ടാക്കാൻ ഇവിടത്തെ കൊള്ളരുതാത്ത ഗവൺമെന്റും പൊലീസും ശ്രമിക്കുന്നത് ദുഃഖകരമാണെന്ന് മാത്രമേ എനിക്ക് ഓർമിപ്പിക്കുവാനുള്ളു.

എന്നെ ബലം പ്രയോഗിച്ച് നിർബന്ധമായി എടുത്ത് കോടതിയിൽ കൊണ്ടുവന്നശേഷം ഞാൻ കോടതി കൈയേറി എന്ന കുറ്റാരോപണം

നടത്തിയ പൊലീസനെതിരായി വേണ്ടിവന്നാൽ നിയമപരമായ നടപടി എടുക്കാനും ഞാൻ മടിക്കുകയില്ല. ഇവിടെ ആരെങ്കിലും കുറ്റം ചെയ്തിട്ടുണ്ടെങ്കിൽ, പതിനായിരക്കണക്കിന് ഏക്കർ മിച്ചഭൂമി കൈവശം വെക്കുവാൻ ഭൂസ്വാമിമാരെ അനുവദിക്കുകയും മിച്ചഭൂമി അവകാശപ്പെട്ട ഭൂരഹിതരായ ആയിരക്കണക്കിന് പാവങ്ങളെ ജയിലിലടക്കുകയും ചെയ്യുന്ന പൊലീസും ഗവൺമെന്റുമാണെന്ന് പറഞ്ഞുകൊണ്ട് എന്റെ വാദം ഞാനവസാനിപ്പിച്ചു.

വാദം തീർന്നതിനാൽ കയ്യേറ്റക്കേസ് വിധി പറയാനായി ജൂൺ 12-ന് അവധിവെച്ചുകൊണ്ട് കോടതി ഉത്തരവായി.

ജൂൺ 12-ന് കോടതി കൂടിയപ്പോൾ, കോടതിയിൽ അതിക്രമിച്ച് കടന്നു, അവിടത്തെ പ്രവർത്തനം തടസപ്പെടുത്തി എന്നീ ചാർജുകൾ ചുമത്തി എന്റെ പേരിൽ ചുമത്തപ്പെട്ടിരിക്കുന്ന കേസിൽ ഞാൻ നിരപരാധിയാണെന്ന് കോടതി വിധിച്ചു. എന്റെ പേരിൽ ചാർജ് ചെയ്തിരിക്കുന്ന കേസ് തള്ളിക്കളയുകയും ചെയ്തു. അങ്ങനെ പൊലീസ് മനപ്പൂർവ്വം കെട്ടിച്ചമച്ച ഒരു കേസിൽ നിന്ന് ഞാൻ മോചിതനായി. പൊലീസിന്റെയും ഗവൺമെന്റിന്റെയും പൊള്ളത്തരം വ്യക്തമാവുകയും ചെയ്തു.

ഭൂമി കൈയേറ്റക്കേസ് തുടരുന്നു

മുഖ്യമന്ത്രി അച്യുതമേനോൻ, റവന്യൂമന്ത്രി ബേബിജോൺ ലാൻഡ്ബോഡ് ചെയർമാൻ അനന്തകൃഷ്ണൻ എന്നിവരെ സാക്ഷികളാക്കാൻ ഞാൻ ആവശ്യപ്പെടുകയും അവർക്ക് സമൻസ് അയക്കുകയും ചെയ്തിരുന്നതാണ്. എന്നാൽ 12-ാം തിയതി കോടതി കൂടിയപ്പോൾ പ്രോസിക്യൂട്ടർ എതിർക്കുകയാണ് ഉണ്ടായത്. രാഷ്ട്രീയ വിദ്വേഷത്തോടുകൂടിയാണ് മന്ത്രിമാരെ സാക്ഷിപ്പട്ടികയിൽ പെടുത്തിയതെന്നും അവർ ഈ കേസുമായി നേരിട്ട് ബന്ധപ്പെട്ടിട്ടില്ലാത്തതിനാൽ വിസ്തരിക്കേണ്ട ആവശ്യമില്ലെന്നും കേസ് നീണ്ടുപോവാനേ അതുപകരിക്കൂ എന്നും എ പി പി കോടതിയിൽ വാദിച്ചു.

എ പി പിയുടെ വാദത്തെ ഞാനെതിർത്തു. പ്രതിഭാഗം സാക്ഷികൾ ആരൊക്കെയാവണമെന്ന് തീരുമാനിക്കേണ്ടത് ഞാനാണ്. എന്റെ സാക്ഷികളെ രക്ഷിക്കേണ്ട കാര്യം എ പി പിക്കില്ല. എങ്ങനെയെങ്കിലും തങ്ങളെ രക്ഷിക്കണമെന്ന് മന്ത്രിമാരോടൊപ്പം ഐ എ എസുകാരനായ അനന്തകൃഷ്ണനും എ പി പിയോട് അപേക്ഷിച്ചുണ്ടോ എന്ന് എനിക്കറിഞ്ഞുകൂടാ. അനവധി ദിവസം മജിസ്ട്രേട്ടിന്റെ വീട്ടിൽ ചെന്ന് ഹർജി കൊടുക്കുകയും അയച്ച സമൻസിന് സ്റ്റേവാങ്ങുകയും ചെയ്തത് അവരെ രക്ഷിക്കാനായിരിക്കണം. അതുകൊണ്ടൊന്നും അവർ രക്ഷപ്പെടാൻ പോകുന്നില്ല. 1970 ഒക്ടോബർ 22-ന് ഗവർണർ ചെയ്ത പ്രസംഗത്തിൽ മിച്ചഭൂമി വിതരണത്തെ സംബന്ധിച്ച് പറഞ്ഞിട്ടുണ്ട്. അതനുസരിച്ച് ഗവൺമെന്റ് മിച്ചഭൂമി വിതരണം നടത്തിയിരുന്നെങ്കിൽ എനിക്ക് കൊട്ടാരം വക ഭൂമി പിടിച്ചെടുക്കാൻ പ്രവേശിക്കേണ്ടിവരുമായിരുന്നില്ല. ജന്മിമാരെയും ഭൂപരിഷ്കരണനിയമത്തെ തുരങ്കം വെക്കുന്ന സ്ഥാപിതതാൽപര്യക്കാരെയും രക്ഷിക്കാനുള്ള ഗൂഢാലോചനയിലാണ് ഗവൺമെന്റിന് ഏർപ്പെട്ടിരിക്കുന്നത്. ഇക്കാര്യങ്ങളൊക്കെ പുറത്ത് വരുമെന്ന് ഭയന്നിട്ടാണ് മന്ത്രിമാർ എ പി പിയെക്കൊണ്ട് തർക്കം പറയിക്കുന്നത്.

മന്ത്രിമാരെ സാക്ഷികളാക്കണമെന്ന് ഞാൻ പറഞ്ഞത് ദുഷ്ടബു

ദ്ധിയോടുകൂടിയാണെന്ന് എ പി പി പറഞ്ഞിരിക്കുന്നു. ആർക്കാണ് ദുഷ്ട ബുദ്ധിയുള്ളതെന്ന് എല്ലാവർക്കും വ്യക്തമായിട്ടറിയാം. ഭൂരഹിതർക്ക് മിച്ച ഭൂമി നൽകുമെന്ന് പറഞ്ഞ് കബളിപ്പിക്കുന്ന ഗവൺമെന്റിനും അതിന്റെ ഉദ്യോഗസ്ഥന്മാർക്കുമാണ് ദുഷ്ടബുദ്ധിയുള്ളത്. അവർ സ്ഥാപിത താൽപ ര്യക്കാർക്കുവേണ്ടി ചെയ്യുന്ന കൂലിപ്പണി മറച്ചുവെക്കാൻ നടത്തുന്ന ശ്രമ ങ്ങളാണ് നീചവും ഹീനവുമായിട്ടുള്ളത്.

ഞാൻ രാഷ്ട്രീയ വിദ്വേഷത്തോടെയാണ് മന്ത്രിമാരെ സാക്ഷിയാ ക്കുന്നതെന്നും അവരെ ക്ലേശിപ്പിക്കാനാണ് സാക്ഷിപ്പട്ടികയിൽപ്പെടുത്തി യതെന്നും എ പി പി പറഞ്ഞു. എനിക്കെതിരായ കേസ് നിസ്സാരമായ പൊലീസ് ആജ്ഞാലംഘനമാണെന്നും അക്കാര്യത്തിൽ ഈ മന്ത്രി മാർക്ക് യാതൊരു ബന്ധവുമില്ലെന്നും എ പി പി പറഞ്ഞിട്ടുണ്ട്. ഒരു കാര്യം ശരിയാണ്. എനിക്ക് രാഷ്ട്രീയമായ ഉദ്ദേശ്യമുണ്ട്. കഴിഞ്ഞ നാല് ദശാബ്ദക്കാലത്തിലധികമായി ഞാൻ കൈകാര്യം ചെയ്യുന്ന രാഷ്ട്രീയം പാവപ്പെട്ടവരുടെ രാഷ്ട്രീയമാണ്. അവരുടെ ക്ഷേമത്തിനുവേണ്ടി കഷ്ട പ്പെടുകയാണ് എന്റെ രാഷ്ട്രീയം. അതിന്റെ പേരിൽ എനിക്കെന്ത് ശിക്ഷ ലഭിച്ചാലും ഖേദമില്ല.

ഭൂസ്വാമിമാർക്കുവേണ്ടി എന്നെ കള്ളക്കേസുകളിൽ കുടുക്കാനാണ് ഗവൺമെന്റ് ശ്രമിച്ചുകൊണ്ടിരിക്കുന്നത്. അതാണ് മന്ത്രിമാരുടെയും ഗവൺമെന്റിന്റെയും രാഷ്ട്രീയം. ഈ കള്ള രാഷ്ട്രീയത്തിന് അധിക കാലം നിലനിൽപ്പില്ല. മിച്ചഭൂമി പിടിച്ചെടുത്ത സഖാക്കളെ ഗവൺമെന്റ് തടവിലാക്കുകയും ശിക്ഷിക്കുകയും ചെയ്യുന്നുണ്ട്. സ്ത്രീസഖാക്കളെ വെറുതെ വിട്ടിട്ടുണ്ട്. ഒരേ കുറ്റം ചെയ്യുന്ന സ്ത്രീക്കും പുരുഷനും രണ്ടു തരത്തിലാണോ നീതി നൽകുന്നത്?

മന്ത്രിമാർക്കും ഐ എ എസുകാരനും സാക്ഷിക്കൂട്ടിൽ വന്നാൽ ക്ലേശമുണ്ടാകുമെന്ന് ഈ എ പി പി എങ്ങനെ അറിഞ്ഞു? എ പി പി അവർക്കുവേണ്ടി വാദിക്കാനെന്താണ് അവകാശം?

ഈ സമയത്ത് കോടതിയിലുണ്ടായിരുന്ന ഗവൺമെന്റ് പ്ലീഡർ താൻ മന്ത്രിമാരെ പ്രതിനിധീകരിക്കാൻ തയ്യാറാണെന്നു പറഞ്ഞു. മന്ത്രി മാരിൽ ആർക്കുവേണ്ടിയും ആരെയും വാദിക്കാൻ അനുവദിക്കരുതെന്ന ഒരു തടസവാദം എന്റെ നിയമോപദേശകരിൽ ഒരാളായ ചിറയൻകീഴ് ഗോപിനാഥൻ നായർ ചൂണ്ടിക്കാണിച്ചു. ഗവൺമെന്റ് പ്ലീഡർ വാദിക്കു ന്നില്ലെന്ന് അറിയിച്ചുകൊണ്ട് എന്റെ വാദം തുടർന്നു.

ഒരിക്കൽ സമൻസ് അയച്ചതിനുശേഷം അത് പിൻവലിക്കുന്നത് നിയമവിരുദ്ധമാണ്. പൊതുജനങ്ങൾക്ക് മതിപ്പും ആദരവും ഉണ്ടാക്കത്ത ക്കവിധം വേണം കോടതികൾ പെരുമാറാൻ. വിചാരണ നിഷ്പക്ഷവും സത്യസന്ധവുമായി നടത്തണമെന്ന് ന്യായപീഠത്തെ സംബന്ധിച്ചിട ത്തോളം വളരെ പ്രധാനപ്പെട്ട തത്ത്വമാണെന്ന് ഒരു ഹൈക്കോടതി വിധി ചൂണ്ടിക്കാണിച്ചുകൊണ്ട് ഞാൻ പറഞ്ഞു. പ്രസക്തവും പ്രയോജനപ്രദ വുമായ വസ്തുതകൾ കൈവശമില്ലെന്ന കാരണം പറഞ്ഞുകൊണ്ട് സാക്ഷികളെ, അവർ ആരുതന്നെയായാലും, ഒഴിവാക്കിക്കൂടെന്ന മൈസൂർ ഹൈക്കോടതി വിധിയും ഞാൻ ചൂണ്ടിക്കാട്ടി. മന്ത്രിമാരായതു കൊണ്ട് സാക്ഷി പറയുന്നതിൽ നിന്ന് അവരെ ഒഴിവാക്കിക്കളയാം എന്ന് വിചാരിക്കുന്നത് നിയമവിരുദ്ധമാണ്. മന്ത്രിമാരെ സാക്ഷിയാക്കുന്നത് കേസിന്റെ വിചാരണ മനഃപൂർവ്വം താമസിപ്പിക്കാനാണെന്നാണ് എ പി

പിയുടെ വാദം. സാമാന്യബുദ്ധിയുള്ള ആർക്കും അങ്ങനെ പറയാൻ കഴിയുമെന്ന് തോന്നുന്നില്ല.

കേസ് വിചാരണ ഒട്ടും താമസിപ്പിക്കരുതെന്ന് ഞാൻ ഗവൺമെന്റിനോട് ആവശ്യപ്പെടുകയും ഹൈക്കോടതിയോട് അഭ്യർഥിക്കുകയും ചെയ്ത കാര്യം ഇവിടെ എല്ലാവർക്കുമറിയാം. എന്നിട്ടും ഞാൻ കേസ് താമസിപ്പിക്കാൻ ശ്രമിക്കുന്നു എന്നു പറയുന്നത് തികച്ചും അസംബന്ധമാണ്. സാക്ഷിപ്പട്ടിക എ പി പിക്കു കിട്ടിയില്ലെന്നു പറയുന്നതു അർഥശൂന്യമാണ്. എന്നത്തേക്ക് ഹാജരാക്കാനാണ് സമൻസ് അയക്കേണ്ടതെന്ന് കോടതി ചോദിച്ചപ്പോൾ നിർദേശങ്ങൾ എ പി പി സമർപ്പിച്ചിരുന്നതാണ്. എന്നിട്ടും താൻ സമൻസിനെപ്പറ്റി അറിഞ്ഞിരുന്നില്ലെന്ന് പറയുന്നത് കുറെ വിചിത്രമാണ്.

റവന്യൂമന്ത്രിയെ സാക്ഷിയാക്കേണ്ട പ്രസക്തിയില്ലെന്ന് എ പി പിക്ക് എങ്ങനെ പറയാൻ സാധിക്കും? മെയ് 26-ലെ പത്രത്തിൽ റവന്യൂമന്ത്രി ബേബിജോണിന്റെ ഒരു പത്രസമ്മേളന റിപ്പോർട്ടുണ്ട്. കോടതിയിൽ കേസ് നിലവിലുള്ളപ്പോൾ അക്കാര്യത്തെപ്പറ്റി പത്രസമ്മേളനം നടത്തിയതിന് യഥാർഥത്തിൽ ബേബിജോണിന്റെ പേരിൽ കോർട്ടലക്ഷ്യത്തിന് നടപടി എടുക്കുകയാണ് വേണ്ടത്. എ കെ ഗോപാലൻ ചൂണ്ടിക്കാട്ടിയാൽ അത് മിച്ചഭൂമിയാവില്ലെന്നും അതിന് വേണ്ടത്ര പരിശുദ്ധിയില്ലെന്നും ഒക്കെ പത്രസമ്മേളനത്തിൽ പറഞ്ഞിരിക്കുകയാണ്.

ജന്മിമാരാണ് ഗവൺമെന്റിന്റെ ദൃഷ്ടിയിൽ പരിശുദ്ധർ. മിച്ചഭൂമി കൊടുക്കാത്തവർക്ക് ഒരു വർഷം കഠിനതടവുശിക്ഷ നൽകുമെന്ന് ചില മന്ത്രിമാർ പറഞ്ഞുകൊണ്ട് നടക്കുന്നുണ്ട്. പക്ഷേ ദിവസവും ശിക്ഷിക്കപ്പെടുന്നത് ആയിരക്കണക്കിന് പാവപ്പെട്ടവരാണ്. ബേബിജോൺ പറഞ്ഞിരിക്കുന്നത് മിച്ചഭൂമി കണ്ടുപിടിക്കാൻ സർക്കാരിന് മെഷിനറി ഉണ്ടെന്നാണ്. എന്താണ് ആ മെഷിനറി? അത് ലാൻഡ് ബോർഡ് ആയിരിക്കുമല്ലോ. അതുകൊണ്ടാണ്, ലാൻഡ്ബോർഡ് ചെയർമാൻ കൂടിയായ അനന്തകൃഷ്ണൻ ഐ എ എസിനെ വിസ്തരിക്കണമെന്ന് ഞാൻ പറഞ്ഞത്. ലാൻഡ്ബോർഡ് എന്ന മെഷിനറി മിച്ചഭൂമിയെടുക്കാൻ എന്ത് നടപടിയാണ് സ്വീകരിച്ചതെന്ന് എനിക്കറിയണം.

ചുരുക്കത്തിൽ എന്റെ വാദങ്ങൾ ശരിയാകണമെങ്കിൽ ഈ മൂന്നു സാക്ഷികളിൽ നിന്ന് ലഭിക്കുന്ന തെളിവുകൾ ആവശ്യമാണ്. അതിനാൽ എ പി പിയുടെ തർക്കം തള്ളിക്കൊണ്ട് എന്റെ സാക്ഷികൾ ഹാജരാകാൻ കോടതി കൽപ്പിക്കണം.

എന്റെ വാദത്തിനുശേഷം എ പി പി ചില കോടതി വിധികൾ ഉദ്ധരിച്ചുകൊണ്ടുതന്നെ മുഖ്യമന്ത്രിയും റവന്യൂമന്ത്രിയും അനന്തകൃഷ്ണനും ഈ കേസിൽ ഹാജരാകേണ്ട കാര്യമില്ലെന്ന് പറഞ്ഞു. ഈ സമയത്ത് എന്റെ നിയമോപദേശകരിൽ ഒരാളായ വർക്കല രാധാകൃഷ്ണൻ ക്രിമിനൽ പ്രൊസീഡിയർ കോഡിലെ ഏത് വകുപ്പുപയോഗിച്ചാണ്, നീതിന്യായ ചരിത്രത്തിൽ കേട്ടുകേൾവി പോലുമില്ലാത്ത ഈ തർക്കം ഉന്നയിക്കുന്നതെന്നും സമൻസ് അയച്ചതിനുശേഷം തർക്കഹർജിയുടെ അടിസ്ഥാനത്തിലത് സ്റ്റേ ചെയ്യുന്നത് എന്നും ചോദിച്ചു.

കോടതി തന്റെ തീരുമാനം പ്രഖ്യാപിക്കാനായി കേസ് പിറ്റേന്നേക്ക് അവധിക്ക് വെച്ചു. എന്നെ വീണ്ടും ജാമ്യം കൂടാതെ വിടാനും മറ്റുള്ളവരെ റിമാന്റിൽ വെക്കാനും കോടതി ഉത്തരവിട്ടു. ഞാനതിനെ എതിർത്തു. എനിക്ക് മാത്രമായി പുറത്ത് പോകണ്ടെന്നും വിടുകയാണെ

ങ്കിൽ എല്ലാവരെയും വിടണമെന്നും ആവശ്യപ്പെട്ടുകൊണ്ട് ഒരു ഹർജി സമർപ്പിച്ചു. തുടർന്ന് പിറ്റേന്ന് കോടതി കൂടുന്നതുവരെ എന്നേയും മറ്റുള്ളവരെയും റിമാന്റിൽ വെക്കാൻ കൽപ്പനയായി.

പിറ്റേന്ന് രാവിലെ വീണ്ടും കോടതി കൂടിയപ്പോൾ ഒന്നും രണ്ടും സാക്ഷികളായ മുഖ്യമന്ത്രി അച്യുതമേനോൻ, റവന്യുമന്ത്രി ബേബി ജോൺ എന്നിവരെ സാക്ഷികളാക്കിക്കൊണ്ട് വരേണ്ട കാര്യമില്ലെന്ന് കോടതി വിധിച്ചു. അവർക്ക് ഈ കേസിൽ നേരിട്ട് ബന്ധമില്ലെന്നും അതുകൊണ്ടവരെ ഒഴിവാക്കാനും മൂന്നാം സാക്ഷി റവന്യൂബോഡ് മെമ്പർ അനന്തകൃഷ്ണന് സമൻസ് അയക്കാനും കോടതി ഉത്തരവായി.

ഒന്നും രണ്ടും സാക്ഷികളെ വിസ്തരിക്കാതെ മൂന്നാം സാക്ഷിയെ വിസ്തരിക്കുന്നതുകൊണ്ട് ഫലമില്ലെന്ന് ഞാൻ കോടതിയോട് പറഞ്ഞു. ഈ കേസുമായി ബന്ധപ്പെട്ട ചില കാര്യങ്ങൾ ജനങ്ങൾക്ക് അറിയേണ്ടതുണ്ട്. അതിനാണ് അവരെ വിസ്തരിക്കണണെന്നാവശ്യപ്പെട്ടത്. മുഖ്യമന്ത്രി അച്യുതമേനോനെ വേണമെങ്കിൽ ഒഴിവാക്കാൻ ഞാനും തയ്യാറാണ്. കാരണം അദ്ദേഹത്തിന് ഹൃദ്രോഗം ഉണ്ട്. എന്റെ ഒരു പഴയ സുഹൃത്താണ് അദ്ദേഹം. ഇനി ഈ കോടതിയിൽ വരുത്തി രോഗം വർധിപ്പിക്കേണ്ടെന്നു വെക്കാം. എന്നാൽ ബേബി ജോൺ ആരോഗ്യവാനാണ്. എന്തായിരുന്നാലും പ്രധാനമായി വിസ്തരിക്കേണ്ട ഒന്നും രണ്ടും സാക്ഷികളെ കോടതി ഒഴിവാക്കിയിരിക്കുന്നതിനാൽ മൂന്നാം സാക്ഷിയെ ഞാൻ വിസ്തരിക്കുന്നില്ല. എന്റെ പ്രധാന സാക്ഷികളെ വിസ്തരിക്കാൻപോലും അനുവദിക്കാത്ത സ്ഥിതിക്ക് എനിക്ക് നീതി ലഭിക്കുമെന്ന വിശ്വാസവും ഇല്ല.

ഗവൺമെന്റുഭാഗം സാക്ഷികളെ വിസ്തരിച്ച് കഴിഞ്ഞിരുന്നതിനാലും എന്റെ ഭാഗം സാക്ഷികളെ വിസ്തരിക്കേണ്ടെന്ന് വെച്ചതിനാലും കേസ് വാദമാരംഭിച്ചു.

പൊലീസ് ആക്ട് 47 ഗവൺമെന്റ് ഭൂമിയിൽ കയ്യേറുന്നതിനെ സംബന്ധിച്ചുള്ളതാണ്. മുടവൻമുകൾ കൊട്ടാരം സ്വകാര്യഭൂമിയാണ്. അതിനാൽ 47-ാം വകുപ്പ് അനുസരിച്ച് ചാർജ് ചെയ്ത കേസിൽ പ്രതികൾ കുറ്റക്കാരാണെന്ന് തെളിയിക്കാൻ കഴിയില്ല. ആ വകുപ്പ് അനുസരിച്ച് പ്രതികൾ കുറ്റക്കാരല്ലെന്ന് വരികിലും അന്യഭൂമിയിൽ അതിക്രമിച്ച് കടക്കുക, അവിടെ നിന്ന് പുറത്തുപോകണമെന്ന പൊലീസ് നിർദേശം ലംഘിക്കുക എന്നീ പ്രവൃത്തികൾ മൂലം പൊലീസ് ആക്ട് 38,52 വകുപ്പുകൾ പ്രകാരം പ്രതികൾ കുറ്റക്കാരാണ്. അതനുസരിച്ചുള്ള ശിക്ഷ അവർക്ക് നൽകണമെന്ന് അസിസ്റ്റന്റ് പബ്ലിക്ക് പ്രോസിക്യൂട്ടർ വാദിച്ചു.

എന്റെ വാദവും കോടതിവിധിയും

എനിക്കും എന്നോടൊപ്പമുള്ള 27 പ്രതികൾക്കും വേണ്ടി ഞാൻ വാദമാരംഭിച്ചു.

എന്നെ പാലസ് വളപ്പിൽ നിന്ന് പൊലീസ് നീക്കം ചെയ്യുമ്പോൾ ഏത് വകുപ്പനുസരിച്ചാണ് അങ്ങനെ ചെയ്യുന്നതെന്ന് പറഞ്ഞിരുന്നില്ല. ഏത് വകുപ്പനുസരിച്ചാണ് എന്നെ അറസ്റ്റ് ചെയ്യുന്നതെന്ന് ഞാൻ അറസ്റ്റ് ചെയ്യാനെത്തിയ പൊലീസ് ഉദ്യോഗസ്ഥന്മാരോട് ചോദിച്ചു. അവർക്കതിനൊന്നും മറുപടി പറയാനുണ്ടായിരുന്നില്ല. ഒരു പാവപ്പെട്ടവനെപ്പോലും പൊലീസ് അറസ്റ്റ് ചെയ്യുമ്പോൾ ഏത് വകുപ്പനുസരിച്ചാണ് അറസ്റ്റ് ചെയ്യുന്നതെന്ന് പറയണം. അത് സാമാന്യമര്യാദയാണ്.

ക്രോസ് വിസ്താരത്തിനിടക്ക് എ പി പി കൊണ്ടുവന്ന സാക്ഷി

കൾ പരസ്പരവിരുദ്ധമായ അഭിപ്രായങ്ങളും വിശദീകരണങ്ങളുമാണ് നൽകിയിട്ടുള്ളത്. ഒന്നാം സാക്ഷി സുകുമാരനാചാരി ക്രോസിൽ പറഞ്ഞിരിക്കുന്നത് എന്തിനാണ് എന്നെ അവിടെ നിന്ന് നീക്കുന്നത് എന്ന് അറിയില്ലെന്നാണ്. ഒന്നും രണ്ടും സാക്ഷികൾ പറയുന്നത് എന്നെ അറസ്റ്റ് ചെയ്തിട്ടില്ലെന്നാണ്.

എന്ത് കുറ്റമാണ് ചെയ്തതെന്ന് നട്ടെല്ലോടുകൂടി പറയാതെ നിയമ പ്രകാരം അറസ്റ്റ് ചെയ്യാതെ, എന്നെ താങ്ങി എടുത്ത് പൊലീസ് വാനിൽ കയറ്റി കോടതിയിൽ കൊണ്ടുവന്നിട്ട് പൊലീസിന്റെ ന്യായമായ നിർദേശം ലംഘിച്ചു എന്ന് കുറ്റമാരോപിച്ച പൊലീസ് ആപ്പീസർമാരുടെ പേരിൽ എന്ത് നടപടിയാണ് സ്വീകരിക്കേണ്ടതെന്നെനിക്കറിയാം.

മിച്ചഭൂമി പിടിച്ചെടുക്കൽ സമരത്തിന് നേതൃത്വം കൊടുത്ത് ജാഥ നയിച്ച് മതിൽചാടി കൊട്ടാരവളപ്പിൽ പ്രവേശിച്ച എന്നെ 28-ാം പ്രതിയാക്കി. ഒടുവിലിതാ പൊലീസ് ആക്ട് 47-ാം വകുപ്പനുസരിച്ച് ഭൂമി കൈയേറ്റം നടത്തിയതായി തെളിയിക്കാൻ കഴിയില്ലെന്ന് കുറ്റസമ്മതവും നടത്തിയിരിക്കുന്നു. ഗവൺമെന്റിന്റെ കള്ളക്കേസുകൾ പൊളിക്കാനുള്ള നിയമങ്ങൾ എനിക്ക് നിശ്ചയമുണ്ട്. ഒരു പാർലമെന്റംഗമായ എനിക്ക് എന്തിന് ഏത് നിയമമനുസരിച്ച് കുറ്റാരോപണം നടത്തുന്നു എന്ന് അറിയാനുള്ള അവകാശമില്ലെന്ന് ഗവൺമെന്റോ പൊലീസോ കോടതിയോ പറഞ്ഞാൽ അത് ഞാൻ വകവെച്ച് തരികയില്ല. ഇത് ഭരണഘടനാ ഭേദഗതികളുടെയും കോടതികളുടെ അധികാരപരിധി ചുരുക്കുവാനുള്ള നിയമനിർമാണങ്ങളുടെയും കാലഘട്ടമാണ്. ക്രിമിനൽ നിയമനടപടികൾ തുടങ്ങിയ കാലഹരണപ്പെട്ട ചട്ടങ്ങൾ തിരുത്തുന്നതിന് ലാകമ്മീഷനുകളും മറ്റും പ്രവർത്തിക്കുന്ന കാലഘട്ടമാണ്. ഇക്കാലത്ത് പൊലീസാണെന്ന അഹങ്കാരം മൂത്ത് ആരുടെമേലും എന്ത് നടപടിയും സ്വീകരിച്ചുകളയാം എന്ന് വിചാരിക്കുന്നത് വിഡ്ഢിത്തമാണ്.

ഭൂമി കൈയേറ്റക്കേസ് എന്ന ഈ പ്രഹസനത്തിലെ ഏറ്റവും പ്രധാന നടനായ പൊലീസ് അസിസ്റ്റന്റ് കമ്മീഷണർക്ക് പ്രതികളെ തിരിച്ചറിയാൻ കഴിയില്ലെന്ന് സാക്ഷി വിസ്താരത്തിൽ സമ്മതിച്ചിട്ടുണ്ട്. മിച്ചഭൂമി പിടിച്ചെടുക്കൽ സമരം സമാധാനപരമോ അല്ലയോ എന്ന് അയാൾക്ക് യാതൊരു വിവരവുമില്ല. സമരപരിപാടികൾ വിശദീകരിക്കാൻ 24-ാം തീയതി പുത്തരിക്കണ്ടം മൈതാനത്ത് ചേർന്ന യോഗത്തിൽ എന്ത് നടന്നു എന്ന് റിപ്പോർട്ട് ചെയ്യാൻ വന്ന പൊലീസുകാർ, സാധാരണ പൊലീസാവട്ടെ സി ഐ ഡി ആവട്ടെ, പൊലീസ് കമ്മീഷണറെ അറിയിച്ചില്ലെന്നാണ് പറയുന്നത്. പൊലീസ് പിന്നെ പുല്ല് പറിക്കാനോ കടലവിൽക്കാനോ ആണോ മൈതാനത്ത് വന്നതെന്ന് സംശയിക്കേണ്ടിയിരിക്കുന്നു.

കർഷക-കർഷകത്തൊഴിലാളി സമരസമിതി മെയ് 7-ന് എറണാകുളത്ത് രണ്ട് ലക്ഷത്തിലധികം ആളുകൾ സംബന്ധിച്ച യോഗത്തിൽ വച്ച് പരസ്യമായി പ്രഖ്യാപിച്ച സംഗതിയാണ്, മിച്ചഭൂമി പിടിച്ചെടുക്കുകയും ഭൂരഹിതർക്ക് വിതരണം ചെയ്യുകയും ചെയ്യാത്ത ഗവൺമെന്റ് നയത്തിൽ പ്രതിഷേധിച്ച് സമാധാനപരമായി മെയ് 25-ാം തീയതി മിച്ചഭൂമി പിടിച്ചെടുക്കൽ സമരം ആരംഭിക്കുമെന്നത്. തത്ത്വദീക്ഷയും മര്യാദയുമുള്ള ഗവൺമെന്റിന് ഇതൊഴിവാക്കാൻ ഒരു മാസത്തെ സമയമുണ്ടായിരുന്നു. അവരതിന് തയ്യാറായില്ല. ഇത് തടയാൻവേണ്ടി കോടതിയിൽ നിന്ന് വാറണ്ട് വല്ലതും സമ്പാദിക്കാനും പൊലീസിന് സമയമുണ്ടായിരുന്നു. അതൊന്നുമവർ ചെയ്തില്ല. അക്രമപരമായി ഞങ്ങൾ യാതൊന്നും

ചെയ്തില്ല. എന്നിട്ടും നിയമപരമായി നിലനിൽപ്പില്ലാത്ത കള്ളക്കേസുകൾ ഞങ്ങളുടെ പേരിൽ ചമയ്ക്കാനാണ് ഗവൺമെന്റ് മുതിർന്നത്. ഇത് പുറത്തു കൊണ്ടുവരാനും ഗവൺമെന്റിന്റെ കള്ളക്കളികൾ കുറ്റസമ്മത രൂപേണ വെളിച്ചത്താക്കാനും ഞങ്ങൾക്ക് കഴിഞ്ഞേക്കുമെന്ന് ഭയന്നിട്ടാണ് മന്ത്രിമാർ സാക്ഷിക്കൂട്ടിൽ കയറാതെ രക്ഷപ്പെടാൻ കിണഞ്ഞ് ശ്രമിച്ചത്.

കൊട്ടാരവളപ്പിൽ നിന്ന് പുറത്തു പോവണമെന്ന് ആവശ്യപ്പെട്ടപ്പോൾ പൊലീസ് കമ്മീഷണറോട് എന്താണ് കുറ്റം, എന്താണ് തെറ്റ് എന്ന് ചോദിച്ചു. ഗവൺമെന്റ് ഭാഗം സാക്ഷികൾ തന്നെ അതു സമ്മതിക്കുന്നുണ്ട്. വ്യക്തമായ മറുപടി പറഞ്ഞിരുന്നെങ്കിൽ, അതെനിക്ക് ബോധ്യം വന്നിരുന്നെങ്കിൽ, ഞാനത് അംഗീകരിക്കുമായിരുന്നു. പുറത്തുവന്ന് കമ്മീഷണർക്ക് ഒരു ചായ വാങ്ങിക്കൊടുക്കാനും എനിക്ക് സന്തോഷമേ ഉണ്ടായിരുന്നുള്ളൂ. പൊലീസാണെങ്കിലും അവരും മനുഷ്യരല്ലേ? പക്ഷേ മനുഷ്യത്വമില്ലാതെ, തത്ത്വദീക്ഷയില്ലാതെ ഗവൺമെന്റ് ആവശ്യപ്പെട്ടതായിരുന്നല്ലോ അവർ ചെയ്തത്. ഗവൺമെന്റിന് ഭൂപരിഷ്കരണനിയമത്തെ തുരങ്കം വെക്കുന്ന ജന്മിമാർക്ക് കൂട്ടു നിൽക്കുകയും ആ വിവരം പുറത്താരും അറിയാതിരിക്കുമായിരുന്നു വേണ്ടിയിരുന്നത്. അതിനു വേണ്ടി ഞാനുൾപ്പെടെ പതിനായിരക്കണക്കിന് സമരസഖാക്കളുടെ പേരിൽ കള്ളക്കേസുകൾ ഉണ്ടാക്കാനായിരുന്നു അവർക്ക് താൽപര്യം. അതനുസരിച്ച് പ്രവർത്തിച്ച ബുദ്ധിശൂന്യരായ പൊലീസും അവർക്ക് വേണ്ടി വാദിക്കാൻ ബാധ്യസ്ഥനായ ഗവൺമെന്റ് വക്കീലും അടിമുടി നിയമവിരുദ്ധവും സത്യവിരുദ്ധവുമായ കള്ളക്കേസുകൾ ഉണ്ടാക്കിയിരിക്കുകയാണ്. എന്തു ശിക്ഷവന്നാലും എനിക്കതിൽ പരാതിയില്ല.

ഭൂപരിഷ്കരണനിയമത്തിന്റെ 117, 118 വകുപ്പുകളനുസരിച്ച് മിച്ചഭൂമി കൈവിടാത്ത ഒറ്റ ജന്മിയെപ്പോലും ശിക്ഷിക്കാൻ കഴിയാത്ത, ശിക്ഷിക്കാൻ തയ്യാറല്ലാത്ത, ഗവൺമെന്റിന്റെ തെറ്റായ നയങ്ങൾ തിരുത്താൻ വേണ്ടിയാണ് ഞങ്ങൾ മിച്ചഭൂമിയിൽ പ്രവേശിച്ചത്. ഒരു സാമൂഹ്യ പരിഷ്കാരത്തിനുവേണ്ടി സദുദ്ദേശ്യത്തോടുകൂടി എന്നൊക്കെ ശ്രമങ്ങൾ നടത്തിയിട്ടുണ്ടോ, അന്നൊക്കെ പിന്തിരിപ്പന്മാർ ഞങ്ങളെ കള്ളക്കേസുകളിൽ കുടുക്കിയിട്ടുണ്ട്, ശിക്ഷിച്ചിട്ടുണ്ട്. അയിത്തോച്ചാടനത്തിന് വേണ്ടിയുള്ള ഗുരുവായൂർ സത്യഗ്രഹം, വൈക്കം സത്യഗ്രഹം, സ്വാതന്ത്ര്യത്തിനുവേണ്ടിയുള്ള ഗാന്ധിജിയുടെ ഉപ്പുസത്യഗ്രഹം-ഈ കാലങ്ങളിലൊക്കെ ശിക്ഷിക്കപ്പെട്ടിട്ടുണ്ട്. എങ്കിലും ഞങ്ങൾ അഭിലഷിച്ച സാമൂഹ്യപരിഷ്കാരം നടപ്പിലായി എന്ന് അഭിമാനിക്കാൻ വകയുണ്ടായിരുന്നു. പക്ഷേ അന്ന് ബ്രിട്ടീഷുകാർ സാമൂഹ്യപരിഷ്കാരത്തിന് വേണ്ടിയുള്ള സമരങ്ങളെ അധിക്ഷേപിക്കാൻ വേണ്ടി, പരാജയപ്പെടുത്താൻ വേണ്ടി, ഏതൊക്കെ വകുപ്പുകൾ അനുസരിച്ചെന്നെ ശിക്ഷിച്ചിട്ടുണ്ടോ, അതേ വൃത്തികെട്ട നിയമങ്ങൾ ഉപയോഗിച്ചാണ് ഇന്നും എനിക്കെതിരായി ഈ ഗവൺമെന്റ് നടപടികൾ സ്വീകരിച്ചിരിക്കുന്നത്. ജനാധിപത്യത്തിന്റെ പേരിലുള്ള ഗവൺമെന്റാണെന്ന വ്യത്യാസം മാത്രമാണ് ഉള്ളത്.

ഭൂപരിഷ്കരണനിയമത്തെ ലംഘിച്ച ഒരൊറ്റ ജന്മിക്കെങ്കിലും ഒരു വർഷത്തെ തടവുശിക്ഷ നൽകിയിട്ട് ഇവരെന്നെ തൂക്കിലേറ്റിയാലും എനിക്ക് ഖേദമില്ല. പൊലീസ് ആക്ട് 47, 38 കയ്യേറ്റം, ആജ്ഞാലംഘനം എന്നിങ്ങനെ എന്തൊക്കെ പറഞ്ഞ്, എന്തൊക്കെ കുത്സിത പ്രവർത്തനങ്ങൾ നടത്തിയാലും, എന്തു ശിക്ഷ തന്നെ നടത്തിയാലും, ഭൂപരിഷ്കരണനിയമം നടപ്പിലാക്കുന്നതിൽ അക്ഷന്തവ്യമായ കുറ്റമാണ് അച്യുത

മേനോൻ സർക്കാർ ചെയ്തിട്ടുള്ളതെന്ന് പകൽപോലെ വ്യക്തമായിരിക്കുകയാണ്.

നിയമം ലംഘിച്ചവരെ രക്ഷിക്കാനായി ഗവൺമെന്റ് നടത്തുന്ന വൃത്തികെട്ട ഗൂഢാലോചന പൊളിക്കുകയും ഭൂപരിഷ്കരണനിയമം നടപ്പിലാക്കി സാധുക്കൾക്ക് പ്രയോജനം കിട്ടാറാക്കുകയും ചെയ്യുക എന്ന പരിശുദ്ധമായ ഉദ്ദേശ്യത്തോടുകൂടിയാണ് മിച്ചഭൂമി പിടിച്ചെടുക്കൽ സമരത്തിന് ഞങ്ങൾ ഇറങ്ങിയത്. അവിടെ അനാവശ്യമായി കടന്നുവന്ന് തടസം പറയുന്ന പൊലീസിനെ ധിക്കരിച്ചതും സാമൂഹ്യനന്മയെ ലാക്കാക്കിയുള്ള പരിശുദ്ധമായ ഉദ്ദേശ്യത്തോടുകൂടിയാണ്. ഇതിനെതിരായി കെട്ടിച്ചമച്ച കള്ളക്കേസുകൾ നിയമവിരുദ്ധവും നിലനിൽക്കാത്തതും സത്യവിരുദ്ധവുമായതുകൊണ്ട് ഈ കേസുകൾ തള്ളിക്കളയണമെന്ന് ഞാനഭ്യർഥിക്കുന്നു.

എന്റെ വാദം അവസാനിച്ച ഉടനെ കേസ് വിധി പറയുന്നതിനായി 16-ാം തീയതിക്ക് അവധിവെച്ചു. അതുവരെ ഞങ്ങളെ റിമാന്റിൽ വെക്കാൻ കോടതി ആവശ്യപ്പെട്ടു.

16-ാം തീയതി കോടതി കൂടിയപ്പോൾ ഞങ്ങളുടെ പേരിൽ പൊലീസ് ഫയൽ ചെയ്തിരുന്ന കേസ് തള്ളിക്കളഞ്ഞുകൊണ്ടും ഞങ്ങളെല്ലാവരെയും വെറുതെ വിട്ടുകൊണ്ടും വിധി പ്രസ്താവിക്കുകയാണ് ഉണ്ടായത്. തിരുവനന്തപുരം രണ്ടാം ക്ലാസ് മജിസ്ത്രേട്ട് പ്രസ്താവിച്ച 11 പേജിലധികം വരുന്ന വിധിന്യായത്തിൽ എന്റെ പല വാദമുഖങ്ങളും ശരിവെച്ചിരുന്നു.

> പൊലീസ് ആക്ട് 38 (2) അനുസരിച്ച് എന്നെ അറസ്റ്റ് ചെയ്ത നടപടി ശരിയായില്ലെന്ന് വിധിന്യായത്തിൽ വ്യക്തമാക്കി. മാത്രമല്ല, പൊലീസ് ഉദ്യോഗസ്ഥന്മാരുടെ ന്യായമായ ഉത്തരവ് എ കെ ജിയും കൂട്ടരും അംഗീകരിച്ചില്ലെന്ന് പ്രോസിക്യൂഷൻ വാദം ശരിയല്ലെന്നും അതിൽ വ്യക്തമായി പറഞ്ഞിട്ടുണ്ട്. രാവിലെ 11.10-ന് കൊട്ടാരഭൂമിയിൽ പ്രവേശിച്ച എ കെ ജിയെ വൈകുന്നേരം നാല് മണിവരെ പൊലീസിന്റെ ന്യായമായ ഉത്തരവുകൾ ലംഘിച്ചിട്ടും അറസ്റ്റ് ചെയ്യാതിരിക്കാൻ കാരണമെന്താണെന്ന് പൊലീസ് വ്യക്തമാക്കിയിട്ടില്ല. പൊലീസ് ഉദ്യോഗസ്ഥന്മാരുടെ ഉത്തരവുകൾ ലംഘിച്ചിരുന്നെങ്കിൽ പൊലീസ് ആക്ട് 38 (2) അനുസരിച്ച് അപ്പോൾ തന്നെ അറസ്റ്റു ചെയ്യാമായിരുന്നു.
>
> മുടവൻമുകൾ കൊട്ടാരം മിച്ചഭൂമി ഗവൺമെന്റ് വക സ്ഥലമല്ലെന്നും ഒരു സ്വകാര്യവ്യക്തിയുടെ സ്ഥലമാണെന്നും പ്രോസിക്യൂഷൻ തന്നെ സമ്മതിച്ചിട്ടുണ്ട്. നേരത്തെതന്നെ ആ സ്ഥലം കയ്യേറുമെന്ന വാർത്ത അറിഞ്ഞിരുന്നതിനാൽ എ കെ ജിയുടെ പേരിൽ ആരോപിക്കപ്പെടുന്ന കുറ്റം തടയുന്നതിന് നിയമപരമായ നടപടി സ്വീകരിക്കാമായിരുന്നു. അതിവിടെ സ്വീകരിച്ചിട്ടില്ല. അതിനാൽ ട്രെസ്പാസ് (അനധികൃത പ്രവേശനം) എന്ന പൊലീസിന്റെ ആരോപണം നില നിൽക്കത്തക്കതല്ല.
>
> പ്രോസിക്യൂഷൻ സാക്ഷികളായി വന്നവർ പരസ്പരവിരുദ്ധവും ഉറപ്പില്ലാത്തതുമായ കാര്യങ്ങളാണ് പറഞ്ഞിട്ടുള്ളത്. അവർ നടത്തിയത് അനധികൃതമായ കയ്യേറ്റമല്ലെന്ന് എ പി പി തന്നെ വാദത്തിൽ സമ്മതിക്കുന്നു.

> ഒരു പാർലമെന്റംഗമായ എ കെ ജിയെ അറസ്റ്റ് ചെയ്യുന്നതിനു മുമ്പ് ഏത് വകുപ്പനുസരിച്ചാണ് അറസ്റ്റ് ചെയ്യുന്നതെന്ന് അദ്ദേഹത്തെ അറിയിക്കേണ്ടത് തികച്ചും ന്യായമാണ്. ഇവിടെ എ കെ ജി തന്നെ പല പ്രാവശ്യം, തന്നെ അറസ്റ്റ് ചെയ്യുന്നത് ഏത് വകുപ്പനുസരിച്ചാണെന്ന് ചോദിച്ചിട്ടും പൊലീസ് മറുപടി നൽകിയില്ലെന്ന് കാണുന്നു. പൊലീസ് ആക്ടിലെ വ്യക്തമായ വകുപ്പുകളുടെ അടിസ്ഥാനത്തിലല്ല പ്രതികളെ അറസ്റ്റ് ചെയ്തത്. അതുകൊണ്ടുതന്നെ പ്രോസിക്യൂഷൻ ഭാഗത്തിന് അത് തെളിയിക്കാനും കഴിയാതെപോയി.
>
> അറസ്റ്റ് ചെയ്യാൻ ഉപയോഗിച്ച വകുപ്പുകളെപ്പറ്റി വ്യക്തമായ ധാരണ പൊലീസിനുണ്ടായിരുന്നെങ്കിൽ നാല് മണി കഴിയുംവരെ കാത്തുനിൽക്കേണ്ട ആവശ്യമുണ്ടായിരുന്നില്ല. 38 (2) വകുപ്പനുസരിച്ചുള്ള കേസ് നിലനിൽക്കത്തക്കതല്ലാത്തതിനാൽ അതിനനുബന്ധമായി ശിക്ഷ നിർദേശിക്കുന്ന 52-ാം വകുപ്പും നിലനിൽക്കത്തക്കതല്ല. അതിനാൽ പ്രതികളെ എല്ലാവരെയും നിരപരാധികളെന്ന് കണ്ട് വെറുതെ വിടുന്നു.

അങ്ങനെ കോടതി വിധിയെ തുടർന്ന് 23 ദിവസമായി റിമാന്റിൽ കഴിഞ്ഞ ഞങ്ങൾ പുറത്തുവന്നു. എന്റെ പേരിൽ പൊലീസ് കെട്ടിച്ചമച്ച രണ്ട് കള്ളക്കേസുകളും തള്ളപ്പെടുകയാണ് ഉണ്ടായത്. ഞങ്ങളുടെ പേരിൽ ഇല്ലാത്ത കുറ്റം ആരോപിച്ചുകൊണ്ട് മനഃപൂർവം കള്ളക്കേസുകൾ സൃഷ്ടിച്ചതാണെന്നും എന്നെ അപമാനിക്കാൻകൂടിയാണ് ഈ നാടകമെല്ലാം നടത്തിയതെന്നുമുള്ള എന്റെ വാദമുഖങ്ങൾ കോടതിവിധിയുടെ അടിസ്ഥാനത്തിൽ സത്യമാണെന്നുവന്നു. കേസിൽ എന്റെ പല വാദമുഖങ്ങളെയും മജിസ്ട്രേട്ട് അംഗീകരിച്ചിരിക്കുകയാണ്.

മുമ്പ് കരുതൽ തടങ്കൽനിയമത്തിനെതിരായി മദിരാശി ഹൈക്കോടതിയിലും രാജ്യരക്ഷാ ചട്ടമനുസരിച്ച് അറസ്റ്റുചെയ്തപ്പോൾ കേരളഹൈക്കോടതിയിലും ചെയ്തതുപോലെ എന്റെ കേസ് മുഴുവനും ഞാൻ തന്നെയാണ് വാദിച്ചത്. ആവശ്യമായ നിയമോപദേശങ്ങൾ തന്ന് അഭിഭാഷകന്മാരായ വർക്കല രാധാകൃഷ്ണൻ. ചിറയിൻകീഴ് ഗോപിനാഥൻ നായർ, ആനയടിയിൽ ശ്രീനിവാസൻ, ചെറുന്നിയൂർ ശശിധരൻ നായർ എന്നിവർ സഹായിക്കുകയുണ്ടായി.

കോടതിയിൽ വിധി പ്രസ്താവിക്കുന്നത് കേൾക്കാൻ ധാരാളമാളുകൾ കൂടിയിരുന്നു. അക്കൂട്ടത്തിൽ സുശീലയും ലൈലയും ഉണ്ടായിരുന്നു. കോടതിയിൽനിന്ന് പുറത്തുവന്ന ഞങ്ങളെ മുദ്രാവാക്യങ്ങൾ മുഴക്കിക്കൊണ്ട് പുറത്ത് തടിച്ചുകൂടിയ ജനങ്ങൾ എതിരേറ്റു. കമ്യൂണിസ്റ്റ് പാർട്ടി (മാർക്സിസ്റ്റ്) തിരുവനന്തപുരം ജില്ലാ സെക്രട്ടറി കാട്ടായിക്കോണം ശ്രീധർ, കെ. മോഹനൻ, കെ. അനിരുദ്ധൻ, കരമന സോമൻ തുടങ്ങിയവർ മാലയിട്ട് സ്വീകരിച്ചു. അവിടെനിന്ന് കാറിൽ സംസ്ഥാനക്കമ്മിറ്റി ആപ്പീസിലേക്ക് തിരിച്ചു.

5

സമരം മൂന്നാം ഘട്ടത്തിലേക്ക്

ഞാൻ ജയിലിലായിരിക്കുമ്പോൾ തന്നെ സമരസമിതി നേതാക്കൾ കേരളത്തിലുടനീളം നടന്ന് പ്രചാരണപരിപാടി ആരംഭിച്ചിരുന്നു. ജൂൺ 17 മുതൽ 14 സ്ഥലങ്ങളിലെ മിച്ചഭൂമികളിൽക്കൂടി പ്രവേശിക്കാൻ സമരസമിതി തീരുമാനിച്ചു. അവ ഏതെല്ലാമെന്ന് പ്രഖ്യാപിക്കുകയും ചെയ്തു. എല്ലാ സ്ഥലങ്ങളിലും വളണ്ടിയർമാർ കയറിക്കൊണ്ടിരുന്നു. കളക്ടറേറ്റുകളിലെ പിക്കറ്റിങ്ങും സജീവമായി തുടർന്നു. ഗ്രാമങ്ങളിൽ നിന്ന് അനേകം ആളുകൾ സമരരംഗത്തേക്ക് പുതുതായി വന്നുകൊണ്ടിരുന്നു. ജനങ്ങൾ ആവേശപൂർവം സമരപരിപാടികളിൽ പങ്കെടുത്തുകൊണ്ടിരുന്നു.

ജയിൽമോചിതനായ ഞാൻ തിരുവനന്തപുരത്ത് പാർട്ടി ആപ്പീസിൽവെച്ച് ജൂൺ 17-ന് പത്രസമ്മേളനം നടത്തി. 23 ദിവസമായി നടന്നുവരുന്ന സമരത്തിൽ 15,000-ൽ പരം ആളുകൾ അറസ്റ്റ് ചെയ്യപ്പെട്ടിട്ടുണ്ടെന്ന് പത്രറിപ്പോർട്ടുകൾ ഉദ്ധരിച്ചുകൊണ്ട് ഞാൻ പറഞ്ഞു. ജയിലുകൾ നിറഞ്ഞതുകൊണ്ടായിരിക്കണം ഈയിടെയായി അറസ്റ്റ് ചെയ്യുന്നവരെ കോടതിയിൽ ഹാജരാക്കുകപോലും ചെയ്യാതെ വൈകുന്നേരം വിട്ടയക്കുന്നുണ്ട്. സമരത്തിനാധാരമായ പ്രശ്നങ്ങൾക്ക് പരിഹാരം കാണാതെ ജനശ്രദ്ധ തിരിച്ചുവിടുന്നതിലാണ് ഇന്ന് മന്ത്രിമാരുടെ ശ്രദ്ധ മുഴുവൻ.

ഗവർണർ നിയമസഭയിൽ പറഞ്ഞു 50,000 ഏക്കർ മിച്ചഭൂമി ഉണ്ടെന്ന്. ഇപ്പോൾ മന്ത്രി പറയുന്നു അത്രയുമൊന്നുമില്ലെന്ന്. ആരാണ് ഗവർണർക്ക് ഈ പ്രസംഗം തയ്യാറാക്കിക്കൊടുക്കുന്നത്? മന്ത്രിസഭയല്ലേ? ഇതു വഞ്ചനയല്ലേ? ഈ വഞ്ചനയുടെ തനിനിറം വ്യക്തമാക്കാനാണ് ഞാനവരെ കോടതിയിൽ വരുത്തണമെന്ന് പറഞ്ഞത്. അവരതിൽ നിന്ന് ഒഴിഞ്ഞുമാറി. ചുരുക്കം ചില സ്ഥലങ്ങളിലായി ആരംഭിച്ച സമരം ഇന്ന് വ്യാപകമായിക്കൊണ്ടിരിക്കുന്നു. അതിനിയും വ്യാപകമാക്കാൻ പോവുകയാണ്. ഇന്ന് നടന്നുവരുന്ന സമരരീതിക്കും മാറ്റം വരുത്തും. ഗവൺമെന്റിന്റെ അലസമനോഭാവം ഇല്ലാതാക്കുകതന്നെ ചെയ്യും.

ജയിലിൽ അനുഭവപ്പെടുന്ന ജലക്ഷാമവും അസൗകര്യങ്ങളും

ഞാൻ പത്രസമ്മേളനത്തിൽ വിശദീകരിച്ചു. ജയിലിലെ ജലക്ഷാമവും ഭക്ഷണവും അവിടത്തെ പെരുമാറ്റരീതിയിൽ മാറ്റം വരുത്തേണ്ടതിന്റെ ആവശ്യകതയും ചൂണ്ടിക്കാണിച്ചുകൊണ്ട് മുഖ്യമന്ത്രി അച്യുതമേനോന് ഞാനൊരു കത്തയച്ചു.

എന്റെ കേസിന്റെ വിധി പരാമർശിച്ചുകൊണ്ട് ഇ എം എസ് ഒരു പ്രസ്താവന പുറപ്പെടുവിച്ചു. "ഭൂപരിഷ്കരണ നടപടികൾ ത്വരിതഗതിയിലാക്കണമെന്ന് ആഗ്രഹിക്കുന്ന ഗവൺമെന്റാണ് ഇവിടെ ഉള്ളതെങ്കിൽ ഈ വിധിയുടെ വെളിച്ചത്തിൽ അവർ ചെയ്യേണ്ടത് സന്നദ്ധഭടന്മാരെ ഇനിമേലിൽ അറസ്റ്റ് ചെയ്യാതിരിക്കുകയാണ്. ഗവൺമെന്റിന് ഭൂമി വിതരണത്തിന് സാധിക്കുന്നതുവരെ അവർ പ്രവേശിച്ചു കഴിഞ്ഞതും ഇനി പ്രവേശിക്കാൻ പോകുന്നതുമായ സ്ഥലങ്ങൾ ഗവൺമെന്റിന്റെ ട്രസ്റ്റി എന്ന നിലയിൽ അവർ കൈവശം വെക്കട്ടെ. ആ കോടതി വിധി സ്വകാര്യഭൂമികളുടെ സംരക്ഷണം ഇന്നത്തെ രീതിയിൽ ഗവൺമെന്റ് തുടരേണ്ടതില്ലെന്ന് വ്യക്തമാക്കുന്നു. ഗവൺമെന്റ് ഞാൻ പറഞ്ഞ രീതിയിൽ സഹകരിക്കുമെങ്കിൽ അടുത്ത മൂന്നു മാസത്തിനകം ഒരു ലക്ഷം ഏക്കർ ഭൂമി ഗവൺമെന്റിനു വിതരണം ചെയ്യാൻ സാധിക്കും. "പിന്തിരിപ്പന്മാരുടെ രണ്ടാം വിമോചനസമരം" നേരിടാനുള്ള കരുത്താണ് കർഷക-കർഷകത്തൊഴിലാളി പ്രസ്ഥാനമെന്ന് മനസ്സിലാക്കി സമരത്തിനുനേരെ അനുവർത്തിച്ചുവരുന്ന നയത്തിൽ മാറ്റം വരുത്താൻ" ആ പ്രസ്താവനയിൽ അദ്ദേഹം ആഹ്വാനം ചെയ്തു.

ജയിൽ മോചിതനായ ഞാൻ പ്രചാരണാർഥം പര്യടനമാരംഭിച്ചു. തിരുവനന്തപുരത്ത് ഒന്നുരണ്ട് സ്ഥലങ്ങളിലെ മിച്ചഭൂമി പിടിച്ചെടുക്കൽ സമരം നടക്കുന്ന സ്ഥലങ്ങൾ പോയി കണ്ടു. മൂന്നുനാലു യോഗങ്ങളിൽ പ്രസംഗിക്കുകയും ചെയ്തു. കൊല്ലത്തുവെച്ച് കൊടുമൺ പ്ലാന്റേഷനിൽ മർദനത്തിനിരയായ സഖാക്കളെ പോയിക്കണ്ടു. പൊലീസുദ്യോഗസ്ഥൻമാരുമായി സംസാരിക്കുകയും അടിയന്തരമായി ഇടപെടാൻ അഭ്യർഥിച്ചുകൊണ്ട് ഐ ജിക്കും മുഖ്യമന്ത്രിക്കും കത്തെഴുതുകയും ചെയ്തു. കൊല്ലത്തുവെച്ച് ഒന്നുരണ്ട് സ്വീകരണ യോഗങ്ങളിലും പ്രവർത്തക യോഗങ്ങളിലും പങ്കെടുത്തു. അവിടെ നിന്ന് ആലപ്പുഴക്ക് തിരിച്ചു. കൈനകരിയിലും ആലപ്പുഴയിലുമായി രണ്ടുമൂന്ന് യോഗങ്ങളിൽ പങ്കെടുത്തു. ആലപ്പുഴക്കടുത്ത് മിച്ചഭൂമി പിടിച്ചെടുക്കുന്ന സമരരംഗം സന്ദർശിച്ചു.

ജൂൺ 24-ന് കൊച്ചിയിലെത്തി തേവരയിൽ ചേർന്ന സ്വീകരണ യോഗത്തിൽ പ്രസംഗിച്ചു. സമരം ആരംഭിച്ചിട്ട് ഒരു മാസമായിട്ടും ഗവൺമെന്റ് ഒരു നടപടിയും സ്വീകരിക്കാത്തതിനാൽ സമരസമിതി കൂടി സമരരീതിക്ക് മാറ്റം വരുത്തുമെന്നും ഭൂപരിഷ്കരണം കൃഷിക്കാരന്റെ പ്രശ്നമാണെന്ന കരുതി ഗവൺമെന്റ് അവഗണന കാണിക്കാതെ അതൊരു ദേശീയ പ്രശ്നമായി പരിഗണിച്ച് ഉടൻതന്നെ പരിഹാരം കാണണമെന്നും ഞാനാവശ്യപ്പെട്ടു.

കൊച്ചിയിൽ നടന്ന സമരസമിതി യോഗത്തിൽ പങ്കെടുത്തു. ഇപ്പോൾ നടന്നുകൊണ്ടിരിക്കുന്ന 37 കേന്ദ്രത്തിലെ സമരത്തിന് പുറമെ സമരത്തിന്റെ നാലാംഘട്ടമായി ജൂൺ 26 മുതൽ 13 കേന്ദ്രങ്ങളിലേക്കു കൂടി മിച്ചഭൂമിസമരം വ്യാപിപ്പിക്കാൻ തീരുമാനിച്ചു.

എറണാകുളത്തുനിന്ന് തൃശൂരെത്തി. തൃശൂരും കുന്നംകുളത്തും ചേർന്ന സമരപ്രചാരണ യോഗങ്ങളിൽ പങ്കെടുത്തു. സമരരംഗം സന്ദർശി

ച്ചു. സന്നദ്ധഭടൻമാരോട് സംസാരിച്ചു. പ്രവർത്തകയോഗങ്ങളിൽ പങ്കെടുത്തു. അവിടെനിന്ന് കണ്ണൂർക്ക് തിരിച്ചു. കണ്ണൂർ ജില്ലയിലാകമാനം സഞ്ചരിച്ചു. അനേകം സ്വീകരണ യോഗങ്ങളിൽ സംസാരിച്ചു. കഴിഞ്ഞ ഒരു മാസത്തിലധികമായി നടന്നുവരുന്ന സമരത്തിന്റെ നേട്ടങ്ങളും എന്റെ കോടതി കേസുകളിൽ നിന്ന് മന്ത്രിമാർ ഒഴിഞ്ഞുമാറാൻ കാണിച്ച വെപ്രാളങ്ങളും ഞാൻ പൊതുയോഗങ്ങളിൽ വിവരിച്ചു.

മിച്ചഭൂമിസമരം പിൻവലിക്കണമെന്ന് അഭ്യർഥിച്ചുകൊണ്ട് ഗവൺമെന്റ് ഒരു പ്രസ്താവന പുറപ്പെടുവിച്ചു. അതിന് മറുപടിയായി കോഴിക്കോട്ടുവെച്ച് ഞാനൊരു പ്രസ്താവന പുറപ്പെടുവിച്ചു. അതിൽ ഗവൺമെന്റ് കാണിക്കുന്ന അലസത മാറ്റാമെങ്കിൽ, ഗവൺമെന്റിന് ചെയ്യാവുന്നത് ചെയ്യാമെങ്കിൽ, സമരം നിർത്താൻ തയ്യാറാണെന്നു ഞാൻ പറഞ്ഞു. പക്ഷേ ഗവൺമെന്റും അവരുടെ ഉദ്യോഗസ്ഥന്മാരും നിയമത്തിൽ ജന്മിമാർക്ക് അനുകൂലമായ ഭേദഗതി വരുത്തുന്നതിനെപ്പറ്റിയാണ് ആലോചിക്കുന്നത്. കഴിഞ്ഞ 43 ദിവസങ്ങളിലായി നടന്ന സമരത്തിൽ 40,000ത്തോളം പേർ അറസ്റ്റ് ചെയ്യപ്പെട്ടിട്ടുണ്ട്. ഇക്കാര്യത്തിൽ ഗവൺമെന്റ് കാണിക്കുന്ന വ്യഗ്രത സമരസമിതി വളണ്ടിയർമാർ ചൂണ്ടിക്കാണിച്ച മുരിക്കന്റെയും മങ്കൊമ്പ് സ്വാമിയുടെയും കൊട്ടുകാപ്പള്ളിയുടെയും മാടപ്പറമ്പന്റെയുമൊക്കെ മിച്ചഭൂമികൾ ഏറ്റെടുക്കാനോ കണക്ക് നൽകാത്തതിന് അവരുടെ പേരിൽ നടപടി എടുക്കാനോ കാണിക്കുന്നില്ല. അതുകൊണ്ട് കാർഷിക രംഗത്ത് ഒരു പരിവർത്തനമാണ് ഗവൺമെന്റ് ആഗ്രഹിക്കുന്നതെങ്കിൽ ഭരണകക്ഷികൾകൂടി രംഗത്തിറങ്ങുകയാണ് വേണ്ടതെന്ന് ഞാൻ ആ പ്രസ്താവനയിൽ ആവശ്യപ്പെട്ടു.

കോഴിക്കോട്ട് ഒന്നുരണ്ട് പൊതുയോഗങ്ങളിൽ പങ്കെടുത്തു. ജൂലായ് 13-ന് കണ്ണൂരിൽ നിന്ന് ഒരു സമരപ്രചാരണജാഥ തിരുവനന്തപുരത്തേക്ക് തിരിക്കാൻ സമരസമിതി തീരുമാനിച്ചു. അതിൽ പങ്കെടുക്കാനായി ജൂലായ് 12-ന് കണ്ണൂരിൽ എത്തി.

സമരപ്രചാരണജാഥ

ജൂലായ് 13-ന് കർഷകത്തൊഴിലാളി സമരത്തിന്റെ പ്രചാരണാർഥം മഞ്ചേശ്വരത്ത് നിന്ന് തിരുവനന്തപുരത്തേക്ക് ഒരു ജീപ്പുജാഥ ആരംഭിച്ചു. ജാഥയിൽ എനിക്ക് പുറമെ ഫാദർ വടക്കൻ, ജോൺ മാഞ്ഞൂരാൻ എന്നിവരും ഉണ്ടായിരുന്നു. ജയിൽവാസവും തുടർച്ചയായ യാത്രകളും എന്റെ ആരോഗ്യം തകരാറിലാക്കിയിരുന്നു. അത് വകവെക്കാതെയാണ് ഞാൻ ജാഥയിൽ പങ്കെടുക്കാൻ തീരുമാനിച്ചത്. അതിനാൽ മറ്റ് പാർട്ടി പ്രവർത്തനങ്ങൾ നിർത്തിവച്ച് സുശീലയും കൂടെ എത്തിയിരുന്നു. ഇടയ്ക്കിടക്ക് മരുന്നുതരാനും ഭക്ഷണകാര്യത്തിൽ ശ്രദ്ധിക്കാനും പ്രസംഗത്തിൽ സഹായിക്കാനും അവർ എപ്പോഴും ശ്രദ്ധിച്ചിരുന്നു. നീണ്ട പ്രസംഗങ്ങൾ ചെയ്യരുതെന്നും ഭക്ഷണത്തിൽ ചില പ്രത്യേകതകൾ ആചരിക്കണമെന്നും ഡോക്ടർമാർ ആവശ്യപ്പെട്ടിരുന്നു. യോഗങ്ങൾ പ്ലാൻ ചെയ്യുന്നതിനും മറ്റ് സഹായങ്ങൾ ചെയ്യുന്നതിനും ഞങ്ങളെ പ്രസംഗങ്ങളിൽ സഹായിക്കുന്നതിനുമൊക്കെയായി കുഞ്ഞിക്കണ്ണനും കൂടെ യാത്ര ചെയ്തിരുന്നു.

മഞ്ചേശ്വരത്ത് വച്ച് സമരസമിതി സെക്രട്ടറിയായ കുഞ്ഞിക്കണ്ണൻ ജാഥ ഉദ്ഘാടനം ചെയ്തു. കണ്ണൂർ ജില്ലയിലെ പര്യടനം ആവേശകരമായിരുന്നു. കാസർഗോഡ് നിന്ന് നീലേശ്വരത്തെത്തി. പിന്നീട് പോയത് കർഷ

കസമരങ്ങളുടെയും രക്തസാക്ഷികളുടെയും നാടായ കരിവെള്ളൂർക്കായിരുന്നു. മഴയെ കൂട്ടാക്കാതെ ആയിരക്കണക്കിനാളുകൾ പ്രകടനത്തിലും തുടർന്ന് നടന്ന യോഗത്തിലും പങ്കെടുത്തു. പയ്യന്നൂർ ഗാന്ധിബസാറിലും മടത്തിൽ ബസാറിലും സ്വീകരണയോഗങ്ങൾ ഉണ്ടായിരുന്നു. ആ രണ്ട് യോഗങ്ങളിലും സ്ത്രീകൾ ധാരാളം പങ്കെടുത്തുകണ്ടു. ചെറുപുഴയിലും കറുവഞ്ചാലയിലും നടന്ന യോഗങ്ങൾ രാത്രി വളരെയായതിനുശേഷമാണ് നടന്നത്. മഴ മൂലം എത്തിച്ചേരുമെന്നറിയിച്ചിരുന്നതിലും നാല് മണിക്കൂർ വൈകിയാണ് ഞങ്ങളവിടെ എത്തിച്ചേർന്നത്. ജാഥ കടന്നുപോവുന്ന സ്ഥലങ്ങളിലും നാൽക്കവലകളിലും മറ്റ് പരിപാടികളില്ലാത്ത സ്ഥലത്തും ആളുകൾ കൂടി നിന്ന് ചെറിയ സ്വീകരണങ്ങൾ നൽകി. അവിടെയൊക്കെ ഞങ്ങളിലാരെങ്കിലും അൽപ്പനേരം സംസാരിക്കേണ്ടിവന്നു. ഇത്തരം സ്വീകരണങ്ങളും പ്രസംഗങ്ങളുമാണ് പരിപാടിയിൽ കൊടുത്തിരിക്കുന്നതിൽനിന്ന് വളരെ താമസിച്ചു മാത്രം പല സ്ഥലത്തും എത്തിച്ചേരാനും പരിപാടികൾ വൈകാനും കാരണം. പിറ്റേന്ന് മാനന്തവാടി, ആലപ്പുഴ, മേപ്പയൂർ, പേരാമ്പ്ര തുടങ്ങിയ സ്ഥലങ്ങളിലായിരുന്നു പരിപാടികൾ.

മൂന്നു ദിവസം കർഷക സമരങ്ങളുടെ നാടായ കണ്ണൂരിൽ പര്യടനം നടത്തി ജാഥ 17-ാം തിയതി കോഴിക്കോട് ജില്ലയിലേക്ക് പ്രവേശിച്ചു. അതിർത്തിയായ പനമരത്തുവെച്ച് കോഴിക്കോട് ജില്ലാ സെക്രട്ടറി എം കെ കേളുവിന്റെ നേതൃത്വത്തിൽ സ്വീകരണം നൽകി. പനമരത്തെ സമ്മേളനത്തിനുശേഷം മീനങ്ങാടിയിൽ സ്വീകരണസമ്മേളനം നടന്നു. അവിടത്തെ യോഗത്തിൽ കർഷക തൊഴിലാളികളായ മുസ്ലീം സ്ത്രീകൾ ധാരാളം പങ്കെടുത്തിരുന്നു. പിന്നീട് മലയോര കർഷകകേന്ദ്രമായ കൽപ്പറ്റയിൽ എത്തി. പാടത്ത് പണിയെടുക്കുന്ന അർദ്ധനഗ്നരും പട്ടിണിക്കാരുമായ കർഷകത്തൊഴിലാളികൾ ആവേശത്തോടെ പ്രകടനത്തിലും സ്വീകരണയോഗത്തിലും പങ്കെടുത്തിരുന്നു. യാതൊരു രേഖയുമില്ലാതെ കൈവശം വെച്ച് കൃഷിചെയ്യുന്ന ചെറുകിട കർഷകർ ആ പ്രദേശങ്ങളിൽ ധാരാളമുണ്ട്. കാർഷികബിൽ അവരെ സംബന്ധിച്ചിടത്തോളം നിലനിൽപ്പിന്റെ പ്രശ്നമാണ്. മീനച്ചൽ തൊടുപുഴ ഭാഗങ്ങളിൽ നിന്നെത്തിയ ക്രിസ്ത്യാനികളായ കുടിയേറ്റക്കാർ ഫാദർ വടക്കന്റെ പ്രസംഗം ശ്രദ്ധിച്ചിരുന്നു കേൾക്കുന്നതു കണ്ടു. കോഴിക്കോട്ടെ സ്വീകരണം വളരെ വലുതായിരുന്നു. അവിടെ നിന്ന് മലപ്പുറം ജില്ലയിലേക്ക് തിരിച്ചു. വഴിനീളെ സ്വീകരണങ്ങൾ ഉണ്ടായിരുന്നു.

പെരിന്തൽമണ്ണ-ഏറനാട് താലൂക്കുകളിലെ സ്വീകരണങ്ങൾ എന്നിൽ പഴയകാലത്തെപ്പറ്റിയുള്ള ഓർമകൾ ഉണർത്തി. ഏറനാട് 1921 കാലത്തു നടന്ന കാർഷിക വിപ്ലവങ്ങളുടെ നാടണല്ലോ. അവിടങ്ങളിലെ കർഷകത്തൊഴിലാളികളും ഇടത്തരം കൃഷിക്കാരും അനുഭവിച്ച ദുരിതങ്ങൾക്ക് കണക്കില്ല. 1935 കാലങ്ങളിൽ ഞാനവിടെച്ചെന്ന് വളരെനാൾ പ്രവർത്തിച്ചിട്ടുണ്ട്. അക്കാലങ്ങളിൽ കർഷകയോഗങ്ങളിലും സ്വാതന്ത്ര്യസമരത്തിനുവേണ്ടിയുള്ള സമരങ്ങളിലും എന്തുമാത്രം ആവേശത്തോടെയാണ് ആളുകൾ പ്രവർത്തിച്ചത്!

കാളികാവിലെ യോഗത്തിൽ കുഞ്ഞാലിയുടെ അഭാവത്തെപ്പറ്റി ഞാൻ സൂചിപ്പിച്ചു. ഈ നാട്ടിൽ വന്നാൽ എല്ലാറ്റിന്റെയും മുന്നിൽ ഏതു സമയത്തും കുഞ്ഞാലി ഓടി നടക്കുന്നതുകാണാമായിരുന്നു. ഞാനിതു സൂചിപ്പിച്ചപ്പോൾ പലരും കണ്ണുനീരൊപ്പുന്നതുകണ്ടു. അവർക്ക് കുഞ്ഞാ

ലിയെപ്പറ്റി പലതും, പല കഥകളും പറയാനുണ്ടാവും. പിന്നീട് ഞങ്ങൾ കരുവാരക്കുണ്ടിലേക്ക് തിരിച്ചു. പാണ്ടിക്കാട്ടും വണ്ടൂരും വിപുലമായ സമ്മേളനങ്ങളാണ് നടന്നത്. മലപ്പുറം ജില്ലയിലെ രണ്ടാം ദിവസത്തെ പരിപാടിയിൽ പരപ്പനങ്ങാടി, വേങ്ങര, തിരൂരങ്ങാടി, കോട്ടയ്ക്കൽ തുടങ്ങിയ സ്ഥലങ്ങളിൽ സ്വീകരണങ്ങൾ ഉണ്ടായിരുന്നു. മഴയും തണുപ്പുമെല്ലാം ഏറ്റുള്ള യാത്രക്കിടയിൽ എനിക്ക് നേരിയ പനിയും ചുമയും പിടിപെട്ടിരുന്നു. മലപ്പുറത്ത് വെച്ച് അത് അൽപ്പം അധികമായി. മഴയും തണുപ്പും ഏറ്റുകൊണ്ടുള്ള യാത്ര നിർത്തിവെക്കണമെന്ന് ഡോക്ടർ വീണ്ടും എന്നെ ഉപദേശിച്ചു. പക്ഷേ കർഷകജാഥയിൽ നിന്ന് അൽപ്പദിവസത്തേക്കാണെങ്കിൽ പോലും മാറി നിൽക്കുക എന്നത് എനിക്ക് ചിന്തിക്കാൻപോലും വയ്യായിരുന്നു. അതിനാൽ ഞാൻ ജാഥയിൽ തുടർന്നും സഞ്ചരിക്കാൻ തീരുമാനിച്ചു. പക്ഷേ നീണ്ട പ്രസംഗങ്ങൾ ചെയ്യുന്നതിൽ നിന്ന് എന്നെ സഹപ്രവർത്തകർ വിലക്കി. അതിനാൽ രണ്ടോ മൂന്നോ വാചകങ്ങളിൽ പ്രസംഗങ്ങൾ എനിക്ക് നിർത്തേണ്ടിവന്നു. എനിക്ക് പകരം ദീർഘമായി കാര്യങ്ങൾ വിശദീകരിച്ചുകൊണ്ട് പ്രസംഗിക്കുന്ന ചുമതല ഫാദർ വടക്കൻ ഏറ്റെടുത്തു. അദ്ദേഹത്തിന്റെ പ്രസംഗശൈലി ആരെയും ആകർഷിക്കുന്നതായിരുന്നു. ഒരു കത്തോലിക്കാപുരോഹിതൻ സാമൂഹ്യ വിപ്ലവത്തിനുവേണ്ടി രംഗത്തുവന്ന് സമരനേതൃത്വം നൽകി ത്യാഗപൂർണമായ യാത്രയും പ്രസംഗവും നടത്തുന്നത് പലരേയും അത്ഭുതപ്പെടുത്തിയിരുന്നു എന്ന് തോന്നുന്നു. പക്ഷേ എല്ലാവിധ എതിർപ്പുകളെയും അവഗണിച്ചുകൊണ്ട് തനിക്കു ശരിയെന്ന് തോന്നുന്ന കാര്യങ്ങൾക്കുവേണ്ടി കഠിനമായി യത്നിക്കുന്ന അദ്ദേഹത്തിന്റെ ആത്മാർപ്പണബുദ്ധിയോടുള്ള പ്രവർത്തനം ആദരണീയമായിരുന്നു.

ജൂലായ് 20-ന് ജാഥ പാലക്കാട് ജില്ലയിലേക്ക് പ്രവേശിച്ചു. കേരളത്തിൽ ഏറ്റവും കൂടുതൽ കർഷകത്തൊഴിലാളികൾ ഉള്ളത് പാലക്കാട് ജില്ലയിലാണ്. കുടികിടപ്പ് വളച്ചുകെട്ടാനുള്ള ആലപ്പുഴ സമ്മേളന തീരുമാനം നടപ്പിലാക്കിയതിന്റെ ഗുണം ഏറ്റവും കൂടുതൽ ലഭിച്ചത് പാലക്കാട്, ആലപ്പുഴ ജില്ലകളിലെ കർഷകത്തൊഴിലാളികൾക്കാണ്. പാലക്കാടിന്റെ അതിർത്തിയിൽവെച്ച് എം കെ കൃഷ്ണൻ ജാഥയെ സ്വീകരിച്ചു. കൂറ്റനാട്, പട്ടാമ്പി, ഷൊർണൂർ, കൂനത്തറ, ഒറ്റപ്പാലം തുടങ്ങിയ സ്ഥലങ്ങളിലൊക്കെ സ്വീകരണങ്ങളും പൊതുയോഗങ്ങളും ഉണ്ടായിരുന്നു. ശ്രീകൃഷ്ണപുരത്തുവെച്ച് എനിക്കൊരു പുതിയ അനുഭവമുണ്ടായി. മുണ്ടി എന്ന ഒരു വൃദ്ധ പൊതിച്ച രണ്ടു നാളികേരം പിണച്ചുകെട്ടി ഒരു മാലയാക്കി എന്റെ കഴുത്തിലണിഞ്ഞു. തനിക്ക് ഈ മാലയേ തരാനുള്ള എന്നറിയിച്ചു. ഞാനാകെ വികാരഭരിതനായിപ്പോയി. ഇത്തരം സാധാരണക്കാരാണ് പ്രസ്ഥാനത്തിന്റെ ജീവൻ.

പാലക്കാട് ജില്ലയിലെ പതിനായിരക്കണക്കായ ജനങ്ങൾ നൽകിയ സ്വീകരണങ്ങൾക്കുശേഷം പഴയന്നൂരിൽവെച്ച് ജാഥ തൃശൂർ ജില്ലയിലേക്ക് പ്രവേശിച്ചു. ജില്ലാ സെക്രട്ടറി മാമക്കുട്ടിയാണ് സ്വീകരണത്തിന് നേതൃത്വം നൽകിയത്. ജൂലായ് 22, 23 തീയതികളിൽ ജില്ലയിലൂടെ പര്യടനം നടത്തി, നിരവധി സ്വീകരണയോഗങ്ങളിൽ ഞങ്ങൾ പങ്കെടുത്തു. പഴയന്നൂർ, കൊണ്ടാഴി, തിരുവില്വാമല, ചേലക്കര, ചെറുതുരുത്തി, വടക്കാഞ്ചേരി, എരുമപ്പെട്ടി, കുന്നംകുളം, വടക്കേക്കാട്, ഗുരുവായൂർ തുടങ്ങിയ സ്ഥലങ്ങളിൽ സ്വീകരണയോഗങ്ങൾ നടന്നു.

രണ്ട് ദിവസത്തെ തൃശൂർ പര്യടനത്തിനുശേഷം ജൂലായ് 24-ന്

എറണാകുളം ജില്ലയിൽ പ്രവേശിച്ചു. അങ്കമാലി, കാലടി, ചൂർണിക്കര, എടത്തല, കളമശ്ശേരി, തൃക്കാക്കര എന്നിവിടങ്ങളിലൂടെ സഞ്ചരിച്ച് അവിടങ്ങളിൽ നടന്ന സമ്മേളനങ്ങളിൽ പങ്കെടുത്തുകൊണ്ട് എറണാകുളത്തെത്തി. എറണാകുളത്ത് വലിയൊരു സമ്മേളനം ഉണ്ടായിരുന്നു. എറണാകുളത്തുവെച്ച് സമരസമിതി യോഗത്തിൽ പങ്കെടുത്തു. സമരത്തിന് ഒരു പുതിയ മുഖം തുറക്കാൻ തീരുമാനിച്ചു.

കർഷക-കർഷകത്തൊഴിലാളി സമരസമിതിയുടെ നേതൃത്വത്തിൽ നടന്നുവരുന്ന സമരം രണ്ടുമാസം തികയുന്ന ജൂലായ് 25-ന് പതിനൊന്ന് ജില്ലകളിലായി, 609 സ്ഥലങ്ങളിലായി ഒന്നര ലക്ഷം ഏക്കറിലധികം ഭൂമിയിൽ സമരഭടന്മാർ പ്രവേശിക്കണമെന്ന് തീരുമാനിച്ചു. സ്ഥലങ്ങളുടെ വിശദവിവരങ്ങളും മിച്ചഭൂമിയുടെ ലിസ്റ്റും പ്രസിദ്ധീകരണത്തിന് നൽകി.

എറണാകുളം ജില്ലയിൽ തിരുവാങ്കുളം, കോലഞ്ചേരി, കോതമംഗലം, പോത്താനിക്കാട്, വാഴക്കുളം, പാമ്പാക്കട എന്നിവിടങ്ങളിലൊക്കെ സ്വീകരണങ്ങൾ ഉണ്ടായിരുന്നു. എല്ലാ സ്ഥലങ്ങളിലും ധാരാളം ആളുകൾ സ്വീകരണ സമ്മേളനങ്ങളിൽ പങ്കെടുത്തു. തൊടുപുഴ വെച്ച് ഇടുക്കി ജില്ലയിലെ പ്രവർത്തകർ സ്വീകരിച്ചു. തൊടുപുഴ, കുളമാവ്, കട്ടപ്പന, നെടുങ്കണ്ടം, ഏലപ്പാറ എന്നിങ്ങനെ മലയോരപ്രദേശത്തുകൂടിയാണ് ഞങ്ങളുടെ ജാഥ കടന്നുപോയത്. അവിടങ്ങളിലെല്ലാം സ്വീകരണങ്ങളും പൊതുയോഗങ്ങളും ഉണ്ടായിരുന്നു. ഹൈറേഞ്ചിലെ കുടികിടപ്പുകാർ നല്ല വരവേൽപ്പാണ് ഞങ്ങൾക്ക് നൽകിയത്. അവിടത്തെ കുടിയേറ്റക്കാർ എന്നും കുടിയിറക്ക് ഭീഷണിയിലാണ് കഴിയുന്നത്. കോട്ടയം ജില്ലയിൽനിന്ന് കുടിയേറിപ്പാർത്തവരാണ് അവിടെ അധികവും. വർഷങ്ങളായി കെട്ടിപ്പടുത്ത കൃഷിഭൂമിയുടെ നിലനിൽപ്പിനുവേണ്ടി ജീവൻകളഞ്ഞും സമരം നടത്താൻ അവർ തയ്യാറാണ്. ഞാനും ഫാദർ വടക്കനും ഇന്നത്തെ കുടിയിറക്ക് ഭീഷണികൾ ഈ ഗവൺമെന്റിന്റെ കൊള്ളരുതായ്മകൊണ്ട് ഉണ്ടാകുന്നതാണെന്നവരോടു പറഞ്ഞു. യാതൊരു ഉത്തരവാദിത്വവുമില്ലാതെ ഇവർ കാണിച്ചുകൂട്ടുന്ന കൊള്ളരുതായ്മക്കെതിരെ നിരന്തരമായ സമരംകൊണ്ട് മാത്രമേ നമ്മുടെ അവകാശങ്ങൾ സംരക്ഷിക്കാൻ കഴിയൂ എന്നവരെ പറഞ്ഞുമനസ്സിലാക്കി.

ജാഥ പുറപ്പെട്ടിട്ട് പതിനാറാം ദിവസമായ ജൂലായ് 28-ന് മുണ്ടക്കയത്തുവെച്ച് കോട്ടയം ജില്ലാകമ്മിറ്റി സെക്രട്ടറി ടി കെ രാമകൃഷ്ണൻ ഞങ്ങളെ കോട്ടയം ജില്ലയിലേക്ക് സ്വീകരിച്ചു. കൂട്ടിനാൽ, മണിമല, എരുമേലി, ചാമംപതാൽ, കൊടുങ്ങൂർ, പൊൻകുന്നം, കാഞ്ഞിരപ്പള്ളി, ഈരാറ്റുപേട്ടവഴി പാലായിലെത്തി. മണ്ണിൽ പണിയെടുക്കുന്ന ഇടത്തരം കർഷകരാണിവിടെ ഉള്ളത്. മണ്ണിൽ പണിചെയ്ത് കനകം വിളയിക്കുന്നതിൽ മീനച്ചൽ-തൊടുപുഴ താലൂക്കുകളിലെ ഇടത്തരം കർഷകരും-കർഷകത്തൊഴിലാളികളും ഇന്ത്യക്കാകെ മാതൃകയാണെന്ന് പറയാം. പണ്ടൊരിക്കൽ ഇവിടത്തെ ബിഷപ്പ് നിരോധിച്ചതുകൊണ്ട് ഇവിടെ വരാതായ താൻ ഒരു പന്തീരാണ്ടിനുശേഷം കേരളത്തിലെ അധ്വാനിക്കുന്ന കർഷകനുവേണ്ടിയുള്ള പോരാട്ടത്തിനിടയിൽ വന്നതാണ്; അങ്ങനെ കർഷകനുവേണ്ടി ബിഷപ്പിന്റെ നിരോധനാജ്ഞ ലംഘിക്കേണ്ടിവന്നു എന്നെല്ലാം ഫാദർ വടക്കൻ പറഞ്ഞു. പുരോഹിതന്മാരുൾപ്പെടെ ആയിരക്കണക്കിന് ക്രിസ്ത്യാനികളായ കർഷകർ വടക്കനച്ചന്റെ പ്രസംഗം ശ്രദ്ധയോടെ കേട്ടു നിൽക്കുന്നത് കണ്ടു. കുറിച്ചിത്താനം, ഉഴവൂർ, കുറവിലങ്ങാട് എന്നീ കാർഷികമേഖലകൾ കടന്ന് വൈക്കത്തെത്തിയപ്പോൾ

രാത്രി ഒരു മണിയോടടുത്തിരുന്നു. അപ്പോഴും അവിടെ ഒരു വലിയ ജനക്കൂട്ടം കാത്തുനിന്നിരുന്നു.

പിറ്റേന്ന് രാവിലെ നീണ്ടൂരിൽ നിന്നാണ് ജാഥ ആരംഭിച്ചത്. കഴിഞ്ഞവർഷം നടന്ന കർഷകമർദനത്തിന്റെ ഫലമായി കർഷകർ കൂടുതൽ സംഘടിതരായി മാറിയിരിക്കുന്നു. പുതുപ്പള്ളി, വെള്ളൂർ, അർപ്പുക്കര, കുറിച്ചി, അയർകുന്നം, കറുകച്ചാൽ, ചങ്ങനാശേരി, കോട്ടയം തുടങ്ങിയ സ്ഥലങ്ങളിൽ സ്വീകരണങ്ങൾ ഉണ്ടായിരുന്നു. കേരളത്തിലെ കാർഷിക മേഖലയായ കോട്ടയം, ഇടുക്കി ജില്ലകളിലെ കൃഷിക്കാരായ ആളുകൾ ജാഥക്ക് നൽകിയ സ്വീകരണം ആവേശകരമായിരുന്നു. ഒരു പുതിയ പരിവർത്തനം കാർഷികമേഖലയിൽ വന്നുകാണാനുള്ള കർഷകരുടെ അഭിലാഷം അവരിൽ പ്രകടമായിരുന്നു.

കോട്ടയം ജില്ലയിൽ പലയിടത്തും ഞങ്ങൾക്ക് സമയത്തെത്താൻ കഴിഞ്ഞില്ല. രാത്രി പന്ത്രണ്ടിനുശേഷവും ജനങ്ങൾ ശ്രദ്ധയോടെ കാത്തുനിൽക്കുന്നു. വിശന്നുതളർന്നാണവർ അവിടെ ഇരിക്കുന്നത്. ജാഥയിൽ വളരെ ദൂരെനിന്ന് നടന്നുവന്നവരാണ് അതിൽ അധികവും. ഞങ്ങളും തളർന്നാണ് എത്തുക. എങ്കിലും കാത്തിരിക്കുന്ന ജനങ്ങളെ കാണുമ്പോൾ യാത്രയുടെ ക്ഷീണം മറക്കുന്നു. ഇടത്തരം കൃഷിക്കാരും കർഷകത്തൊഴിലാളികളും മണ്ണിനെ എന്തുമാത്രം സ്നേഹിക്കുന്നു. ഈ മണ്ണാണവരുടെ സർവതും. അതിനുള്ള പോരാട്ടമാണ് അവരുടെ ജീവിതം.

ജൂലായ് 30-ന് നീലംപേരൂരിൽ വെച്ച് ജാഥ ആലപ്പുഴയിലേക്ക് പ്രവേശിച്ചു. കെ പി ജോസഫ് ആലപ്പുഴ ജില്ലക്കുവേണ്ടി വരവേൽപ്പുനൽകി. അവിടെ നിന്ന് ബോട്ടിലാണ് ജാഥ കുട്ടനാട്ടിലൂടെ സഞ്ചരിച്ചത്. കാവാലം, പുളിങ്കുന്ന്, ചമ്പക്കുളം, കൈനകരി തുടങ്ങിയ സ്ഥലങ്ങളിൽ സ്വീകരണങ്ങളും പൊതുയോഗങ്ങളും ഉണ്ടായിരുന്നു. ഇരുവശങ്ങളിലും വരമ്പുകളിൽ തെങ്ങുകൾ, വെള്ളം കയറിയ പാടങ്ങൾ, കൊച്ച് ഓടിവള്ളങ്ങളിൽ സഞ്ചരിക്കുന്ന കൃഷിക്കാർ, വിശാലമായ പാടത്തിൽ അവിടെയുമിവിടെയുമായി ചില തുരുത്തുകൾ ഇതെല്ലാം കണ്ടുകൊണ്ട് കുട്ടനാട്ടിലൂടെ സഞ്ചരിക്കുക രസകരമാണ്. മാത്രമല്ല ആലപ്പുഴയിലെ കർഷകത്തൊഴിലാളികൾ കേരളത്തിലെ ഏറ്റവും വലിയ സംഘടിത തൊഴിലാളിവർഗമാണ്; നീണ്ടസമരങ്ങളിലൂടെ ധാരാളം അവകാശങ്ങൾ നേടിയിട്ടുള്ളവരാണ്. തങ്ങളുടെ പിതൃപിതാമഹന്മാരെ, ജന്മിക്ക് എതിരുതോന്നിയിട്ടുള്ളപ്പോഴൊക്കെ ഈ വരമ്പിൽ താഴ്ത്തിയിട്ടുള്ള എത്രയെത്ര കഥകളാണ് അവരിലോരോരുത്തർക്കും പറയാനുള്ളത്. വിമോചന സമരകാലത്തുപോലും ഇത്തരം സംഭവങ്ങൾ ധാരാളം നടന്നിട്ടുണ്ട്. അവരുമായി സംസാരിച്ചും അവർ നൽകിയ സ്വീകരണങ്ങളിൽ പങ്കെടുത്തും ഒരുദിവസം കഴിഞ്ഞുപോയതറിഞ്ഞില്ലെന്നു പറയാം.

അറബിക്കടൽ തൊട്ട് സഹ്യാദ്രി വരെ നീണ്ടുകിടക്കുന്ന ഒരു ജില്ലയാണ് കൊല്ലം. തീരപ്രദേശങ്ങളിൽ വ്യവസായതൊഴിലാളികളും വനത്തിനടുത്തുള്ള സ്ഥലങ്ങളിൽ വിവിധ കൃഷിക്കാരും കഴിയുന്നു. ഹരിപ്പാട്, നങ്ങ്യാർകുളങ്ങര, കായംകുളം, മാവേലിക്കര, കോഴഞ്ചേരി, റാന്നി, പത്തനംതിട്ട, കോന്നി, പത്തനാപുരം, ഇടമൺ, കുളത്തൂപ്പുഴ, കൊട്ടാരക്കര തുടങ്ങിയ സ്ഥലങ്ങളിലെ സ്വീകരണങ്ങൾക്കും പൊതുയോഗങ്ങൾക്കും ശേഷം കൊല്ലത്ത് എത്തിച്ചേർന്നു. കൊല്ലത്ത് ഉജ്ജ്വലമായ ഒരു പ്രകടനവും പൊതുസമ്മേളനവും ഉണ്ടായിരുന്നു.

തിരുവനന്തപുരം ജില്ലക്കുവേണ്ടി നെയ്യാറ്റിൻകര വെച്ച് പരമേശ്വ

രൻ നായർ, സത്യനേശൻ എന്നിവരുടെ നേതൃത്വത്തിൽ സ്വീകരണം നൽകപ്പെട്ടു. കാട്ടാക്കട, നെയ്യാറ്റിൻകര, ഒറ്റശേഖരമംഗലം, നെടുമങ്ങാട് തുടങ്ങിയ സ്ഥലങ്ങളിൽ സ്വീകരണങ്ങൾ നൽകപ്പെട്ടു. തിരുവനന്തപുരം ജില്ലയിലെ ഈ കാർഷിക മേഖലകളിൽ പര്യടനം നടത്തിയതോടെ ജാഥ തിരുവനന്തപുരം നഗരത്തിലേക്ക് പ്രവേശിച്ചു.

ജാഥ തിരുവനന്തപുരത്തെത്തിയ ദിവസം ആഗസ്റ്റ് 5-ന് ഒരു വലിയ പ്രകടനവും പൊതുയോഗവും നടന്നു. പൊതുയോഗത്തിൽ ഞാനും ഫാദർ വടക്കനും മാഞ്ഞൂരാനും മറ്റു സമരസമിതി നേതാക്കളും പ്രസംഗിച്ചു. അന്ന് എല്ലാ ജില്ലാതലസ്ഥാനങ്ങളിലും വലിയ പ്രകടനവും പൊതുസമ്മേളനവും നടത്തുകയുണ്ടായി. അങ്ങനെ ഞങ്ങളുടെ ജീപ്പുജാഥ സമാപിച്ചു. മഞ്ചേശ്വരത്തുനിന്നു പുറപ്പെട്ട് കേരളത്തിലെ ഓരോ ജില്ലയിലും ഈരണ്ടു ദിവസം വീതം സഞ്ചരിച്ച് ഓരോ ദിവസവും ഇരുപതും മുപ്പതും യോഗങ്ങളിൽ പ്രസംഗിച്ച് 23-ാം ദിവസം തിരുവനന്തപുരത്ത് എത്തിച്ചേർന്നു. ജീപ്പുജാഥ കർഷക-കർഷകതൊഴിലാളി സമരത്തിലെ പ്രധാനപ്പെട്ട ഒരേടാണ്. കടുത്ത മഴക്കാലം. മലയും കുന്നും നിറഞ്ഞ വഴികളിലൂടെയുള്ള സഞ്ചാരപരിപാടിയാണ് ഞങ്ങൾക്കുണ്ടായിരുന്നത്. ഞാനതിന് മുമ്പും പല ജാഥകളും-കാൽനട ജാഥയുൾപ്പെടെ-നടത്തിയിട്ടുണ്ട്. എങ്കിലും 23 ദിവസംകൊണ്ട് വടക്ക് മഞ്ചേശ്വരം മുതൽ തലസ്ഥാനമായ തിരുവനന്തപുരം വരെ 11 ജില്ലകളിലായി നടത്തിയ പര്യടനവും അതിന് കേരളത്തിലെ ലക്ഷക്കണക്കായ ജനങ്ങൾ നൽകിയ സ്വീകരണവും ഒരു വലിയ അനുഭൂതിയായിരുന്നു. ഈ യോഗങ്ങൾക്കെല്ലാം കൊഴുപ്പു കൂട്ടിയത് സഖാവ് പണിക്കരുടെ ഗാനങ്ങളാണ്. സഖാവ് ഏഴാച്ചേരി രാമചന്ദ്രൻ മിച്ചഭൂമി സമരത്തെ ആസ്പദിച്ചെഴുതിയ ജീവനുള്ള ഗാനങ്ങൾ കാസർഗോഡ് മുതൽ തിരുവനന്തപുരം വരെയുള്ള ജനങ്ങളെ ആവേശഭരിതരാക്കുകയും കോരിത്തരിപ്പിക്കുകയും ചെയ്തു.

ഗവൺമെന്റുമായി ചർച്ച

ആഗസ്റ്റ് 5-ന് കർഷക-കർഷകത്തൊഴിലാളി സമരസമിതി നേതാക്കളും ഗവൺമെന്റുമായുള്ള ആദ്യവട്ടചർച്ച നടന്നു. ഗവൺമെന്റിനെ പ്രതിനിധീകരിച്ച് മുഖ്യമന്ത്രി അച്യുതമേനോൻ, ആഭ്യന്തരമന്ത്രി കരുണാകരൻ, റവന്യു മന്ത്രി ബേബിജോൺ എന്നിവരും സമരസമിതിയെ പ്രതിനിധീകരിച്ച് ഞാനും ഫാദർ വടക്കൻ, ജോൺ മാഞ്ഞൂരാൻ, സി എച്ച് കണാരൻ, പി വി കുഞ്ഞിക്കണ്ണൻ എന്നിവരും ചർച്ചയിൽ പങ്കെടുത്തു. മെയ് 7-ന്റെ തീരുമാനമനുസരിച്ച് സമരം ആരംഭിച്ച് 73 ദിവസം കഴിഞ്ഞു. ഇതുവരെ 1,76,000-ൽ പരം ഏക്കർ മിച്ചഭൂമി സമരസമിതി വളണ്ടിയർമാർ കാണിച്ചുകൊടുത്തു കഴിഞ്ഞു. ഇത്രയും വ്യാപകമായ ഒരു സമരത്തിനുനേരെ തികഞ്ഞ അവഗണനയോടുകൂടിയ സമീപനമാണ് ഗവൺമെന്റ് കൈക്കൊണ്ടുവന്നിരുന്നത്. സമരം പിൻവലിക്കണമെന്ന അഭ്യർഥന പുറപ്പെടുവിക്കുന്നതല്ലാതെ ക്രിയാത്മകമായ ഒരു നിർദേശവും ഗവൺമെന്റ് ഭാഗത്തുനിന്ന് ഇതുവരെ ഉണ്ടായിട്ടില്ല. ചർച്ചക്കിടയിൽ ഞങ്ങൾ അത് വ്യക്തമാക്കി. ചർച്ച പൂർത്തിയാവാതെ 10-ാം തീയതിക്ക് മാറ്റി വെക്കുകയാണ് ഉണ്ടായത്. അതിനുശേഷം ഞങ്ങൾ നടത്തിയ ഒരു പത്രസമ്മേളനത്തിൽ 10-ാം തീയതിയിലെ ചർച്ചയും പരാജയപ്പെട്ടാൽ ആഗസ്റ്റ് 17 മുതൽ പുതിയ സമരമുറ സ്വീകരിക്കുകയും സമരം കൂടുതൽ രൂക്ഷമാക്കുകയും ചെയ്യുമെന്നു പറഞ്ഞു. മിച്ചഭൂമിയിൽനിന്ന്

ആദായം എടുത്തുതുടങ്ങും. മറ്റു രീതികളിലും ഭൂമി കൈവശപ്പെടുത്തുന്നതുമാണ്. സമരത്തിന്റെ ജീവൻ ബഹുജന പിന്തുണയാണ്. യാതൊരുവിധ അനിഷ്ടസംഭവങ്ങളും ഇല്ലാതെ ഇതുവരെ സമരം തുടർന്നു. ഒന്നരലക്ഷത്തിൽ അധികം ആളുകൾ ഇതുവരെ സമരത്തിലേർപ്പെട്ടതിന് അറസ്റ്റുചെയ്യപ്പെട്ടിട്ടുണ്ട്. ഞങ്ങൾ നടത്തിയ ജാഥക്ക് ലഭിച്ച സ്വീകരണംതന്നെ ജനപിന്തുണയുടെ തെളിവാണ്. കോരിച്ചൊരിയുന്ന മഴയെപ്പോലും അവഗണിച്ചുകൊണ്ട് 23 ദിവസം കൊണ്ട് 3,381 സ്വീകരണയോഗങ്ങളിലായി 20-25 ലക്ഷം ആളുകളെങ്കിലും പങ്കുകൊണ്ടിട്ടുണ്ട്.

ഒരുവിധം നിവൃത്തിയുണ്ടെങ്കിൽ വിദ്യാലയ ഉടമകളും സ്കൂളടപ്പു സമരക്കാരും ചേർന്ന് നടത്തിവരുന്ന സമരത്തിനിടക്ക് നിയമ സമാധാന നില തകരാറാവാൻ ഇടയുള്ളതിനാൽ ഈ സമരം തുടരുകയോ കൂടുതൽ രൂക്ഷമാക്കുകയോ ചെയ്യുന്ന സ്ഥിതിവിശേഷം ഒഴിവാക്കണമെന്നാഗ്രഹമുള്ളതുകൊണ്ടാണ് ഈ ചർച്ചക്ക് ഞങ്ങൾ തയ്യാറായതെന്ന് ചർച്ചക്കിടയിൽ ഞങ്ങൾ ചൂണ്ടിക്കാട്ടി. പക്ഷേ സമരത്തിനാസ്പദമായ പ്രശ്നങ്ങൾ കൈകാര്യം ചെയ്യുന്ന രീതിയിൽ മാറ്റം വരുത്തിയില്ലെങ്കിൽ തങ്ങൾ നിസഹായരായിരിക്കുമെന്നും വ്യക്തമാക്കി.

ഗവൺമെന്റ് കാര്യമായ വിട്ടുവീഴ്ചക്ക് ഇതുവരെ തയ്യാറായിട്ടില്ല. ഏതായാലും 10-ാം തീയതിലെ ചർച്ചയിൽ ഗവൺമെന്റ് മുന്നോട്ടു വരുമെങ്കിൽ ഞങ്ങൾ സമരം നിർത്തിവെക്കാം. അല്ലെങ്കിൽ കൂടുതൽ രൂക്ഷമായി സമരം തുടരും. അത് ഞാൻ ആദ്യം പറഞ്ഞ രീതിയിലാവുമ്പോൾ അൽപ്പമൊക്കെ ക്രമസമാധാനനിലയെ ബാധിച്ചെന്നുവരും. പക്ഷേ സമരസമിതി വിചാരിച്ചാൽ മാത്രം ഒഴിവാക്കാവുന്ന സാഹചര്യമല്ലല്ലോ അത്. എന്തെന്നാൽ ഭവിഷ്യത്ത് എന്തുതന്നെ ആയിരുന്നാലും, ഗവൺമെന്റ് വിട്ടുവീഴ്ച ചെയ്തില്ലെങ്കിൽ പുതിയ സമരപരിപാടി അംഗീകരിച്ച് സമരം രൂക്ഷമാക്കാതിരുന്നാൽ ഈ മഹത്തായ സമരത്തിന് പിന്തുണ നൽകിയ ജനലക്ഷങ്ങളുടെ നേരെ ഞങ്ങൾ കാണിക്കുന്ന വഞ്ചനയായിരിക്കുമത്.

അതുകൊണ്ട് 10-ാം തീയതിയിലെ ചർച്ചയിൽ തികച്ചും സഹായകരമായ നിലപാടെടുക്കണമെന്ന് സമരസമിതിക്ക് വേണ്ടി ഞാൻ ഗവൺമെന്റിനോട് അഭ്യർഥിച്ചു.

കേരളത്തിലെ ഭൂപരിഷ്കരണ കാര്യങ്ങളിൽ ശ്രദ്ധിക്കണമെന്നാവശ്യപ്പെട്ടുകൊണ്ട് പ്രധാനമന്ത്രിക്ക് ഞാനൊരു കത്തെഴുതി. കടലാസിൽ ഒതുങ്ങിക്കിടക്കുന്ന ഭൂപരിഷ്കാരനിയമം പ്രാബല്യത്തിൽ വരുത്താനും അങ്ങനെ നാട്ടിൻപുറങ്ങളിലെ പാവപ്പെട്ടവരുടെ അഭിലാഷം സാക്ഷാത്കരിക്കാനും കേരള ഗവൺമെന്റിനെ ഉപദേശിക്കാൻ ഞാൻ ആ കത്തിൽ ആവശ്യപ്പെട്ടു. കേന്ദ്രത്തിനും ഇക്കാര്യത്തിൽ ചില ഉത്തരവാദിത്തങ്ങളൊക്കെയുണ്ട്. ചെറുകിട ഭൂവുടമകളുടെ നഷ്ടപരിഹാരം നൽകുന്നതിനാവശ്യമായ സാമ്പത്തിക സഹായം നൽകുക, സർക്കാർ മെഷിനറിയുടെ പ്രവർത്തനങ്ങൾക്ക് വേഗത വർധിപ്പിക്കുക തുടങ്ങിയവ അടിയന്തരമായും കേന്ദ്രം നിർവഹിക്കേണ്ടവയാണ്. ആവശ്യമായ നടപടികൾ സ്വീകരിക്കാൻ ഞാൻ ആ കത്തിലൂടെ പ്രധാനമന്ത്രിയോട് ആവശ്യപ്പെട്ടു.

10-ാം തീയതിവരെ സമരം തുടർന്നു. 10-ാം തീയതി വീണ്ടും ഗവൺമെന്റുമായി ചർച്ച നടത്തി. ചില കാര്യങ്ങൾ ഗവൺമെന്റ് ചെയ്യാമെന്ന് പറഞ്ഞു. മറ്റു ചിലതിന് 11-ാം തീയതി മറുപടി പറയുന്നതാണ്. രണ്ടും കൂടിവെച്ച് 12-ാം തീയതി ചേരുന്ന സമ്മേളനത്തിൽ ഒരു തീരുമാനം എടുക്കും. അതുവരെ സമരം തുടരുന്നതാണ്.

സമരം നിർത്തിവെക്കുന്നു

കഴിഞ്ഞ 80 ദിവസങ്ങളിലായി നടന്നുവന്ന മിച്ചഭൂമി സമരം ഗവൺമെന്റ് നൽകിയ ചില ഉറപ്പുകളുടെ അടിസ്ഥാനത്തിൽ തൽക്കാലം നിർത്തിവെക്കാൻ സമരസമിതി തീരുമാനിച്ചു. അതു സംബന്ധിച്ച് സമരസമിതി പുറപ്പെടുവിച്ച പ്രസ്താവന താഴെ കൊടുക്കുന്നു:

> മെയ് 7-ന് എറണാകുളത്ത് ചേർന്ന കർഷക-കർഷകത്തൊഴിലാളി സമ്മേളനം കൂടുന്നതിനു മുമ്പും അതിനുശേഷവും നൽകിയ മിച്ചഭൂമിയുടെ കണക്ക് താരതമ്യപ്പെടുത്തി നോക്കിയാൽ സമരമാണ് ഗവൺമെന്റ് നടപടികളെ മുന്നോട്ട് നയിക്കാൻ സഹായിച്ചതെന്ന് കാണാം. മെയ് 17-ന് കനകക്കുന്ന് കൊട്ടാരത്തിൽ ചേർന്ന ഉന്നതാധികാര കമ്മിറ്റിയോഗത്തിൽ നൽകിയ കണക്കുപ്രകാരം ഡിക്ലറേഷൻ കിട്ടിയത് 800 ഏക്കറും ഗവൺമെന്റ് എടുത്തത് 315 ഏക്കറുമാണെന്നു കാണാം. വിതരണം ചെയ്തതാകട്ടെ 250 ഏക്കറും. ജൂലായ് 4-ന്റെ കണക്കനുസരിച്ച് ഡിക്ലറേഷൻ കിട്ടിയത് 5,000 ഏക്കറും, ആഗസ്റ്റ് 10-ന് അത് 8000 ഏക്കറുമായി. ഗവൺമെന്റ് ഏറ്റെടുത്ത ഭൂമിയാകട്ടെ 4,000ത്തോളം ഏക്കറാകുകയും ചെയ്തു. ഈ കണക്കുകൾ വ്യക്തമാക്കുന്നത് ഗവൺമെന്റിന്റെ അനാസ്ഥയാണ് മിച്ചഭൂമി ഏറ്റെടുക്കുന്നതിൽ പ്രധാന തടസമായി നിൽക്കുന്നത് എന്നതാണ്.

സമരം ആരംഭിച്ചതിനുശേഷമാണ് മിച്ചഭൂമി ഏറ്റെടുക്കുന്നതിനെപ്പറ്റി സർക്കാർ കാര്യമായി ആലോചിച്ചതെന്നു വ്യക്തം. ഏറ്റെടുക്കൽ നടപടി സുഗമമാക്കുന്നതിനുവേണ്ടി ഒരു ഓർഡിനൻസ് ആവശ്യമാണെന്നാണ് ഗവൺമെന്റിന്റെ നിലപാട്. ഈ ഓർഡിനൻസ് ആവശ്യമാണെന്ന് സമരസമിതി കരുതുന്നില്ല. മിച്ചഭൂമിയുടെ കണക്ക് നൽകുന്നതിൽ വീഴ്ച വരുത്തിയ ജൻമികളെ ശിക്ഷിക്കുകയും ലാൻഡ് ബോഡ് നടപടികൾ ലഘൂകരിക്കുകയും ചെയ്യണമെന്ന കാര്യംപോലും ഗവൺമെന്റ് ഇതുവരെ ചെയ്തിട്ടില്ല. എന്നാൽ നിയമം നടപ്പാക്കുന്നതിന് ഗവൺമെന്റ് എന്തെങ്കിലും നിയമം നിർമിക്കുകയാണെങ്കിൽ അതിന് സമിതി പിന്തുണ നൽകുന്നതാണെന്ന് മെയ് 17, ജൂലായ് 4 എന്നീ തിയതികളിൽ സമരസമിതി ഗവൺമെന്റിനെ അറിയിച്ചിട്ടുള്ളതാണ്. ഗവൺമെന്റാകട്ടെ, നിയമനിർമാണത്തെപ്പറ്റി വാതോരാതെ പ്രസംഗിക്കുന്നതല്ലാതെ പ്രായോഗികമായി യാതൊന്നും ചെയ്തിട്ടില്ല. മിച്ചഭൂമി കൈമാറ്റം ചെയ്യുന്നതിൽ കൂടുതൽ സ്വാതന്ത്ര്യം അനുവദിക്കുന്ന ഭേദഗതി വരുത്തണമെന്ന് കേന്ദ്രം ആവശ്യപ്പെട്ടപ്പോൾ ഏതാനും ദിവസങ്ങൾക്കുള്ളിൽ അത് നടപ്പിലാക്കി. എന്നാൽ സമരം തുടങ്ങി. 79-ാം ദിവസമാണ് ഒരു ഓർഡിനൻസിനുള്ള രൂപം നൽകി കേന്ദ്രത്തിനയച്ചത്.

ലാൻഡ് ബോർഡിന്റെ കാര്യത്തിൽ ജനാധിപത്യവൽക്കരണം വേണമെന്ന വാദം സ്വീകരിക്കാൻ സമരം തുടങ്ങി 79-ാം ദിവസമാണ് ഗവൺമെന്റ് തയ്യാറായിരിക്കുന്നത്. കൂടിയാലോചനകൾക്കിടയിൽ താഴെ പറയുന്ന ഉറപ്പുകൾ ഗവൺമെന്റ് നൽകുകയുണ്ടായി.

1. കർഷക-കർഷകത്തൊഴിലാളി സമരസമിതി വളണ്ടിയർമാർ ഇതുവരെ ചൂണ്ടിക്കാണിച്ച മിച്ചഭൂമി ഏറ്റെടുക്കുന്നതു സംബന്ധിച്ച് പ്രത്യേക പരിഗണന നൽകി നടപടി സ്വീകരിക്കുന്നതാണ്.

2. ഭൂവുടമകൾ നൽകുന്ന മിച്ചഭൂമിയുടെ കണക്ക് പൊതുജനങ്ങളുടെ അറിവിനുവേണ്ടി പ്രസിദ്ധീകരിക്കും.
3. സ്നേഹവാത്സല്യത്തിന്റെ പേരിലുള്ള കൈമാറ്റം പരിമിതപ്പെടുത്തും.
4. ആറ് ഏക്കറിൽ കൂടുതൽ ഭൂമിയുള്ള വ്യക്തികളും 12 ഏക്കറിൽ കൂടുതലുള്ള കുടുംബവും മിച്ചഭൂമിയില്ലെങ്കിലും സർക്കാരിന് കണക്കുകൾ സമർപ്പിക്കാത്തപക്ഷം അവർക്ക് ഒരു കൊല്ലത്തെ തടവു ശിക്ഷ വരെ നൽകാവുന്ന വ്യവസ്ഥ ഏർപ്പെടുത്തും.
5. ലാൻഡ് ബോർഡിന്റെ പ്രവർത്തനം ത്വരിതപ്പെടുത്തും. താലൂക്കടിസ്ഥാനത്തിൽ സ്റ്റാറ്റ്യൂട്ടറി അധികാരത്തോടുകൂടിയ ലാൻഡ് ബോർഡുകൾ രൂപീകരിക്കും.
6. ലാൻഡ് ട്രിബ്യൂണലിന്റെ പ്രവർത്തനം ത്വരിതപ്പെടുത്തുന്നതിനുവേണ്ടി വില്ലേജാപ്പീസർ കൺവീനറായിട്ടുള്ള വില്ലേജ് കമ്മിറ്റികൾ രൂപീകരിക്കും.
7. കുടികിടപ്പുകാരുടെ ആദ്യ നഷ്ടപരിഹാരം ആദ്യ ഗഡുവാക്കേണ്ടതിന്റെ കാലാവധി 6 മാസം കൂടി നീട്ടും.
8. ഭൂപരിഷ്കരണ നടപടികളുടെ പുരോഗതി പരിശോധിക്കാൻ മാസം തോറും കൂടുന്ന ലാൻഡ് റവന്യൂ ബോർഡ് രൂപീകരിക്കും.
9. കർഷകതൊഴിലാളി സംരക്ഷണനിയമം സപ്തംബർ 30-ന് തയ്യാറാക്കി പ്രസിദ്ധീകരിക്കും.
10. ഭൂമിവിതരണത്തിനുള്ള ജനകീയ കമ്മിറ്റി സംഘടിപ്പിക്കുന്നതാണ്.

"ഇവ ചെയ്യുമെന്ന് വാഗ്ദാനം ചെയ്യപ്പെട്ടു എങ്കിലും പാട്ടക്കുടിശ്ശിക റദ്ദ് ചെയ്യുക, ജന്മിത്വം പ്രതിഫലം കൂടാതെ അവസാനിപ്പിക്കുക, 25,000 രൂപയിൽ താഴെ നഷ്ടപ്രതിഫലം കിട്ടേണ്ട ചെറുകിട ഭൂവുടമകൾക്കുള്ള പ്രതിഫലം ഗവൺമെന്റ് കൊടുക്കുക എന്നിവ ഗവൺമെന്റ് അംഗീകരിച്ചിട്ടില്ല. ഗവൺമെന്റ് ഇപ്പോൾ നൽകിയ ഉറപ്പുകൾപോലും പാലിക്കപ്പെടുമോ എന്ന് സമരസമിതി സംശയിക്കുന്നുണ്ട്. എങ്കിലും നടപ്പാക്കാൻ അൽപ്പസമയം നൽകണമെന്ന ഗവൺമെന്റിന്റെ അഭ്യർഥന സമരസമിതി പരിഗണിക്കുന്നു.

"മാത്രവുമല്ല, സോഷ്യലിസ്റ്റ് പാർട്ടി, വലതു കമ്യൂണിസ്റ്റ് പാർട്ടി എന്നിവയൊക്കെ ഈ ആവശ്യങ്ങൾക്കുവേണ്ടി സമരം നടത്തുന്നുണ്ട്. ഈ പശ്ചാത്തലത്തിൽ വ്യാപകമായി കൂടുതൽ രാഷ്ട്രീയ ഗ്രൂപ്പുകളെ അണിനിരത്തിക്കൊണ്ടുള്ള ഒരു സമരം വളർത്തിയെടുക്കാൻ സാധ്യതയുണ്ടെന്ന് സമരസമിതി കാണുന്നതിനാൽ താല്ക്കാലികമായി ഇന്നത്തെ സമരപരിപാടി നിർത്തിവെക്കുന്നു.

"ഭൂപരിഷ്കരണനടപടികൾ നടപ്പിലാക്കുന്നതും കർഷകത്തൊഴിലാളി രക്ഷാ നിയമം അവതരിപ്പിക്കുന്നതും സംബന്ധിച്ച് ഗവൺമെന്റ് ഇപ്പോൾ നൽകിയ ഉറപ്പുകൾ എത്രത്തോളം നടപ്പാക്കുന്നുണ്ടെന്ന് പരിശോധിച്ച് ഭാവിപരിപാടികൾ ആവിഷ്കരിക്കുന്നതിനുവേണ്ടി സപ്തംബർ 15-ന് കണ്ണൂരിൽ സംസ്ഥാനാടിസ്ഥാനത്തിൽ വിപുലമായ ഒരു പ്രതിനിധി സമ്മേളനം വിളിച്ചുകൂട്ടുന്നതാണ്. ആഗസ്റ്റ് 17-ന് നടത്താൻ നിശ്ചയിച്ചിരുന്ന സമരപരിപാടികൾ ഉൾപ്പെടെ എല്ലാകാര്യങ്ങളിലും വേണ്ട തീരുമാനം ആ സമ്മേളനം കൈക്കൊള്ളുന്നതാണ്.

"അതിനാൽ എല്ലാ പ്രത്യക്ഷപരിപാടികളും ഉടൻ നിർത്തിവെക്കുന്നതാണ്. സമരപരിപാടികൾ വിജയത്തിലെത്തിക്കാൻ സഹായിച്ച സംഘ

ടനകളോടും വ്യക്തികളോടുമെല്ലാം സമരസമിതി നന്ദി പ്രകടിപ്പിക്കുന്നു."

80 ദിവസം നീണ്ടുനിന്ന സമരത്തെപ്പറ്റി പൊതുവിൽ അവലോകനം നടത്തിയാൽ നാട്ടിലുടനീളം ഒരു പുതിയ ഉണർവുണ്ടായിട്ടുണ്ടെന്നു കാണാം. അതിനെല്ലാം പുറമെ ഇത്രയേറെ ബഹുജനങ്ങൾ പങ്കെടുത്ത സമരം കേരളത്തിലധികമൊന്നും ഉണ്ടായിട്ടില്ല. രണ്ടു ലക്ഷത്തിലധികം പേർ നേരിട്ടു പങ്കെടുത്തു. 1,50,000 ത്തിൽപ്പരമാളുകൾ ശിക്ഷിക്കപ്പെട്ടു. രണ്ടുലക്ഷത്തോളം ഏക്കർ മിച്ചഭൂമി ഗവൺമെന്റിന് കാണിച്ചുകൊടുത്തു. ഈ രാജ്യത്ത് മിച്ചഭൂമി കാര്യമായി ഇല്ലെന്ന ഗവൺമെന്റിന്റെ വാദത്തിന്റെ പൊള്ളത്തരം വെളിച്ചത്തായി. എല്ലാറ്റിനും പുറമെ ഇത്രയും വ്യാപകമായ ഒരു കർഷകസമരം കേരളത്തിലാദ്യമാണ്.

കണ്ണൂർ കൺവെൻഷൻ

ആഗസ്റ്റ് 10-ന് ഗവൺമെന്റ് നൽകിയ ഉറപ്പിന്റെ അടിസ്ഥാനത്തിൽ നിർത്തിവെച്ച സമരത്തിന്റെ ഭാവി പരിപാടികൾ ആസൂത്രണം ചെയ്യുന്ന തിനുവേണ്ടി കണ്ണൂർ ടൗൺഹാളിൽ ഒക്ടോബർ 1-ന് സ്പെഷൽ കൺവെൻഷൻ ആരംഭിച്ചു. ഫാദർ വടക്കനാണ് അധ്യക്ഷത വഹിച്ചത്.

80 ദിവസം നീണ്ടുനിന്ന ആ സമരത്തിൽ 711 കേന്ദ്രങ്ങളിലായി 1,86,588 ഏക്കർ മിച്ചഭൂമി കൃത്യമായി ചൂണ്ടിക്കാണിച്ചുകൊടുത്തു. അവ ഇതുവരെ ഗവൺമെന്റ് ഏറ്റെടുക്കുകയുണ്ടായില്ല. അങ്ങനെ സമരം നിർത്തിവെക്കുമ്പോൾ ഗവൺമെന്റ് നൽകിയ ഉറപ്പ് ഇതുവരെ നടപ്പാക്കിയിട്ടില്ല. മിച്ചഭൂമി വിതരണത്തിനുള്ള അനുദ്യോഗസ്ഥാംഗങ്ങൾക്ക് ഭൂരിപക്ഷമുള്ള ലാൻഡ് ബോർഡ് രൂപീകരിക്കാമെന്ന ഉറപ്പും ഇന്നുവരെ പാലിക്കപ്പെട്ടിട്ടില്ല. ഭൂനിയമത്തിലെ അപാകതകൾ പരിഹരിക്കാനുള്ള ഭേദഗതികൾ ഓർഡിനൻസായി കൊണ്ടുവരാമെന്ന ഉറപ്പും നടപ്പിലാക്കിയിട്ടില്ല. കർഷകത്തൊഴിലാളി സംരക്ഷണനിയമം നടപ്പാക്കാമെന്ന ഉറപ്പും നടപ്പിലാക്കാൻ ഗവൺമെന്റിന് സാധിച്ചിട്ടില്ല.

ചുരുക്കത്തിൽ, രണ്ടരമാസം നീണ്ടുനിന്ന ഒരു സമരത്തിന്റെ അവസാനഘട്ടത്തിൽ ചർച്ചചെയ്ത് ഉറപ്പു നൽകിയ കാര്യങ്ങൾ ഒന്നുപോലും ഇന്നുവരെ നടപ്പാക്കിയിട്ടില്ല. മറിച്ച്, കേന്ദ്രം നിർദേശിച്ച രണ്ടു ഭേദഗതികൾ വരുത്തി നിയമത്തെ കൂടുതൽ ദുർബലപ്പെടുത്തുകയും ചെയ്തിരിക്കുന്നു.

ഈ സാഹചര്യത്തിൽ ആഗസ്റ്റ് 12-ന് നിർത്തിവെച്ച സമരം പുനരാരംഭിക്കാൻ കണ്ണൂരിൽ ചേർന്ന സമ്മേളനം തീരുമാനിച്ചു. കാർഷികകടം, കർഷകത്തൊഴിലാളി സംരക്ഷണനിയമം, കയർ-കശുവണ്ടി തൊഴിലാളികളെ ബാധിച്ചിരിക്കുന്ന പ്രതിസന്ധി തുടങ്ങിയ കാര്യങ്ങളെ ആസ്പദമാക്കി ഓരോ പ്രചാരണജാഥ ഒക്ടോബർ 15-ന് ജില്ലകൾ തോറും നടത്താൻ സമ്മേളനം തീരുമാനിച്ചു.

കഴിഞ്ഞ സമരത്തിൽ പ്രവേശിച്ച 711 കേന്ദ്രങ്ങളിൽ യുക്തമെന്ന് സമരസമിതി തീരുമാനിക്കുന്ന മിച്ചഭൂമികളിൽ നവംബർ 1-മുതൽ പ്രവേശിച്ച് കുടിലുകൾ വെക്കാനും അവകാശം നടപ്പിലാക്കാനും എടുത്ത തീരുമാനമാണ് പ്രധാനം. അതോടൊപ്പം തന്നെ കൃഷിക്കാരന് കൊടുക്കാവുന്നതെന്ന് ഔദ്യോഗിക റിപ്പോർട്ടുകളിലുള്ള വനഭൂമി അടക്കം ഗവൺമെന്റ് ഭൂമികൾ വെച്ചുകെട്ടിയും വിളവെടുത്തും അവകാശം സ്ഥാപിക്കാൻ കർഷകരെയും കർഷകത്തൊഴിലാളികളെയും സമരസമിതി സഹായിക്കുന്നതാണ്. കുടികിടപ്പുകാരിൽ അവകാശം ലഭിച്ചിട്ടില്ലാത്തവർക്ക് അവ

കാശം സ്ഥാപിക്കുവാനുള്ള സമരം ഊർജിതപ്പെടുത്തുന്നതാണ്.

കേരളത്തിലെ ഭൂസമരങ്ങൾക്ക് ഒരു പുതുനാന്ദി കുറിക്കാൻ തീരുമാനങ്ങൾ എടുത്തു. ഈ പ്രത്യേക കൺവെൻഷനെ അഭിസംബോധന ചെയ്തുകൊണ്ട് എനിക്ക് പുറമെ ഫാദർ വടക്കൻ, ഇ എം എസ്, ഗൗരിയമ്മ, ജോൺ മാഞ്ഞൂരാൻ തുടങ്ങിയവർ സംസാരിക്കുകയുണ്ടായി.

വീണ്ടും ചർച്ച

കേരളത്തിലെ കർഷകസമരങ്ങളിൽ എക്കാലവും മുൻനിന്ന് പ്രവർത്തിച്ച രണ്ടാളുടെ നഷ്ടം ഇതിനിടെ സംഭവിച്ചു. കഴിഞ്ഞ രണ്ട് സമരങ്ങൾക്കും നേതൃത്വം നൽകിയ അവരുടെ നഷ്ടം നികത്താനാവാത്തതാണ്. ഒന്ന് സഖാവ് അഴീക്കോടന്റെയും മറ്റേത് സി എച്ച് കണാരന്റെയുമാണ്. തൃശൂരിൽവെച്ച് നിഷ്ഠുരന്മാരായ ഏതാനും കാപാലികന്മാർ ചേർന്നാണ് അഴീക്കോടന്റെ ജീവിതം അവസാനിപ്പിച്ചത്. വ്യക്തിവിരോധരാഷ്ട്രീയത്തെപ്പറ്റി എന്താണ് പറയുക? കറപുരളാത്ത വ്യക്തിത്വമായിരുന്നു അഴീക്കോടന്റേത്.

സഖാവ് സി എച്ച് പ്രതീക്ഷിക്കാതിരുന്നപ്പോൾ അന്ത്യശ്വാസം വലിച്ചു. ഒരുപക്ഷേ അഴീക്കോടന്റെ അകാലനിര്യാണമാകാം സി എച്ചിനെ തകർത്തുകളഞ്ഞത്. അന്ന് കണ്ണൂരിൽവെച്ച് ഡോക്ടർമാരുടെ എതിർപ്പിനെപ്പോലും അവഗണിച്ചുകൊണ്ടാണ് രോഗശയ്യയിൽനിന്നെഴുന്നേറ്റ് അഴീക്കോടന്റെ മൃതദേഹം കാണാൻ സി എച്ച് എത്തിയത്. അധികദിവസം കഴിയുംമുമ്പ് ആ വേർപാടിന്റെ ദുഃഖവും നമുക്ക് സഹിക്കേണ്ടിവന്നു. കേരളത്തിലെ കർഷകപ്രസ്ഥാനത്തിനേറ്റ കനത്ത അടിയാണ് ആ നഷ്ടങ്ങൾ. ജനങ്ങൾ അവരെ ഇഷ്ടപ്പെട്ടിരുന്നു എന്നതിന്റെ തെളിവാണ് അഴീക്കോടൻ ഫണ്ടിലേക്ക് കിട്ടിയ സംഭാവന. കൊലപാതക രാഷ്ട്രീയത്തിന് നിലനിൽപ്പില്ലെന്ന് അധികം കഴിയും മുമ്പുതന്നെ അതിവിപ്ലവത്തിന് പോയവർ മനസ്സിലാക്കിയെന്ന് തോന്നുന്നു.

കർണാടകത്തിലെ കർഷകസമരത്തിൽ പങ്കെടുക്കാനായി ഒക്ടോബർ 24-ന് ഞാൻ മൈസൂറിലേക്ക് തിരിച്ചു. നവംബർ 7-ന് ചർച്ച നടത്താൻ കേരളഗവൺമെന്റ് കർഷക-കർഷകത്തൊഴിലാളി സമരസമിതിയെ ക്ഷണിച്ച പശ്ചാത്തലത്തിൽ പ്രതീക്ഷയൊന്നും ഇല്ലെങ്കിലും ചർച്ചയിൽ പങ്കെടുക്കാൻ തീരുമാനിക്കുകയും സമരം 15-ാം തീയതി ആരംഭിച്ചാൽ മതിയെന്ന് നിശ്ചയിക്കുകയും ചെയ്തു.

ഒക്ടോബർ അവസാനം ചുരുളി-കീരിത്തോട്ടിലും കൂത്താട്ടുകുളത്തും കുടിയിറക്ക് നടന്നു. കുടിയിറക്ക് നടത്തുക രസകരമായ ഒരു പരിപാടിയാക്കിമാറ്റിയിരിക്കുകയാണ് അച്യുതമേനോൻ ഗവൺമെന്റ് എന്ന് തോന്നുന്നു. കർഷകദ്രോഹം ഒരു നയപരിപാടിയായി അംഗീകരിച്ചാൽ എന്താണ് ചെയ്യുക? ഒരിടത്ത് കുടിയിറക്ക് നടന്ന് പ്രക്ഷോഭങ്ങൾ നടത്തി ഒരുവിധം പ്രശ്നം പരിഹരിച്ച് വരുമ്പോഴേക്ക് വേറൊരിടത്ത് കുടിയിറക്ക്.

കർണാടകത്തിൽനിന്ന് മടങ്ങിവന്ന ഉടനെ ഞാൻ ചുരുളി-കീരിത്തോട്ടിലേക്ക് തിരിച്ചു. എന്നോടൊത്ത് ഫാദർ വടക്കനും പി വി കുഞ്ഞിക്കണ്ണനും ഉണ്ടായിരുന്നു. ചുരുളി-കീരിത്തോട്, കരിമ്പൻ, കല്ലിൻമേൽക്കല്ല്, പകുതിപ്പാറ, കത്തിപ്പാറ, ആൾപ്പാറ, മഴുപടി, കഞ്ഞിക്കുഴി എന്നീ സ്ഥലങ്ങളിൽനിന്ന് 1500-ൽ പരം കുടുംബങ്ങളെയാണ് ഇത്തവണ വഴിയാധാരമാക്കിയത്.

ഞങ്ങളോട് സങ്കടം പറയാൻ വഴിനീളെ ആളുകൾ തടിച്ചുകൂടുക യുണ്ടായി. വീടുകൾ കത്തിച്ചും വിളകൾ നശിപ്പിച്ചും തങ്ങളെ കുടിയിറക്കിയതിന്റെ ദാരുണകഥകൾ അവർ ഞങ്ങളോട് പറഞ്ഞു. കരിമ്പൻ മുതൽ പകുതിപ്പാറവരെ 18 കിലോമീറ്റർ നീളം വരുന്ന റോഡിന്റെ ഇരുവശങ്ങളിലുമായി 1500-ൽ അധികം വരുന്ന കുടിലുകൾ തീവെച്ച് നശിപ്പിച്ചതിന്റെയും കാർഷികവിളകൾ നശിപ്പിച്ചതിന്റെയും തെളിവുകൾ ഞങ്ങൾ നേരിൽ കണ്ടു. ഉടുതുണി ഒഴികെ മറ്റെല്ലാം നഷ്ടപ്പെട്ടുകഴിഞ്ഞ നിരാധാരരായ ആ പട്ടിണിപ്പാവങ്ങൾ വഴിയോരങ്ങളിലെ വൃക്ഷച്ചുവടുകളിലും ഒന്നുരണ്ട് ഓലക്കീറുകളുടെ തണലിലുമായി മഴയും മഞ്ഞും കാറ്റും വെയിലും സഹിച്ച് കഴിഞ്ഞുകൂടുന്ന കാഴ്ച ഏതൊരു മനുഷ്യമനഃസാക്ഷിയെയും ഞെട്ടിപ്പിക്കുന്നതാണ്.

25,000 ഏക്കർ വനഭൂമി വിതരണത്തിനായി നീക്കിവെച്ചിട്ടുണ്ടെന്ന് പറയുന്ന ഗവൺമെന്റ് എന്തിനീ മഴക്കാലത്ത് ഇവരെ ഒഴിപ്പിച്ചെന്ന് മനസ്സിലാവുന്നില്ല. അയ്യപ്പൻകോവിലിൽ നിന്ന് ഒഴിപ്പിക്കുന്നവരെ പുനരധിവസിപ്പിക്കാനാണ് ഇവരെ ഒഴിപ്പിച്ചതെന്ന് ഗവൺമെന്റ് പ്രസ്താവിച്ചിരിക്കുന്നതു കണ്ടു. ആയിരക്കണക്കിനു കുടുംബങ്ങളെ കുടിയൊഴിപ്പിച്ചാണോ പുനരധിവാസം നടത്തുക. പുനരധിവാസത്തിന് പറ്റിയതായി അനേകകാലമായി ആളുകൾ കുടിയേറിത്താമസിക്കുന്ന കൃഷിസ്ഥലം മാത്രമേയുള്ളു എന്നുണ്ടോ? ഈ ഗവൺമെന്റിന് നല്ല കാര്യങ്ങൾ ഒന്നും ചെയ്യാനില്ലാതായിരിക്കുന്നു. പറഞ്ഞാൽ കാര്യങ്ങൾ ഒട്ടും മനസ്സിലാവുകയില്ലെന്നായിട്ടുമുണ്ട്.

ഞങ്ങൾ ഗവൺമെന്റുമായി ചർച്ച നടത്താൻ തിരുവനന്തപുരത്തെത്തി. മുഖ്യമന്ത്രിയുടെ വസതിയിൽവെച്ച് ചർച്ച നടന്നു. ചർച്ചയിൽ ഗവൺമെന്റ് ഒരു വിട്ടുവീഴ്ചക്കും തയ്യാറായില്ല. അന്നു പറഞ്ഞ കാര്യങ്ങൾ ചെയ്യാൻപോലും തയ്യാറാകാത്ത മനോഭാവമാണ് പ്രകടിപ്പിച്ചത്. ചുരുളി-കീരിത്തോട്ടിൽ നടന്ന കുടിയിറക്കിൽപ്പെട്ടവർക്ക് ഭൂമിയും വീടുവെക്കാൻ സ്ഥലവും നൽകണമെന്ന മിതമായ അവകാശംപോലും തള്ളിക്കളയുകയാണുണ്ടായത്. കുടിയൊഴിപ്പിക്കലിന് ഒരു സ്ഥിരം നയം വേണമെന്ന ഞങ്ങളുടെ വാദവും ഗവൺമെന്റിന് സ്വീകാര്യമായിരുന്നില്ല. യാതൊരു തരത്തിലും യോജിപ്പിന്റെ അന്തരീക്ഷം തുടരാൻ ഗവൺമെന്റ് തയ്യാറല്ലാത്തതിനാൽ ഞങ്ങൾ ഇറങ്ങിപ്പോരികയാണ് ചെയ്തത്. പ്രശ്നങ്ങൾ പരിഹരിക്കുന്നതിന് പ്രായോഗിക നിർദേശം വെക്കുന്നതിനു പകരം വിട്ടുവീഴ്ചക്ക് ഞങ്ങൾ തയ്യാറായിരുന്നിട്ടുപോലും പിടിവാശി കാണിക്കുകയാണ് ഗവൺമെന്റ് ചെയ്തത്. പുറത്ത് കാത്തുനിന്ന പത്രക്കാരോട് ഗവൺമെന്റിന്റെ പിടിവാശിമൂലം സമരം പുനരാരംഭിക്കുകയല്ലാതെ മറ്റ് മാർഗമില്ലെന്നും 15-ന് സമരമാരംഭിക്കുമെന്നും പറഞ്ഞു.

എനിക്ക് പുറമെ ഫാദർ വടക്കൻ, പി വി കുഞ്ഞിക്കണ്ണൻ, വി എസ് അച്യുതാനന്ദൻ, ഇ കെ നായനാർ, ബി വെല്ലിങ്ടൺ, ജോൺ മാഞ്ഞൂരാൻ എന്നിവർ ചർച്ചയിൽ പങ്കെടുത്തു.

നവംബർ 12-ന് പ്രതിപക്ഷകക്ഷികളിലെ എം എൽ എമാർ യോഗം ചേർന്ന് ചുരുളി-കീരിത്തോട്ടിലെ കുടിയിറക്കിന് ഗവൺമെന്റ് ഉടനടി പരിഹാരം കണ്ടുപിടിക്കാത്തപക്ഷം കുടിയിറക്കപ്പെട്ടവരെ കുടിയിറക്കിയ ഭൂമിയിൽതന്നെ കുടിവെച്ചുകെട്ടി താമസിപ്പിക്കാനും ദുരിതാശ്വാസനടപടികൾ സ്വീകരിക്കാനും തീരുമാനിച്ചു.

സമരത്തിന്റെ പുതിയ മുഖം

നവംബർ 15-ന് കേരളത്തിലെ കർഷക-കർഷകതൊഴിലാളി സമരം ഒരു പുതിയ ഘട്ടത്തിലേക്ക് പ്രവേശിച്ചു. മിച്ചഭൂമികളിൽ കുടിൽകെട്ടുകയും അവിടെ താമസിച്ചുകൊണ്ട് വിളകൾ ഇറക്കുകയുമാണ് സമരപരിപാടി. സമരം തികച്ചും സമാധാനപരമായിട്ടായിരിക്കും സംഘടിപ്പിക്കുക. മിച്ചഭൂമിയായി പ്രഖ്യാപിക്കപ്പെട്ട സ്ഥലങ്ങളിലെല്ലാം കുടിലുകൾ വെച്ചുകെട്ടപ്പെട്ടു. ഓരോ ജില്ലയിലും നൂറുകണക്കിന് കുടിലുകൾ വെച്ചുകെട്ടി. ആദ്യദിവസംതന്നെ വിവരം അറിഞ്ഞ ഉടൻ പൊലീസ് സംഘം സ്ഥലത്തെത്തി വീടുകൾ കത്തിക്കുകയും ആളുകളെ അറസ്റ്റ് ചെയ്യുകയും ചെയ്തു. പിറ്റേന്ന് വീണ്ടും കുടിലുകൾ വെച്ചുകെട്ടി ആളുകൾ താമസമാക്കുന്നു. വീണ്ടും അറസ്റ്റും തീവെപ്പും. ആളുകൾ ആവേശത്തോടെ സമരത്തിൽ പങ്കെടുത്തുകൊണ്ടിരുന്നു.

ഇതിനിടെ ദൽഹിയിലായിരുന്ന എനിക്ക് സുഖമില്ലാതെ വെല്ലിങ്ടൺ ആശുപത്രയിൽ പ്രവേശിക്കേണ്ടിവന്നു. 10 ദിവസത്തെ വിശ്രമം ആവശ്യമാണെന്ന് ഡോക്ടർ നിർദേശിച്ചതനുസരിച്ച് എനിക്ക് കേരളത്തിലെത്തി കുടിൽ വെച്ചുകെട്ടൽ സമരത്തിൽ നേരിട്ട് പങ്കെടുക്കാൻ കഴിയാതെ വന്നു. എങ്കിലും എല്ലാ ദിവസവും പൊലീസ് പൊളിച്ചുകളഞ്ഞ സ്ഥലത്തെല്ലാം കൂടുതൽ കൂടുതൽ ആവേശത്തോടെ പുതിയ കുടിലുകൾ ഉയർന്നുവരുന്നതിന്റെ വാർത്തകളാണ് എനിക്ക് കിട്ടിക്കൊണ്ടിരുന്നത്. ചുരുളി-കീരിത്തോട്ടിൽ എം എൽ എ മാരുടെയും മറ്റും നേതൃത്വത്തിൽ കുടിയിറക്കപ്പെട്ടവരുടെ 800-ഓളം കുടിലുകളിൽ അവരെ പുനരധിവസിപ്പിക്കുകയുണ്ടായി. അവരുടെ കുടിലുകൾ വീണ്ടും പൊലീസ് പൊളിച്ചുകളയുകയും സാധനങ്ങൾ തീവെച്ചു നശിപ്പിക്കുകയും ചെയ്തു. അവരെ നിഷ്കരുണം ഇറക്കിവിടുകയും ചെയ്തു. ക്യാമ്പുഷെഡ്ഡുകളിൽ കഴിയുന്ന സ്ത്രീകളും കുട്ടികളും വൃദ്ധന്മാരുമെല്ലാം കനത്ത മഴയും തണുപ്പും മൂലം രോഗബാധിതരായിക്കൊണ്ടിരുന്നു. അവർക്ക് ആവശ്യമുള്ള മരുന്നുകൾ എത്തിക്കുകപോലും സർക്കാർ ചെയ്യുന്നില്ല. ഒന്നുരണ്ട് ഡോക്ടർമാർ സ്ഥലത്തെത്തിയെങ്കിലും അവിടെ താമസസൗകര്യങ്ങൾ ഒന്നുമില്ലെന്ന് പറഞ്ഞുകൊണ്ടവർ മടങ്ങിപ്പോകുകയാണുണ്ടായത്.

പ്രതിപക്ഷ എം എൽ എമാരായ എ സി ചാക്കോ, പി ജി പുരുഷോത്തമൻപിള്ള, ബി വെല്ലിങ്ടൺ എന്നിവർ അവിടെ ക്യാമ്പുചെയ്യുന്നു. കേരളത്തിൽനിന്നും തമിഴ്നാട്ടിൽനിന്നും വന്ന സി ആർ പി ക്കാരെക്കൊണ്ട് അവിടെ ഒരു ഭീകരാന്തരിക്ഷം സൃഷ്ടിച്ചിരിക്കുകയാണ് സർക്കാർ. അവിടെനിന്ന് അറസ്റ്റ് ചെയ്യപ്പെടുന്നവരെ മൈലുകൾക്കപ്പുറത്ത് കൊടുംകാട്ടിൽ ഇറക്കിവിടുന്ന വൃത്തികെട്ട തന്ത്രങ്ങളാണ് പൊലീസ് കാണിക്കുന്നത്. 25 ദിവസമായി ക്യാമ്പുകളിൽ കഴിയുന്ന അവർക്ക് സൗജന്യറേഷൻ പോലും സർക്കാർ നൽകുന്നില്ല. കപ്പമാത്രം ആഹാരമായി കഴിക്കുന്നതിനാൽ കുട്ടികൾക്ക് മഞ്ഞപ്പിത്തം, വയറിളക്കം, പനി എന്നിവ വ്യാപകമായി പിടികൂടിയിരിക്കുന്നു. മരുന്നുകൾ എത്തിക്കുന്നില്ല. കമ്യൂണിസ്റ്റ് പാർട്ടി (മാർക്സിസ്റ്റ്) സെക്രട്ടറി ഇ കെ നായനാരും പി വി കുഞ്ഞിക്കണ്ണനും മറ്റ് പ്രതിപക്ഷകക്ഷികളിലെ നേതാക്കളും സംഭവസ്ഥലം സന്ദർശിക്കുകയും അടിയന്തര നടപടികൾ സ്വീകരിക്കാൻ ഗവൺമെന്റിനോട് അഭ്യർഥിക്കുകയും ചെയ്തിട്ടുണ്ട്.

സഖാവ് ഇ എം എസ് ചുരുളി-കീരിത്തോട്ടിൽ നടക്കുന്ന ഭീകര

മായ രംഗങ്ങൾ നേരിൽ കണ്ടതിനുശേഷം എല്ലാ പ്രശ്നങ്ങളും ഒരു അഖിലകക്ഷികമ്മിറ്റിക്ക് വിട്ടുകൊടുക്കണമെന്ന് ആവശ്യപ്പെട്ടു.

14 ദിവസങ്ങളായി നടന്നുവരുന്ന ഭൂസമരം വ്യാപകമാക്കാൻ നവംബർ 29-ന് കൊച്ചിയിൽ യോഗം ചേർന്ന സമരസമിതി തീരുമാനിച്ചു. ദിവസംതോറും പുതിയ പുതിയ സ്ഥലങ്ങളിലായി വെക്കുന്ന കുടിലുകൾ തീവെച്ച് നശിപ്പിക്കുകയും വെച്ചവരെ അറസ്റ്റ് ചെയ്ത് ജയിലിലടയ്ക്കുകയുമാണ് പൊലീസ്. തികച്ചും സമാധാനപരമായി നടന്നുവരുന്ന സമരത്തെ വികൃതമാക്കിക്കാണിക്കാനാണ് കള്ളക്കേസുകളും മർദനങ്ങളും പൊലീസ് നടത്തുന്നത്.

പ്രശ്നങ്ങൾ കൂടിയാലോചിച്ച് പരിഹാരം കാണാൻ സമരസമിതി തയ്യാറാണ്. പക്ഷേ സർക്കാറിന്റെ മനോഭാവത്തിൽ മാറ്റം വരുത്തണം. അതിന് തയ്യാറാവുന്നതുവരെ സമരം കൂടുതൽ ഉഷാറായി മുന്നോട്ട് കൊണ്ടുപോകാനാണ് സമരസമിതി തീരുമാനിച്ചത്. ചുരുളി-കീരിത്തോട്ടിലെ 1,500 ലധികം വരുന്ന കുടുംബങ്ങളെ ഇറക്കിവിട്ടിരിക്കുകയാണല്ലോ. അവരെ പുനരധിവസിപ്പിക്കാനുള്ള സമരവും പൂർവാധികം ശക്തിയായി മുന്നോട്ട് കൊണ്ടുപോവുന്നതാണ്. ഡിസംബർ 4-ന് ഇടുക്കിയിൽ ബന്ദ് ആചരിക്കാനും സമരസമിതി തീരുമാനിച്ചു.

ഡിസംബർ ആദ്യവാരത്തിൽ ഞാൻ കേരളത്തിലേക്ക് തിരിച്ചു. കർഷക സമരങ്ങളിൽ സജീവമായി പങ്കെടുത്തുകൊണ്ടിരിക്കെ അക്രമരാഷ്ടീയത്തിന് വിധേയനായി വിധിക്കപ്പെട്ട സഖാവ് അഴീക്കോടന്റെ കുടുംബസഹായ ഫണ്ട് അഴീക്കോടന്റെ വിധവക്ക് നൽകുന്ന ചടങ്ങിൽ പങ്കെടുത്തു. അത് വികാരനിർഭരമായ ഒരു ചടങ്ങായിരുന്നു. കേരളത്തിലെ കർഷക സമരങ്ങളിലെ നെടുംതൂണായ അഴീക്കോടന്റെ കുടുംബസഹായനിധിയിലേക്ക് സഖാവിന്റെ ആരാധകരായ കേരളത്തിലെ ജനങ്ങൾ കൈയയച്ച് സംഭാവന നൽകിയിരുന്നു. അഴീക്കോടിന്റെ പൊതുജീവിതത്തിന്റെ അംഗീകാരമാണതിൽ കാണാൻ കഴിയുന്നത്. അങ്ങനെ പിരിഞ്ഞു കിട്ടിയതിൽ ഒരുഭാഗം, സമരങ്ങളുടെ പടവാളായി പ്രവർത്തിക്കുന്ന *ദേശാഭിമാനി*യുടെ വികസനഫണ്ടിന് സംഭാവന നൽകാൻ ആ കുടുംബം കാണിച്ച വിശാലമനസ്കത പണം നൽകുന്ന ചടങ്ങ് നിർവഹിച്ചുകൊണ്ട് ഞാൻ ചൂണ്ടിക്കാണിക്കുകയുണ്ടായി.

1973 ജനുവരി 26-ന് മുമ്പ് ഫലപ്രദമായ നിലയിൽ ഭൂപരിഷ്കരണം നടപ്പാക്കാൻ എല്ലാ സംസ്ഥാന ഗവൺമെന്റുകൾക്കും നിർദേശം നൽകണമെന്ന് ആവശ്യപ്പെടുന്ന അനൗദ്യോഗികപ്രമേയം പാർലമെന്റിൽ അവതരിപ്പിക്കേണ്ടതുള്ളതിനാൽ ഞാൻ ഉടനെ ദൽഹിക്ക് മടങ്ങി.

പ്രമേയം അവതരിപ്പിച്ചുകൊണ്ട് ഞാൻ പാർലമെന്റിൽ ഇങ്ങനെ പ്രസംഗിച്ചു: "ദരിദ്രകൃഷിക്കാർക്കും തൊഴിലാളികൾക്കും വിതരണം ചെയ്യുന്നതിനാവശ്യമായ ഭൂമി ലഭ്യമാകത്തക്കവണ്ണം ആവണം ഭൂപരിധി നിർണയിക്കുന്നത്. ഭൂമിയുടെമേലുള്ള കുത്തക തകർക്കുന്ന തരത്തിൽ എല്ലാവിധ പ്രത്യേക ആനുകൂല്യങ്ങളും എടുത്തുകളഞ്ഞുകൊണ്ടുവേണം പരിധി നിർണയിക്കാൻ."

'കൃഷിഭൂമി കർഷക'നെന്ന മുദ്രാവാക്യം കോൺഗ്രസ് മറന്നിട്ട് വളരെ നാളുകളായി. ഒരു സാമൂഹ്യ, സാമ്പത്തിക, രാഷ്ട്രീയ പ്രശ്നമായ ഭൂനിയമം പാസാക്കുന്നതിൽനിന്ന് ഒളിച്ചോടുകയാണ് ഭരണാധികാരത്തിലെത്തിയ കോൺഗ്രസ് ചെയ്തത്. ഗാന്ധിയും നെഹ്റുവും നിർദേ

ശിച്ച ഭൂപരിഷ്കരണത്തിൽ വെള്ളം ചേർത്തുകഴിഞ്ഞിരിക്കുന്നു. ജന്മി മാരിൽ നിന്ന് ഭൂമി എടുക്കുമ്പോൾ നഷ്ടപരിഹാരം നൽകാൻ പാടില്ലെന്ന് മഹാത്മജി പറഞ്ഞിരുന്നു. ഇതിന് നൽകുന്ന തുകകൊണ്ട് ഗ്രാമങ്ങളെ വ്യവസായവൽക്കരിക്കാൻ നമുക്ക് കഴിയേണ്ടതാണ്. തൊഴിൽരഹിതർക്ക് തൊഴിൽ ലഭിക്കാൻ അത് ഉപകരിക്കും.

"സംസ്ഥാനങ്ങളിൽ കാർഷികപരിഷ്കാരങ്ങളിലുണ്ടായിട്ടുള്ള പോരായ്മകൾ ആഭ്യന്തരവകുപ്പിന്റെ ഗവേഷണ നയരൂപീകരണവിഭാഗം 69-ൽ നടത്തിയ സർവേയിൽ ചൂണ്ടിക്കാണിച്ചിട്ടുണ്ട്. ഭൂമിസംബന്ധമായ കള്ളരേഖകൾ ചമയ്ക്കുകയും ഇഷ്ടംപോലെ കൈമാറ്റങ്ങൾ നടത്തു കയും ചെയ്യുന്നതിലൂടെ ഭൂപരിഷ്കരണത്തിന്റെ ഉദ്ദേശ്യലക്ഷ്യങ്ങൾ തന്നെ പരാജയപ്പെടുത്തിക്കൊണ്ടിരിക്കുകയാണ്. ഇതിന്അടിയന്തര പരി ഹാരം കാണേണ്ടത് അത്യാവശ്യമാണ്. അതുകൊണ്ട് പ്രമേയത്തിൽ ചൂണ്ടിക്കാണിക്കുന്ന പ്രകാരം ആവശ്യമായ നിർദേശം ഉടനടി നൽകണം" എന്നാവശ്യപ്പെട്ടുകൊണ്ട് ഞാൻ ഉപസംഹരിച്ചു.

കേരള പര്യടനം

1973 ജനുവരിയിൽ ഒരു മാസം നീണ്ടുനിൽക്കുന്ന ഒരു പര്യടന ത്തിനായി കേരളത്തിലെത്തി. മിച്ചഭൂമിയിൽ കുടിൽകെട്ടുന്ന സമരത്തോ ടനുബന്ധിച്ച് തിരുവനന്തപുരം സെൻട്രൽ ജയിലിലും കേരളത്തിന്റെ നാനാഭാഗത്തുമുള്ള ജയിലുകളിലും കഴിയുന്ന സമരസഖാക്കളെ സന്ദർശിക്കാനും സമരപ്രചാരണം നടത്താനുമായാണ് ഞാൻ കേരള ത്തിലെത്തിയത്.

ജനുവരി 1-ന് തിരുവനന്തപുരത്ത് നടന്ന കർഷക സംഘം 20-ാം സമ്മേളനത്തിൽ ഞാൻ സംബന്ധിച്ചു. സമരത്തിന്റെ മധ്യത്തിലുള്ള സമ്മേളനമാണെന്നതിനാൽ കൂടുതൽ പ്രാധാന്യമുള്ള ഒരു സമ്മേളന മാണിതെന്ന് പ്രതിനിധികളോട് ഞാൻ പറഞ്ഞു. മൂന്നു ദിവസം നീണ്ടു നിന്ന ചർച്ചക്കുശേഷം ഭൂസമരം വിജയത്തിലെത്തിക്കാൻ ആഹ്വാനം ചെയ്യുന്നതും കൂടിയൊഴിപ്പിക്കൽ നടപടികളെ അപലപിക്കുന്നതുമായ പ്രമേയങ്ങൾ അംഗീകരിച്ചു.

ഞാൻ തിരുവനന്തപുരം സെൻട്രൽ ജയിലിലും സബ്ജയിലിലും പോയി. അവിടെ കിടക്കുന്ന സമര സഖാക്കളെ സന്ദർശിച്ചു. സെൻട്രൽ ജയിലിൽ ഇപ്പോഴും ശരിക്ക് വെള്ളം കിട്ടുന്നില്ലെന്ന് അവർ പറഞ്ഞു. ഞാനവിടെ കിടന്നപ്പോൾ അതിനെതിരെ ശബ്ദമുയർത്തുകയും നിരാ ഹാരം വരെ നടത്തുകയും ചെയ്തു. അന്ന് വെള്ളം കിട്ടി. അതൊരു താൽക്കാലിക നടപടിയായിരുന്നു എന്ന് ഞാനിപ്പോൾ സന്ദർശിച്ചപ്പോ ഴാണ് മനസ്സിലായത്. സമരത്തോടനുബന്ധിച്ച് നെയ്യാറ്റിൻകരയിൽ നിന്ന് കൊണ്ടുവന്ന കൃഷ്ണൻനായരെന്ന സഖാവിനെ കഠിനമായി മർദിച്ചതായി അയാൾ പറഞ്ഞു. മലയിൻകീഴ്, നെയ്യാറ്റിൻകര എന്നിവിടങ്ങളിലെ സ്റ്റേഷ നുകളിൽ വെച്ചാണ് കഠിനമായ മർദനമേറ്റത്. വൈദ്യസഹായം പോലും ലഭിച്ചില്ല. അടിയന്തരമായി അയാൾക്ക് വൈദ്യ സഹായം നൽകണമെന്ന് ഞാൻ ജയിലധികൃതരോട് ആവശ്യപ്പെട്ടു. കൊല്ലത്തും ആലപ്പുഴയിലും ഉള്ള ജയിലുകളിലും ഞാൻ പോയി.

എറണാകുളത്തിനടുത്തുള്ള മുളന്തുരുത്തി പൊലീസ് സ്റ്റേഷനിൽ

കഠിനമർദനം നടക്കുന്നതായറിഞ്ഞ് ഞാൻ അങ്ങോട്ട് പോയി. മർദനത്തിന് വിധേയനായ ഒരു സഖാവ് മർദനത്തെക്കുറിച്ചു പറഞ്ഞതിങ്ങനെയാണ്: "മുളന്തുരുത്തി പൊലീസ് സ്റ്റേഷന്റെ ഭിത്തിക്കും പൊലീസിന്റെ ബൂട്ടിട്ട കാലുകൾക്കുമിടയിൽ എന്റെ നെഞ്ച് എത്ര പ്രാവശ്യം ഞെരിഞ്ഞമർന്നെന്ന് എനിക്കറിയില്ല. ബോധം ഇല്ലാതെ തളർന്നിട്ടും ചവിട്ടിക്കൊണ്ടിരുന്നു എന്നാണ് കണ്ടുനിന്നവർ പറഞ്ഞത്. വീണിട്ടും ഓരോ ചവിട്ട് ചവിട്ടുമ്പോഴും പരത്തെറിവിളിയായിരുന്നു. ഏതാനും മണിക്കൂറുകൾ അവിടെ നടന്നതൊന്നും വിവരിക്കാനുള്ള ശക്തി ഞങ്ങൾക്കാർക്കുമില്ല."

ഒമ്പത് പുരുഷന്മാരും നാല് സ്ത്രീകളും രണ്ട് വയസ്സിൽ താഴെ പ്രായമുള്ള നാല് കുട്ടികളുമാണ് ജയിലിലുള്ളത്. മർദനം കൊണ്ട് അവശനായ ഒരാൾ ആശുപത്രിയിലാണ്. 1948–1952 കാലഘട്ടങ്ങളിൽ നമ്മുടെ നാട്ടിൽ നടന്ന പൊലീസ് മർദനങ്ങളെയാണ് ഈ മർദനം ഓർമിപ്പിക്കുന്നത്. അന്ന് ആ മർദനം ഏറ്റവർക്കുകൂടി പങ്കാളിത്തമുള്ള ഗവൺമെന്റാണ് ഇവിടെ അധികാരത്തിലിരിക്കുന്നത് എന്നോർക്കുമ്പോൾ ലജ്ജിച്ചു തലതാഴ്ത്താതിരിക്കാൻ വയ്യ.

ആശുപത്രിയിലെത്തി ആ സഖാവിനെയും കണ്ടശേഷം സഖാക്കളുടെ വീടുകളിലേക്ക് തിരിച്ചു. കുടുംബാംഗങ്ങളെ ആശ്വസിപ്പിച്ചശേഷം ഭയന്ന് കഴിയുന്ന മറ്റ് സഖാക്കളിൽ ചിലരുടെ വീടുകളിലും പോയി. ധീരതയോടെനിന്ന് മർദനങ്ങളെ അതിജീവിക്കാനും പ്രതിരോധനിരതന്നെ ആവശ്യമാണെങ്കിൽ കെട്ടിപ്പടുക്കാനും എന്നെ വന്നു കണ്ട സഖാക്കളോട് ഞാൻ പറഞ്ഞു. സുശീലയും എ പി വർക്കിയും എന്നോടൊത്ത് ഉണ്ടായിരുന്നു.

എറണാകുളം-ആലുവ സബ്ജയിലുകളിൽ കഴിയുന്ന സമരസഖാക്കളെ സന്ദർശിച്ചശേഷം തൃശൂരെത്തി. ചാവക്കാട്ടെ സബ്ജയിലിന്റെ കാര്യം അല്പം വേദനാകരമാണ്. ഒരു ചെറിയ സ്ഥലം. 42 പേർ ഭൂസമരത്തിനുമാത്രം ശിക്ഷിക്കപ്പെട്ടവരായി അവിടെയുണ്ട്. ഒരു മാസമായി റിമാന്റിൽ കഴിയുന്നവരും അവിടെയുണ്ട്. 41 ദിവസത്തെ റിമാന്റിനുശേഷം ഒരു മാസത്തേക്ക് ശിക്ഷിക്കപ്പെട്ട കാർത്യായനി ഒരുദാഹരണമാണ്. കുളിക്കാൻ ആഴ്ചയിലൊരു ദിവസമേ വെള്ളം കിട്ടുന്നുള്ളു. സ്റ്റാഫ് വേണ്ടത്രയില്ല. തടവുകാരെക്കൊണ്ടാണ് വെള്ളം കോരിക്കുകയും വിറക് കീറിക്കുകയുമൊക്കെ ചെയ്യുന്നത്. കഴിക്കാനുള്ള പാത്രങ്ങളോ മറ്റുപകരണങ്ങളോ ഒന്നുമില്ല. ഇരിങ്ങാലക്കുട സബ്ജയിലിലും ഏതാണ്ടിതു തന്നെയാണ് കണ്ടത്. അവിടത്തെ ജലിയിൽ കാറ്റും വെളിച്ചവും ലഭിക്കില്ല. ആഹാരം പോലും ശരിക്കു നൽകില്ല. ഞാൻ സന്ദർശിച്ചവയിൽ മലബാർ ഭാഗത്തെ ജയിലുകളാണ് തമ്മിൽ ഭേദമെന്ന് തോന്നി.

വടക്കൻ ഭാഗങ്ങളിലെ ജയിലുകൾ സന്ദർശിച്ചശേഷം കെ ജി പി ടി എ വാർഷികത്തിൽ സംബന്ധിക്കാൻ ജനുവരി 8-ന് കൊച്ചിയിലെത്തി. അവിടത്തെ സമ്മേളനത്തിനുശേഷം ചുരുളി-കീരിത്തോടു സന്ദർശിക്കാൻ ഇടുക്കിയിലേക്കു പോയി. തൊടുപുഴയിലെ പൊതുയോഗത്തിനുശേഷം ഇടുക്കി ജില്ലയിൽ കുടിയിറക്കു നടന്നിരുന്നതും എം എൽ എമാരുടെ നേതൃത്വത്തിൽ പുനരധിവസിക്കപ്പെട്ടതുമായ സ്ഥലങ്ങൾ സന്ദർശിച്ചു. അവിടങ്ങളിൽ മലയോര കർഷകർ നിരവധി സ്ഥലത്ത് ചെറു

യോഗങ്ങൾ സംഘടിപ്പിച്ചിരുന്നു. സംഘടിതമായി ഉറച്ചു നിന്നാൽ തങ്ങൾ കൈവശപ്പെടുത്തി കാലാകാലങ്ങളായി അനുഭവിച്ചു വരുന്ന സ്ഥലങ്ങളിൽ നിന്ന് ഒഴിപ്പിക്കാനാരും വരില്ലെന്നവരോട് പറഞ്ഞു. മലയോര കർഷകർ കൂടുതൽ കൂടുതലായി സംഘടിച്ചു വരുന്ന ചിത്രമാണ് എനിക്കവിടത്തെ സന്ദർശനത്തിനിടയിൽ കാണാൻ കഴിഞ്ഞത്.

അന്തരിച്ച വിപ്ലവകവി കെ പി ജിയുടെ വസതി ജനുവരി 11-ന് സന്ദർശിച്ചു. കേരളത്തിലെ പുരോഗമന-വിപ്ലവ പ്രസ്ഥാനങ്ങൾക്ക് എന്നും ആവേശം പകർന്ന കവിയായിരുന്നു കെ പി ജി. ജയിൽ സന്ദർശനത്തിനുശേഷം ഞാനൊരു പ്രസ്താവന പുറപ്പെടുവിച്ചു.

"കഴിഞ്ഞ ഏതാനും ദിവസങ്ങളായി കേരളത്തിലെ വിവിധ ജയിലുകളിൽ ഞാൻ പോവുകയുണ്ടായി. ഭൂസമരത്തിൽ ജയിൽശിക്ഷക്ക് വിധിക്കപ്പെട്ട തടവുകാരെ സന്ദർശിക്കാനാണ് പോയത്. ഞെട്ടിപ്പിക്കുന്ന കഥകളാണ് അവരിൽനിന്ന് കേട്ടത്. തിരുവനന്തപുരം ജയിലിൽ നിന്നും വെള്ളം കിട്ടാനില്ല. കൊട്ടാരക്കര, പത്തനംതിട്ട ജയിലുകളിൽ സ്ത്രീകളും കുട്ടികളും ഉണ്ട്. സ്ത്രീകളുടെ കൂട്ടത്തിലുള്ള കുട്ടികൾക്ക് പ്രത്യേക റേഷൻ അനുവദിക്കുന്നില്ല. വലിയവർക്കുള്ള ഭക്ഷണത്തിൽനിന്ന് കൊടുത്തുകൊള്ളണം. കർഷകത്തൊഴിലാളികളും കഠിനാധ്വാനം ചെയ്തു കഴിയുന്നവരുമാണ് തടവുകാരിൽ മിക്കവരും. അവർക്ക് ആവശ്യമുള്ള ഭക്ഷണം പോലും സർക്കാരിൽനിന്ന് ലഭിക്കാറില്ല. അതിൽ നിന്നൊരു ഭാഗം കുട്ടികൾക്ക് നൽകിയാലത്തെ കഥ എന്ത് പറയാനാണ്? കുട്ടികളുടെ കൂട്ടത്തിൽ പിഞ്ചോമനകളുമുണ്ട്. അവർക്ക് പ്രത്യേകമായ ഒന്നും നൽകുന്നില്ല. വലിയവർക്ക് ലഭിക്കുന്ന ഭക്ഷണത്തിൽനിന്ന് എന്താണവർക്ക് നൽകാൻ കഴിയുക? രണ്ട് വയസ്സിൽ താഴെയുള്ള കുട്ടികൾക്ക് അൽപ്പം പാലെങ്കിലും നൽകാൻ വ്യവസ്ഥയുണ്ടാക്കിക്കൂടെ? സ്വതന്ത്ര ഭാരതത്തിൽ കുഞ്ഞുങ്ങളോടെങ്കിലും അല്പം കരുണയോടുകൂടിയ പെരുമാറ്റം ഇനി എന്നാണാവോ രൂപപ്പെട്ടുവരിക?"

"കൊട്ടാരക്കര ജയിലിൽ പൂർണഗർഭിണിയായ ഒരു സ്ത്രീയെ കണ്ടു. അവരെ ഉടനെ ആസ്പത്രിയിലാക്കണമെന്നും പ്രത്യേക പരിഗണന നൽകണമെന്നും ഞാൻ ജയിലധികാരികളോട് ആവശ്യപ്പെട്ടു. അയക്കാമെന്ന് ഉത്തരവും വന്നു. പക്ഷേ പിന്നീട് പത്രത്തിൽ കണ്ടത് അവർ ജയിലിൽവെച്ച് പ്രസവിച്ചു എന്നാണ്."

"ആലപ്പുഴ ഇരിങ്ങാലക്കുട തുടങ്ങിയ സബ്ജയിലുകൾ കോൺസൻട്രേഷൻ ക്യാമ്പുകളെയാണ് ഓർമിപ്പിക്കുക. അവിടെ കാറ്റും വെളിച്ചവും കടക്കില്ല. കുട്ടികളും സ്ത്രീകളും കിടക്കുന്ന മുറിയുടെ മുന്നിൽ നിന്നാൽ പോലും ശ്വാസംമുട്ടൽ അനുഭവപ്പെടും. അവിടെ കിടന്നാൽ സാംക്രമികരോഗങ്ങൾ പിടിപെടും. കക്കൂസിന്റെ ടാങ്കും പൊട്ടി ഒലിച്ച് ദുർഗന്ധം വമിക്കുന്നു. എന്റെ ജീവിതത്തിൽ അനേകം ജയിലുകളിൽ പല ഭരണാധികാരികളുടെ കീഴിൽ കിടന്നിട്ടുണ്ട്. ഇത്തരം ജയിലുകൾ ഒരിക്കലും കണ്ടിട്ടില്ല. ഇത് ജനാധിപത്യരീതിക്ക് നിരക്കാത്തതാണ്. ഇതുപോലൊരു ജയിൽ ഞാനാദ്യമായാണ് കാണുന്നത്. ചാവക്കാട്ടെ ജയിൽ വൃത്തികേടില്ലാത്തതാണ്. പക്ഷേ 200 പേർ കിടക്കുന്ന ജയിലിൽ മൂന്ന് ജീവനക്കാർ മാത്രമേ ഉള്ളൂ. കിണറ്റിൽ നിന്ന് വെള്ളം കോരി എടുക്കണം. ജയിലിൽ അതിനൊരു മാർഗവുമില്ല. സ്വാതന്ത്ര്യസ

മരകാലത്തുപോലും ജയിലിലെ അസൗകര്യങ്ങൾക്കെതിരായി സമരം നടത്തിയിട്ടുണ്ട്. സ്വാതന്ത്ര്യം ലഭിച്ചു; പക്ഷേ ഇന്നും ജയിൽ പഴയതു പോലെ തന്നെ. അതിലെ അസൗകര്യങ്ങൾക്കെതിരായി ഇന്നും സമരം നടത്തേണ്ടതായിട്ടാണ് ഇരിക്കുന്നത്."

"ഇതുപോലെ തന്നെയുള്ള മറ്റൊരു പ്രധാന പ്രശ്നമാണ് തടവുകാരോട് കാണിക്കുന്ന മര്യാദകേട്. ജയിലിൽ അറസ്റ്റ് ചെയ്തുകൊണ്ടുപോയാൽ അന്ന് ആഹാരം നൽകുന്നില്ല. തടവുകാരുടെ കൈയിൽ പൈസയുണ്ടെങ്കിൽപോലും അത് കൊടുത്ത് എന്തെങ്കിലും വാങ്ങിക്കഴിക്കാൻ പൊലീസ് സമ്മതിക്കുന്നില്ല. രാത്രി എട്ട് പത്ത് മണിയാകുമ്പോൾ പൊലീസുകാർ എല്ലാവരെയും തടവിൽ തള്ളുന്നു. അവരിൽ തന്നെ സ്ത്രീകളും കുട്ടികളും ഉണ്ടെന്ന് കൂടി ഓർക്കുക. ഈ രാജ്യം വാണരുളുന്നവർ അറിയാത്ത കാര്യങ്ങളല്ല ഇതൊന്നും."

"തൃപ്പൂണിത്തുറ നിന്ന് അറസ്റ്റ് ചെയ്ത് ലോക്കപ്പിലാക്കിയവരെ ഞാൻ കണ്ടതാണ്. അവരുടെ ദേഹത്ത് അടിയുടെ പാടുകൾ ഉണ്ടായിരുന്നു. പായയിൽ കിടക്കാൻപോലും വയ്യാത്ത രീതിയിലാണവരെ മർദിച്ചത്. കഴിഞ്ഞ മൂന്ന് കൊല്ലമായി നിയമം ലംഘിക്കുന്ന ജന്മിമാരുടെ ഭൂമികളിൽ കൂടിൽ കെട്ടിയതാണ് അവർ ചെയ്ത തെറ്റെന്ന് ഓർക്കുക. കൊലക്കുറ്റം ചെയ്തവരെപ്പോലും അടിക്കാൻ പൊലീസിന് യാതൊരധികാരവുമില്ല. ഇതിനൊക്കെ എതിരായിട്ടാണ് ഞാനും ഇന്ന് ഭരണത്തിലിരിക്കുന്നവരും ചേർന്ന് പോരാടിയിട്ടുള്ളത്."

"ഞാൻ തളിക്കുളത്ത് പോയിരുന്നു. അവിടെ നാടാകെ മർദനമാണ്. വീടുകളിൽ സ്ത്രീകളെപ്പോലും കിടുന്നുറങ്ങാൻ അനുവദിക്കുന്നില്ല. അറസ്റ്റ് ചെയ്യപ്പെട്ടവരെ മർദിക്കുന്നു. നാലഞ്ച് ദിവസം കഴിഞ്ഞാണ് കോടതിയിൽപ്പോലും ഹാജരാക്കുന്നത്. ചിലപ്പോൾ ഹാജരാക്കാതെ തന്നെ വിട്ടയച്ചുകളുയം. 24 മണിക്കൂറിലധികം കോടതിയിൽ ഹാജരാക്കാതെ വെക്കാൻ നിയമമില്ല. പക്ഷേ ഈ നാട്ടിലിതെല്ലാം നടക്കുന്നു. പൊലീസിനെ കയറൂരി വിട്ടിരിക്കയാണ്. അവർക്ക് തോന്നിയതുപോലൊക്കെ പ്രവർത്തിക്കാം."

ഈ വിവരങ്ങൾ ചൂണ്ടിക്കാണിച്ചുകൊണ്ട് മനുഷ്യമനഃസാക്ഷിയെ ഞെട്ടിപ്പിക്കുന്ന നിർലജ്ജമായ ഈ നടപടിക്കെതിരെ ശബ്ദമുയർത്താൻ ജനാധിപത്യ വിശ്വാസികളായ എല്ലാ നല്ലയാളുകളോടും അഭ്യർഥിക്കുന്ന ഒരു പ്രസ്താവന ഞാൻ പുറപ്പെടുവിച്ചു. അതുകൊണ്ടും ഈ ഗവൺമെന്റിന് മനഃപരിവർത്തനം ഉണ്ടാവില്ലെന്നറിയാം. എങ്കിലും ഇവരുടെ കൊള്ളരുതായ്മകൾ, ഞാൻ അറിഞ്ഞതും നേരിൽ കണ്ടതുമായ കാര്യങ്ങൾ, ബഹുജനങ്ങളെ അറിയിക്കുകയായിരുന്നു എന്റെ ലക്ഷ്യം.

വീണ്ടും ഒഴിപ്പിക്കൽ ഭീഷണി

1973 ജനുവരി അവസാനം മുണ്ടക്കയം-എരുമേലി ഭാഗത്ത് കുടിയൊഴിപ്പിക്കാൻ ശ്രമമാരംഭിച്ച വാർത്ത അറിഞ്ഞ് ഞാനവിടം സന്ദർശിക്കാൻ കേരളത്തിലെത്തി. വഴിക്ക്, ചങ്ങനാശേരി ലോക്കപ്പിൽ വെച്ച് നടന്ന ബലാൽസംഗത്തിനിരയായവരുടെ വീടുകൾ സന്ദർശിച്ചു. ഇവിടെ ഒരു ഗവൺമെന്റ് അധികാരത്തിലുണ്ടോ എന്നുപോലും സംശയം തോന്നിപ്പിച്ച ചങ്ങനാശേരി ലോക്കപ്പ് സംഭവമുണ്ടായത് ജനുവരി 12-നാണ്. ഒരു

കേസിൽ ചോദ്യം ചെയ്യാനെന്നും പറഞ്ഞ് അമ്മിണി (18), മറിയ (28), മറിയാമ്മ (35), അന്ന (22) എന്നീ സ്ത്രീകളെ ലോക്കപ്പിലേക്ക് വിളിച്ചു കൊണ്ടുപോയി. ആ നാല് സ്ത്രീകളും പിറ്റേന്ന് പുറത്തു വരുമ്പോൾ തളർന്ന് അവശരായിരുന്നു. അവിടെ രാത്രിയുണ്ടായിരുന്ന എല്ലാ പൊലീസുകാരും ആ സംഭവത്തിൽ പങ്കാളികളാണ്. ലോക്കപ്പിൽ കിടന്നുകൊണ്ട് ആ സാധുസ്ത്രീക്കൾക്ക് കരയാനല്ലാതെ എന്തുചെയ്യാൻ കഴിയും?

ആ സംഭവത്തെപ്പറ്റി പത്രറിപ്പോർട്ടുകൾ വന്നപ്പോൾ അങ്ങനെ ഒരു സംഭവമേ നടന്നില്ലെന്ന് വരുത്തിക്കൂട്ടാനാണ് ഗവൺമെന്റ് ശ്രമിച്ചത്. ഉദ്യോഗസ്ഥൻമാരെ സസ്പെൻഡ് ചെയ്യുന്നതിനുപകരം പൊലീസിനെ ന്യായീകരിക്കുകയാണ് ആ വകുപ്പിന്റെ ചാർജ് വഹിക്കുന്ന മന്ത്രിയും മുഖ്യമന്ത്രിയും ചെയ്തത്. എന്നാൽ കോട്ടയം ജില്ലയിലെ കോൺഗ്രസിന്റെയും വലത് കമ്യൂണിസ്റ്റ് പാർട്ടിയുടെയും നേതാക്കളും സ്ഥലത്ത് ചെന്ന് അന്വേഷണം നടത്തിയ വിവിധ പത്ര പ്രവർത്തകരും പുറപ്പെടുവിച്ച പ്രസ്താവനകളിൽ ഗവൺമെന്റിന്റെ ഈ നിലപാടിന്റെ പൊള്ളത്തരം തുറന്നുകാട്ടി. വിവിധ രാഷ്ട്രീയകക്ഷികൾ പ്രസ്താവന ഇറക്കുകയുണ്ടായിട്ടും ഗവൺമെന്റ്, വസ്തുതകളെ നിഷേധിച്ചുകൊണ്ട് പ്രസ്താവന പുറപ്പെടുവിച്ച സാഹചര്യത്തിലാണ് ഞാനവിടെ സന്ദർശിച്ചത്. ആ സ്ത്രീകളുമായി സംസാരിച്ചശേഷം മനസ്സാക്ഷിയെ ഞെട്ടിക്കുന്ന ഈ സംഭവത്തെ ന്യായീകരിക്കാതെ കുറ്റക്കാരെ ശിക്ഷിക്കണമെന്ന് ഞാനാവശ്യപ്പെട്ടു.

മുണ്ടക്കയം, എരുമേലി വില്ലേജുകളിൽ ഒഴിപ്പിക്കലിന് നോട്ടീസ് നൽകേണ്ട ആവശ്യം എന്തെന്ന് എത്ര ആലോചിച്ചിട്ടും ഒരു പിടിയും കിട്ടുന്നില്ല. ആ പ്രദേശത്ത് താമസിക്കുന്ന ഏതാനും ഗിരിവർഗക്കാരെയും ഹരിജനങ്ങളെയും ദ്രോഹിക്കാനല്ലാതെ ഇതുകൊണ്ട് ഒരു പ്രയോജനവും കാണുന്നില്ല. മുക്കൂട്ടുതറയിൽ ചേർന്ന പൊതുയോഗത്തിൽവെച്ച് കൂടിഒഴിപ്പിക്കൽ പരിപാടിക്കെതിരെ ശക്തമായ തിരിച്ചടി നൽകാൻ ഞാൻ ആ കൃഷിക്കാരോടാവശ്യപ്പെട്ടു. ഉത്തരവാദിത്വബോധമില്ലാത്ത തോന്ന്യാസത്തെ അനുസരിക്കേണ്ട ആവശ്യമില്ല. അതുകൊണ്ട് സംഘടിക്കുകയും ഒഴിഞ്ഞ് പോവാൻ തയ്യാറില്ലെന്ന് ഗവൺമെന്റിനെ അറിയിക്കുകയും ചെയ്താൽ മതി.

എരുമേലി, ഇരുമ്പുന്നി, അയ്യപ്പൻകോവിൽ, ഏലപ്പാറ തുടങ്ങിയ സ്ഥലങ്ങളിൽ കുടിയിറക്ക് ഭീഷണിയിൽ കഴിയുന്ന കർഷകരെ സന്ദർശിക്കുകയും ഇത്തരം ഭീഷണികൾക്ക് വഴങ്ങാതെ ഉറച്ചുനിന്ന് പോരാടൻ അവരോട് പറയുകയും ചെയ്തു. കാർഷികരംഗത്ത് പുരോഗമന ഗവൺമെന്റാണ് ഇവിടെ അധികാരത്തിലിരിക്കുന്നതെന്ന് വാതോരാതെ പ്രസംഗിക്കുകയും, മറുവശത്ത് പാവപ്പെട്ട കർഷകരെയും കുടിയേറ്റക്കാരെയും കർഷകത്തൊഴിലാളികളെയും ഏതെല്ലാം വിധത്തിൽ ദ്രോഹിക്കാമോ, അതെല്ലാം ചെയ്തുകൊണ്ടിരിക്കുകയുമാണ്. ഒരുവശത്ത് വ്യപകമായ മർദനം; മറ്റൊരുവശത്ത് കുടിഒഴിപ്പിക്കലും തീവെപ്പും; വേറൊരു രംഗത്ത് അവകാശങ്ങൾക്കുവേണ്ടി ശബ്ദമുയർത്തുന്ന വർഗങ്ങളെ ഭിന്നിപ്പിക്കൽ; എല്ലാവിധ പൗരാവകാശങ്ങളെയും ഹനിക്കൽ--ഇതെല്ലാമാണിവർ നടത്തിക്കൊണ്ടിരിക്കുന്നത്.

എൻ ജി ഒ അധ്യാപകസമരകാലത്ത്, ബ്രിട്ടീഷുകാർ ഇവിടെ ഭരി

ച്ചപ്പോൾ അവർപോലും ചെയ്യാൻ നാണിച്ച പൗരാവകാശധ്വംസനങ്ങൾ എനിക്കുതന്നെ ധാരാളമനുഭവപ്പെട്ടു. പാർലമെന്റിലെ പ്രതിപക്ഷനേതാവായ എനിക്കുപോലും പ്രസംഗിക്കാൻ മൈക്ക് അനുവദിച്ചില്ല. വൈക്കത്ത് എൻ ജി ഒ അധ്യാപകപ്രവർത്തകരെ മർദിച്ചതിൽ പ്രതിഷേധിക്കാൻ ചേർന്ന ഒരു യോഗത്തിൽ പ്രസംഗിക്കാൻ ഞാൻ ചെന്നപ്പോൾ ആ യോഗം അലങ്കോലപ്പെടുത്താനും ആളുകൾ അവിടെ വന്നുചേരുന്നത് തടയാനും പൊലീസ് ആപ്പീസർമാർ നേരിട്ട് നേതൃത്വം നൽകിക്കൊണ്ട് പരസ്യമായി രംഗത്തുവന്ന് പ്രവർത്തിക്കുന്നത് കാണുകയുണ്ടായി. അതുപോലെ തന്നെ തിരുവനന്തപുരത്ത് പൗരാവകാശസംരക്ഷണസമിതിയുടെ ആഭിമുഖ്യത്തിൽ സത്യഗ്രഹം നടന്നപ്പോഴും പൊലീസിന്റെ വൃത്തികെട്ട പെരുമാറ്റം എനിക്ക് അനുഭവിക്കേണ്ടിവന്നു. യോഗത്തിന് മുൻകൂട്ടി അനുവാദം നൽകിയിരുന്നു. ഞാൻ പ്രസംഗിക്കാനായി മൈക്കിന് മുമ്പിലെത്തിയപ്പോൾ പൊലീസാപ്പീസർമാർ വന്ന് മൈക്ക് പിടിച്ചെടുക്കാൻ ശ്രമിച്ചു. ഞാനതിനെ എതിർത്തു. യോഗത്തിന് അനുവാദം തരിക, പ്രസംഗമാരംഭിക്കുമ്പോൾ വന്ന് മൈക്ക് പിടിച്ചെടുക്കാൻ ശ്രമിക്കുക-ഞാനതിനെ എതിർത്തുകൊണ്ട് അവിടെ പ്രസംഗിച്ചു. "നിങ്ങൾക്ക് വേണമെങ്കിൽ എന്റെ പേരിൽ കേസെടുക്കാ"മെന്ന് ഞാൻ അവരോട് പറഞ്ഞു. പൊലീസാപ്പീസർ മുന്നിൽ പകച്ചുനിന്നതേയുള്ളൂ.

സമരത്തിനെതിരെ രാജ്യം മുഴുവൻ നടന്ന് മന്ത്രിമാർ പ്രസംഗിക്കുന്നു. സമരത്തിനനുകൂലമായി പ്രസംഗിക്കാൻ മൈക്ക് അനുവദിക്കുന്നില്ല. ബ്രിട്ടീഷ് ഭരണകാലത്തുപോലും ഇത്തരം വൃത്തികെട്ട മാർഗങ്ങൾ അവലംബിച്ചില്ല. ഇന്ത്യക്കുവേണ്ടി പ്രസംഗിക്കാൻ ലണ്ടനിൽ കൃഷ്ണമേനോനെ പോലുള്ളവർക്ക് എവിടെ വേണമെങ്കിലും സ്ഥലവും മൈക്കും ലഭിച്ചു. ഇവിടത്തെ ഭരണഘടനയിൽ അവകാശങ്ങൾക്കുവേണ്ടി സമരം നടത്തുന്നതിന് വ്യവസ്ഥയുണ്ട്.

യോഗസ്ഥലത്ത് മൈക്കുപയോഗിക്കാൻ പ്രതിപക്ഷ നേതാവിനുപോലും അനുവാദം നൽകാത്ത ഈ ജനാധിപത്യവിരുദ്ധ നടപടികൾക്കെതിരെ, പൗരാവകാശങ്ങൾ നിഷേധിക്കുന്നതിനെതിരെ പൊലീസ് തേർവാഴ്ചക്കെതിരെ, പ്രതിഷേധം പ്രകടിപ്പിക്കാനും പ്രചാരണം നടത്താനും വേണ്ടി ഞാൻ കേരളത്തിലുടനീളം വീണ്ടും ഒരു പര്യടനം നടത്തി. ഫെബ്രുവരി 15-ന് ആഭ്യന്തരമന്ത്രിയുടെ വസതിക്കുമുമ്പിൽ സത്യഗ്രഹം നടന്നു. സർ സി പിയുടെ കാലത്തുപോലും ഇത്തരം പൗരാവകാശങ്ങൾ നിഷേധിച്ചിട്ടില്ല. ആഭ്യന്തരമന്ത്രിയുടെ വസതിക്കുമുമ്പിൽ മറ്റ് പ്രതിപക്ഷ കക്ഷി നേതാക്കളോടൊപ്പം ഞാനും വൈകുന്നരം വരെ നിരാഹാരസത്യഗ്രഹം നടത്തി. പൗരാവകാശങ്ങൾ സംരക്ഷിക്കാൻവേണ്ടി നീണ്ടസമരങ്ങൾ ഇവിടെ നടത്തണമെന്ന് തോന്നി. എല്ലാ ജനാധിപത്യവ്യവസ്ഥകളെയും ലംഘിച്ചുകൊണ്ടുള്ള ഈ പോക്കിന് കടിഞ്ഞാണിടാതെ നിവൃത്തിയില്ല.

കർഷകസംഘം മെമ്പർഷിപ്പ് വിജയിപ്പിക്കാനും നികുതി വർധനവിനെയും മർദനനടപടികളെയും ചെറുത്ത് പരാജയപ്പെടുത്താനും അതിശക്തമായ ഒരു പ്രചാരണപരിപാടിക്കായി ഏപ്രിലിൽ ഞാൻ വീണ്ടും ഒരു കേരളപര്യടനം നടത്തി.

ഏപ്രിൽ 10-ന് നേര്യമംഗലത്തുനിന്ന് 600-ഓളം കുടുംബങ്ങളെ

പൊലീസ് നിഷ്കരുണം ഇറക്കിവിട്ടു. അതിൽ പ്രതിഷേധിക്കാനും അവർക്ക് ആവശ്യമായ രക്ഷാനടപടികൾ ഏർപ്പെടുത്താനുമായി ഞാൻ നേര്യമംഗലത്തെത്തി. അവരെ പുനരധിവസിപ്പിക്കാനുള്ള ശ്രമം ആരംഭിച്ചു. തൽക്കാലം താമസിക്കാനുള്ള ഷെഡ്ഡുകൾ കെട്ടി. ഗവൺമെന്റിന്റെ കുടിയിറക്കുനടപടിയിൽ പ്രതിഷേധിച്ച് ഒരു പൊതുയോഗം നടത്തി. ലോറൻസും ഗൗരിയമ്മയും യോഗത്തിൽ പ്രസംഗിച്ചു.

വീണ്ടും ചുരുളി-കീരിത്തോട്ടിൽ

1972 ഒക്ടോബറിൽ ചുരുളി-കീരിത്തോട്ടിലെ കുടിഒഴിപ്പിക്കപ്പെട്ട പ്രദേശത്ത് 80 ദിവസം നീണ്ടുനിന്ന സമരത്തിനുശേഷം പ്രതിപക്ഷകക്ഷികളിലെ നേതാക്കൾ ഇടപെട്ട്, ഇറക്കിവിട്ടവരെ പുനരധിവസിപ്പിക്കുകയാണ് ഉണ്ടായത്. ആറുമാസത്തിനുശേഷം വീണ്ടും അവിടെ 1,500 ഓളം കുടുംബങ്ങളെ കുടിഒഴിപ്പിക്കുകയുണ്ടായി. 1964-ൽ ആണ് അവിടെ ആദ്യം കുടിഒഴിപ്പിക്കൽ നടന്നത്. അന്നവിടെ നടന്ന ക്രൂരപ്രവർത്തനങ്ങൾ അവസാനിപ്പിക്കാൻവേണ്ടി അവിടെ ഞാൻ നിരാഹാരം ഇരുന്ന കാര്യം മുമ്പൊരു അധ്യായത്തിൽ വിവരിച്ചിട്ടുണ്ടല്ലോ. അന്നവിടെനിന്ന് ഇറക്കിവിട്ടവരെ കുടിയിരുത്താൻ 1967-ൽ അധികാരത്തിൽ വന്ന ഇ എം എസിന്റെ നേതൃത്വത്തിലുള്ള ഗവൺമെന്റിനേ കഴിഞ്ഞുള്ളൂ. ഇറക്കിവിടലിന് നേതൃത്വം നൽകിയ ഉദ്യോഗസ്ഥൻതന്നെ കുടിയിരുത്തൽ നടപടിക്ക് നേതൃത്വം നൽകുന്ന കാഴ്ച അന്ന് ഞാൻ കണ്ടു. ആ സ്ഥിതിക്ക് വിളകൾ നശിപ്പിക്കുന്നതിന്റെയും പുരകൾ കത്തിക്കുന്നതിന്റെയും ഉത്തരവാദിത്വം ഉദ്യോഗസ്ഥന്മാരിൽ ചുമത്തുന്നതിൽ അർഥമില്ലെന്നുവരുന്നു. അവർ ഗവൺമെന്റിന്റെ ഉത്തരവുകൾ നടപ്പാക്കുന്നു എന്നുമാത്രം. പൊലീസിനെ കയറൂരിവിട്ടാൽ അവരെന്തും കാണിക്കും. നമ്മുടെ നാട്ടിലെ ഒരു പതിവാണ്. വിദേശരാജ്യങ്ങളിൽ ഉള്ളതുപോലെ സേവനം ചെയ്യുന്ന ഒരു പൊലീസ് സേനയ്ക്ക് രൂപം നൽകുന്നതിൽ പറ്റിയ തകരാറാണിത്. അവർക്ക് ചില മുക്കുകയറിടാൻ 1957-ലും 1967-ലും അധികാരത്തിൽ വന്ന കമ്യൂണിസ്റ്റ് ഗവൺമെന്റുകൾക്കേ സാധിച്ചുള്ളു. തങ്ങളുടെ തോന്ന്യാസങ്ങൾക്ക് പൊലീസിനെ കിട്ടുന്നില്ല എന്നുവന്നപ്പോൾ സ്ഥാപിതതാൽപര്യക്കാരെല്ലാം "നിയമസമാധാനനില അപകടത്തിലാ"യെന്ന മുറവിളിയുമായി ഓടിനടന്നു.

ഞാൻ മെയ് 25-ന് ഇടുക്കിയിലെ കുടിഒഴിപ്പിക്കൽ നടന്ന സ്ഥലത്തെത്തി. ആദ്യം പോയത് തൊടുപുഴയ്ക്കു സമീപമുള്ള നെല്ലാപ്പാറ ക്യാമ്പിലേക്കാണ്. കരിക്കുന്നം, പുറപ്പുഴമുട്ടം എന്നീ വില്ലേജുകളിലെ സ്ഥലങ്ങളിൽനിന്ന് മെയ് 16-ന് 700 കുടുംബങ്ങളെ കുടിയിറക്കിയിരുന്നു. കുടിലുകൾ കത്തിക്കുകയും വിളവ് നശിപ്പിക്കുകയും ചെയ്തു. രണ്ടുമാസം കൂടി കഴിഞ്ഞായിരുന്നെങ്കിൽ നെല്ലും കപ്പയും പറിച്ചെടുക്കാൻ കഴിയുമായിരുന്നില്ല. ഭക്ഷ്യക്ഷാമമുള്ള നാട്ടിലാണ് നെല്ല് നശിപ്പിക്കുന്ന പ്രവൃത്തി ഗവൺമെന്റ് നടത്തുന്നത്. ഒന്നരനാഴിക ദൂരം കുന്നു കയറിയാണ് ഞാൻ നെല്ലാപ്പാറ ക്യാമ്പിലെത്തിയത്. പ്രസവിച്ച് 40 ദിവസമായ ഒരു സ്ത്രീയെ ഞാനവിടെ കണ്ടു. മുലകുടി പ്രായമായ കുഞ്ഞുങ്ങൾസഹിതം, കിടക്കാനോ നേരെ ഒന്നിരിക്കാനോ പോലും സൗകര്യമില്ലാതെ, മനുഷ്യർ അവിടെ കഴിഞ്ഞുകൂടുന്ന കാഴ്ച ദയനീയമാണ്. 64-ൽ

ചുരുളി-കീരിത്തോട്ടിൽനിന്ന് ഇറക്കിവിടപ്പെട്ട കുടുംബങ്ങളെ ഇവിടെ കുടി പാർപ്പിച്ചിരുന്നു. അവരെയും ഇറക്കിവിട്ടിരിക്കുകയാണ്. ഞാൻ ചെന്നപ്പോൾ അവരവിടെ വിളിച്ച മുദ്രാവാക്യം പ്രവൃത്തിയിൽ കൊണ്ടുവരിക മാത്രമേ ചെയ്യാനുള്ളുവെന്നും ഇവിടെ ഇങ്ങനെ ഷെഡ്ഡിൽ നരകയാതന അനുഭവിച്ചുകഴിയുന്നതിൽ അർഥമില്ലെന്നും ഞാനവരോട് പറഞ്ഞു.

അവിടെനിന്ന് ഇല്ലിച്ചേരിയിലേക്ക് തിരിച്ചു. 260 കുടുംബങ്ങളാണ് അവിടെ ഷെഡ്ഡുകളിൽ താമസിക്കുന്നത്. ഇത് അവർക്ക് പതിച്ചുകൊടുക്കാൻ തീരുമാനമായതാണ്. 73 മാർച്ചിൽ പതിച്ചുകൊടുക്കുന്നതിനായി ഈ സ്ഥലം ഫോറസ്റ്റ് ഡിപ്പാർട്ടുമെന്റിൽ നിന്ന് റവന്യൂ ഡിപ്പാർട്ടുമെന്റിലേക്ക് കൈമാറുന്നതായി കാണിച്ചുകൊണ്ട് ഗവൺമെന്റ് എനിക്ക് കത്ത് തന്നതാണ്. എന്നാൽ രണ്ട് മാസം കഴിഞ്ഞപ്പോൾ അവരെ അവിടെനിന്ന് ഇറക്കിവിടുകയാണുണ്ടായത്. പാറയിടുക്കുകളിലെ മണ്ണിലാണ് അവർ കൃഷിചെയ്തിരുന്നത്. പുര കത്തിക്കുകയും വിളകൾ നശിപ്പിക്കുകയുമെന്ന പതിവുപരിപാടി പൊലീസ് ഇവിടെയും ചെയ്തിരിക്കുന്നു. അഞ്ചേരി, ശാസ്താംപാറ, മണിയന്തറ, ചിന്നാർ, കൂട്ടാർ തുടങ്ങിയ സ്ഥലങ്ങളിലെ കൃഷിക്കാർക്കും നോട്ടീസ് നൽകിയിരിക്കുന്നു. എന്നാണ് ഇറക്കുന്നതെന്ന് ആർക്കറിയാം?

വൈകുന്നേരം ചുരുളി-കീരിത്തോട്ടിൽ എത്തി. പൊലീസ് സൃഷ്ടിച്ച ഭീകരാന്തരീക്ഷത്തിൽനിന്ന് പുറത്ത് കടന്നവരാണ് അവിടത്തെ ആളുകൾ. 1,500 ഓളം പേർ പൊലീസ് കസ്റ്റഡിയിലാണ്. അവിടെ ബാക്കിയുണ്ടായിരുന്നവർ എന്തിനെയും നേരിടാൻ തയ്യാറായി നിൽക്കുകയാണ്. അവിടെ വിളിച്ചുകൂട്ടിയ യോഗത്തിൽ ഞാൻ പ്രസംഗിച്ചു.

മടങ്ങിപ്പോരുമ്പോൾ 63-64 കാലങ്ങളിൽ ചുരുളി-കീരിത്തോട്ടിൽ നടന്ന കുടിയിറക്ക് ഓർമ വന്നു. ഞങ്ങൾ പ്രക്ഷോഭങ്ങളും സമരങ്ങളും നടത്തി. ഞാൻ നിരാഹാരം ഇരുന്നു. അവർക്ക് പകരം ഭൂമി നൽകപ്പെട്ടു. പക്ഷേ ഒന്നിനും കൊള്ളാത്ത സ്ഥലം. അതിനാൽ അവർ അവിടം ഉപേക്ഷിച്ചു പോവുകയാണുണ്ടായത്. ഞാൻ മുമ്പ് പറഞ്ഞതുപോലെ 1967-ൽ അധികാരത്തിൽ വന്ന ഐക്യമുന്നണി മന്ത്രിസഭ ആ കർഷകരെ തേടിപ്പിടിച്ചുകൊണ്ടുവന്ന് കുടിഒഴിപ്പിക്കപ്പെട്ട അതേ സ്ഥലത്ത് തന്നെ താമസിപ്പിച്ചു. വണ്ടി കുന്നുകളിറങ്ങിക്കൊണ്ടിരുന്നപ്പോൾ എന്റെ മനസ്സിൽ, ഇത്തരം കുടിയിറക്കലുകൾ അവസാനിപ്പിക്കാൻ വേണ്ടി നടത്തേണ്ട സമരം ഏത് രൂപത്തിൽ ആകണമെന്നതിനെപ്പറ്റിയായി ചിന്ത.

ഭൂസമരം തുടരുന്നു

രോഗം എന്നെ തളർത്തി. വിശ്രമമില്ലാത്ത യാത്രയിൽനിന്ന് തൽക്കാലത്തേക്ക് മാറി വിശ്രമമെടുക്കാൻ ഞാൻ നിർബന്ധിതനായി. പക്ഷേ എന്നെക്കൊണ്ടതുവയ്യ. ജനങ്ങളുടെ നീറുന്ന പ്രശ്നങ്ങൾ അവരുടെ ദുഃഖത്തിന്റെ സ്വരം എന്റെ കാതിലെത്തുമ്പോൾ എനിക്കവരുടെ മുന്നിലെത്താതെ വയ്യ. അതുകൊണ്ട് ഞാൻ വീണ്ടും സമരത്തിനുവേണ്ടിയുള്ള പ്രചാരണങ്ങൾ ആരംഭിച്ചു. കേരളത്തിലെ കർഷകരുടെ നീറുന്ന പ്രശ്നങ്ങൾക്ക് പരിഹാരം കണ്ടെത്താതെ വയ്യ. ഒരു പുതിയ സമരത്തിന് ഒരുക്കം കൂട്ടാനുള്ള യാത്രയ്ക്കിടയിൽ വീണ്ടും ഞാൻ രോഗബാധിതനായി.

ഇത്തവണ ശക്തിയായ ഹൃദ്രോഗം തന്നെ പിടിപ്പെട്ടു. ഞാൻ സകല

സമയവും കട്ടിലിൽ കിടക്കാൻ നിർബന്ധിതനായി. എന്റെ പ്രിയപ്പെട്ട ആളുകളെവരെ എന്നെ കാണാൻ ഡോക്ടർമാർ അനുവദിച്ചില്ല. എറണാകുളത്തും തിരുവനന്തപുരത്തും ഉള്ള ആശുപത്രികളിൽ മാസങ്ങളോളം അങ്ങനെ കഴിയേണ്ടി വന്നു. ഇതിനിടെ മുമ്പുണ്ടായിരുന്ന മൂത്രാശയരോഗവും ശല്യപ്പെടുത്തി.

മാസങ്ങൾ നീണ്ടുനിന്ന ചികിത്സയ്ക്കും വിശ്രമത്തിനുംശേഷം കേരളത്തിൽ രണ്ടുമൂന്ന് പൊതുയോഗങ്ങളിൽ ഞാൻ പങ്കെടുത്തു. ചില റാലികളെ അഭിസംബോധന ചെയ്തുകൊണ്ട് സംസാരിച്ചു. കോഫിബോഡ് തൊഴിലാളികളുടെ യോഗത്തിൽ പങ്കെടുക്കാൻ ബാംഗ്ലൂർക്ക് പോയി, വെല്ലൂരിലും മദിരാശിയിലും വച്ച് വിശ്രമവും ചികിത്സയും വേണ്ടിവന്നു. അവിടെനിന്ന് പാർലമെന്റ് സമ്മേളനത്തിൽ പങ്കെടുക്കാൻ ഡൽഹിയിലെത്തി. രാജസ്ഥാനിൽ നടന്ന കിസാൻസഭാവാർഷികപരിപാടിയിൽ പങ്കെടുത്തു. കിസാൻസഭയുടെ പ്രസിഡന്റായി എന്നെ വീണ്ടും തിരഞ്ഞെടുത്തു. ഇന്ത്യയിലാകമാനം കർഷകർ നേരിട്ടുകൊണ്ടിരിക്കുന്ന പ്രശ്നങ്ങളെപ്പറ്റി ഞങ്ങളവിടെ ചർച്ച ചെയ്തു.

കോട്ടയത്ത് നടന്ന കർഷകത്തൊഴിലാളി സമ്മേളനത്തിൽ പങ്കെടുക്കാൻ അവിടെ എത്തി. മണ്ണിൽ പണിയെടുക്കുന്നവന് ഭൂമിയുടെ അവകാശം ലഭ്യമാക്കാൻ വേണ്ടിയുള്ള സമരം ശക്തമാക്കാൻ അവിടെവച്ച് തീരുമാനിച്ചു. മിച്ചഭൂമിക്കുവേണ്ടിയുള്ള സമരവും ശക്തിയായി പുനരാരംഭിക്കാൻ തീരുമാനിച്ചു. നിരന്തരമായ പ്രക്ഷോഭങ്ങളുടെ ഫലമായി അവസാനം ഗവൺമെന്റ് കർഷകത്തൊഴിലാളി സംരക്ഷണബിൽ അവതരിപ്പിച്ചു. പല അപാകതകളോടുകൂടിയാണെങ്കിലും അത് നിയമസഭ പാസാക്കി. നിയമസഭ പാസാക്കിക്കഴിഞ്ഞാൽ ഉത്തരവാദിത്തം അവസാനിച്ചു എന്ന് കരുതുന്ന ഒരു ഗവൺമെന്റാണിവിടെ അധികാരത്തിലിരിക്കുന്നത്. ഇനി അത് നടപ്പിലാക്കണമെങ്കിൽതന്നെ അതിനുവേണ്ടിയുള്ള സമരം ശക്തമാക്കണം. അതിനുള്ള പരിപാടികളും തയ്യാറാക്കി.

ഇതിനിടെ രാജ്യത്തെ സാമ്പത്തികനില കൂടുതൽ വഷളായി. സാധനങ്ങളുടെ വില ക്രമാതീതമായി വളർന്നു. ജനങ്ങൾ ആഹാരത്തിനുപോലും മാർഗമില്ലാതെ വിഷമത്തിലായിക്കൊണ്ടിരിക്കുന്നു. ഇന്ത്യ ഒരു സാമ്പത്തിക പ്രതിസന്ധിയെയാണ് അഭിമുഖീകരിക്കുന്നതെന്ന് പറയാൻ പ്രധാനമന്ത്രി നിർബന്ധിതയായി. 'വേതനം മരവിപ്പിക്കുക' എന്ന മുതലാളിത്ത സാമ്പത്തിക വിദഗ്ധന്മാരുടെ മുറവിളി ശക്തിപ്പെട്ടു.

1974 മെയ് മാസത്തിൽ തങ്ങളുടെ അവകാശങ്ങൾക്കുവേണ്ടി റെയിൽവെ ജീവനക്കാർ ഒരു സമരത്തിനിറങ്ങി. സമരം ആരംഭിക്കുന്നതിനുമുമ്പ് കൂടിയാലോചനയുടെ ഘട്ടത്തിൽ തന്നെ തൊഴിലാളി നേതാക്കളെ അറസ്റ്റ് ചെയ്തു. പണിമുടക്ക് നിയമംമൂലം നിരോധിച്ചു. ഏത് മുരച്ച മുതലാളിപോലും പറയാനും ചെയ്യാനും മടിക്കുന്ന കാര്യങ്ങൾ സമരം പരാജയപ്പെടുത്താനായി ഗവൺമെന്റ് പറയുകയുണ്ടായി. ജോലി ചെയ്യുന്നവർക്ക് പ്രമോഷൻ, ആശ്രിതർക്ക് ജോലി, അവർക്കുമാത്രം ശമ്പളവർധനവ് തുടങ്ങിയവ പരസ്യമായി പ്രഖ്യാപിച്ചു. എന്നിട്ടും ഭൂരിപക്ഷം തൊഴിലാളികളും പണിമുടക്കി. കേരളത്തിലെ പണിമുടക്ക് പൂർണവിജയമായിരുന്നു. പണിമുടക്കിന് പിന്തുണ നൽകിക്കൊണ്ട് കർഷകത്തൊഴിലാളികളും വ്യവസായതൊഴിലാളികളും രംഗത്തുവന്നു. എറ

ണാകുളത്തും തൃശൂരും കോഴിക്കോട്ടുമൊക്കെ റെയിൽപാളത്തിലൂടെ നടത്തിയ ജാഥകൾക്കും ധർണകൾക്കും ഞാൻ നേതൃത്വം നൽകി.

ഗവൺമെന്റ് അതിന്റെ ഉരുക്കുമുഷ്ടി ഉപയോഗിച്ച് സമരത്തെ പരാജയപ്പെടുത്തി. പൊലീസ് മർദനം, പിരിച്ചുവിടൽ, അറസ്റ്റ്, റെയിൽവെ കോളനിയിലെ താമസസ്ഥലത്തുനിന്ന് സ്ത്രീകളെയും കുട്ടികളെയും രാത്രിയിൽ കുടിഒഴിപ്പിക്കൽ എന്നിവയൊക്കെ നടത്തി. പതിനായിരക്കണക്കിനാളുകളെ ജോലിയിൽനിന്ന് പിരിച്ചുവിട്ടു.

തകരാറിലായ സാമ്പത്തികസ്ഥിതി പിടിച്ചുനിർത്താനായി പുതിയ നികുതികളും നിർബന്ധിതനിക്ഷേപ ഓർഡിനൻസുകളും കൊണ്ടുവന്നു. കൂലിയും ഡി എയും മരവിപ്പിക്കപ്പെട്ടു. ഇതെല്ലാം മനുഷ്യജീവിതം വിഷമത്തിലാക്കി. വിലവർധനവ് അനുസ്യൂതം തുടരുകയാണ്. കാർഷികവിളകളുടെ വില ഇടിയുന്നു. കേരളത്തിലെ കർഷകർ പട്ടിണികൊണ്ട് വലയുന്നു. ഇതിനെതിരായി രൂക്ഷമായ സമരങ്ങൾ സംഘടിപ്പിക്കാൻ കർഷകസംഘം തീരുമാനമെടുത്തു.

ഇവിടത്തെ കാർഷികസമരം തുടരുകയാണ്. കൃഷിഭൂമി യഥാർഥ കർഷകനിൽ എത്തുന്നതുവരെ ഈ സമരം തുടരും.

1927-ൽ സജീവ കോൺഗ്രസ് പ്രവർത്തകനായ നാൾമുതൽ കൃഷിക്കാരുടെ സമരത്തിൽ ഞാൻ പങ്കെടുത്തിട്ടുണ്ട്. അന്ന്, സ്വാതന്ത്ര്യം കിട്ടിയാൽ പ്രശ്നം അവസാനിക്കുമെന്ന് കൃഷിക്കാരോട് ഞാൻ ഉപദേശിച്ചിട്ടുണ്ട്. അവർ ആവേശത്തോടെ തങ്ങളുടെ സങ്കൽപ്പത്തിൽ ഉറച്ചുനിന്നുകൊണ്ട് സമരം നടത്തി. അന്ന് ബ്രിട്ടീഷ് ഗവൺമെന്റ് കൃഷിക്കാരന്റെ നേരെ നിറതോക്കൊഴിച്ചു. എത്രയെത്ര പേർ ഈ ഭാരതഭൂമിയിൽ രക്തസാക്ഷികളായി! അവരുടെ ചുണ്ടുകളിൽ, "കൃഷിഭൂമി കർഷകന്" എന്ന് മുദ്രാവാക്യമുണ്ടായിരുന്നു. സ്വാതന്ത്ര്യം കൈവരുന്നതോടെ എല്ലാം പരിഹൃതമാകുമെന്ന സങ്കൽപ്പം അവർക്കുണ്ടായിരുന്നു. അന്ന് സമരരംഗത്ത് പ്രവർത്തിച്ചവരെല്ലാം ഈ ഉറപ്പ് നൽകുകയും ചെയ്തിരുന്നു.

കൃഷിഭൂമിക്കുവേണ്ടിയുള്ള ദാഹം അഥവാ തങ്ങളുടെ ജീവിതത്തോടുള്ള തൃഷ്ണ ഒരു മരീചികയായി മാത്രം അവശേഷിക്കുന്നത് സ്വാതന്ത്ര്യത്തിനുശേഷവും കർഷകത്തൊഴിലാളികളും ചെറുകിടകർഷകരും മനസ്സിലാക്കി. ഭാരതത്തിലെ ഭൂരിപക്ഷം ജനത, കൃഷിഭൂമി കൃഷിക്കാരനിലെത്തുന്ന ദിവസത്തെപ്പറ്റി കിനാവുകൾ കാണാൻ തുടങ്ങി.

എന്നാൽ സ്വാതന്ത്ര്യത്തിനുശേഷവും ജന്മിത്തം അതിന്റെ വിവിധ രൂപങ്ങളിൽ ഭൂമിയിലുള്ള അതിന്റെ നീരാളിപ്പിടുത്തം മുറുക്കുകയാണുണ്ടായത്. ദരിദ്രകൃഷിക്കാരും കർഷകത്തൊഴിലാളികളും ഭാരതത്തിലങ്ങോളമിങ്ങോളം തങ്ങളുടെ അവകാശത്തിനായുള്ള സമരം നടത്തി. വയർ നിറയ്ക്കുകയെന്ന പ്രാഥമികാവശ്യത്തിനായി അവർ പൊരുതി. അർദ്ധനഗ്നരായ ഈ പട്ടിണിപ്പാവങ്ങൾക്ക് കിട്ടിയത് മർദനവും വെടിയുണ്ടയുമാണ്. കേരളത്തിലും പഞ്ചാബിലും ബംഗാളിലും ആന്ധ്രയിലും എന്നല്ല ഭാരതം മുഴുവൻ ഈ ദരിദ്രകർഷകരുടെ ഒരേ മുഖമാണ് ഞാൻ കണ്ടത്. ഈ കൃഷിക്കാരുടെ കൂടെ കഴിയുകയും അവരുടെ പ്രശ്നം പഠിക്കുകയും അവരുടെ സമരത്തിന് മുൻപന്തിയിൽ നിൽക്കുകയും ഞാൻ ചെയ്തിട്ടുണ്ട്. ഈ സമരംകൊണ്ട് അവരുടെ പ്രശ്നങ്ങൾക്ക് പരിഹാരം ഉണ്ടായിട്ടില്ല; താൽക്കാലികമായ ചില ആശ്വാസങ്ങൾ നേടിയെ

ടുക്കാൻ കഴിഞ്ഞിട്ടുണ്ട് എന്നുമാത്രം. അത് ഈ സമരങ്ങളുടെ നേട്ടങ്ങളാണ്. എന്നിരുന്നാലും അവരുടെ സങ്കല്പങ്ങൾ ഇന്നും മരീചികയായി നിൽക്കുന്നതേയുള്ളൂ.

ഭാരതഭരണകൂടത്തിന്റെ നീരാളിപ്പിടുത്തത്തിൽ ഈ ബഹുഭൂരിപക്ഷം വരുന്ന ജനത ഇന്നും പിടയുകയാണ്. ഒരിറക്ക് കഞ്ഞിക്കും നഗ്നത മറയ്ക്കാനുള്ള വസ്ത്രത്തിനുംവേണ്ടി അവർ കേഴുന്ന കാഴ്ച ഹൃദയഭേദകമാണ്. പക്ഷേ അവശർ സംഘടിക്കുമെന്നും കൃഷിഭൂമി കൃഷിക്കാരന് എന്ന അവന്റെ ദശാബ്ദങ്ങളായുള്ള ആശ സഫലീകരിക്കുമെന്നും എനിക്കുറപ്പുണ്ട്. ഈ ഉറപ്പാണ് എന്നെ നയിക്കുന്നത്. കൃഷിഭൂമി അതിൽ പണിയെടുക്കുന്നവന് ലഭിക്കണമെന്ന ആഗ്രഹം എന്റെ ജീവിതകാലത്ത് സഫലമായിക്കാണാൻ എനിക്ക് കഴിഞ്ഞെന്നുവരാം; ഇല്ലെങ്കിൽ എന്റെ പിൻതലമുറക്കാർ അത് സഫലമാക്കും എന്നതിന് സംശയമില്ല.

കർഷകത്തൊഴിലാളികളുടെയും ഇടത്തരം കൃഷിക്കാരുടെയും കൂട്ടത്തിൽ അവരുടെ ജീവിതത്തിന്റെ ഒരു ഭാഗമായി ഞാൻ ജീവിക്കുകയും വളരുകയും പ്രവർത്തിക്കുകയും ചെയ്തു. അവരുടെ സുഖവും ദുഃഖവും കണ്ണീരും എല്ലാം എന്റേതായിരുന്നു.

ഇന്നല്ലെങ്കിൽ നാളെ ഭാരതത്തിലെ ബഹുഭൂരിപക്ഷം വരുന്ന ഈ ദരിദ്രവിഭാഗങ്ങളുടേതായ ഒരു ലോകം ഉദയം ചെയ്യും. അവരുടെ പ്രശ്നങ്ങൾ അന്ന് പരിഹൃതമാവും. കൃഷിഭൂമി അവരുടേതായിത്തീരുന്ന ദിവസം വന്നുചേരും. ആ ദിവസത്തിന്റെ സൂര്യോദയം പ്രതീക്ഷിച്ചുകൊണ്ട് അവിരാമം ഞാൻ പ്രവർത്തിക്കുകയാണ്. ഈ യാത്രയിൽ ഒരുപക്ഷേ ആ സൂര്യോദയത്തിന് മുൻപ് ഞാൻ കാലിടറി വീണേക്കാം. ധീരരായ എന്റെ മണ്ണിന്റെ മക്കളേ, നിങ്ങൾക്ക് ആ സൂര്യോദയം കാണാൻ കഴിയും. അത് നിശ്ചയമാണ് ഭാരതത്തിലെ വിശാലമായ കൃഷിഭൂമി നിങ്ങളുടേതാവുക തന്നെ ചെയ്യും.

www.ingramcontent.com/pod-product-compliance
Lightning Source LLC
LaVergne TN
LVHW090350051026
849518LV00006B/2094